ಸ್ವಾತಂತ್ರ್ಯ ಹೋರಾಟ
1857

ರೇಣು ಸರನ್

ಡೈಮಂಡ್ ಪುಸ್ತಕಗಳು

© ಪ್ರಕಾಶಕರು

ಪ್ರಕಾಶಕರು : ಡೈಮಂಡ್ ಪಾಕೆಟ್ ಬುಕ್ಸ್ (ಪ್ರೈ) ಲಿಮಿಟೆಡ್.
X-30, ಓಖ್ಲಾ ಕೈಗಾರಿಕಾ
ಪ್ರದೇಶ,ಹಂತ - II,ನವದೆಹಲಿ –110020
ಫೋನ್ : 011-40712200
ಇಮೇಲ್ : sales@dpb.in
ವೆಬ್ ಸೈಟ್ : www.diamondbook.in
ಮುದ್ರಣ : Repro (India)

1857ರ ಸ್ವಾತಂತ್ರ್ಯ ಹೋರಾಟ

ಇವರಿಂದ: ರೇಣು ಸರನ್

ಮುನ್ನುಡಿ

ಯಾವುದೇ ಹೋರಾಟ ಅಥವಾ ವಿವಾದದಂತೆ, ಚರ್ಚೆಗೂ ಕೂಡ ಯಾವಾಗಲೂ ಎರಡು ಮುಖಗಳಿರುತ್ತವೆ, ಮತ್ತು 1857ರ ಅವಧಿಯಲ್ಲಿ ಭಾರತದಲ್ಲಿ ನಡೆದ ಘಟನೆಗಳು ಖಂಡಿತವಾಗಿಯೂ ಇದರಿಂದ ಹೊರತಾಗಿಲ್ಲ. 19 ನೇ ಶತಮಾನದಲ್ಲಿ ಭಾರತದಲ್ಲಿನ ಪರಿಸ್ಥಿತಿಯನ್ನು ಗಮನಿಸಿದರೆ, ಆ ವರ್ಷದಲ್ಲಿ ಬಂಡಾಯದ ಘಟನೆಗಳ ಸಂದರ್ಭದ ಬಗ್ಗೆ ಅಂತಹ ಧ್ರುವೀಕರಣದ ಅಭಿಪ್ರಾಯವು ಅಸ್ತಿತ್ವದಲ್ಲಿರುವುದರಲ್ಲಿ ಆಶ್ಚರ್ಯವೇನಿಲ್ಲ. ಬ್ರಿಟಿಷರು ಉಪಖಂಡದ ನಿಯಂತ್ರಣದಲ್ಲಿರುವುದು ಮತ್ತು ಭಾರತೀಯ ಪ್ರಜೆಗಳ ಮೇಲೆ ಅವರ ಶ್ರೇಷ್ಠತೆಯ ಪ್ರಜ್ಞೆಯು ಸ್ವಾಭಾವಿಕವಾಗಿ ಯಾವುದೇ ದಂಗೆಯಂತಹ ಕೃತ್ಯಗಳನ್ನು ಕಡಿಮೆ ಮಾಡಲು ಪ್ರಯತ್ನಿಸುತ್ತದೆ. ಮತ್ತೊಂದೆಡೆ ಭಾರತೀಯ ಪ್ರಜೆಗಳು ವಾದಯೋಗ್ಯವಾಗಿ ಉತ್ಪ್ರೇಕ್ಷೆ ಮಾಡಲು ಬಯಸುತ್ತಾರೆ ಮತ್ತು ಸ್ವಯಂ ನಿರ್ಣಯಕ್ಕಾಗಿ ರಾಷ್ಟ್ರೀಯತಾವಾದಿಕಾರಣವನ್ನುಉತ್ತೇಜಿಸುವ ಸಾಧನವಾಗಿ ಈ ಘಟನೆಗಳನ್ನು ವಿವರಿಸುತ್ತಾರೆ.

ಆದಾಗ್ಯೂ, 1857ರ ಘಟನೆಗಳ ಸಂಪ್ರದಾಯವಾದಿ ಭಾರತೀಯ ರಾಷ್ಟ್ರೀಯತಾವಾದಿಗಳ ದೃಷ್ಟಿಕೋನವೆಂದರೆ; ಇದು ಬ್ರಿಟಿಷರು ನಂಬಿದಂತೆ ಅಲ್ಲ, ಪ್ರತ್ಯೇಕ ಮತ್ತು ಸಂಘಟಿತವಲ್ಲದ ದಂಗೆಗಳ ಸರಣಿ. ಸ್ವಾತಂತ್ರ್ಯದ ಯುದ್ಧ. ಸ್ವ-ಆಡಳಿತವನ್ನುಗಳಿಸಿದ ಭಾರತೀಯರ ಮೊದಲ ಕಾರ್ಯವಾಗಿತ್ತು. ಆ ವರ್ಷವು 'ರಾಷ್ಟ್ರೀಯತಾವಾದಿ ಭಾವನೆಗಳು, ಬ್ರಿಟಿಷ್ ಆಕ್ರಮಣದಿಂದ ದೀರ್ಘಕಾಲದವರೆಗೆ ನಿಗ್ರಹಿಸಲ್ಪಟ್ಟು, ಹಿಂಸಾಚಾರಕ್ಕೆ ತಿರುಗಿತು' ಎಂಬ ತಿರುವನ್ನು ಪ್ರತಿನಿಧಿಸಿತು. 1857 ರ ನಂತರ ಅರ್ಧದಷ್ಟು ಕಾಲ ದಂಗೆಯ ಕುರಿತಾದ ಬರಹವು ಮೂಲತಃ ಬ್ರಿಟಿಷ್ ವೀಕ್ಷಕರು ಮತ್ತು ವಿದ್ವಾಂಸರಿಗೆ ಸೀಮಿತವಾಗಿತ್ತು.

ಮೊದಲ ರಾಷ್ಟ್ರೀಯವ್ಯಾಖ್ಯಾನವು 1909 ರಲ್ಲಿ ಪ್ರಕಟವಾಯಿತು. ಸಾವರ್ಕರ್ ಅವರು ತಮ್ಮ ರಾಷ್ಟ್ರೀಯವಾದಿ ಪರ ನಿಲುವಿನಲ್ಲಿ ತುಂಬಾ ಶ್ರದ್ದೆಯುಳ್ಳವರಾಗಿದ್ದರು. ಅವರು ಗ್ರೀಸ್ ಮಾಡಿದ ಗುಂಡುಗಳನ್ನ ಬಳಸಿ ಬ್ರಿಟಿಷರು ಯುದ್ಧ ಮಾಡುವುದನ್ನು ತಿರಸ್ಕಾರದಿಂದ ನೋಡುತ್ತಿದ್ದರು. ಅಂತಹ ಗುಂಡುಗಳೆ ಕಾರಣವಾಗಿದ್ದರೆ ನಾನಾ ಸಾಹೇಬ್ 'ದೆಹಲಿಯ ಚಕ್ರವರ್ತಿ ಮತ್ತು ಝಾನ್ಸಿಯ ರಾಣಿ ಇವರೆಲ್ಲ ಯುದ್ಧಕ್ಕೆ ಸೇರಬಹುದಿತ್ತು ಎಂಬುದಾಗಿತ್ತು, ಆದರೆ ಆಂಗ್ಲ ಗವರ್ನರ್ ಜನರಲ್ ಅವರು ಆಕ್ಷೇಪಾರ್ಹ ಗ್ರೀಸ್ಡ್ ಬುಲೆಟ್ ಗಳನ್ನು ಗುಂಡುಗಳನ್ನು ಹಿಂತೆಗೆದುಕೊಳ್ಳುವ ಘೋಷಣೆಯನ್ನು ಮಾಡಿದ ನಂತರ ಇವರೆಲ್ಲರೂ ಯುದ್ಧದಲ್ಲಿ ಭಾಗವಹಿಸಿದರು ಮತ್ತು ಹೋರಾಟವನ್ನು ಮುಂದುವರಿಸಿದರು ಎಂಬ ಅಂಶವು ಸಾವರ್ಕರ್ ಅವರಿಗೆ ಮನಸ್ಸಿನಲ್ಲಿ ಇತ್ತು. ಅಲ್ಲದೆ ಈ ಹೋರಾಟವು ಬ್ರಿಟಿಷರ ಆಳ್ವಿಕೆಯಿಂದ ಮುಕ್ತ ಭಾರತಕ್ಕಾಗಿ ಎಂಬುದನ್ನು ಕೂಡ ತೋರಿಸುತ್ತದೆ. ನಿಜವಾದ ಕಾರಣವೆಂದರೆ 'ಹಲವು ದೌರ್ಜನ್ಯಗಳನ್ನು ಎಸಗಿದ ಬ್ರಿಟಿಷರ ಕೃತ್ಯಗಳು'.

ಈ ಪುಸ್ತಕವು ಸಂಪೂರ್ಣವಾಗಿ ಅಂತರ್ಜಾಲದಲ್ಲಿ ಲಭ್ಯವಿರುವ ಇತರ ಪುಸ್ತಕಗಳು ಮತ್ತು ಉಲ್ಲೇಖಗಳನ್ನು ಆಧರಿಸಿದೆ. ಪುಸ್ತಕವು ಐತಿಹಾಸಿಕ ಸಂಗತಿಗಳನ್ನು ಆಧರಿಸಿರುವುದರಿಂದ, ಪುಸ್ತಕವನ್ನು ಅಂತಿಮಗೊಳಿಸುವಾಗ ಕೆಲವು ವಾಸ್ತವಿಕ ವ್ಯತ್ಯಾಸಗಳು ಮತ್ತು ವೈಪರೀತ್ಯಗಳು ಉಂಟಾಗಬಹುದು. ಯಾವುದೇ ಸಂಘರ್ಷ ಅಥವಾ ವಿವಾದದೊಂದಿಗೆ ಯಾವಾಗಲೂ ಚರ್ಚೆಗೆ ಎರಡು ಬದಿಗಳಿವೆ ಎಂದು ಮುನ್ನುಡಿಯಲ್ಲಿ

ಈಗಾಗಲೇ ಹೇಳಲಾಗಿದೆ. ನಮ್ಮ ಗೌರವಾನ್ವಿತ ಓದುಗರು ಅಂತಹ ಯಾವುದೇ ದೋಷವನ್ನು ಗಮನಿಸಿದರೆ, ಅವರು ತಮ್ಮ ಸಲಹೆಗಳನ್ನು ನೀಡಲು ಸ್ವಾಗತಿಸುತ್ತಾರೆ. ಅಭಿಪ್ರಾಯಗಳು ಸೂಕ್ತವೆಂದು ಅನಿಸಿದರೆ ನಾವು ಅದನ್ನು ಪರಿಗಣಿಸಿ, ಅಭಿಪ್ರಾಯಗಳಿಗೆ ಸರಿಹೊಂದುವಂತೆ ತಿದ್ದುಪಡಿಗೆ ಪ್ರಯತ್ನಿಸುತ್ತೇವೆ .

ನಾವು ಇಂದು ಆನಂದಿಸುತ್ತಿರುವ ಸ್ವಾತಂತ್ರ್ಯವು ಲಕ್ಷಾಂತರ ಪರಿಚಿತ ಮತ್ತು ಅಪರಿಚಿತ ತ್ಯಾಗಿಗಳು ಕಷ್ಟಪಟ್ಟು ಗಳಿಸಿದ ಫಲವಾಗಿದೆ ಎಂದು ನಮ್ಮ ಮೌಲ್ಯಯುತ ಓದುಗರಿಗೆ ತಿಳಿಸಲು ಇಚ್ಛಿಸುತ್ತೇವೆ. ಈ ಪುಸ್ತಕವನ್ನು ಪ್ರಕಟಿಸುವ ನಮ್ಮ ಏಕೈಕ ಗುರಿ. ಜಾತಿ, ಬಣ್ಣ ಮತ್ತು ನಂಬಿಕೆಯ ಅಂಶಗಳನ್ನು ಬಿಟ್ಟು ಸ್ವಾತಂತ್ರ್ಯವನ್ನು ರಕ್ಷಿಸುವುದು ಮತ್ತು ಅದು ನಮ್ಮ ನೈತಿಕ ಕರ್ತವ್ಯವಾಗಿದೆ.

ಜೈ ಹಿಂದ್

- ಪ್ರಕಾಶಕರು

ಪರಿವಿಡಿ

1857

1857 ರಲ್ಲಿ ಬೆಂಗಾಲಿ ಸೈನ್ಯದ ಬಂಡಾಯವು ಭಾರತದಲ್ಲಿ ಬ್ರಿಟಿಷ್ ಆಳ್ವಿಕೆಯ ಇತಿಹಾಸದಲ್ಲಿಯೇ ಒಂದು ಆಘಾತಕಾರಿ ಘಟನೆಯಾಗಿದೆ. ಇಂದಿಗೂ 'ಸ್ವಾತಂತ್ರ್ಯಕ್ಕಾಗಿ ನಡೆದ ಯುದ್ಧ', 'ಕ್ರಾಂತಿ' , ' ಧಾರ್ಮಿಕ ಯುದ್ಧ' ಅಥವಾ 'ದಂಗೆ' ಇವುಗಳಲ್ಲಿ ಯಾವುದು ಎಂಬುದನ್ನ ವಿವರಿಸುವುದು ಕಷ್ಟ.

ಭಾರತವು ಜನಾಂಗಗಳು ಮತ್ತು ಜನಾಂಗೀಯ ಗುಂಪುಗಳ ಒಗಟಾಗಿದ್ದು, ವಿವಿಧ ಧರ್ಮಗಳು, ಜಾತಿಗಳು ಇತ್ಯಾದಿಗಳ ಉಪಸ್ಥಿತಿಯಿಂದ ಚರ್ಚೆ ಮತ್ತಷ್ಟು ಸಂಕೀರ್ಣಗೊಂಡು ಗೊಂದಲಕ್ಕೊಳಗಾಗಿದೆ. ಹೀಗಾಗಿ, ಫ್ರೆಂಚ್ ಅಥವಾ ಬ್ರಿಟಿಷ್ ಇತಿಹಾಸಕ್ಕಿಂತ ಭಾರತ ಮತ್ತು ಪಾಕಿಸ್ತಾನದ ಇತಿಹಾಸವನ್ನು ಹೇಳುವುದು ತುಂಬಾ ಗೊಂದಲವಾಗಿಯೇ ಉಳಿದಿದೆ .

ಜನಾಂಗದ ವೈವಿಧ್ಯತೆ, ಧರ್ಮ ಇತ್ಯಾದಿಗಳಂತಹ ವಿವಿಧ ಅಂಶಗಳ ಉಪಸ್ಥಿತಿಯಿಂದಾಗಿ ಭಾರತೀಯ ಇತಿಹಾಸದಲ್ಲಿ ಯಾವುದೇ ಘಟನೆಯನ್ನು ನಿರ್ಣಯಿಸುವುದು ಕಷ್ಟ. ಇಂಡೋ-ಪಾಕ್ ಉಪಖಂಡವು ಜನಾಂಗೀಯ, ಧಾರ್ಮಿಕ, ಆರ್ಥಿಕ ಅಥವಾ ವಾಣಿಜ್ಯ ಪ್ರೇರಿತ ಬಹುಸಂಖ್ಯೆಯ ಜನರಿಂದ ಆಕ್ರಮಣ, ವಸಾಹತುಶಾಹಿ ಮತ್ತು ಆಡಳಿತ ನಡೆಸುವ ವಿಶಿಷ್ಟವ್ಯತ್ಯಾಸವನ್ನು ಹೊಂದಿದೆ. ಹೀಗಾಗಿ ನಾವು ಇಂಡೋ-ಪಾಕ್ ಇತಿಹಾಸದ ಕುರಿತು ಯಾವುದೇ ಪುಸ್ತಕವನ್ನು ಪ್ರಕಟಿಸಿದಾಗ ಮುಸ್ಲಿಂಮರ ದೃಷ್ಟಿಕೋನ, ಹಿಂದೂ ದೃಷ್ಟಿಕೋನ, ಬ್ರಿಟಿಷ್ ದೃಷ್ಟಿಕೋನ ಮುಂತಾದ ಅನೇಕ ಸಂಘರ್ಷದ ಮತ್ತು ಗೊಂದಲಮಯ ದೃಷ್ಟಿಕೋನಗಳನ್ನು ನಾವು ನೋಡುತ್ತೇವೆ. ಇಂಡೋ-ಪಾಕ್ ಇತಿಹಾಸದಲ್ಲಿ ಪ್ರತಿಯೊಂದರ ಹಿಂದೆಯೂ ಕೆಲವು 'ಪಿತೂರಿ ಸಿದ್ಧಾಂತ', ಕೆಲವು ಜನಾಂಗೀಯ ಅಥವಾ ಧಾರ್ಮಿಕ ಪಕ್ಷಪಾತ, ಕೆಲವು ವೈಯಕ್ತಿಕ ಅಂಶಗಳು ಅಥವಾ ಕುಂದುಕೊರತೆಗಳು ಇತ್ಯಾದಿಗಳಿವೆ. ಎಲ್ಲಾ ಇತಿಹಾಸದ ಕಥೆಗಳಲ್ಲೂ ಇದು ಇರುವಂಥದ್ದೇ ಎಂದು ಕೆಲವರು ಭಾವಿಸಬಹುದು. ಆದಾಗ್ಯೂ, ನಮ್ಮ ವಿಷಯದಲ್ಲಿ ಈ ಪಕ್ಷಪಾತಗಳು ಹೆಚ್ಚು ಅಪ್ರಸ್ತುತವಾಗಿವೆ ಎಂದು ಭಾವಿಸಲಾಗಿದೆ, ಏಕೆಂದರೆ ನಾವು ಇನ್ನೂ ಐತಿಹಾಸಿಕ ಕ್ಷಣಗಳಲ್ಲಿ ಜೀವಿಸುತ್ತಾ ಇದ್ದೇವೆ, ಜಗತ್ತಿನ ಇತರ ದೇಶಗಳು ಐದುನೂರು ಅಥವಾ ಸಾವಿರ ವರ್ಷಗಳ ಹಿಂದೆಯೇ ಇದನ್ನೆಲ್ಲ ಮರೆತಿದ್ದಾರೆ. ಬಹುಶಹ ಇವೆಲ್ಲವೂ ಇನ್ನೂ ಇರುವುದಕ್ಕೆ ಕಾರಣವೆಂದರೆ ಭಾರತ ಮತ್ತು ಪಾಕಿಸ್ತಾನ ಇಂದಿಗೂ ಸರಿಯಾದ ಬುದ್ಧಿಜೀವಿಗಳು ಅಥವಾ ನಾಯಕತ್ವವನ್ನು ಹೊಂದಿರುವ ಸಂಘಟಿತ ದೇಶಗಳಾಗಿಲ್ಲ

ಬಹುಶಃ ಭಾರತೀಯ ಉಪಖಂಡವನ್ನು ನಿಜವಾದ ಅರ್ಥದಲ್ಲಿ ದೇಶ ಅಥವಾ ಎರಡು ಅಥವಾ ಮೂರು ದೇಶಗಳು ಎಂದು ಕರೆಯಲು ಸಾಧ್ಯವಿಲ್ಲ. ಬಾಂಗ್ಲಾದೇಶವು ಭಾರತಕ್ಕಿಂತ ಚಿಕ್ಕ ದೇಶ ವಾಗಿರಬಹುದು ಆದರೆ ನಿಜವಾದ ಅರ್ಥದಲ್ಲಿ ರಾಷ್ಟ್ರ ರಾಜ್ಯವಾಗಿರುವುದರಿಂದ ಅಲ್ಲಿ ತೊಂದರೆ ಅಥವಾ ಗೊಂದಲಗಳು, ಭಾರತಕ್ಕಿಂತ ಕಡಿಮೆ ಎಂದು ಕೆಲವರು ಹೇಳಬಹುದು .ಇಂಡೋ-ಪಾಕ್ ಇತಿಹಾಸದ ಯಾವುದೇ ಅಂಶದ ಬಗ್ಗೆ ಏನನ್ನಾದರೂ ಬರೆಯುವುದು ಬೇರೆ ಯಾವುದೇ ದೇಶದ ಇತಿಹಾಸವನ್ನು ಬರೆಯುವುದಕ್ಕಿಂತ ಹೆಚ್ಚು ಪ್ರಯಾಸದ ಕೆಲಸ ಎಂದು ನಾವು ಮನಃಪೂರ್ವಕವಾಗಿ ಹೇಳಬಹುದು. 1857 ರ ಇಂಡೋ-ಪಾಕ್ ಇತಿಹಾಸಕ್ಕೆ ನಿಖರವಾಗಿ ಬರುವುದು, ಅದರ ಬಗ್ಗೆ ಬರೆಯುವುದು ಬಹಳ ಸವಾಲಿನ ವಿಷಯವಾಗಿದೆ. ಆ ಸಮಯದ ಬಂಡುಕೋರರು ಅಥವಾ ಸ್ವಾತಂತ್ರ ಹೋರಾಟಗಾರರಿಂದ ಏನನ್ನೂ ತಿಳಿದುಕೊಳ್ಳಲು ಸಾಧ್ಯವಾಗಿಲ್ಲ. ಯಾಕೆಂದರೆ ಎಲ್ಲರನ್ನೂ ಗಲ್ಲಿಗೇರಿಸಲಾಯಿತು ಅಥವಾ ಬಾಯಲ್ಲಿ ಗುಂಡುಗಳನ್ನ ಇಟ್ಟು ಸ್ಫೋಟಿಸಲಾಗುತ್ತಿತ್ತು, ಅಥವಾ ತೆರಾಯಿ ಕಾಡುಗಳಲ್ಲಿ ಅವರನ್ನ ಬಿಟ್ಟು ಬರುತ್ತಿದ್ದರು, ಅಲ್ಲಿ ಯಾವುದೋ ರೋಗ ಬಂದು ಅಥವಾ ಹುಲಿಯ ಬಾಯಿಗೆ ಬಿದ್ದು ಸತ್ತು ಹೋಗುತ್ತಿದ್ದರು.

ಉಳಿದವರೆಲ್ಲರೂ ಬ್ರಿಟಿಷ್ ಭಾರತದಲ್ಲಿ ವಾಸಿಸುತ್ತಿದ್ದರು ಮತ್ತು ಜೀವದ ಭಯ ಅಥವಾ ಸ್ವಾತಂತ್ರ್ಯವನ್ನು ಮುಟ್ಟುಗೋಲು ಹಾಕಿಕೊಳ್ಳುವ ಭಯ, ಇವುಗಳಿಂದ ಸತ್ಯದ ಆಧಾರದ ಮೇಲೆ ಏನನ್ನೂ ಹೇಳಲು ಸಾಧ್ಯವಾಗಲಿಲ್ಲ. ಅವರಲ್ಲಿ ಕೆಲವರು ತಮ್ಮ ವಂಶ ಪಾರಂಪರ್ಯಕ್ಕಾಗಿ ಏನನ್ನು ಉಳಿಸುವುದು ಅಸಾಧ್ಯ, ಇಂತಹ ಬದುಕು ತುಂಬಾ ಅರ್ಥಹೀನ ಎಂಬ ಅಸಮಾಧಾನ ಮತ್ತು ದುಃಖದಿಂದ ಇದ್ದರು. ಇನ್ನು ಕೆಲವರು ಅಲ್ಲಿಂದ ತಪ್ಪಿಸಿಕೊಳ್ಳುವ ಮೂಲಕ ಜೀವ ಉಳಿಸಿಕೊಳ್ಳುವಲ್ಲಿ ಯಶಸ್ವಿಯಾಗಿದ್ದರೂ ಸಹ ಖಾಸಗಿಕರಣ ಮತ್ತು ಒತ್ತಡದಿಂದ ಅಕಾಲಿಕ ಮರಣ ಹೊಂದಿದರು. ಮತ್ತು ಭವಿಷ್ಯದ ಇತಿಹಾಸಕಾರರಿಗೆ ಘಟನೆಗಳ ವಿನ್ಯಾಸದ ತರ್ಕಬದ್ಧ ವಿವರಣೆಯನ್ನು ತಲುಪಲು ಉಪಯುಕ್ತವೆಂದು ಸಾಬೀತಾಗಿರುವ ಯಾವುದನ್ನೂ ಬಿಟ್ಟಿರಲಿಲ್ಲ .ಮತ್ತು ಇತಿಹಾಸಕಾರರಿಗೆ ಏಕಾಏಕಿ ಉದ್ದೇಶಪೂರ್ವಕ ಯೋಜನೆಯನ್ನು ಆಧರಿಸಿದೆಯೇ ಅಥವಾ ಸ್ವಾಭಾವಿಕ ಏಕಾಏಕಿ ಸಂಭವಿಸಿದೆಯೇ ಎಂಬುದನ್ನು ಅರ್ಥಮಾಡಿಕೊಳ್ಳಲು ಅನುವು ಮಾಡಿಕೊಟ್ಟಿರಬಹುದು. ಹೀಗಾಗಿ ನಾವು ಮೂರು ವಿಶಾಲವಾದ ಮೂರು ಐತಿಹಾಸಿಕ ಖಾತೆಗಳಿವೆ.

ಅವುಗಳೆಂದರೆ 'ಮೂಲ ಬ್ರಿಟಿಷ್ ದೃಷ್ಟಿಕೋನ', 'ಅಧೀನದಲ್ಲಿದ್ದಾಗ ಭಾರತೀಯ ದೃಷ್ಟಿಕೋನ' ಮತ್ತು ಆಧುನಿಕ ಇಂಡೋ-ಪಾಕ್ ಮರು ವ್ಯಾಖ್ಯಾನಗಳು'.'ಧಾರ್ಮಿಕ', 'ಜನಾಂಗೀಯ' ಮತ್ತು 'ಕ್ಲಾಸ್ ವಾಟ್ ಫೇರ್' ಮುಂತಾದ ಚಿಂತನೆಯ ಇತರ ಶಾಲೆಗಳು ವಿಷಯಗಳನ್ನು ಇನ್ನಷ್ಟು ಸಂಕೀರ್ಣಗೊಳಿಸುತ್ತವೆ . ಕಾರ್ಲ್ ಮಾರ್ಕ್ಸ್ ಇದನ್ನು ವಿಭಜನೆ ಮತ್ತು ಆಡಳಿತದ ನೀತಿಯ ವೈಫಲ್ಯ ಎಂದು ಕರೆದರು. ಮುಸ್ಲಿಂ ಪುನರುಜ್ಜೀವನವಾದಿ ಇತಿಹಾಸಕಾರರು ಇದನ್ನು *ಜೆಹಾದ್*, ಹಿಂದೂಗಳು ಎಂದು

ತಮ್ಮದೇ ಆದ ವಿವರಣೆಗಳನ್ನು ಕೊಟ್ಟಿದ್ದಾರೆ. ಆಧುನಿಕ ರಾಷ್ಟ್ರೀಯತಾವಾದಿ ಇತಿಹಾಸಕಾರರು ಪುರಾಣವನ್ನು ವಾಸ್ತವದೊಂದಿಗೆ ಧಾರಾಳವಾಗಿ ಬೆರೆಸುವ ಮೂಲಕ ಅದನ್ನುಇನ್ನಷ್ಟು ವರ್ಣರಂಜಿತ ಮತ್ತು ವೈಭವಯುತವಾಗಿಸಿದ್ದಾರೆ!ಇದು ಸೈನಿಕರ ದಂಗೆ ಎಂದು ಸಾಬೀತುಪಡಿಸಲು ಬ್ರಿಟಿಷರು ಯಾವಾಗಲೂ ಉತ್ಸುಕರಾಗಿದ್ದಾರೆ. ಹೀಗಾಗಿ 1857ರ ಇತಿಹಾಸದ ಬಗ್ಗೆ ಬರೆಯಲು ಪ್ರಯತ್ನಿಸುವ ಯಾರಾದರೂ ವಿವಿಧ ಪರಿಕಲ್ಪನಾತ್ಮಕ ಅಪಾಯಗಳು ಮತ್ತು ಜನಾಂಗೀಯ, ಧಾರ್ಮಿಕ ಮತ್ತು ವೈಯಕ್ತಿಕ ಪಕ್ಷಪಾತ ಗಳ ಆಧಾರದ ಮೇಲೆ ಅಡೆತಡೆಗಳೊಂದಿಗೆ ಹೋರಾಡಬೇಕಾಗುತ್ತದೆ.

1857ರ ಘಟನೆಗಳನ್ನು ಧಾರ್ಮಿಕ ಅಥವಾ ಜನಾಂಗೀಯ ಅಥವಾ ಇನ್ನಾವುದೇ ವೈಯಕ್ತಿಕ ಪಕ್ಷಪಾತದಿಂದ ಅಲ್ಲ, ಆದರೆ ಶುದ್ಧ ಐತಿಹಾಸಿಕ ದೃಷ್ಟಿಕೋನದಿಂದ ವ್ಯಾಖ್ಯಾನಿಸುವುದು ನಮ್ಮ ಉದ್ದೇಶವಾಗಿದೆ; ಆದ್ದರಿಂದ ಸರಿಯಾದ ತೀರ್ಮಾನಗಳನ್ನು ತೆಗೆದುಕೊಳ್ಳಬಹುದು; ಮುಸ್ಲಿಂ ಅಥವಾ ಹಿಂದೂ ಅಥವಾ ಸಿಖ್ಖರಾಗಿ ಅಥವಾ ಉತ್ತರ ಭಾರತೀಯರಾಗಿ ಅಥವಾ ಪಂಜಾಬಿಯಾಗಿ ಅಥವಾ ಇನ್ನಾವುದೇ ವಿಷಯವಾಗಿ ಅಲ್ಲ. ಇದು ಮುಖ್ಯವಾಗಿದೆ ಏಕೆಂದರೆ ಇಂದು ಭಾರತೀಯ ಉಪಖಂಡದ ದೇಶಗಳು ಐತಿಹಾಸಿಕ ಮರು ವ್ಯಾಖ್ಯಾನದ ದೃಷ್ಟಿಯಿಂದ ನಿರ್ಣಾಯಕ ಹಂತದ ಮೂಲಕ ಸಾಗುತ್ತಿವೆ, ಇಂದು ಜನರು ಈ ಹಿಂದೆ ಚರ್ಚಿಸಲು ತುಂಬಾ ಪವಿತ್ರವಾಗಿದ್ದ ವಿವಿಧ ಸಮಸ್ಯೆಗಳನ್ನು ಪ್ರಶ್ನಿಸುತ್ತಿದ್ದಾರೆ; ಇಂದು ಇತಿಹಾಸವು ಮತ್ತೆ ಬದಲಾಗಿದೆ. ಇದು ಐವತ್ತು ಅಥವಾ ನೂರು ವರ್ಷಗಳ ಹಿಂದೆ ಇದ್ದಕ್ಕಿಂತ ಹೆಚ್ಚು ನಿರ್ಣಾಯಕವಾಗಿದೆ. 1947 ಅಥವಾ 1859ಕ್ಕೆ ಹೋಲಿಸಿದರೆ ಇಂದು ನಾವು ಕಡಿಮೆ ಭಾವನಾತ್ಮಕ ಮತ್ತು ಹೆಚ್ಚು ವಸ್ತುನಿಷ್ಠರಾಗಿದ್ದೇವೆ.

1857 ರಲ್ಲಿ ಸರ್ ಸೈಯದ್ ಅಹ್ಮದ್ ಖಾನ್ ಬರೆಯುತ್ತಿದ್ದಾಗ ಇದ್ದ ಒತ್ತಡಕ್ಕಿಂತ ಇಂದು ಕಡಿಮೆ ಒತ್ತಡಗಳು ಮತ್ತು ಕಡಿಮೆ ಬಲವಂತಗಳು ಇವೆ. ಆ ಸಮಯದಲ್ಲಿ ಸಮಸ್ಯೆಯು ಕೇವಲ ಬದುಕುಳಿಯುವಿಕೆಯಾಗಿತ್ತು, ಇಂದು ಸಮಸ್ಯೆಯು ತಕ್ಷಣದ ಬದುಕುಳಿಯುವಿಕೆಯಲ್ಲ ಆದರೆ ದೀರ್ಘಾವಧಿಯ ಪ್ರಗತಿಯಾಗಿದೆ. ಇಂದು ಧಾರ್ಮಿಕ ವಿಭಾಗಗಳು 1947ರಲ್ಲಿ ಇದ್ದಕ್ಕಿಂತ ಕಡಿಮೆ ಅರ್ಥಪೂರ್ಣವಾಗಿವೆ. ಏಕೆಂದರೆ ಕಷ್ಟಗಳಿಗೆ ಅಂತ್ಯ ಹಾಡಲು ಒಂದು ನಿರ್ದಿಷ್ಟ ದಿಕ್ಕಿನಲ್ಲಿ ಕಷ್ಟ ಪಟ್ಟವರ ಬಗ್ಗೆ ,ತಮ್ಮ ಅನುಯಾಯಿಗಳನ್ನು ಕುಶಲತೆಯಿಂದ ನಿರ್ವಹಿಸಲು ಪ್ರೇರೇಪಿಸಿದ ನಾಯಕರ ಬಗ್ಗೆ ಇಂದು ನಮಗೆ ಹೆಚ್ಚು ಸ್ಪಷ್ಟವಾಗಿದೆ.!ಇಂದು ಸಮಸ್ಯೆಯು ಕೇವಲ ಹೊಡೆದಾಡುವುದಲ್ಲ. ಸೈನ್ಯವನ್ನು ಕಡಿಮೆ ಮಾಡುವುದು ಮತ್ತು ಆರ್ಥಿಕವಾಗಿ ಪ್ರಗತಿಯನ್ನು ಕಾಣುವುದಾಗಿದೆ.

1857ರಲ್ಲಿ ಭಾರತದ ಭಾರತದ ಬಗ್ಗೆ ಬ್ರಿಟಿಷ್ ದೇಶದ ಭವಿಷ್ಯ ದ ನೀತಿಯ ಪ್ರಭಾವ ಮತ್ತು ಅದರ ಪ್ರಾಮುಖ್ಯತೆ ಮತ್ತೊಂದು ಅಂಶವಾಗಿತ್ತು. ಇದು ಒಂದು ರೀತಿಯಲ್ಲಿ ನಕಾರಾತ್ಮಕವಾಗಿತ್ತು. ಏಕೆಂದರೆ, ಬ್ರಿಟಿಷರು ಭಾರತವನ್ನು ವೇಗವಾಗಿ ಆಧುನೀಕರಿಸುವ ಯೋಚನೆಯನ್ನು ಹೊಂದಿದ್ದರು. ಮತ್ತು ಡಾಲ್ಹೌಸಿ ನಾಶಮಾಡಲು ಮುಂದಾಗಿದ್ದ ಊಳಿಗಮಾನ್ಯ ವರ್ಗವನ್ನು ಬೆಂಬಲಿಸಲು ಪ್ರಾರಂಭಿಸಿದರು.

ಭಾರತೀಯ ಸೇನೆಯ ಕೋಮುವಾದೀಕರಣಕ್ಕೆ ಅಡಿಪಾಯ ಹಾಕಲಾಯಿತು. 1857ರಲ್ಲಿ ಇದ್ದಂತೆ ಹಿಂದೂಗಳು ಮತ್ತು ಮುಸ್ಲಿಮರು ಒಗ್ಗೂಡಿದರೆ, ಭಾರತವನ್ನು ಆಳುವುದು ತುಂಬಾ ಕಷ್ಟಕರವೆಂದು ಸಾಬೀತುಪಡಿಸಬಹುದು ಎಂದು ಬ್ರಿಟಿಷರು ಅರಿತುಕೊಂಡಾಗಿನಿಂದ ವಿಭಜನೆ ಮತ್ತು ನಿಯಮದ ನೀತಿಯು ಹೆಚ್ಚಿನ ಪ್ರಚೋದನೆಯನ್ನು ಪಡೆಯಿತು.ಹೀಗಾಗಿ 1857ರ ನಂತರ ಬ್ರಿಟಿಷ್ ಸರ್ಕಾರವು ಕೆಲವು ವಿರೋಧಾಭಾಸದ ನೀತಿಗಳನ್ನು ಅಳವಡಿಸಿಕೊಂಡಿದೆ ಎಂದು ನಾವು ನೋಡುತ್ತೇವೆ. 1857ರಲ್ಲಿ ಮುಸ್ಲಿಮರು ಮುಖ್ಯ ಅಪರಾಧಿಗಳಾಗಿದ್ದರು, ಆದರೆ ಬಂಗಾಳ ಸೈನ್ಯದ ಬಹುಪಾಲು ಸೈನಿಕರು ಹಿಂದೂಗಳನ್ನು ದಂಗೆಯೆಬ್ಬಿಸಿದರು. ಇದು ಹಿಂದೂಸ್ಥಾನಿಗಳನ್ನು *ಅಂದರೆ* ಜುಮ್ನಾ ಪಡೆಗಳ ಪೂರ್ವಕ್ಕೆ ಹಿಂದೂ ಮತ್ತು ಮುಸ್ಲಿಮರನ್ನುಕಡಿಮೆ ಮಾಡಲು ಕಾರಣವಾಯಿತು. ಆದರೆ ಪಂಜಾಬ್ ನೇಮಕಾತಿಯ ಮುಖ್ಯ ಪ್ರದೇಶವಾಗಿ ಪಂಜಾಬಿ ಮುಸ್ಲಿಮ್ಸ್ ಗೆ ಆದ್ಯತೆ ನೀಡಲಾಯಿತು. 1857ರ ಮತ್ತೊಂದು ಪರಿಣಾಮವೆಂದರೆ, ಅಪನಂಬಿಕೆಯ ಕಳಂಕವನ್ನು ತೊಡೆದುಹಾಕಲು ಮುಸ್ಲಿಮರನ್ನು ಬ್ರಿಟೀಷ್ ಹಾಗೆ ಹೆಚ್ಚಿನ ನಿಷ್ಠೆಯನ್ನು ತೋರಿಸಲು ಪ್ರೇರೇಪಿಸಿತು.

1857 ಭಾರತೀಯ ಸ್ವಾತಂತ್ರ್ಯದತ್ತ ಮೆರವಣಿಗೆಯಲ್ಲಿ ಒಂದು ಪ್ರಮುಖ ಹೆಗ್ಗುರುತಾಗಿ ಉಳಿದಿದೆ. ಏಕೆಂದರೆ, ಭಾರತವನ್ನು ಆಲಸ್ಯದಿಂದ ನಡೆಸಲು ಸಾಧ್ಯವಿಲ್ಲ ಎಂದು ಬ್ರಿಟಿಷರಿಗೆ ಮನವರಿಕೆ ಮಾಡಿಕೊಡುತ್ತದೆ. ಮತ್ತು ಇನ್ನೊಂದು ದಂಗೆಯ ಭಯವು 1947 ರವರೆಗೆ ಬ್ರಿಟಿಷರ ಆಡಳಿತಗಾರರನ್ನು ಕಾಡುತ್ತಲೇ ಇತ್ತು. ಮತ್ತೊಂದೆಡೆ,ಸ್ವಾತಂತ್ರ್ಯ ಚಳವಳಿಯ ಮೇಲೆ ಮತ್ತೊಂದು ಸೂಕ್ಷ್ಮ ಪರಿಣಾಮವೆಂದರೆ,ಮಿಲಿಟರಿ ಆಯ್ಕೆಯು ಕಾರ್ಯಸಾಧ್ಯವಲ್ಲ ಎಂದು ಭಾರತೀಯರು ಅರಿತುಕೊಂಡರು ಆದ್ದರಿಂದ ಭಾರತೀಯರು ಸಾಮಾಜಿಕ ಸುಧಾರಣೆ ಮತ್ತು ಆಂತರಿಕ ಸುಧಾರಣೆಯನ್ನು ಆಶ್ರಯಿಸಿದರು.

10. ***1857 ರ ಸ್ವಾತಂತ್ರ್ಯ ಹೋರಾಟ*** ____________________

ಆಧುನಿಕ ಯುಗಕ್ಕೆ ತಮ್ಮನ್ನ ತಾವು ಸಿದ್ದಪಡಿಸಿಕೊಳ್ಳುವ ಸವಾಲು ಭಾರತೀಯರಿಗೆ ಇತ್ತು. ಈ ನಿಟ್ಟಿನಲ್ಲಿ ಭಾರತೀಯರಿಗೆ ಶಿಕ್ಷಣ ನೀಡುವ ಪ್ರಮುಖ ಕೊಡುಗೆ ಬ್ರಿಟಿಷರದ್ದಾಗಿದೆ.

1857ರ ಮಹಾ ದಂಗೆಯು ಭಾರತೀಯ ಉಪಖಂಡದ ಇತಿಹಾಸದಲ್ಲಿ ನಿರ್ಣಾಯಕ ಸ್ಥಾನವನ್ನು ಪಡೆದುಕೊಂಡಿದೆ. ಇದು ಇಂಗ್ಲಿಷ್ ಈಸ್ಟ್ ಇಂಡಿಯಾ ಕಂಪನಿಯನ್ನು ನಾಶಪಡಿಸಿತು, ಮತ್ತು ಅನೇಕ ಶತಮಾನಗಳಷ್ಟು ಹಳೆಯದಾದ ಸಾಮಾಜಿಕ ವ್ಯವಸ್ಥೆಯನ್ನು ನಾಶಪಡಿಸಿತು. ಇದು ಹೆಚ್ಚು ಸಂಕೀರ್ಣವಾದ ಘಟನೆ ಆಗಿದ್ದು, ಇವತ್ತಿಗೂ ಆ ಘಟನೆಯ ಕುರಿತು ಹಲವಾರು ಅಂಶಗಳು ಗ್ರಹಿಕೆಯಲ್ಲಿ ಇಲ್ಲ . ಇದು ಭಾರತೀಯ ಉಪಖಂಡದ ಪ್ರತಿಯೊಂದು ವರ್ಗ ಮತ್ತು ವಿಭಾಗದ ಮೇಲೆ ಪ್ರಭಾವ ಬೀರಿತು ಮತ್ತು ಅಂತಿಮವಾಗಿ 1947 ರಲ್ಲಿ ಭಾರತದ ವಿಭಜನೆಗೆ ಕಾರಣವಾದ ಸಂಕೀರ್ಣ ಘಟನೆಗಳ ಒಂದು ಪ್ರೈಮರ್ ಆಗಿ ಕಾರ್ಯನಿರ್ವಹಿಸಿತು.1857ರ ಘಟನೆಗಳನ್ನು ನಿಭಾಯಿಸುವ ಕೃತಿಗಳಿಗೆ ಯಾವುದೇ ಕೊರತೆಯಿಲ್ಲ. ಈ ಮಹಾನ್ ಘಟನೆಯ ಪ್ರತಿಯೊಂದು ಅಂಶವನ್ನು ಇವು ಒಳಗೊಳ್ಳುತ್ತವೆ. ಆದಾಗ್ಯೂ, ಏಕರೂಪವಾಗಿ ಈ ಕೆಳಗಿನ ಎಲ್ಲಾ ಕೆಲಸಗಳು ಒಂದಲ್ಲ ಒಂದು ನ್ಯೂನ್ಯತೆಗಳಿಂದ ಕೂಡಿದೆ:

1.ಬ್ರಿಟಿಷ್ ಬರಹಗಾರರು ಅವರಿಗೆ ಅರಿವಿಲ್ಲದೆಯೇ 'ಬ್ರಿಟಿಷರು ಎಷ್ಟು ಶ್ರೇಷ್ಠರಾಗಿದ್ದರು!' ಎಂಬುದಕ್ಕೆ ಉದಾಹರಣೆಯನ್ನು ಪ್ರಸ್ತುತಪಡಿಸುತ್ತಲೇ ಇರುತ್ತಾರೆ. ದೇಶದ್ರೋಹಿಗಳು ಮಾಡಿದ ಕೆಲಸವನ್ನು ಎತ್ತಿ ಹಿಡಿದು, ತಮ್ಮ ಸಿಪಾಯಿಗಳ ಸಂಖ್ಯೆಯನ್ನು ಮತ್ತು ಅವರ ಬಲವನ್ನ ಉತ್ಪ್ರೇಕ್ಷಿಸುತ್ತಾರೆ.

2.ಇತಿಹಾಸಕಾರರು, ಅವರಲ್ಲಿ ಹೆಚ್ಚಿನವರು ನಾಗರಿಕರು, ಅನಗತ್ಯ ವಿವರಣೆಗಳನ್ನು ಕೊಡುತ್ತಾರೆ.. ಅವರು ಕೆಲವೊಮ್ಮೆ ಅಜಾಗರೂಕತೆಯಿಂದ ಬ್ರಿಟಿಷ್ ಕ್ರಮಗಳನ್ನು ಮೂಲಭೂತವಾಗಿ ಹಾಸ್ಯಾಸ್ಪದ ಸೈದ್ಧಾಂತಿಕ ಚೌಕಟ್ಟುಗಳಾಗಿ ಅಳವಡಿಸಿಕೊಳ್ಳಲು ಪ್ರಯತ್ನಿಸುತ್ತಾರೆ.

3.ರಾಷ್ಟ್ರೀಯತಾವಾದಿ ಇತಿಹಾಸಕಾರರು ಅದನ್ನು ವೈಭವೀಕರಿಸಲು ಪ್ರಯತ್ನಿಸುತ್ತಾರೆ ಮತ್ತು ಸೀಮಿತ ಯಶಸ್ಸಿನೊಂದಿಗೆ ಅದನ್ನು ಅತಿಮಾನುಷ ಆದರ್ಶವಾದಿ ಪ್ರಯತ್ನವೆಂದು ಬಣ್ಣಿಸುತ್ತಾರೆ. ವಾಸ್ತವದಲ್ಲಿ, ಈ ಬಂಡಾಯವು ಕಾಂಗ್ರೆಸ್ ಅಥವಾ ಲೀಗ್ನೊಂದಿಗೆ ಬಹಳ ಕಡಿಮೆ ಸಂಭಂದವನ್ನು ಹೊಂದಿತ್ತು. ಎರಡು ರಾಷ್ಟ್ರಗಳ ಅಥವಾ ಭಾರತದ ಕಲ್ಪನೆಗಳಿಗೆ ಯಾವುದೇ ಸಂಬಂಧವಿಲ್ಲ!

4.ಕಿರಿದಾದ ಪ್ರಾದೇಶಿಕ ವಿಧಾನವನ್ನುಹೊಂದಿರುವ ಇಂಡೋ-ಪಾಕ್ ಇತಿಹಾಸವು ಅದನ್ನು ಒಂದು ಜನಾಂಗೀಯ ಗುಂಪಿನ ಯಶಸ್ಸು ಎಂದು ನಿರೂಪಿಸಲು ಪ್ರಯತ್ನಿಸುತ್ತದೆ. ಮತ್ತು ಇತರ ಜನಾಂಗೀಯ ಗುಂಪುಗಳನ್ನು ತಮ್ಮ ಅಭಿಪ್ರಾಯದಲ್ಲಿ ತಪ್ಪುದಾರಿಗೆಳೆಯುವ ಅಥವಾ ಸಹಕರ್ಮಿಗಳು ಅಥವಾ ಅವಕಾಶವಾದಿಗಳೆಂದು ಖಂಡಿಸುತ್ತದೆ !

5.ಪಾಶ್ಚಿಮಾತ್ಯ ಜಗತ್ತಿನ ಗಣ್ಯ ವಿಶ್ವವಿದ್ಯಾನಿಲಯಗಳಲ್ಲಿ ಹೆಚ್ಚು ತಿಳುವಳಿಕೆಯಿಲ್ಲದೆ ಜೀರ್ಣಿಸಿಕೊಂಡಿರುವ ಪೂರ್ವಕಲ್ಪಿತ ವಿಚಾರಗಳ ಗುಲಾಮರಾಗಿರುವ ಬಾಹ್ಯ ಪ್ರಭಾವಶಾಲಿ ಇತಿಹಾಸಕಾರರ ಮತ್ತೊಂದು ವರ್ಗವಿದೆ.

1857ರಲ್ಲಿ ಸಾಗರೋತ್ತರದಲ್ಲಿ ಅಧ್ಯಯನ ಮಾಡುವಾಗ ಕಲಿತ ಪರಿಕಲ್ಪನಾ ವಿಶ್ಲೇಷಣೆಯ ಗುಲಾಮತನಕ್ಕೆ ಸೇವೆ ಮಾಡಲು ಪ್ರಯತ್ನಿಸುವ ಹಲವು ಮಾರ್ಗಗಳಿವೆ. ಹಾಗೆ ನೋಡಿದರೆ, ಪಾಶ್ಚಿಮಾತ್ಯ ಪ್ರಪಂಚದ ಶ್ರೇಷ್ಠ, ಮಹಾನ್ ಇತಿಹಾಸಕಾರರಲ್ಲಿ ಒಬ್ಬರಾದ ಗಿಬ್ಬನ್, ಆ ದಿನಗಳಲ್ಲಿ ವಿಶ್ವವಿದ್ಯಾನಿಲಯದಲ್ಲಿ ಕಳೆದದ್ದು ಅವರ ಜೀವನದ ಅತ್ಯಂತ ನಿರರ್ಥಕ ಮತ್ತು ಬಂಜರು ದಿನಗಳು!

1857 ಅನ್ನು ಇತಿಹಾಸಕಾರರು ಪದೇ ಪದೇ ವಿಶ್ಲೇಷಿಸಿದ್ದಾರೆ. ಆಧುನಿಕ ಭಾರತೀಯ ಇತಿಹಾಸದೊಂದಿಗೆ ವ್ಯವಹರಿಸುವ ಎಲ್ಲ ಇತಿಹಾಸಕಾರರು ಅಥವಾ ಸಾಮಾಜಿಕ ವಿಜ್ಞಾನಿಗಳು 1857 ಅಧ್ಯಯನ ಮಾಡದ ಹೊರತು ಎಲ್ಲಿಯೂ ಹೋಗಲು ಸಾಧ್ಯವಿಲ್ಲ. ಆದರೆ ದುರದೃಷ್ಟವಶಾತ್ 1857 ಅನ್ನು ಹೆಚ್ಚಾಗಿ ತಪ್ಪಾಗಿ ಅರ್ಥೈಸಿಕೊಳ್ಳಲಾಗಿದೆ. ಹೀಗಾಗಿ ಸರಿಯಾದ ತೀರ್ಮಾನಗಳನ್ನು ಹೆಚ್ಚಾಗಿ ತೆಗೆದುಕೊಳ್ಳಲಾಗಿಲ್ಲ. ಇಂದಿಗೂ ಸಹ ಸಾಕಷ್ಟು ಜ್ಞಾನದೊಂದಿಗೆ ಅನೇಕ ತಪ್ಪುಗ್ರಹಿಕೆಗಳು,ಅರ್ಧ ಸತ್ಯಗಳು ಮತ್ತು 1857ರ ವರೆಗಿನ ವ್ಯಾಪಕ ತೀರ್ಪುಗಳಿವೆ. ವಂಶಾವಳಿಯ ಸಲುವಾಗಿ, ಚಾಲ್ತಿಯಲ್ಲಿರುವ ಈ ತಪ್ಪುಗ್ರಹಿಕೆಗಳು ಮತ್ತು ತಪ್ಪುಗ್ರಹಿಕೆಗಳನ್ನುತೆಗೆದುಹಾಕುವುದು ಮುಖ್ಯವಾಗಿದೆ.

ಆದ್ದರಿಂದ, ಇದು ನನ್ನ ಗುರಿಯಾಗಿದೆ, ಇದು 1857ರ ಜುಲೈನಲ್ಲಿ ಏನನ್ನಾದರೂ ಬರೆಯಲು ವಿನಮ್ರ ಪ್ರಯತ್ನವನ್ನು ಮಾಡಲು ನನ್ನನ್ನು ಒತ್ತಾಯಿಸಿದೆ. ದುರದೃಷ್ಟವಶಾತ್ ಭಾರತೀಯ ಉಪಖಂಡಕ್ಕೆ ಸೇರಿದ ಯಾರಾದರೂ ಇಂಡೋ-ಪಾಕ್ ಇತಿಹಾಸವನ್ನು ಓದಿದಾಗಲೆಲ್ಲಾ ಅವನು ಅಥವಾ ಅವಳು ತುಂಬಾ ಕಡಿಮೆ ಧನಾತ್ಮಕ ಅಥವಾ ಸ್ಫೂರ್ತಿದಾಯಕ ಮತ್ತು ಒಬ್ಬರನ್ನು ಅಸಹ್ಯ ಮತ್ತು ಭ್ರಮನಿರಸನಗೊಳಿಸುತ್ತದೆ ಎಂಬುದು ಸಂಪೂರ್ಣವಾಗಿ ಸ್ಪಷ್ಟವಾದ ಸಂಗತಿಯಾಗಿದೆ. ಈ ದೇಶವು ಸಂಸ್ಕೃತಿಯಲ್ಲಿ ಮಾತ್ರವಲ್ಲದೆ ವಿರೋಧಾಭಾಸಗಳಲ್ಲೂ ಸಮೃದ್ಧವಾಗಿದೆ.

ಆದಾಗ್ಯೂ '1857' ಇದು 'ಬಂಡಾಯಗಾರ' ಅಥವಾ 'ಬ್ರಿಟಿಷ್' ಪಕ್ಷವಾಗಿದ್ದರೂ ಸ್ಫೂರ್ತಿದಾಯಕ ಸಾಹಸವಾಗಿದೆ. ನಾವು ಎರಡೂ ಕಡೆಗಳಲ್ಲಿ ನಿಜವಾದ, ಸ್ಫೂರ್ತಿದಾಯಕ ಮತ್ತು ಟೈಟಾನಿಕ್ ಅಂಕಿ ಅಂಶಗಳನ್ನು ನೋಡುತ್ತೇವೆ. ಅಸಾಧ್ಯವೆಂದು ತೋರುವ ವಿಲಕ್ಷಣಗಳ ವಿರುದ್ಧ ಹೋರಾಡುತ್ತಿದ್ದೇವೆ. ಸಾವು ಮತ್ತು ವಿನಾಶಕ್ಕೆ ಕಾರಣರಾದ ದೇಶಭಕ್ತರನ್ನುನಾವು ನೋಡುತ್ತೇವೆ. 1857 ರಿಂದ 1947ರವರೆಗೆ ಭಾರತ ಮತ್ತು ಪಾಕಿಸ್ತಾನದ ಇತಿಹಾಸವನ್ನು 'ಸ್ವಾತಂತ್ರ್ಯ ಹೋರಾಟ' ಎಂದು ಕರೆಯಲಾಗುತ್ತದೆ. ಆದರೆ ಹತ್ತಿರದ ಪರೀಕ್ಷೆಯಲ್ಲಿ ಇದು ಐಷಾರಾಮಿ ಡ್ರಾಯಿಂಗ್ ಕೊಠಡಿಗಳು ಮತ್ತು ಭವ್ಯವಾದ ಕಾನ್ಫರೆನ್ಸ್ ಹಾಲ್ ಗಳಲ್ಲಿ ನಡೆಸಿದ ಚರ್ಚೆಗಳ ಸರಣಿಯಾಗಿದೆ ಎಂದು ತಿಳಿದುಬಂದಿದೆ. ಭಾರತ ಮತ್ತು ಪಾಕಿಸ್ತಾನಿಯರು ಬ್ರಿಟಿಷರ ವಿರುದ್ಧ ಹೋರಾಡಿ ರಕ್ತಸುರಿಸಿದ್ದು ಕಡಿಮೆ. ಆದರೆ 1947 ರ ಅಧಿಕಾರ ಹಸ್ತಾಂತರದ ಸಮಯದಲ್ಲಿ, ಮತ್ತು ಎರಡೂ ಮಹಾಯುದ್ಧ ಗಳಲ್ಲಿ ಬ್ರಿಟಿಷರು ಅಮಾಯಕ ಮತ್ತು ನಿರಾಯುಧ ನಾಗರಿಕರ ಕುತ್ತಿಗೆಯನ್ನು ಕತ್ತರಿಸಿದ್ದೇ ಹೆಚ್ಚು.

12 .1857ರ ಸ್ವಾತಂತ್ರ್ಯ ಹೋರಾಟ

ಹೀಗಾಗಿ, ವಿಭಜನೆಯ ಸಮಯದಲ್ಲಿ ಎಲ್ಲಕ್ಕಿಂತ ಹೆಚ್ಚು ರಕ್ತಪಾತವನ್ನು ಉಂಟುಮಾಡಿದ ರಕ್ತರಹಿತ ಸ್ವಾತಂತ್ರ್ಯ ಚಳವಳಿಯ ನೇತೃತ್ವದ ಅದ್ಭುತ ವೈಭವವನ್ನು ಕಸಿದುಕೊಳ್ಳಲು ಅವರು ಬಯಸುವುದಿಲ್ಲ ಎಂಬ ಕಾರಣಕ್ಕಾಗಿ ರಾಜಕಾರಣಿಗಳು ಭಾರತೀಯ ರಾಷ್ಟ್ರೀಯ ಸೇನೆ ಅಥವಾ ಬಾಂಬೆ ನೌಕಾ ದಂಗೆಯನ್ನು ಕಡಿಮೆ ಮಾಡಲು ಸಾಕಷ್ಟು ಶಕ್ತಿಯನ್ನು ವ್ಯಯಿಸುವುದನ್ನು ನಾವು ನೋಡುತ್ತೇವೆ. ಕನಿಷ್ಠ 1707 ರಿಂದ 1947 ರವರೆಗೆ ಭಾರತೀಯ ಇತಿಹಾಸದಲ್ಲಿ ಅಸ್ವಾಭಾವಿಕ ಸಾವುಗಳನ್ನು ಸಂಯೋಜಿಸಲಾಗಿದೆ. ಆದರೆ ಮಾನವಕುಲದ ಇತಿಹಾಸದ ಹೆಚ್ಚಿನ ಭಾಗಗಳು ಮತ್ತು ಯುಗಗಳಲ್ಲಿ ಇದು ಸಾಮಾನ್ಯವಾಗಿ ನಿಜವಾಗಿದೆ, ಮನುಷ್ಯನು ಯಾವಾಗಲೂ ರಾಮರಾಜ್ಯದ ಆದರ್ಶಗಳಿಗಾಗಿ ವ್ಯರ್ಥವಾಗಿ ಹೆಣಗಾಡುತ್ತಿದ್ದಾನೆ, ಅದು ಹೆಚ್ಚಾಗಿ ಅವನನ್ನು ದಾರಿ ತಪ್ಪಿಸಿತು.

ಪ್ರತಿ ಹೋರಾಟವು ನಾವು ಬಯಸಿದ ಆದರ್ಶಗಳಿಂದ ನಮ್ಮನ್ನು ಮತ್ತಷ್ಟು ದೂರವಿರಿಸಿತು. ಎಂಬುದು ಇತಿಹಾಸವಾಗಿದೆ ಮತ್ತು ಇಲ್ಲಿಯವರೆಗೆ ಇತಿಹಾಸಕಾರರು ಇತಿಹಾಸದ ಎಲ್ಲವನ್ನು ಒಳಗೊಂಡಿರುವ ಸಿದ್ಧಾಂತವನ್ನು ತಲುಪಲು ವ್ಯರ್ಥವಾಗಿ ಹೆಣಗಾಡಿದ್ದಾರೆ.

ಪಾಕಿಸ್ತಾನದಲ್ಲಿ ಇತಿಹಾಸದ ಸಂಪೂರ್ಣ ವಿರೂಪತೆಯ ಬೌದ್ಧಿಕ ಜುಗುಪ್ಸೆ, ಧರ್ಮ, ಸಿದ್ಧಾಂತದ ನಾಯಕ ಆರಾಧನೆ ಮತ್ತು ರಾಷ್ಟ್ರೀಯತೆಯ ಹೆಸರಿನಲ್ಲಿ, ಅಸ್ಪಷ್ಟತೆ ನನ್ನನ್ನು ಬರೆಯಲು ಒತ್ತಾಯಿಸಿತು. ಇನ್ಯಾವ ಕೆಟ್ಟ ಯೋಚನೆ ನನ್ನಲ್ಲಿಲ್ಲ. ಇತಿಹಾಸದ ಹೆಸರಲ್ಲಿ ಯಾವುದೇ ಜನಾಂಗ ಅಥವಾ ಧರ್ಮದ ಬಗ್ಗೆ ಬರೆಯಲು ನನಗೆ ಯಾವುದೇ ಉತ್ಸಾಹ ಅಥವಾ ಬಯಕೆ ಇಲ್ಲ. ಯಾವ ಒಂದು ಕಡೆಯೂ ಪಕ್ಷಪಾತ ಮಾಡದೇ ಕುಶಲತೆಯಿಂದ ನಿರ್ವಹಿಸಿ ಇಡೀ ಕಥೆಯನ್ನು ಹೇಳಲು ಪ್ರಯತ್ನಿಸಲಾಗಿದೆ. ಸ್ವಾಭಾವಿಕವಾಗಿ ಈ ಅನುಮೋದನೆಯ ಪರಿಣಾಮವಾಗಿ ಹೊರಹೊಮ್ಮುವ ಚಿತ್ರ ನಯವಾಗಿ ಮತ್ತು ಹೆಚ್ಚು ಕ್ರಮಬದ್ಧವಾಗಿರಲು ಸಾಧ್ಯವಿಲ್ಲ .

•••

ಭಾರತೀಯ ದಂಗೆ

1857ರ ಭಾರತೀಯ ದಂಗೆಯು ಬ್ರಿಟಿಷ್ ಈಸ್ಟ್ ಇಂಡಿಯಾ ಕಂಪನಿಯ ವಿರುದ್ಧ ಮಿಲಿಟರಿ ದಂಗೆ ಮತ್ತು ನಾಗರಿಕ ದಂಗೆಯಾಗಿತ್ತು. ಮುಖ್ಯವಾಗಿ ಉತ್ತರ-ಕೇಂದ್ರೀಯ ಭಾರತ (ಇಂದಿನ_ಉತ್ತರ ಪ್ರದೇಶ, ಉತ್ತರ ಮಧ್ಯಪ್ರದೇಶ, ದೆಹಲಿ) ಕ್ಕೆ ಸೀಮಿತವಾಗಿದೆ. ಇದು 10 ಮೇ 1857 ರಂದು ಮೀರತ್ ನಲ್ಲಿ ಪ್ರಾರಂಭವಾಯಿತು. ಮತ್ತು 20 ಜೂನ್ 1858 ರಂದು ಗ್ವಾಲಿಯರ್ ಪತನದೊಂದಿಗೆ ಕೊನೆಗೊಂಡಿತು. ಈ ದಂಗೆಯನ್ನು ಮೊದಲ ಸ್ವಾತಂತ್ರ್ಯ ಯುದ್ಧ, ಭಾರತೀಯ ದಂಗೆ, ಸಿಪಾಯಿ ದಂಗೆ, ದೊಡ್ಡ ದಂಗೆ, 1987 ರ ದಂಗೆ ಎಂದೂ ಕರೆಯುತ್ತಾರೆ.

ಕೆಲವರು ಕೇವಲ ಸಿಪಾಯಿಗಳ ದಂಗೆ ಅಥವಾ ದಂಗೆ ಎಂದು ತಳ್ಳಿಹಾಕಿದರೂ, ಅಥವಾ ಬ್ರಿಟಿಷರಿಂದ ಧಾರ್ಮಿಕ ಹಕ್ಕುಗಳ ಉಲ್ಲಂಘನೆಯ ವಿರುದ್ಧದ ಪ್ರತಿಭಟನೆಯಾಗಿತ್ತು, ಎಂದರೂ 1857ರ ಮಹಾ ದಂಗೆಯು ನಿಧಾನವಾಗಿ ಭಾರತದಮೊದಲ ಸ್ವಾತಂತ್ರ್ಯ ಸಂಗ್ರಾಮವೆಂದು ಮಾನ್ಯತೆ ಪಡೆಯುತ್ತದೆ. ಮತ್ತು 19 ನೇ ಶತಮಾನದ ಸಂಪೂರ್ಣ ಅವಧಿಯಲ್ಲಿ ವಸಾಹತುಶಾಹಿ ಆಳ್ವಿಕೆಗೆ ಇದು ಅತ್ಯಂತ ದೊಡ್ಡ ಸಶಸ್ತ್ರ ಸವಾಲಾಗಿತ್ತು. ಹಿಂದೂಗಳು ಮತ್ತು ಮುಸ್ಲಿಮರು ಸೇರಿದಂತೆ ಎಲ್ಲಾ ವರ್ಗದ ಜನರನ್ನು ಆಕರ್ಷಿಸಿ, ಆಮೂಲಾಗ್ರ ಸಾಮಾಜಿಕ ಮತ್ತು ಆರ್ಥಿಕ ಸುಧಾರಣೆಗಳ ಬೇಡಿಕೆಗಳನ್ನು ಪ್ರಚೋದಿಸಿತು, ಹೆಚ್ಚು ಪ್ರಜಾಪ್ರಭುತ್ವ ಮತ್ತು ಹೆಚ್ಚು ಜನಪ್ರಿಯ ಬೇಡಿಕೆಗಳ ಪ್ರತಿನಿಧಿಯಾಗಿರುವ ಹೊಸ ಸಮಾಜಕ್ಕೆ ಕರೆ ನೀಡಿತು.

ಆರಂಭಿಕ ಪೂರ್ವನಿದರ್ಶನಗಳು

ಈ ಅವಧಿಯು ಸುಲಭದ್ದಾಗಿರಲಿಲ್ಲ. ಹೆಚ್ಚು ತಿಳಿದಿಲ್ಲವಾದರೂ, 1763 ಮತ್ತು 1856 ರ ನಡುವಿನ ಅವಧಿಯು ಭಾರತೀಯರು, ಅನ್ಯಲೋಕದ ಆಳ್ವಿಕೆಯನ್ನು ನಿಷ್ಕ್ರಿಯವಾಗಿ ಸ್ವೀಕರಿಸಿದ ಅವಧಿಯಾಗಿರಲಿಲ್ಲ. ರೈತರು, ಬುಡಕಟ್ಟು ಸಮುದಾಯಗಳು ಮತ್ತು ರಾಜಕುಮಾರರಿಂದ ಹಲವಾರು ದಂಗೆಗಳುನಡೆದವು. ಕೆಲವರು ಸುಸ್ಥಿರರಾಗಿದ್ದರು-ಇತರರು ವಿರಳವಾಗಿದ್ದರೂ ಸಹ ಕ್ರಾಂತಿಕಾರಿ, ಪ್ರತಿರೋಧದ ಪ್ರತ್ಯೇಕ ಕೃತ್ಯಗಳನ್ನು ಮಾಡುವುದರ ಮೂಲಕ ಹೋರಾಟ ನಡೆಸುತ್ತಿದರು.

ಆದರೆ ಅದೇನೇ ಇದ್ದರೂ ಅವರೆಲ್ಲರೂ ವಸಾಹತುಶಾಹಿ ಆಳ್ವಿಕೆಯನ್ನು ಹಾಳುಮಾಡಿದರು. ಈ ಪ್ರದೇಶದಿಂದ ಕೃಷಿ ಮತ್ತು ಅರಣ್ಯ ಸಂಪತ್ತನ್ನು ಅನಿಯಂತ್ರಿತವಾಗಿ ವಸಾಹತುಶಾಹಿ ಹೊರತೆಗೆಯುವ ನೀತಿಯಿಂದ ಅವಕ್ಷೇಪಿತವಾಗಿದೆ. ಈ ಅವಧಿಯು ಗ್ರಾಮೀಣ ಬಡತನದಲ್ಲಿ ಭಾರಿ ಬೆಳವಣಿಗೆಯನ್ನು ಕಂಡಿತು. ಜನಸಾಮಾನ್ಯರನ್ನು ಸಂಪೂರ್ಣ ಅಭಾವದ ಸ್ಥಿತಿಗೆ ಹೊರತೆಗೆಯಲಾಯಿತು.

ಅಧಿಕೃತ ತೆರಿಗೆ ವಿಧಿಸುವಿಕೆಯು ಸಾಕಷ್ಟು ಕಡಿಮೆಯಾಗಿದ್ದರೂ, ಬ್ರಿಟಿಷ್ ಅಧಿಕಾರಿಗಳು ವಾಡಿಕೆಯಂತೆ ಭಾರತೀಯ ರೈತರು ಮತ್ತು ಕುಶಲಕರ್ಮಿಗಳಿಂದ ಹೆಚ್ಚುವರಿ ಹಣ, ಉತ್ಪಾದನೆ ಮತ್ತು ಉಚಿತ ಸೇವೆಗಳನ್ನು ಒತ್ತಾಯಿಸಲು ತಮ್ಮ ಅಧಿಕಾರವನ್ನು ಬಳಸಿದರು. ಮತ್ತು ನ್ಯಾಯಾಲಯಗಳು ನ್ಯಾಯಕ್ಕಾಗಿ ಅವರ ಮನವಿಯನ್ನು ವಾಡಿಕೆಯಂತೆ ವಜಾಗೊಳಿಸಿದವು. 1856ರಲ್ಲಿ ಮದ್ರಾಸ್ ನಲ್ಲಿನ ಚಿತ್ರಹಿಂಸೆ ಆಯೋಗದ ಮೊದಲ ವರದಿಯಲ್ಲಿ, ಈಸ್ಟ್‌ಇಂಡಿಯಾ ಕಂಪನಿಯ ಅಧಿಕಾರಿಗಳು ಚಿತ್ರಹಿಂಸೆಯಿಂದ ದೂರವಿರಲಿಲ್ಲ ಅಥವಾ ಅದರ ಬಳಕೆಯನ್ನು ನಿರುತ್ಸಾಹಗೊಳಿಸಲಿಲ್ಲ ಎಂಬ ಒಪ್ಪಿಗೆಯೊಂದಿಗೆ ಇದನ್ನು ಅಂಗೀಕರಿಸಲಾಯಿತು. ಇದು ಮದ್ರಾಸ್ ಪ್ರೆಸಿಡೆನ್ಸಿಗೆ ಮಾತ್ರ ಸೀಮಿತವಾಗಿರದ ಅಭ್ಯಾಸವಾಗಿದೆ ಎಂದು 1855 ರ ಸೆಪ್ಟೆಂಬರ್ ನಲ್ಲಿ ಲಾರ್ಡ್ ಡಾಲ್ಹೌಸಿ ಈಸ್ಟ್‌ಇಂಡಿಯಾ ಕಂಪನಿಯ ನಿರ್ದೇಶಕರ ನ್ಯಾಯಾಲಯಕ್ಕೆ ಬರೆದ ಪತ್ರದ ಮೂಲಕ ದೃಢಪಡಿಸಲಾಗಿದೆ. ಅಲ್ಲಿಅವರು ಪ್ರತಿ ಬ್ರಿಟಿಷ್ ಪ್ರಾಂತ್ಯದಲ್ಲಿ ಚಿತ್ರಹಿಂಸೆಯ ಅಭ್ಯಾಸವು ಬಳಕೆಯಲ್ಲಿದೆ ಎಂದು ಒಪ್ಪಿಕೊಳ್ಳುತ್ತಾರೆ .

ಹತಾಶ ಒಡನಾಡಿಗಳಿಗೆ ಆಗಾಗ್ಗೆ ಕಹಿ ಅಂತ್ಯಕ್ಕೆ ಮರಳದೇ ಇರಲು ಯಾವುದೇ ಆಯ್ಕೆ ಇರಲಿಲ್ಲ. ಸಶಸ್ತ್ರ ದಂಗೆಗಳುಗಳು ಪ್ರಾಯೋಗಿಕವಾಗಿ ಪ್ರತಿವರ್ಷವೂ ಪ್ರಾರಂಭವಾಗುತ್ತವೆ. ಆದರೆ ಇದು ಬ್ರಿಟೀಷರನ್ನು ಕ್ರೂರವಾಗಿ ನಿಗ್ರಹಿಸಲು ಮಾತ್ರವಾಗಿತ್ತು. ಬ್ರಿಟಿಷ್ ಶಸ್ತ್ರಾಗಾರದ ಅಗ್ನಿಶಾಮಕ ಶಕ್ತಿಯ ಕೊರತೆಯಿಂದಾಗಿ - ಅವು ಏಕರೂಪವಾಗಿ ಹೊರಬಂದವು. ಮತ್ತು ಬ್ರಿಟಿಷ್ ಸೇನೆಗೆ ಲಭ್ಯವಿರುವ ಸಂವಹನ ಸಾಧನಗಳ ಕೊರತೆಯಿಂದಾಗಿ ಬೇರೆಡೆ ಸಹಾನುಭೂತಿಯ ದಂಗೆಗಳನ್ನು ಪ್ರಚೋದಿಸಲು ಸಾಧ್ಯವಾಗಲಿಲ್ಲ. ಸೋಲನ್ನು ಹತ್ತಿಕ್ಕಲು ಅನನುಕೂಲಕರ ಸಮಯ ಇದ್ದರೂ, ಈ ಕೆಲವು ಹೋರಾಟಗಳು ಹಲವು ವರ್ಷಗಳಿಂದ ಕೆರಳಿದವು.

ಕುಂದುಕೊರತೆಗಳನ್ನುಪರಿಹರಿಸುವುದು

ಉದಾಹರಣೆಗೆ, ಬಂಗಾಳ ಸೈನ್ಯದಲ್ಲಿ, 'ಸಿಪಾಯಿಗಳಾಗಿ' ಕೆಲಸ ಮಾಡುತ್ತಿದ್ದ 140,000 ಭಾರತೀಯರು ಸುಮಾರು 26,000 ಬ್ರಿಟಿಷ್ ಅಧಿಕಾರಿಗಳಿಗೆ ಸಂಪೂರ್ಣವಾಗಿ ಅಧೀನರಾಗಿದ್ದರು. ಈ ಸಿಪಾಯಿಗಳು ಮೊದಲ ಬ್ರಿಟ್ ಷಾ-ಅಫ್ಘಾನ್ ಯುದ್ಧ (1838- 42), ಇಬ್ಬರೂ ನಿಕಟವಾಗಿ ಪಂಜಾಬ್ ಯುದ್ಧಗಳು (1845-46 ಮತ್ತು 1848-49) ಮತ್ತು ಎರಡನೇ ಆಂಗ್ಲೋ-ಬರ್ಮೆ ಸೆ ಯುದ್ಧದ ಹೊಡೆತವನ್ನು ಅನುಭವಿಸಿದರು. ಚೀನಾ ಅಫೀಮು ಯುದ್ಧ (1840-42) ಮತ್ತು (1856-60) ಮತ್ತು ರಷ್ಯಾದ ವಿರುದ್ಧದ ಕ್ರಿಮಿಯನ್ ಯುದ್ಧದಲ್ಲಿ (1854) ಹೋರಾಡಲು ಅವರನ್ನು ಸಾಗಿಸಲಾಯಿತು. ಸಾವಿನ ನಿರಂತರ ಅಪಾಯದಲ್ಲಿದ್ದರೂ, ಅಧಿಕಾರದ ಎಲ್ಲಾ ಸ್ಥಾನಗಳನ್ನು ಯುರೋಪಿಯನ್ನರು ಏಕಸ್ವಾಮ್ಯಗೊಳಿಸಿದ್ದರಿಂದ ಭಾರತೀಯ ಸಿಪಾಯಿ ಪ್ರಗತಿಗೆ ಬಹಳ ಸೀಮಿತ ಅವಕಾಶಗಳಿತ್ತು.

ಬಂಗಾಳ ಸೈನ್ಯದಲ್ಲಿನ ಅನೇಕ ಸಿಪಾಯಿಗಳು ಉ.ಪ.ದ ಹಿಂದಿ ಮಾತನಾಡುವ ಬಯಲು ಪ್ರದೇಶಗಳಿಂದ ಬಂದವರು. ಅಲ್ಲಿ ಬ್ರಿಟೀಷರು 'ಮಹಲ್ವಾರಿ' ತೆರಿಗೆ ವ್ಯವಸ್ಥೆಯನ್ನು ಜಾರಿಗೊಳಿಸಿದ್ದರು. ಇದರಲ್ಲಿ ನಿರಂತರವಾಗಿ ಆದಾಯದ ಬೇಡಿಕೆಗಳನ್ನು ಹಾಡುತ್ತಿದ್ದರು . 19ನೇ ಶತಮಾನದ ಮೊದಲಾರ್ಧದಲ್ಲಿ ಬ್ರಿಟಿಷರಿಗೆ ಪಾವತಿಸಬೇಕಾದ ತೆರಿಗೆ ಆದಾಯವು 70% ಹೆಚ್ಚಾಯಿತು. ಇದು ಕೃಷಿ ಸಾಲಗಳು ಹೆಚ್ಚಾಗಲು ಕಾರಣವಾಯಿತು. ಭೂಮಿಯನ್ನು ವ್ಯಾಪಾರಿಗಳಿಗೆ ಅಡಮಾನ ಇಡಲಾಯಿತು ಮತ್ತು ಹಣವು ಅತ್ಯಂತ ತ್ವರಿತ ದರದಲ್ಲಿ ಕಡಿಮೆಯಾಯಿತು. ಈ ಅಮಾನವೀಯ ತೆರಿಗೆ ವ್ಯವಸ್ಥೆಯನ್ನು ನಂತರ ಔಧ್ ಗೆ ವಿಸ್ತರಿಸಲಾಯಿತು, ಅಲ್ಲಿ ಇಡೀ ಉದಾತ್ತತೆಯನ್ನು ಸಂಕ್ಷಿಪ್ತವಾಗಿ ಪದಚ್ಯುತಗೊಳಿಸಲಾಯಿತು.

ಇದರ ಪರಿಣಾಮವಾಗಿ, ಬ್ರಿಟಿಷರ ವಿರುದ್ಧದ ಅಸಮಾಧಾನವು ಕೇವಲ ಕೃಷಿ ಸಮುದಾಯಗಳಿಗೆ ಸೀಮಿತವಾಗಿರಲಿಲ್ಲ. ಶ್ರೀಮಂತರು ಮತ್ತು ನಗರ ಮಧ್ಯಮ ವರ್ಗವನ್ನು ದಿವಾಳಿಯಾಗಿಸುವ ಮೂಲಕ, ಅನೇಕ

ಸ್ಥಳೀಯ ಸರಕುಗಳ ಬೇಡಿಕೆಯನ್ನು ಬಹುತೇಕ ತೆಗೆದುಹಾಕಲಾಯಿತು. ಅದೇ ಸಮಯದಲ್ಲಿ ಸ್ಥಳೀಯ ಉತ್ಪಾದಕರು ಬ್ರಿಟಿಷ್ ಆಮದುಗಳಿಂದ ಅನ್ಯಾಯದ ಸ್ಪರ್ಧೆಯನ್ನು ಎದುರಿಸಿದರು. ಇದರ ಪರಿಣಾಮಗಳನ್ನು ಬಂಡುಕೋರ ರಾಜಕುಮಾರ ಫಿರೋಜ್ ಷಾ ಅವರು ತಮ್ಮ ಆಗಸ್ಟ್ 1857ರ ಘೋಷಣೆಯಲ್ಲಿ ಸಂಕ್ಷಿಪ್ತವಾಗಿ ಹೇಳಿದ್ದರು, "ಯುರೋಪಿಯನ್ನರು ಭಾರತಕ್ಕೆ ಇಂಗ್ಲಿಷ್ ಲೇಖನಗಳನ್ನು ಪರಿಚಯಿಸುವ ಮೂಲಕ ನೇಕಾರರು, ಹತ್ತಿ ಡ್ರೆಸ್ಸರ್ ಗಳು, ಬಡಗಿ, ಕಮ್ಮಾರರು ಮತ್ತು ಶೂ ತಯಾರಕರು ಮತ್ತು ನೇಕಾರರನ್ನು, ಹೊರಹಾಕಿದ್ದಾರೆ ಮತ್ತು ಅವರ ಉದ್ಯೋಗವನ್ನು ಮುಳುಗಿಸಿ ಹಾಕಿದ್ದಾರೆ, ಇದರಿಂದ ಸ್ಥಳೀಯ ಕುಶಲಕರ್ಮಿಗಳ ಬದುಕು ಬಿಕ್ಷಾಟನೆಯಾಗಿದೆ."

ಭಾರತದಲ್ಲಿ ಮೊಘಲರ ಆಳ್ವಿಕೆಯ ಆಗಮನದೊಂದಿಗೆ ಈ ಘಟನೆಗಳು ವ್ಯತಿರಿಕ್ತವಾದ ತಿರುವನ್ನು ಕಂಡಿತು. ಬಾಬರ್, ಭಾರತೀಯ ಹವಾಮಾನ ಮತ್ತು ಪದ್ಧತಿಗಳ ಬಗ್ಗೆ ತಿರಸ್ಕಾರ ಹೊಂದಿದ್ದರೂ, ಭಾರತೀಯ ಕುಶಲಕರ್ಮಿಗಳ ಪ್ರಚಂಡ ವೈವಿಧ್ಯತೆ ಮತ್ತು ಕೌಶಲ್ಯವನ್ನು ಗಮನಿಸಿದರು ಮತ್ತು ಅದರಲ್ಲಿ ಭಾರತೀಯ ಉತ್ಪಾದನೆಯನ್ನು ವಿಸ್ತರಿಸುವ ದೊಡ್ಡ ಸಾಮರ್ಥ್ಯವನ್ನು ಕಂಡರು. ಬ್ರಿಟಿಷರಿಗಿಂತ ಭಿನ್ನವಾಗಿ, ಮೊಘಲರು ಉತ್ಪಾದನೆಯ ಮೇಲೆ ಗಮನ ವಹಿಸಿದರು. (ಹಿಂದಿನ ಸುಲ್ತಾನರ ಅವಧಿಯಲ್ಲಿ ಈಗಾಗಲೇ ಉತ್ತಮವಾಗಿ ಸ್ಥಾಪಿತರಾಗಿದ್ದರು) ಮತ್ತು ನಂತರದ ಅವಧಿಗಳಲ್ಲಿ ಅವರನ್ನು ಬೆರಗುಗೊಳಿಸುವ ಎತ್ತರಕ್ಕೆ ಕರೆದೊಯ್ದರು. ಆದರೆ 19 ನೇ ಶತಮಾನದ ಮಧ್ಯಭಾಗದಲ್ಲಿ, ಉತ್ಪಾದನೆಯಲ್ಲಿ ಈ ಕೈಗಾರಿಕಾ ಪೂರ್ವದ ಸದ್ಗುಣವು ಬ್ರಿಟಿಷ್ ನೀತಿಗಳಿಂದ ವಾಸ್ತವಿಕವಾಗಿ ಉಸಿರುಗಟ್ಟಿಸಲ್ಪಟ್ಟಿತು. ಆ ಕಾಲದ ಬ್ರಿಟಿಷ್ ಇತಿಹಾಸಕಾರರಾದ ಥಾಮಸ್ ಲೋವೆ ಅವರು, "ಪಾಶ್ಚಿಮಾತ್ಯರಿಂದ ಪ್ರಪಂಚದಾದ್ಯಂತ ಭಾರತದ ಹೆಸರು ಮತ್ತು ವಿಸ್ಮಯವನ್ನು ಹೆಚ್ಚಿಸಲು ಬಳಸಲಾಗುವ ಸ್ಥಳೀಯ ಕಲೆಗಳು ಮತ್ತು ತಯಾರಿಕೆಗಳು ಇಂದಿನ ದಿನಗಳಲ್ಲಿ ಬಹುತೇಕ ನಂದಿಸಲ್ಪಟ್ಟಿವೆ; ಒಮ್ಮೆ ಪ್ರಸಿದ್ಧ ಮತ್ತು ಮಹಾನ್ ನಗರಗಳಾಗಿದ್ದವು ಈಗ ಕೇವಲ ಅವಶೇಷಗಳ ರಾಶಿಗಳಾಗಿವೆ..."

ಇವೆಲ್ಲವೂ 1857ರ ಹೆಚ್ಚು ವ್ಯಾಪಕ ದಂಗೆಗೆ ಅನಿವಾರ್ಯವಾಗಿ ನೆಲೆಯನ್ನು ಸಿದ್ಧಪಡಿಸಿದವು. ಆಧುನಿಕ ಭಾರತದಲ್ಲಿ ಈಗ ಉ.ಪ. ಏನು ಎಂಬುದರ ಮೇಲೆ ಕೇಂದ್ರೀಕೃತವಾಗಿದ್ದರೂ, 1857ರ ದಂಗೆ ಪೂರ್ವದಲ್ಲಿ ಢಾಕಾ ಮತ್ತು ಚಿತ್ತಗಾಂಗ್ (ಈಗ ಬಾಂಗ್ಲಾದೇಶ) ದಿಂದ ಪಶ್ಚಿಮದಲ್ಲಿ ದೆಹಲಿಗೆ ಹರಡಿತು. ಕಟಕ್, ಸಂಭಲ್ಪುರ, ಪಾಟ್ನಾ ಮತ್ತು ರಾಂಚಿ ಸೇರಿದಂತೆ ಬಂಗಾಳ, ಒರಿಸ್ಸಾ ಮತ್ತು ಬಿಹಾರದ ಪ್ರಮುಖ ನಗರ ಕೇಂದ್ರಗಳು ಭಾಗವಹಿಸಿದ್ದವು . ಮಧ್ಯ ಭಾರತದಲ್ಲಿ ಬಂಡಾಯವು ಇಂದೋರ್, ಜಬಲ್ಪುರ, ಝಾನ್ಸಿಗೆ ಹರಡಿತು ಮತ್ತು ಗ್ವಾಲಿಯರ್, ರಾಜಸ್ಥಾನದ ನಾಸಿರಾಬಾದ್, ಮಹಾರಾಷ್ಟ್ರದ ಔರಂಗಾಬಾದ್, ಕೊಲ್ಹಾಪುರದಲ್ಲಿ ಮತ್ತು ಅಫ್ಘಾನ್ ಗಡಿಯಲ್ಲಿರುವ ಪೇಶಾವರದಲ್ಲಿ ದಂಗೆಗಳು ನಡೆದವು. ಆದರೆ ಮುಖ್ಯ ಯುದ್ಧಭೂಮಿ ಉ.ಪ. ಬಯಲು ಪ್ರದೇಶದಲ್ಲಿದ್ದು, ಪ್ರತಿ ಪ್ರಮುಖ ಪಟ್ಟಣವು ಬ್ರಿಟಿಷ್ ದಾಳಿಕೋರರಿಗೆ ಧೈರ್ಯಶಾಲಿ ಪ್ರತಿರೋಧವನ್ನು ನೀಡಿತ್ತು.

ಸಿಪಾಯಿಗಳ ದಂಗೆಯಂತೆ ಪ್ರಾರಂಭಿಸಿ, ನಾಗರಿಕ ಜನಸಂಖ್ಯೆಯ ದಂಗೆಯೊಂದಿಗೆ, ವಿಶೇಷವಾಗಿ ವಾಯುವ್ಯ ಪ್ರಾಂತ್ಯಗಳಲ್ಲಿ ಮತ್ತು ಔಧ್ ನಲ್ಲಿ ನಡೆಯಿತು. ಸರ್ಕಾರಿ ಕಟ್ಟಡಗಳು ಮತ್ತು ಕಾರಾಗೃಹಗಳ ಮೇಲೆ ದಾಳಿ ಮಾಡುವಮೂಲಕ ಬ್ರಿಟಿಷರ ಆಡಳಿತದ ವಿರುದ್ಧದ ತಮ್ಮ ವಿರೋಧವನ್ನು ಸಾಮೂಹಿಕವಾಗಿ ವ್ಯಕ್ತಪಡಿಸಿದರು. ಅವರ 'ಖಜಾನೆ' ಮೇಲೆ ದಾಳಿ ಮಾಡಿದರು, ಬ್ಯಾರಕ್ ಗಳು ಮತ್ತು ನ್ಯಾಯಾಲಯದ ಮನೆಗಳ ಮೇಲೆ ಶುಲ್ಕ ವಿಧಿಸಿದರು, ಮತ್ತು ಜೈಲಿನ ಬಾಗಿಲುಗಳನ್ನು ತೆರೆದರು. ನಾಗರಿಕ ದಂಗೆಯು ವಿಶಾಲವಾದ ಸಾಮಾಜಿಕ ನೆಲೆಯನ್ನು ಹೊಂದಿದ್ದು, ಸಮಾಜದ ಎಲ್ಲ ವರ್ಗಗಳನ್ನು - ಪ್ರಾದೇಶಿಕ ಗಣ್ಯರು, ರೈತರು, ಕುಶಲಕರ್ಮಿಗಳು, ಧಾರ್ಮಿಕ ಶಿಕ್ಷಕರುಗಳು ಮತ್ತು ಪುರೋಹಿತರು, ನಾಗರಿಕ ಸೇವಕರು, ಅಂಗಡಿಯವರು ಮತ್ತು ದೋಣಿಗಾರರು ಹೀಗೆ ಎಲ್ಲರನ್ನೂ ಒಟ್ಟಿಗೆ ಸೇರಿಸಿತ್ತು.

ಮೇ 10, 1857 ರಂದು ಮೀರತ್ ನಲ್ಲಿ ದಂಗೆ ಪ್ರಾರಂಭವಾದ ಹಲವಾರು ತಿಂಗಳುಗಳ ನಂತರ, ಬ್ರಿಟಿಷ್ ಆಳ್ವಿಕೆಯು ಭಾರತದ ಉತ್ತರ ಬಯಲು ಪ್ರದೇಶಗಳಿಂದ ನಿರ್ಗಮಿಸಿತ್ತು. ಮುಸ್ಲಿಂ ಮತ್ತು ಹಿಂದೂ ಆಡಳಿತಗಾರರು ದಂಗೆಕೋರ ಸೈನಿಕರು ಮತ್ತು ಉಗ್ರಗಾಮಿ ರೈತರು ಮತ್ತು ಇತರ ರಾಷ್ಟ್ರೀಯತಾವಾದಿ ಹೋರಾಟಗಾರ ರನ್ನು ಸಮಾನವಾಗಿ ಸೇರಿಕೊಂಡರು. ಅವರಲ್ಲಿ ದಂಗೆಯ ಪ್ರಮುಖ ನಾಯಕರುಗಳೆಂದರೆ ನಾ ನಾ ಸಾಹಿಬ್, ತಾಂತ್ಯ ಟೋಪೆ, ಬಖ್ತ್ ಖಾನ್, ಅಜೀಮುಲ್ಲಾ ಖಾನ್, ರಾಣಿ ಲಕ್ಷ್ಮಿ ಬಾಯಿ, ಬೇಗಂ ಹಜರತ್ ಮಹಲ್, ಕುನ್ವರ್ ಸಿಂಗ್, ಮೌಲ್ವಿ ಅಹ್ಮದ್ ಅದುಲ್ಲಾ, ಬಹದ್ದೂರ್ ಖಾನ್ ಮತ್ತು ರಾವ್ ತುಲಾ ರಾಮ್ ಸೇರಿದ್ದಾರೆ. ಮಾಜಿ ಆಡಳಿತಗಾರರು ಬ್ರಿಟೀಷರ ವಿರುದ್ಧ ತಮ್ಮದೇ ಆದ ಅಸಮಾಧಾನವನ್ನು ಹೊಂದಿದ್ದರು, ಇದಕ್ಕೆ ಕಾರಣ "ಕಾನೂನುಬದ್ಧ ಪುರುಷ ಉತ್ತರಾಧಿಕಾರಿಗಳು" ಇಲ್ಲದಿದ್ದಲ್ಲಿ ಯಾವುದೇ ರಾಜಪ್ರಭುತ್ವದ ರಾಜ್ಯವನ್ನು ಸ್ವಾಧೀನಪಡಿಸಿಕೊಳ್ಳುವ ಹಕ್ಕನ್ನು ಬ್ರಿಟಿಷರಿಗೆ ನೀಡಿದ ಉತ್ತರಾಧಿಕಾರದ ಕುಖ್ಯಾತ ಕಾನೂನು ಕೂಡ ಆಗಿತ್ತು.

ಜನಪ್ರಿಯ ಇಚ್ಛೆಯ ಅಭಿವ್ಯಕ್ತಿಗಳು

ಬಂಡಾಯಗಾರರು ಹತ್ತು ಸದಸ್ಯರನ್ನು ಒಳಗೊಂಡ ಕೋರ್ಟ್ ಆಫ್ ಅಡ್ಮಿನಿಸ್ಟ್ರೇಷನ್ ಅನ್ನು ಸ್ಥಾಪಿಸಿದರು- ಸೈನ್ಯದಿಂದ ಆರು ಮಂದಿ ಮತ್ತು ಹಿಂದು ಮುಸ್ಲಿಮರ ಪ್ರತಿನಿಧಿಯಾಗಿ ನಾಲ್ವರು ನಾಗರಿಕರು. ಸಾಮಾನ್ಯ ಬಳಕೆಯ ವಸ್ತುಗಳ ಮೇಲೆ ಸರ್ಕಾರವು ತೆರಿಗೆಗಳನ್ನು ರದ್ದುಗೊಳಿಸಿತು ಮತ್ತು ದಂಡ ವಿಧಿಸಿ ಸಂಗ್ರಹಣೆ ಮಾಡಲಾಯಿತು. ಅದರಲ್ಲಿ ಮುಖ್ಯವಾದ ಸನ್ನದು ಎಂದರೆ ತುಂಬಾ ದ್ವೇಷಿಸುತ್ತಿದ್ದ, ಬ್ರಿಟಿಷರು ಹೇರಿದ್ದ, 'ಜಮೀನ್ದಾರಿ' ಪದ್ಧತಿಯನ್ನು ತೆಗೆದುಹಾಕಿ, ಉಳುವವನೇ ಒಡೆಯ ಎಂಬ ವ್ಯವಸ್ಥೆಯನ್ನು ಜಾರಿಗೊಳಿಸಿದರು.

ಬಂಡುಕೋರರನ್ನು ಸೇರಿಕೊಂಡ ಮಾಜಿ ರಾಜರುಗಳು,ಹಿಂದಿನ ಆಡಳಿತಗಾರರು ಹೊರಡಿಸಿದ ಘೋಷಣೆಗಳ ಹಲವಾರು ಅಂಶಗಳು ಗಮನಾರ್ಹವಾಗಿವೆ. ಘೋಷಣೆಗಳನ್ನು ಎಲ್ಲಾ ಭಾಷೆಯಲ್ಲಿಯೂ ಕೊಡಲಾಯಿತು. ಹಿಂದಿ ಮತ್ತು ಉರ್ದು ಪತ್ರಗಳನ್ನು ಏಕಕಾಲದಲ್ಲಿ ವಿತರಿಸಲಾಯಿತು. ಹಿಂದೂಗಳು ಮತ್ತು ಮುಸ್ಲಿಮರ ಹೆಸರಿನಲ್ಲಿ ಜಂಟಿಯಾಗಿ ಘೋಷಣೆಗಳನ್ನು ಹೊರಡಿಸಲಾಯಿತು .ಫಿರೋಜ್ ಶಾಹ್ ಅವರ ಆಗಸ್ಟ್ 1857ರ ಘೋಷಣೆಯು ಕೆಲವು ಮಹತ್ವದ ಅಂಶಗಳನ್ನು ಒಳಗೊಂಡಿತ್ತು, ಅವುಗಳೆಂದರೆ- ಸರ್ಕಾರದ ಉಗಿ ಹಡಗುಗಳು ಮತ್ತು ಉಗಿ ಗಾಡಿಗಳ ಉಚಿತ ಬಳಕೆಯೊಂದಿಗೆ ಎಲ್ಲಾ ವ್ಯಾಪಾರವನ್ನು ಭಾರತೀಯ ವ್ಯಾಪಾರಿಗಳಿಗೆ ಕಾಯ್ದಿರಿಸಬೇಕು. ಸಾರ್ವಜನಿಕ ಕಚೇರಿಗಳನ್ನು ಭಾರತೀಯರಿಗೆ ಮಾತ್ರ ನೀಡಬೇಕು. ಸಿಪಾಯಿಗಳ ಸಂಬಳವನ್ನು ಜಾಸ್ತಿಗೊಳಿಸಬೇಕು.

ಬ್ರಿಟಿಷರ ಶಕ್ತಿಯಿಂದ ಪ್ರಭಾವಿತವಾಗಿ, ರಾಜಕುಮಾರರು ದ್ರೋಹಬಗೆದರು.

ಇಂತಹ ಆಮೂಲಾಗ್ರ ಘಟನೆಗಳಿಗೆ ಹೆದರಿದ ಬ್ರಿಟಿಷ್ ಆಡಳಿತಗಾರರು ಹೋರಾಟವನ್ನು ಹತ್ತಿಕ್ಕಲು ಶಸ್ತ್ರಾಸ್ತ್ರ ಮತ್ತು ಪುರುಷರಲ್ಲಿ ಅಪಾರ ಸಂಪನ್ಮೂಲಗಳನ್ನು ಸುರಿದರು. ಬಂಡುಕೋರರು ವೀರೋಚಿತವಾಗಿ ಹೋರಾಡಿದರೂ, ಹಲವಾರು ಆಡಳಿತಗಾರರ ದ್ರೋಹವು ಬ್ರಿಟಿಷರಿಗೆ ಮೇಲುಗೈ ಸಾಧಿಸಲು ಅವಕಾಶ ಮಾಡಿಕೊಟ್ಟಿತು. ದಂಗೆಯಿಂದ ಹೊರಬಂದ ದಂಗೆಯ ಅನಿಶ್ಚಿತತೆಗಳನ್ನು ಎದುರಿಸಲು ಇಷ್ಟವಿಲ್ಲದ ವ್ಯಾಪಾರ ಸಮುದಾಯಗಳ ಸಂಪ್ರದಾಯವಾದದಿಂದ ಬ್ರಿಟಿಷರಿಗೆ ಸಹಾಯ ಮಾಡಲಾಯಿತು.

ಆದರೆ ತಮ್ಮ ಸಾಮ್ರಾಜ್ಯವನ್ನುರಕ್ಷಿಸುವಲ್ಲಿ ಬ್ರಿಟಿಷರ ಶ್ರೇಷ್ಠ ಶಸ್ತ್ರಾಸ್ತ್ರಗಳು ಮತ್ತು ಕ್ರೂರ ಆಡಳಿತವು ಅಷ್ಟೇ ಮುಖ್ಯವಾಗಿತ್ತು. ದಂಗೆಯಲ್ಲಿ ಬ್ರಿಟಿಷರ ದಬ್ಬಾಳಿಕೆ ಅಭೂತಪೂರ್ವವಾಗಿತ್ತು. ಮೇ8, 1858ರ ರಂದು ಲಕ್ನೋಪತನದ ನಂತರ ಫ್ರೆಡೆರಿಕ್ ಏಂಜೆಲ್ಸ್ ಹೀಗೆ ಪ್ರತಿಕ್ರಿಯಿಸಿದರು: "ವಾಸ್ತವವಾಗಿ, ಯುರೋಪ್ ಮತ್ತು ಅಮೆರಿಕಗಳಲ್ಲಿ ಬ್ರಿಟಿಷರಷ್ಟು ಕ್ರೂರತೆಯನ್ನು ಹೊಂದಿರುವ ಯಾವುದೇ ಸೈನ್ಯವಿಲ್ಲ. ಲೂಟಿ, ಹಿಂಸೆ,

ಹತ್ಯಾಕಾಂಡದ ವಿಷಯಗಳು ಕಟ್ಟುನಿಟ್ಟಾಗಿ ಮತ್ತು ಸಂಪೂರ್ಣವಾಗಿ ಬಹಿಷ್ಕರಿಸಲ್ಪಟ್ಟಿದ್ದವು -ಸಮಯದ ಗೌರವಾನ್ವಿತ ಸವಲತ್ತು, ಬ್ರಿಟಿಷ್ ಸೈನಿಕನ ಸ್ಥಾಪಿತ ಹಕ್ಕು..."

"ಔದ್ ಸಾಮ್ರಾಜ್ಯ ದಲ್ಲಿ ಮಾತ್ರ ಒಂದೇ ಕಡೆ ಸುಮಾರು 1,50,000 ಜನ ಕೊಲ್ಲಲ್ಪಟ್ಟರು ಅದರಲ್ಲಿ 100000 ನಾಗರೀಕರಾಗಿದ್ದರು. ಮಹಾನ್ ಉರ್ದು ಕವಿ, ಮಿರ್ಜಾ ಗಾಲಿಬ್ ದೆಹಲಿಯಿಂದ "ನನ್ನ ಮುಂದೆ, ನಾನು ರಕ್ತದ ನದಿಗಳನ್ನು ನೋಡುತ್ತೇನೆ" ಎಂದು ಬರೆದಿದ್ದಾರೆ. ಹೇಗೆ ಯುದ್ಧದಲ್ಲಿ ಗೆದ್ದ ಸೈನ್ಯವು ಕಣ್ಣಿಗೆ ಕಾಣಿಸುವ ಜನರನ್ನ ಕೊಲ್ಲುತ್ತಾ, ಅವರನ್ನು ಲೂಟಿ ಮಾಡುತ್ತಾ , ಅಲ್ಲಿನ ಜನರ ಆಸ್ತಿ ಗಳನ್ನ ನಾಶಪಡಿಸುತ್ತಾ ಸಾಗುತ್ತಿತ್ತು , ಎಂಬುದನ್ನು ಕೂಡ ವಿವರಿಸಿ ಬರೆದಿದ್ದಾರೆ.

ಬಹದ್ದೂರ್ ಷಾ ಅವರ ಮೂವರು ಪುತ್ರರನ್ನು ದೆಹಲಿಯ 'ಖುನಿ ದರ್ವಾಜಾ' ದಲ್ಲಿ ಸಾರ್ವಜನಿಕವಾಗಿ ಗಲ್ಲಿಗೇರಿಸಲಾಯಿತು. ಮತ್ತು ಬಹದ್ದೂರ್ ಷಾ ಅವರನ್ನು ರಂಗೂನ್ ಗೆ ಗಡೀಪಾರು ಮಾಡಲಾಯಿತು, ಅಲ್ಲಿ ಅವರು 1862 ರಲ್ಲಿ ನಿಧನರಾದರು. ಬ್ರಿಟಿಷರಿಂದ ಕರುಣೆ ಪಡೆಯಲು ನಿರಾಕರಿಸಿದ ಅವರು ಧೈರ್ಯದಿಂದ ಉತ್ತರಿಸಿದರು:

"ಭಾರತದ ಶಕ್ತಿ ಒಂದು ದಿನ ಲಂಡನ್ ಅನ್ನು ಅಲುಗಾಡಿಸುತ್ತದೆ. ಸ್ವಾಭಿಮಾನದ ವೈಭವವು ಬಂಡಾಯಗಾರರ ಹೃದಯದಲ್ಲಿ ಅಗಾಧವಾಗಿ ಉಳಿದಿದೆ". ಥಾಮಸ್ ಲೋವೆ ಹೀಗೆ ಬರೆದಿದ್ದಾರೆ: "ಈಗ ಭಾರತದಲ್ಲಿ ವಾಸಿಸುವುದು ಜ್ವಾಲಾಮುಖಿ ಕುಳಿಯ ಅಂಚಿನಲ್ಲಿ ನಿಂತಂತೆ, ಅದರ ಬದಿಗಳು ನಮ್ಮ ಪಾದಗಳಿಂದ ವೇಗವಾಗಿ ಕುಸಿಯುತ್ತಿದ್ದವು, ಕುದಿಯುವ ಲಾವಾ ನಮ್ಮನ್ನು ಸ್ಫೋಟಿಸಲು ಮತ್ತು ಸೇವಿಸಲು ಸಿದ್ಧವಾಗಿತ್ತು." ಹಿಂದೂಗಳು ಮತ್ತು ಮುಸ್ಲಿಮರ ನಡುವೆ ಅಚಲವಾದ ಐಕ್ಯತೆಯನ್ನು ರೂಪಿಸಿದ 1857 ರ ದಂಗೆಯು ನಮ್ಮ ಸ್ವಾತಂತ್ರ್ಯ ಹೋರಾಟದಲ್ಲಿಮಹತ್ವದ ಮೈಲಿಗಲ್ಲಾಗಿದೆ - ಭವಿಷ್ಯದ ಪೀಳಿಗೆಯ ಸ್ವಾತಂತ್ರ್ಯ ಪ್ರಿಯರಿಗೆ ಭರವಸೆ ಮತ್ತು ಸ್ಫೂರ್ತಿ ನೀಡುತ್ತದೆ. ಆದಾಗ್ಯೂ, 1857ರ ದಂಗೆಯ ನಂತರ ವಸಾಹತುಶಾಹಿ ಆಡಳಿತದಲ್ಲಿ ನಾಟಕೀಯ ಬದಲಾವಣೆಗಳನ್ನುತಂದಿತು. 1857ರ ರಾಷ್ಟ್ರೀಯ ದಂಗೆಯ ಸೋಲಿನ ನಂತರ ಬ್ರಿಟಿಷರು ಹಿಂದೆಂದೂ ಕಾಣದ ರೀತಿಯಲ್ಲಿ ಧಾರ್ಮಿಕ ದ್ವೇಷವನ್ನು ಹುಟ್ಟುಹಾಕುವ "ಒಡೆದು ಆಳುವ" ಉಗ್ರ ನೀತಿಯನ್ನು ಪ್ರಾರಂಭಿಸಿದರು. ವದಂತಿಗಳು ಮತ್ತು ಸುಳ್ಳುಗಳನ್ನು ಆಶ್ರಯಿಸಿ, ಅವರು ಉದ್ದೇಶಪೂರ್ವಕವಾಗಿ ಭಾರತೀಯ ಇತಿಹಾಸವನ್ನು ಹೆಚ್ಚು ಕೋಮು ಬಣ್ಣಗಳಲ್ಲಿ ಮರುಸೃಷ್ಟಿಸುತ್ತಾರೆ ಮತ್ತು ಭಾರತೀಯ ಜನಸಾಮಾನ್ಯರನ್ನು ವಿಭಜಿಸಲು ವಿನಾಶಕಾರಿ ಕೋಮು ರಾಜಕೀಯವನ್ನು ಅಭ್ಯಾಸ ಮಾಡುತ್ತಾರೆ. ಆ ಪರಂಪರೆಯು ಇಂದು ಉಪಖಂಡವನ್ನು ಬಾಧಿಸುತ್ತಿದೆ. ಆದಾಗ್ಯೂ, ಈ ವಿಭಜಕ ಕೋಮು ಗಲಬೆ, ಸಾಹತುಶಾಹಿ ಬೇರುಗಳ ಬಗ್ಗೆ ಹೆಚ್ಚಿನ ಜನರು ಅರಿತುಕೊಂಡರೆ, ಹಿಂದೂ-ಮುಸ್ಲಿಮ್ ಐಕ್ಯತೆಗೆ ಮಾಡಿದ ಕೆಲವು ಹಾನಿಯನ್ನು ಹಿಮ್ಮೆಟ್ಟಿಸುವ ಸಾಧ್ಯತೆಯಿದೆ. 1857ರ ಉತ್ಸಾಹದಲ್ಲಿ ಹಿಂದೂಗಳು ಮತ್ತು ಮುಸ್ಲಿಮರು ಮತ್ತೆ ಸೇರಿಕೊಳ್ಳಲು ಮತ್ತು ಸಹಯೋಗಿಸಲು ಸಾಧ್ಯವಾದರೆ, ಉಪಖಂಡವು ತನ್ನ ವಸಾಹತುಶಾಹಿ ಭೂತಕಾಲದಿಂದ ಇನ್ನೂ ತನ್ನನ್ನು ತಾನು ಬಿಚ್ಚಿಡಲು ಸಾಧ್ಯವಾಗುತ್ತದೆ.

ಕಂಪನಿಯ ಭಾರತೀಯ ಪಡೆಗಳಿಂದ ಈ ಹಿಂದೆ ದಂಗೆಗಳು ನಡೆದಿದ್ದರೂ, ಉದಾಹರಣೆಗೆ 1806 ರಲ್ಲಿ ವೆಲ್ಲೂರಿನಲ್ಲಿ, 1857ರ ದಂಗೆಯು ಅದರ ದೊಡ್ಡ ಪ್ರಮಾಣದಲ್ಲಿ, ನಾಗರಿಕ ಮತ್ತು ಮಿಲಿಟರಿ ದಂಗೆಗಳ ನಡುವಿನ ಸಂಬಂಧಕ್ಕಾಗಿ ಮತ್ತು "ಉತ್ತರ ಭಾರತದಾದ್ಯಂತ ಬ್ರಿಟಿಷ್ ಅಧಿಕಾರಕ್ಕೆ ಅದು ಒಡ್ಡಿದ ಬೆದರಿಕೆಗಾಗಿ" ಅಲ್ಲ. ಬಂಡುಕೋರರು ಶೀಘ್ರದಲ್ಲೇ ದೆಹಲಿ ಸೇರಿದಂತೆ ವಾಯುವ್ಯ ಪ್ರಾಂತ್ಯಗಳು ಮತ್ತು ಔಧ್ ನ ದೊಡ್ಡ ಪ್ರದೇಶಗಳನ್ನು ವಶಪಡಿಸಿಕೊಂಡರು. ಅಲ್ಲಿ ಅವರು ಮೊಘಲ್ ಆಡಳಿತಗಾರ ಬಹದ್ದೂರ್ ಷಾ ಜಾಫರ್ ಅವರನ್ನು ಹಿಂದೂಸ್ಥಾನದ ಚಕ್ರವರ್ತಿ ಯಾಗಿ ನೇಮಿಸಿದರು. 1857ರ ಸೆಪ್ಟೆಂಬರ್ ವೇಳೆಗೆ ಬ್ರಿಟಿಷರ ಪ್ರತಿಕ್ರಿಯೆ ತ್ವರಿತವಾಗಿ ಬಂದಿತು. ಹೊಸ ಬ್ರಿಟಿಷ್ ಪಡೆಗಳ ಸಹಾಯದಿಂದ ದೆಹಲಿಯನ್ನು ವಶಪಡಿಸಿಕೊಳ್ಳಲಾಯಿತು. ಆದಾಗ್ಯೂ, ಔಧ್ ನಲ್ಲಿ ದಂಗೆಯನ್ನು ಸಂಪೂರ್ಣವಾಗಿ ನಿಗ್ರಹಿಸಲು ಇದು 1858 ರ ಅರ್ಧ ವರ್ಷವನ್ನೇ ತೆಗೆದುಕೊಂಡಿತು.

ಈ ದಂಗೆಯು ಹಲವಾರು ವಿಧಗಳಲ್ಲಿ ಗಮನಾರ್ಹವಾಗಿತ್ತು, ಆದರೂ ಹೋರಾಟ ನಡೆಸುತ್ತಿರುವ ಎರಡೂ ಪಕ್ಷಗಳ ಕಡೆಯಿಂದ ಈ ಹೋರಾಟವು ಹೆಚ್ಚಿನ ಹಿಂಸಾಚಾರದಿಂದ ಗುರುತಿಸಲ್ಪಟ್ಟಿತು, ದಂಗೆಕೋರ ಸೈನಿಕರು, ಹಿಂದೂ ಮತ್ತು ಮುಸ್ಲಿಮರು ಮತ್ತು ಅವರ ಗ್ರಾಮೀಣ ಬೆಂಬಲಿಗರು ಪರಸ್ಪರ ಅಸಾಮಾನ್ಯ ಧರ್ಮದ ಸೌಹಾರ್ದತೆಯನ್ನು ಪ್ರದರ್ಶಿಸಿದರು; ದಂಗೆಕೋರ ನಾಯಕರು, ವಿಶೇಷವಾಗಿ ಝಾನ್ಸಿಯ ರಾಣಿ, ಬೆಳೆಯುತ್ತಿರುವ ರಾಷ್ಟ್ರೀಯ ಚಳವಳಿಯಲ್ಲಿ ಅರ್ಧ ದಶಕ ಕಳೆಯುವ ವೇಳೆಗೆ ಇವರೆಲ್ಲರೂ ಅಲ್ಲಿನ ಸ್ಥಳೀಯ ನಾಯಕರಾದರು, ಅವರು ಸ್ವತಃ "ಹೊಸಆರ್ಡರ್ ಅನ್ನು ನಿರ್ಮಿಸಲು ಯಾವುದೇ ಸುಸಂಬದ್ಧವಾದ ಸಿದ್ಧಾಂತ ಅಥವಾ ಕಾರ್ಯಕ್ರಮವನ್ನು ರಚಿಸಲಿಲ್ಲ;" ದಂಗೆಯು ಈಸ್ಟ್ ಇಂಡಿಯಾ ಕಂಪನಿಯ ಆಡಳಿತವನ್ನು ಕೊನೆಗೊಳಿಸಿತು ಮತ್ತು ಬ್ರಿಟಿಷರು ತಮ್ಮ ಉದ್ಯಮವನ್ನು ಭಾರತದಲ್ಲಿ ಮರುಪರಿಶೀಲಿಸಲು ಕಾರಣವಾಯಿತು. ಕಂಪನಿಯ ನಿಯಮವನ್ನು 1858 ರಲ್ಲಿ ಬ್ರಿಟಿಷ್ ರು ನೇರ ಆಡಳಿತದೊಂದಿಗೆ ಹೊಸ ಬ್ರಿಟಿಷ್ ರಾಜ್ನಲ್ಲಿ ಬದಲಾಯಿಸಿದರು, ಇದು ಮುಂದಿನ 90 ವರ್ಷಗಳವರೆಗೆ 1947 ರವರೆಗೆ ಇತ್ತು.

•••

ಭಾರತದಲ್ಲಿ ಬ್ರಿಟಿಷ್ ವಿಸ್ತರಣೆ

1757, ಪ್ಲಾಸ್ಸಿಯಲ್ಲಿ ಬ್ರಿಟಿಷರ ರಾಬರ್ಟ್ ಕ್ಲೈವ್ ನೇತೃತ್ವದ ಮಿಲಿಟರಿ ಪಡೆ ಪೂರ್ವ ಭಾರತದ ಬಂಗಾಳದ ನವಾಬ್ ಸಿರಾಜುದ್ದೌಲಾ ಅವರ ಪಡೆಗಳನ್ನು ಸೋಲಿಸಿತು. ಕಂಪನಿಯು ವ್ಯಾಪಾರಿಗಳ ಸಂಘದಿಂದ ಹೆಚ್ಚಾಗಿ ಅಪರಿಚಿತ ಭೂಮಿ ಮತ್ತು ಜನರ ಮೇಲೆ ರಾಜಕೀಯ ಸಾರ್ವಭೌಮತ್ವವನ್ನು ಚಲಾಯಿಸುವ ಆಡಳಿತಗಾರರಾಗಿ ರೂಪಾಂತರಗೊಂಡಿದೆ. ಹತ್ತು ವರ್ಷಗಳ ನಂತರ, 1765 ರಲ್ಲಿ, ಕಂಪನಿಯು ಬಂಗಾಳದ ದಿವಾನಿ ಅಥವಾ ಮೊಘಲ್ ಚಕ್ರವರ್ತಿಯ ಪರವಾಗಿ ಬಂಗಾಳ, ಬಿಹಾರ ಮತ್ತು ಒರಿಸ್ಸಾದಲ್ಲಿ ಆದಾಯವನ್ನು ಸಂಗ್ರಹಿಸುವ ಹಕ್ಕನ್ನು ಸ್ವಾಧೀನಪಡಿಸಿಕೊಂಡಿತು.

ಆರಂಭಿಕ ಮಿಲಿಟರಿ ವಿಜಯಗಳ ನಂತರ ಬ್ರಿಟಿಷ್ ಆಳ್ವಿಕೆಯ ಬಲವರ್ಧನೆಯು ವಾರೆನ್ ಹೇಸ್ಟಿಂಗ್ಸ್ಗೆ ಬಿದ್ದಿತು, ಅವರ ಮೊಘಲ್ ಚಕ್ರವರ್ತಿಯು ಇನ್ನೂ ಕಂಪೆನಿಯು ಜವಾಬ್ದಾರಿಯುತ ಸಾರ್ವಭೌಮನಾಗಿದ್ದಾನೆ ಎಂಬ ಕಾದಂಬರಿಯನ್ನು ವಿತರಿಸಲು ಹೆಚ್ಚಿನದನ್ನು ಮಾಡಿದರು. ಭಾರತೀಯ ಇತಿಹಾಸ, ಸಂಸ್ಕೃತಿ ಮತ್ತು ಸಾಮಾಜಿಕ ಕಳಕಳಿಯೊಂದಿಗೆ ಬ್ರಿಟಿಷರನ್ನು ಹೆಚ್ಚು ಪರಿಚಯಿಸಲು ಹಸ್ಟಿಂಗ್ ಸಿದ್ಧವಾಗಿದ್ದ; ಆದರೆ ಅವರು ಇಂಗ್ಲೆಂಡ್ ಗೆ ಮರಳಿದ ನಂತರ, ಹೆಚ್ಚಿನ ಅಪರಾಧಗಳು ಮತ್ತು ದುಷ್ಕೃತ್ಯಗಳಿಗಾಗಿ ಅವರನ್ನು ದೋಷಾರೋಪಣೆ ಮಾಡಲಾಗುತ್ತದೆ.

ಅವರ ಹಲವಾರು ಉತ್ತರಾಧಿಕಾರಿಗಳು, ಭಾರತದಲ್ಲಿ ಬ್ರಿಟಿಷ್ ಪ್ರದೇಶಗಳನ್ನು ವಿಸ್ತರಿಸುವ ಮಹತ್ವಾಕಾಂಕ್ಷೆಯಿಂದ ವಜಾಮಾಡಲ್ಪಟ್ಟರೂ, ಆಡಳಿತದ ಕಾರ್ಯವನ್ನು ಎದುರಿಸಬೇಕಾಯಿತು. ಬ್ರಿಟಿಷ್ ಆಳ್ವಿಕೆಯು ಭಾಗಶಃ, ಭಾರತೀಯರು ನಾಗರಿಕರಾಗಬೇಕಾದ ಹಕ್ಕುಗಳಿಂದ ಸಮರ್ಥಿಸಲ್ಪಟ್ಟಿತ್ತು ಮತ್ತು ಬ್ರಿಟಿಷ್ ಆಳ್ವಿಕೆಯು ಓರಿಯಂಟಲ್ ನಿರಂಕುಶಾಧಿಕಾರ ಮತ್ತು ಅರಾಜಕತೆಯ ಬದಲಿಗೆ ವಿಶ್ವಾಸಾರ್ಹ ನ್ಯಾಯ ವ್ಯವಸ್ಥೆ, ಕಾನೂನಿನ ನಿಯಮ ಮತ್ತು 'ನ್ಯಾಯಯುತ ಆಟ' ಎಂಬ ಕಲ್ಪನೆಯನ್ನು ಪರಿಚಯಿಸುತ್ತದೆ.

ಬ್ರಿಟಿಷರು ಅಸಹ್ಯಕರವೆಂದು ಕಂಡುಕೊಂಡ ಕೆಲವು ಭಾರತೀಯ ಸಾಮಾಜಿಕ ಅಥವಾ ಧಾರ್ಮಿಕ ಆಚರಣೆಗಳನ್ನು 1829 ರಲ್ಲಿ ಸತಿ ಪದ್ಧತಿಯಂತಹ ಆಚರಣೆಗಳನ್ನು ಕಾನೂನು ಬಾಹಿರಗೊಳಿಸಲಾಯಿತು, ಮತ್ತು

'ಸುಧಾರಣೆ' ಯ ನೈತಿಕತೆಯು ಬ್ರಿಟಿಷ್ ಸಾಮಾಜಿಕ ನೀತಿಗಳನ್ನು ನಿರ್ದೇಶಿಸುತ್ತದೆ ಎಂದು ಹೇಳಲಾಗಿದೆ. 1840 ಮತ್ತು 1850 ರ ದಶಕಗಳಲ್ಲಿ, ಡಾಲ್ ಹೌಸಿ ಮತ್ತು ನಂತರ ಕ್ಯಾನಿಂಗ್ ನ ಗವರ್ನರ್-ಜನರಲ್ ಶಿಪ್ ಅಡಿಯಲ್ಲಿ, ಸ್ಥಳೀಯ ಆಡಳಿತಗಾರರ ಆಧಾರದ ಮೇಲೆ ಹೆಚ್ಚಿನ ಪ್ರಾಂತ್ಯಗಳನ್ನುಬ್ರಿಟಿಷ್ ಭಾರತಕ್ಕೆ ಸೇರಿಸಿಕೊಳ್ಳಲಾಯಿತು.

ತಮ್ಮ ಪ್ರಜೆಗಳ ಕಲ್ಯಾಣದ ಬಗ್ಗೆ ಭ್ರಷ್ಟರು, ಅಸಮರ್ಥರು ಮತ್ತು ಕುಖ್ಯಾತವಾಗಿ ಉದಾಸೀನರಾಗಿದ್ದರು, ಅಥವಾ ಸ್ಥಳೀಯಆಡಳಿತಗಾರನು ಸಿಂಹಾಸನಕ್ಕೆ ಜೈವಿಕ ಪುರುಷ ಉತ್ತರಾಧಿಕಾರಿಯನ್ನು ನೇಮಿಸುವಲ್ಲಿ ವಿಫಲವಾದ ಕಾರಣ, ಆಡಳಿತಗಾರನ ಮರಣದ ನಂತರ ಪ್ರದೇಶವು ಬ್ರಿಟಿಷ್ ಭಾರತಕ್ಕೆ 'ಕಳೆದುಹೋಗಲು' ಬದ್ಧವಾಗಿದೆ. ಸಂಬಲ್ ಪುರ (1849), ಬಾಗತ್ (1850), ಝಾನ್ಸಿ (1853), ನಾಗ್ ಪುರ (1854), ಮತ್ತು ಅತ್ಯಂತ ದುರಂತವೆಂದರೆ- ಔಧ್ (1856).ಔಧದ ನವಾಬ್ (ಅವಧ್ ಎಂದೂ ಉಚ್ಚರಿಸಲಾಗುತ್ತದೆ), ವಾಜಿದ್ ಅಲಿ ಷಾ ಅವರನ್ನು ಬ್ರಿಟಿಷರು ವಿಶೇಷವಾಗಿ ಪೌರಸ್ತ್ಯ ನಿರಂಕುಶಾಧಿಕಾರಿ ಎಂದು ದೂಷಿಸಿದರು, ಸೂಳೆಯರ ಕುಣಿತದಲ್ಲಿ ಹೆಚ್ಚು ಆಸಕ್ತಿ ಹೊಂದಿದ್ದರು, ನಿಷ್ಪ್ರಯೋಜಕ ಮನೋರಂಜನೆಗಳು- ಗಾಳಿಪಟ ಹಾರಿಸುವುದು, ಕೋಳಿ-ಜಗಳ ಇವುಗಳಲ್ಲಿ , ಆಡಳಿತಕ್ಕಿಂತ ಜಾಸ್ತಿ ಸಮಯ ವ್ಯರ್ಥವಾಗುತ್ತಿತ್ತು.

ಬ್ರಿಟಿಷರು ಭಾರತಕ್ಕೆ ಮತ್ತು ಇತರ ಯುರೋಪಿಯನ್ನರು ವ್ಯಾಪಾರಿಗಳಾಗಿ ಬಂದರು, ಆದರೆ ಭಾರತದ ರಾಜ್ಯಗಳ ನಡುವಿನ ಯುದ್ಧಗಳು ಮತ್ತು ಘರ್ಷಣೆಗಳ ಆವರ್ತನದ ಅನಗತ್ಯ ಲಾಭವನ್ನು ಪಡೆದುಕೊಂಡು, ಸಾಮ್ರಾಜ್ಯ ನಿರ್ಮಾಣದ ತಮ್ಮ ಕನಸುಗಳನ್ನು ಸಾಕಾರಗೊಳಿಸಲು ಲೆಕ್ಕಾಚಾರಗಳನ್ನು ಹಾಕಿಕೊಂಡರು. ಭಾರತದಲ್ಲಿ ಸಾಮ್ರಾಜ್ಯಗಳನ್ನು ನಿರ್ಮಿಸುವ ಕನಸು ಕಂಡಿದ್ದ ಪ್ರತಿಸ್ಪರ್ಧಿ ಯುರೋಪಿಯನ್ ವ್ಯಾಪಾರಿಗಳ ವಿರುದ್ಧ ಹೋರಾಡಲು. ಆಂಗ್ಲೋ-ಫ್ರೆಂಚ್ ಯುದ್ಧಗಳಲ್ಲಿ, ಫ್ರೆಂಚ್ ರ ಅಧಿಕಾರವನ್ನು ಕಸಿದುಕೊಂಡರು. ಮತ್ತು ಅವರ ವಸಾಹತುಗಳಿಂದ ಸ್ಥಳಾಂತರಿಸಲ್ಪಟ್ಟರು. ಫ್ರೆಂಚರನ್ನು ಅಧೀನತೆಗೆ ತೆಗೆದುಕೂಂಡು ಮತ್ತು ಭಾರತದಲ್ಲಿ ಬ್ರಿಟಿಷರ ಅಡಿಯಲ್ಲಿ ಬದುಕುವಂತೆ ಮಾಡಲಾಯಿತು.

ಬ್ರಿಟಿಷ್ ಈಸ್ಟ್ ಇಂಡಿಯಾ ಕಂಪನಿಯು ಈ ಹಿಂದೆ ವ್ಯಾಪಾರ ಉದ್ದೇಶಗಳಿಗಾಗಿ ಸ್ಥಾಪಿಸಲಾದ ಕಾರ್ಖಾನೆ ಪ್ರದೇಶಗಳನ್ನು ಕೇಂದ್ರೀಕರಿಸಿದ್ದರೂ, ಪ್ಲಾಸ್ಸಿ ಯುದ್ಧದಲ್ಲಿ ಅದರ ವಿಜಯವನ್ನು ಭಾರತದಲ್ಲಿ ತನ್ನ ಆಡಳಿತದ ಆರಂಭವೆಂದು ಪರಿಗಣಿಸಲಾಗಿದೆ. ಈ ವಿಜಯವನ್ನು 1764ರಲ್ಲಿ ಬಕ್ಸಾರ್ ಕದನದಲ್ಲಿ (ಅಂದರೆ ಬಿಹಾರದಲ್ಲಿ) ಏಕೀಕರಿಸಲಾಯಿತು. ಇದರಲ್ಲಿ ಮೊಘಲ್ ಚಕ್ರವರ್ತಿ ಷಾ ಆಲಂ II ಸೋಲಿಸಲ್ಪಟ್ಟರು ಮತ್ತು ಬಂಗಾಳ, ಬಿಹಾರ ಮತ್ತು ಒರಿಸ್ಸಾದ ನಿಯಂತ್ರಣವನ್ನು ಕಂಪನಿಗೆ ನೀಡಿದರು. ಕಂಪನಿಯು ಶೀಘ್ರದಲ್ಲೇ ಬಾಂಬೆ ಮತ್ತು ಮದ್ರಾಸ್ ನಲ್ಲಿ ತನ್ನ ನೆಲೆಗಳ ಸುತ್ತಲೂ ತನ್ನ ಪ್ರದೇಶಗಳನ್ನು ವಿಸ್ತರಿಸಿತು: ಆಂಗ್ಲೋ-ಮೈಸೂರು ಯುದ್ಧಗಳು (1766- 1799) ಮತ್ತು ಆಂಗ್ಲೋ-ಮೈಸೂರು ಯುದ್ಧಗಳು (1766- 1799) ಮರಾಠಾ ಯುದ್ಧಗಳು (1772-1818) ನರ್ಮದಾ ನದಿಯ ದಕ್ಷಿಣ ಭಾಗದಲ್ಲಿ ಭಾರತದನ ಹೆಚ್ಚಿನಭಾಗವನ್ನು ನಿಯಂತ್ರಣಕ್ಕೆ ತಂದವು.

19ನೇ ಶತಮಾನದ ಆರಂಭದಲ್ಲಿ, ಗವರ್ನರ್ ಜನರಲ್ ವೆಲ್ಲೆಸ್ಲೆ ಎರಡು ದಶಕಗಳ ವೇಗವರ್ಧಿತ ವಿಸ್ತರಣೆಯನ್ನು ಪ್ರಾರಂಭಿಸಿದರು. ಇದನ್ನು ಎರಡು ವಿಭಿನ್ನ ವಿಧಾನಗಳಿಂದ ಸಾಧಿಸಲಾಯಿತು - ಮೊದಲನೆಯದು ಬ್ರಿಟಿಷರು ಮತ್ತು ಸ್ಥಳೀಯ ಆಡಳಿತಗಾರರ ನಡುವಿನ ಅಂಗಸಂಸ್ಥೆ ಮೈತ್ರಿಗಳು ಬಳಕೆಯನ್ನು ಒಳಗೊಂಡಿತ್ತು, ಇದರ ಅಡಿಯಲ್ಲಿ ಆಡಳಿತಗಾರನು ವಿದೇಶಿ ವ್ಯವಹಾರಗಳು, ರಕ್ಷಣೆ ಮತ್ತು ಸಂವಹನಗಳ ನಿಯಂತ್ರಣವನ್ನು ಕಂಪನಿಗೆ ಬಿಟ್ಟುಕೊಟ್ಟನು. ಕಂಪನಿಯ ಸೈನ್ಯದಿಂದ ರಕ್ಷಣೆಗಾಗಿ ವಿನಿಮಯ; ಎರಡನೆಯದು ಸೇನಾ ವಿಜಯ ಅಥವಾ ಸ್ವಾಧೀನವನ್ನು ಒಳಗೊಂಡಿತ್ತು, ಸ್ವಾಧೀನಪಡಿಸಿಕೊಂಡ ಪ್ರದೇಶಗಳನ್ನು ಒಟ್ಟಾಗಿ *ಬ್ರಿಟಿಷ್ ಇಂಡಿಯಾ ಎಂದು ಉಲ್ಲೇಖಿಸಲಾಗುತ್ತದೆ.* ಅಂಗಸಂಸ್ಥೆ ಮೈತ್ರಿಗಳು ಹಿಂದೂ ಮಹಾರಾಜರು ಮತ್ತು ಮುಸ್ಲಿಂ ನವಾಬರ ರಾಜಪ್ರಭುತ್ವದ ರಾಜ್ಯಗಳನ್ನು (ಸ್ಥಳೀಯ ರಾಜ್ಯಗಳು) ರಚಿಸಿದವು; ಅವುಗಳಲ್ಲಿ ಇವು ಸೇರಿವೆ: ಕೊಚ್ಚಿನ್ (1791), ಜೈಪುರ (1794), ತಿರುವಾಂಕೂರು (1795), ಹೈದರಾಬಾದ್ (1798), ಮೈಸೂರು (1799),'ಒರಿಸ್ಸಾ ಮತ್ತು ಕಟಕ್ (1804), ಕೊಹ್ಲಾಪುರ (1812), ಸಟ್ಲೆಜ್ ಹಿಲ್ ಸ್ಟೇಟ್ಸ್ (1815), ಬಾಸ್ಟರ್ (1818),

ಸೆಂಟ್ರಲ್ ಇಂಡಿಯಾ ಏಜೆನ್ಸಿ (1819), ಕಚ್ ಮತ್ತು ಗುಜರಾತ್ ಗೈಕ್ವಾಡ್ ಪ್ರಾಂತ್ಯಗಳು (!819), ಮತ್ತು ರಾಜಸ್ಥಾನ (1818).1849ರಲ್ಲಿ ಆಂಗ್ಲೋ-ಸಿಖ್ ಯುದ್ಧಗಳ ನಂತರ ವಾಯುವ್ಯ ಪ್ರಾಂತ್ಯಗಳು (ರೋಹಿಲ್ಖಂಡ್, ಗೋರಖ್ ಪುರ ಮತ್ತು ದೋವಾಬ್) (1801), ದೆಹಲಿ (1803), ಸಿಂಧ್ (1843) ಮತ್ತು ಪಂಜಾಬ್ ಸೇರಿದಂತೆ ವಾಯುವ್ಯ ಗಡಿನಾಡಿನ ಪ್ರಾಂತ್ಯಗಳು ಮತ್ತು ಕಾಶ್ಮೀರವನ್ನು ಸ್ವಾಧೀನಪಡಿಸಿಕೊಂಡ ಪ್ರದೇಶಗಳಲ್ಲಿ ಒಳಗೊಂಡಿದೆ;

ಆದಾಗ್ಯೂ, ಕಾಶ್ಮೀರವನ್ನು ತಕ್ಷಣವೇ ಅಮೃತಸರ ಒಡಂಬಡಿಕೆಯ (1850) ಅಡಿಯಲ್ಲಿ ಜಮ್ಮುವಿನ ಡೋಗ್ರಾ ರಾಜವಂಶಕ್ಕೆ ಮಾರಾಟ ಮಾಡಲಾಯಿತು ಮತ್ತು ಆ ಮೂಲಕ ಅದು ರಾಜಪ್ರಭುತ್ವದ ಭಾಗವಾಯಿತು. 1854ರಲ್ಲಿ, ಎರಡು ವರ್ಷಗಳ ನಂತರ ಔಧ್ ರಾಜ್ಯದಂತೆಯೇ ಬೇರಾರ್ ಅನ್ನು ಸ್ವಾಧೀನಪಡಿಸಿಕೊಂಡಿತು.

ಇದಕ್ಕೂ ಮೊದಲು, 1772ರಲ್ಲಿ, ವಾರೆನ್ ಹೇಸ್ಟಿಂಗ್ಸ್ ಅವರನ್ನು ಕಂಪನಿಯ ಭಾರತೀಯ ಪ್ರಾಂತ್ಯಗಳ ಮೊದಲ ಗವರ್ನರ್-ಜನರಲ್ ಆಗಿ ನೇಮಿಸಲಾಯಿತು. ಅವರು ಮಾಡಿದ ಮೊದಲ ಕೆಲಸ ಎಂದರೆ, ಕಂಪನಿಯ ಸೈನ್ಯವನ್ನು ತ್ವರಿತವಾಗಿ ವಿಸ್ತರಿಸಿದ್ದು. ಏಕೆಂದರೆ ಲಭ್ಯವಿರುವ ಸೈನಿಕರು, ಅಥವಾ ಸಿಪಾಯಿಗಳು, ಬೆಂಗಾಲ್‌ನಿಂದ - ಅನೇಕರು ಪ್ಲಾಸ್ಸಿ ಕದನದಲ್ಲಿ ಬ್ರಿಟಿಷರ ವಿರುದ್ಧ ಹೋರಾಡಿದ ಕಾರಣ, ಈಗ ಬ್ರಿಟಿಷ್ ದೃಷ್ಟಿಯಲ್ಲಿ ಶಂಕಿತರಾಗಿದ್ದರಿಂದ, ಹೇಸ್ಟಿಂಗ್ಸ್ ಪಶ್ಚಿಮದಿಂದ ಉನ್ನತ ಜಾತಿಯ ರಾಜಪೂತರನ್ನು ನೇಮಿಸಿದರು. ಔದ್ ಮತ್ತು ಬಿಹಾರದಿಂದ ಬ್ರಾಹ್ಮಣರನ್ನ ನೇಮಿಸಿದರು, ಈ ಅಭ್ಯಾಸವನ್ನು 'ಮುಂದಿನ 75 ವರ್ಷಗಳವರೆಗೆ ಮುಂದುವರಿಸಲಾಯಿತು. ಯಾವುದೇ ಸಾಮಾಜಿಕ ಘರ್ಷಣೆಯನ್ನು ತಡೆಗಟ್ಟುವ ಸಲುವಾಗಿ, ಕಂಪನಿಯು ತನ್ನ ಧಾರ್ಮಿಕ ಆಚರಣೆಗಳ ಅವಶ್ಯಕತೆಗಳಿಗೆ ಅನುಗುಣವಾಗಿ ಹೊಂದಿಕೊಳ್ಳಲು ಸಮಯವನ್ನು ತೆಗೆದುಕೊಂಡಿತು. ಪರಿಣಾಮವಾಗಿ, ಈ ಸೈನಿಕರು ಪ್ರತ್ಯೇಕ ಸೌಲಭ್ಯಗಳಲ್ಲಿ ಊಟ ಮಾಡಿದರು; ಹೆಚ್ಚುವರಿಯಾಗಿ, ಸಾಗರೋತ್ತರ ಸೇವೆ, ತಮ್ಮ ಜಾತಿಗೆ ಮಾಲಿನ್ಯವನ್ನುಂಟುಮಾಡಿತು, ಅವರಿಂದ ಅಗತ್ಯವಿಲ್ಲ, ಮತ್ತು ಸೈನ್ಯವು ಶೀಘ್ರದಲ್ಲೇ ಹಿಂದೂ ಹಬ್ಬಗಳನ್ನು ಅಧಿಕೃತವಾಗಿ ಗುರುತಿಸಲು ಬಂದಿತು. "ಆದಾಗ್ಯೂ, ಉನ್ನತ ಜಾತಿ ಧಾರ್ಮಿಕ ಸ್ಥಾನಮಾನದ ಈ ಪ್ರೋತ್ಸಾಹವು ಸರ್ಕಾರವನ್ನು ಪ್ರತಿಭಟನೆಗೆ, ದಂಗೆಗೆ ಗುರಿಯಾಗುವಂತೆ ಮಾಡಿತು,

•••

ದಂಗೆಯ ಕಾರಣಗಳು

1857 ರ ದಂಗೆಯು ಬ್ರಿಟಿಷ್ ಸರ್ಕಾರದ ವಿರುದ್ಧ ಸ್ವಾತಂತ್ರ್ಯಕ್ಕಾಗಿ ನಡೆದ ಮೊದಲ ಭಾರತೀಯ ದಂಗೆಯಾಗಿದೆ, ಆ ಸಮಯದಲ್ಲಿ ಭಾರತವನ್ನು ಸಾಮ್ರಾಜ್ಯಶಾಹಿಯ ಅಡಿಯಲ್ಲಿ ವಸಾಹತುಶಾಹಿಯಾಗಿ ಆಳಿತು. ದಂಗೆಯ ಮುಖ್ಯ ಕಾರಣಗಳು ಆ ಸಮಯದಲ್ಲಿ ಬ್ರಿಟಿಷ್ ಸರ್ಕಾರದ ಅನ್ಯಾಯದ ಶೋಷಣೆ ಮತ್ತು ದಬ್ಬಾಳಿಕೆಯ ನೀತಿಗಳು ಎಂದು ಕರೆಯಲ್ಪಡುತ್ತಿದ್ದವು. ಇದು ಭಾರತದಲ್ಲಿ ಬ್ರಿಟಿಷ್ ಆಳ್ವಿಕೆಯ ಅಡಿಪಾಯವನ್ನು ಅಲುಗಾಡಿಸಿತು. ಬ್ರಿಟಿಷ್ ಇತಿಹಾಸಕಾರರು ಇದನ್ನು 'ಸಿಪಾಯ್ ದಂಗೆ' ಎಂದು ಕರೆಯುತ್ತಾರೆ. ಭಾರತೀಯ ಇತಿಹಾಸಕಾರರು ಇದನ್ನು '1857 ರ ದಂಗೆ' ಎಂದು ಕರೆಯುತ್ತಾರೆ. 1857ರ ಭಾರತೀಯ ದಂಗೆಯು ವೈವಿಧ್ಯಮಯ ರಾಜಕೀಯ, ಆರ್ಥಿಕ, ಮಿಲಿಟರಿ, ಧಾರ್ಮಿಕ ಮತ್ತು ಸಾಮಾಜಿಕ ಕಾರಣಗಳನ್ನು ಹೊಂದಿತ್ತು.

ಬಂಗಾಳ ಸೈನ್ಯದ ಸಿಪಾಯಿಗಳು ಕಂಪೆನಿ ರಾಜ್ ವಿರುದ್ಧ ತಮ್ಮದೇ ಆದ ಕುಂದುಕೊರತೆಗಳ ಪಟ್ಟಿಯನ್ನು ಹೊಂದಿದ್ದರು, ಮುಖ್ಯವಾಗಿ ಬ್ರಿಟಿಷ್ ಅಧಿಕಾರಿಗಳು ಮತ್ತು ಅವರ ಭಾರತೀಯ ಪಡೆಗಳ ನಡುವಿನ ಜನಾಂಗೀಯ ಅಂತರದಿಂದ ಉಂಟಾಯಿತು. ಬ್ರಿಟಿಷರು ಹೊಸ ಗನ್ ಪೌಡರ್ ಕಾರ್ಟ್ರಿಜ್ ಗಳನ್ನು ಬಿಡುಗಡೆ ಮಾಡಿದ್ದರು, ಅದು ಸಹ- ಅಥವಾ ಹಂದಿ ಕೊಬ್ಬಿನಿಂದ ಕೂಡಿದೆ ಎಂದು ಹೇಳಲಾಗುತ್ತಿತ್ತು, ಇದು ಹಿಂದೂಗಳು ಮತ್ತು ಮುಸ್ಲಿಮರಿಗೆ ಅವಮಾನವಾಯಿತು. ಬ್ರಿಟಿಷ್ ಈಸ್ಟ್ ಇಂಡಿಯಾ ಕಂಪನಿಯ ಸೈನ್ಯದ ಭಾರತೀಯ ಘಟಕಗಳನ್ನು ಹೊರತುಪಡಿಸಿ, ಹೆಚ್ಚಿನ ಪ್ರತಿರೋಧವು ಹಳೆಯ ಶ್ರೀಮಂತವರ್ಗದಿಂದ ಬಂದಿತು, ಅವರು ಬ್ರಿಟಿಷರ ಅಡಿಯಲ್ಲಿ ತಮ್ಮ ಶಕ್ತಿ ಸ್ಥಿರವಾಗಿ ಕ್ಷೀಣಿಸುತ್ತಿರುವುದನ್ನು ನೋಡುತ್ತಿದ್ದರು.

ಬ್ರಿಟಿಷರು ಬಲವಂತದಿಂದ ಅಥವಾ ವಂಚನೆಯಿಂದ (ಜಾತಿಯನ್ನು ಕಳೆದುಕೊಳ್ಳುವಂತೆ ಮಾಡುವ ಮೂಲಕ ಉದಾಹರಣೆ) ಕ್ರಿಶ್ಚಿಯನ್ ಧರ್ಮಕ್ಕೆ ಮತಾಂತರಗೊಳ್ಳಲು ಉದ್ದೇಶಿಸಿದ್ದಾರೆ ಎಂದು ಕೆಲವು ಭಾರತೀಯರು ನಂಬಿದ್ದರು. ಆ ಸಮಯದಲ್ಲಿ ಬ್ರಿಟಿಷ್ ಧರ್ಮಪ್ರಚಾರ ಆಗುತ್ತಿತ್ತು. ಈಸ್ಟ್ ಇಂಡಿಯಾ ಕಂಪನಿಯ ಅನೇಕ ಅಧಿಕಾರಿಗಳು ತಮ್ಮ ಸಿಪಾಯಿಗಳನ್ನು ಮತಾಂತರಗೊಳಿಸಲು ಪ್ರಯತ್ನಿಸಿದರು. ಕಂಪನಿಯು ಇದನ್ನ ಬಲವಾಗಿ ವಿರೋಧಿಸಿತು ಧರ್ಮವು ಒಂದು ಮುಖ್ಯ ಬಿಂದುವಾಗುವ ಸಾಧ್ಯತೆಯ ಬಗ್ಗೆ ಅರಿವಿತ್ತು .

ವಿಸ್ತರಣಾವಾದದ ಬ್ರಿಟಿಷ್ ನೀತಿಯ ಭಾಗವಾದ ವಿಳಂಬದ ಸಿದ್ಧಾಂತ ಸಹ ಬಹಳ ಅಸಮಾಧಾನಕರವಾಗಿತ್ತು. ಉಳಿಗಮಾನ್ಯ ಆಡಳಿತಗಾರನಿಗೆ ಸ್ವಂತ ಗಂಡು ಮಕ್ಕಳಿಲ್ಲದೆ ಇದ್ದರೆ ಆ ಭೂಮಿ ಬ್ರಿಟಿಷರ ಆಸ್ತಿಯಾಗುತ್ತಿತ್ತು. ಈಸ್ಟ್ ಇಂಡಿಯಾ ಕಂಪನಿ. ಎಂಟು ವರ್ಷಗಳಲ್ಲಿ, ಅಂದಿನ ಭಾರತದ ಗವರ್ನರ್-ಜನರಲ್ ಆಗಿದ್ದ ಲಾರ್ಡ್ ಡಾಲ್ಹೌಸಿ ಅವರು ಝಾನ್ಸಿ, ಔಧ್, ಸತಾರಾ, ನಾಗ್ಪುರ ಮತ್ತು ಸಂಬಲ್ಪುರ ಸೇರಿದಂತೆ ಅನೇಕ ರಾಜ್ಯಗಳನ್ನು ಸ್ವಾಧೀನಪಡಿಸಿಕೊಂಡರು. ಕಂಪನಿಯ ಭೂಪ್ರದೇಶಕ್ಕೆ 650,000 ಚದರ ಕಿ .ಮೀ. ಭೂಮಿಯನ್ನು ಸೇರಿಸಿದರು. ಉದಾತ್ತತೆ, ಉಳಿಗಮಾನ್ಯ ಭೂಮಾಲೀಕರು ಮತ್ತು ರಾಜಮನೆತನದ ಸೇನೆಗಳು ತಮ್ಮನ್ನು ನಿರುದ್ಯೋಗಿಗಳು ಮತ್ತು ಅವಮಾನಿತರು ಎಂಬಂತೆ ಭಾವಿಸುತ್ತಿದ್ದರು. ನಾಗ್ಪುರದ ರಾಜಮನೆತನದ ಆಭರಣಗಳನ್ನು ಸಹ ಕಲ್ಕತ್ತಾದಲ್ಲಿ ಸಾರ್ವಜನಿಕವಾಗಿ ಹರಾಜು ಹಾಕಲಾಯಿತು, ಇದು ಇತಿಹಾಸದಲ್ಲಿಯೇ ಅತ್ಯಂತ ಅವಮಾನಕರ ಮತ್ತು ಅಗೌರವದ ಸಂಕೇತವಾಯಿತು. ಭಾರತೀಯ ಶ್ರೀಮಂತ ಪ್ರಭುತ್ವ. ಇದರ ಜೊತೆಗೆ ಪೂರ್ವದ ಬಂಗಾಳ ಸೈನ್ಯ ಇಂಡಿಯಾ ಕಂಪನಿಯು ಔಧ್ ನಿಂದ ಅನೇಕ ನೇಮಕಾತಿಗಳನ್ನು ಸೆಳೆಯಿತು; ಮನೆಗೆ ಮರಳಿದ ಅಸಮಾಧಾನದಿಂದ ಅವರು ಪ್ರಭಾವಿತರಾಗಲಿಲ್ಲ.

ಭಾರತೀಯ ಸಮಾಜದಲ್ಲಿ ಐತಿಹಾಸಿಕ ಸೂಕ್ಷ್ಮತೆಗಳನ್ನು ಪರಿಗಣಿಸದೆ ವಿಧಿಸಲಾಗಿದ್ದ ತ್ವರಿತ ವಿಸ್ತರಣೆ ಮತ್ತು ಪಾಶ್ಚಾತ್ಯೀಕರಣದ ಯೋಜನೆಯನ್ನು ಕೈಗೊಂಡಿದ್ದ ಬ್ರಿಟಿಷರ ಕಠಿಣ ಆಡಳಿತದ ಬಗ್ಗೆ ಭಾರತೀಯರು ಅಸಮಾಧಾನ ಹೊಂದಿದ್ದರು. ಬ್ರಿಟಿಷರು ಪರಿಚಯಿಸಿದ ಬದಲಾವಣೆಗಳಾದ ಸತಿ (ವಿಧವೆಯರ ಧಾರ್ಮಿಕ ದಹನ) ಮತ್ತು ಬಾಲ್ಯ ವಿವಾಹವನ್ನು ಕಾನೂನುಬಾಹಿರಗೊಳಿಸುವುದು, ಭಾರತೀಯ ಧಾರ್ಮಿಕ ಪದ್ಧತಿಗಳ ಮೇಲಿನ ನಿಷೇಧಗಳೊಂದಿಗೆ, ಕ್ರಿಶ್ಚಿಯನ್ ಧರ್ಮಕ್ಕೆ ಬಲವಂತವಾಗಿ ಮತಾಂತರಗೊಳ್ಳುವ ಹಂತಗಳೆಂದು ಪರಿಗಣಿಸಲಾಗಿದೆ.

ನ್ಯಾಯ ವ್ಯವಸ್ಥೆಯನ್ನು ಸ್ವಾಭಾವಿಕವಾಗಿ ಅನ್ಯಾಯವೆಂದು ಪರಿಗಣಿಸಲಾಗಿದೆ. 1853 ರಲ್ಲಿ, ಬ್ರಿಟಿಷ್ ಪ್ರಧಾನ ಮಂತ್ರಿ ಲಾರ್ಡ್ ಅಬರ್ಡೀನ್ ಭಾರತೀಯ ನಾಗರಿಕ ಸೇವೆಯನ್ನು ಸ್ಥಳೀಯ ಭಾರತೀಯರಿಗೆ ತೆರೆದರು; ಆದಾಗ್ಯೂ, ಇದನ್ನು ಕೆಲವು ವಿದ್ಯಾವಂತ ಭಾರತವು ಸಾಕಷ್ಟು ಸುಧಾರಣೆಯಾಗಿಲ್ಲ ಎಂದು ಹೇಳಿತು. 1856 ಮತ್ತು 1857ರ ಅಧಿವೇಶನಗಳಲ್ಲಿ ಹೌಸ್ ಆಫ್ ಕಾಮನ್ಸ್ ಮುಂದೆ ಮಂಡಿಸಲಾದ ಈಸ್ಟ್ ಇಂಡಿಯಾ (ಚಿತ್ರಹಿಂಸೆ) 1855- 1851 ಎಂಬ ಶೀರ್ಷಿಕೆಯ ಅಧಿಕೃತ ನೀಲಿ ಪುಸ್ತಕಗಳು(ಬ್ಲೂ ಬುಕ್ಸ್), ಭಾರತೀಯರ ಮೇಲಿನ ದೌರ್ಜನ್ಯ ಅಥವಾ ಅಪರಾಧಗಳ ಆರೋಪ ಸಾಬೀತಾದರೆ ಕಂಪನಿಯ ಅಧಿಕಾರಿಗಳಿಗೆ ವಿಸ್ತೃತ ಸರಣಿ ಮೇಲ್ಮನವಿಗಳನ್ನು ಅನುಮತಿಸಲಾಗಿದೆ ಎಂದು ಬಹಿರಂಗಪಡಿಸಿತು. ಕಂಪನಿಯು ಭಾರಿ ತೆರಿಗೆ ವಿಧಿಸುವ ಮೂಲಕ ಹಣಕಾಸಿನ ಸುಲಿಗೆ ಮಾಡುವುದನ್ನು ಸಹ ಅಭ್ಯಾಸ ಮಾಡಿತು. ಈ ತೆರಿಗೆಗಳನ್ನು ಪಾವತಿಸಲು ವಿಫಲವಾದರೆ ಬಹುತೇಕ ಏಕರೂಪವಾಗಿ ಆಸ್ತಿಯನ್ನು ಸ್ವಾಧೀನಪಡಿಸಿಕೊಳ್ಳಲು ಕಾರಣವಾಗುತ್ತಿತ್ತು.

ಈ ಸುಧಾರಣೆಗಳ ಪರಿಣಾಮವು ಹೆಚ್ಚು ಉತ್ಪ್ರೇಕ್ಷೆಯಾಗಿದೆ ಎಂದು ಕೆಲವು ಇತಿಹಾಸಕಾರರು ಸೂಚಿಸಿದ್ದಾರೆ.

ಬ್ರಿಟಿಷರಿಗೆ ಅವುಗಳನ್ನು ಕಾರ್ಯಗತಗೊಳಿಸಲು ಸಂಪನ್ಮೂಲಗಳ ಕೊರತೆಯ ಕಾರಣ, ಕಲ್ಕತ್ತಾದ ಹೊರಗೆ ಅವರ ಪ್ರಭಾವ ಕಡಿಮೆಯಾಗಿತ್ತು.

ಇದು 1857ರ ನಂತರ ಬ್ರಿಟಿಷರು ತೆಗೆದುಕೊಂಡ ದೃಷ್ಟಿಕೋನವಾಗಿರಲಿಲ್ಲ -ಬದಲಿಗೆ ಅವರು ತಮ್ಮ ಸುಧಾರಣಾ ಕಾರ್ಯಕ್ರಮವನ್ನು ಕಡಿಮೆಗೊಳಿಸಿದರು, ಯುರೋಪಿಯನ್ನರು ಮತ್ತು ಸ್ಥಳೀಯ ಭಾರತೀಯರ ನಡುವಿನ ಜನಾಂಗೀಯ ಅಂತರವನ್ನು ಹೆಚ್ಚಿಸಿದರು ಮತ್ತು ಕುಲೀನ ಮತ್ತು ರಾಜಪ್ರಭುತ್ವವನ್ನು ಸಮಾಧಾನಪಡಿಸಲು ಪ್ರಯತ್ನಿಸಿದರು. ವಿಶೇಷವಾಗಿ ಮುಸ್ಲಿಮರು 1857ರ ದಂಗೆಯ, ಪ್ರಮುಖ ಪ್ರಚೋದಕರಾಗಿದ್ದರು . 1857 ರ ನಂತರ, ಜಮೀನ್ದಾರಿಯವರು (ಪ್ರಾದೇಶಿಕ ಊಳಿಗಮಾನ್ಯ ಅಧಿಕಾರಿಗಳು) ಹೆಚ್ಚು ದಬ್ಬಾಳಿಕೆಯಾದರು, ಜಾತಿ ಪದ್ಧತಿ ಜಾಸ್ತಿಯಾಗತೊಡಗಿತು ಮತ್ತು ಹಿಂದೂಗಳು ಮತ್ತು ಮುಸ್ಲಿಮರ ನಡುವಿನ ಕೋಮುವಿಭಜನೆಯು ಗುರುತಿಸಲ್ಪಟ್ಟಿತು ಮತ್ತು ಗೋಚರಿಸಿತು, ಕೆಲವು ಇತಿಹಾಸಕಾರರ ವಾದದ ಪ್ರಕಾರ ಈ ಕೋಮು ಭಜನೆ ಬ್ರಿಟಿಷರ ಒಡೆದು ಆಳು ತಂತ್ರದ ಪರಿಣಾಮವಾಗಿತ್ತು.

ದಂಗೆಗೆ ಮತ್ತೊಂದು ಪ್ರಮುಖ ಕಾರಣವೆಂದರೆ ಮೊಘಲ್ ಚಕ್ರವರ್ತಿ ಬಹದ್ದೂರ್ ಷಾ ಜಾಫರ್ ಅವರ ವರ್ತನೆ. ಆ ಸಮಯದಲ್ಲಿ ಭಾರತದ ಗವರ್ನರ್-ಜನರಲ್ ಆಗಿದ್ದ ಲಾರ್ಡ್ ಡಲ್ಹೌ ಅವರು ಚಕ್ರವರ್ತಿಯನ್ನು ಅವಮಾನಿಸಿ, ದೆಹಲಿಯ ಅರಮನೆಯಾದ ಕೆಂಪು ಕೋಟೆಯನ್ನು ತೊರೆಯುವಂತೆ ಕೇಳಿಕೊಂಡಿದ್ದರು. 1856ರಲ್ಲಿ ಭಾರತದ ಮುಂದಿನ ಗವರ್ನರ್-ಜನರಲ್ ಆಗಿದ್ದ ಲಾರ್ಡ್ ಕ್ಯಾನಿಂಗ್ ಅವರು ಬಹದ್ದೂರ್ ಷಾ ಅವರ ಉತ್ತರಾಧಿಕಾರಿಗಳು ರಾಜನ ಬಿರುದನ್ನು ಬಳಸಲು ಸಹ ಅನುಮತಿಸುವುದಿಲ್ಲ ಎಂದು ಘೋಷಿಸಿದರು. ಇಂತಹ ಅಸಮಾಧಾನಗಳು ಅನೇಕ ಜನರು ಮತ್ತು ಭಾರತೀಯರನ್ನು ಅಸಮಾಧಾನಗೊಳಿಸಿತು.

•••

ಬ್ರಿಟಿಷರ ಸಾಮಾಜಿಕ ಸುಧಾರಣೆಗಳಿಂದಾಗಿ ಕೋಪ

ಬಹುಪಾಲು ಭಾರತೀಯರು ಬ್ರಿಟಿಷ್ ಆಳ್ವಿಕೆಯ ಬಗ್ಗೆ ಅಸಮಾಧಾನ ಹೊಂದಿದ್ದರು ಮತ್ತು ಪಾಶ್ಚಾತ್ಯೀಕರಣದ ಯೋಜನೆ ನಡೆಯುತ್ತಿರುವುದನ್ನು ಗ್ರಹಿಸಿದರು, ಅವರು ಎಷ್ಟೇ ಚೆನ್ನಾಗಿ ಅರ್ಥೈಸಿಕೊಂಡರೂ, ಭಾರತೀಯ ಸಂಪ್ರದಾಯ ಅಥವಾ ಸಂಸ್ಕೃತಿಯನ್ನು ಪರಿಗಣಿಸದೆ ಸುಧಾರಣೆಗಳನ್ನು ಹೇರಲಾಗಿದೆ ಎಂದು ನಂಬಿದ್ದರು. ಕೆಲವರಿಗೆ ಕ್ರಿಶ್ಚಿಯನ್ ಧರ್ಮವನ್ನು ಹೇರಲು ಪೂರ್ವಭಾವಿಯಾಗಿ ಕಂಡುಬರುವ ಸತಿ ಮತ್ತು ಬಾಲ್ಯ ವಿವಾಹವನ್ನು ಕಾನೂನು ಬಾಹಿರಗೊಳಿಸುವುದನ್ನು ಸಹ ದಂಗೆಗೆ ಒಂದು ಕಾರಣವಾಗಿದೆ ಎನ್ನಲಾಗಿದೆ.

ಅರ್ಥಶಾಸ್ತ್ರ

ಬ್ರಿಟೀಷ್ ಈಸ್ಟ್ ಇಂಡಿಯಾ ಕಂಪನಿಯು ಬೃಹತ್ ರಫ್ತು ಕಂಪನಿಯಾಗಿದ್ದು, ಇದು ಭಾರತದ ಹೆಚ್ಚಿನ ವಸಾಹತುಶಾಹಿ ಆಡಳಿತದ ಹಿಂದಿನ ಶಕ್ತಿಯಾಗಿದೆ. ಕಂಪನಿಯ ಶಕ್ತಿಯು ನಿರ್ಮಿಸಲು ಸುಮಾರು 150 ವರ್ಷಗಳನ್ನು ತೆಗೆದುಕೊಂಡಿತು. 1693ರಷ್ಟು ಹಿಂದೆಯೇ, ಅಧಿಕಾರದಲ್ಲಿರುವ ಪುರುಷರಿಗೆ ರಾಜಕೀಯ 'ಉಡುಗೊರೆಗಳಲ್ಲಿ' ವಾರ್ಷಿಕ ಖರ್ಚು ಸುಮಾರು 90,000 ಪೌಂಡ್ ಗಳನ್ನು ತಲುಪಿತು. ಸರ್ಕಾರಕ್ಕೆ ಲಂಚ ನೀಡಿ, ದಕ್ಷಿಣ ಏಷ್ಯಾದ ರೇಷ್ಮೆ, ಹತ್ತಿ ಮತ್ತು ಇತರ ಉತ್ಪನ್ನಗಳ ಅಗ್ಗದ ಆಮದು, ದೇಶೀಯ ವ್ಯವಹಾರಕ್ಕೆ ಹಾನಿಯನ್ನುಂಟುಮಾಡಿದರೂ ಸಹ ಕಂಪನಿಯು ಸಾಗರೋತ್ತರ ಮಾರುಕಟ್ಟೆಗಳಲ್ಲಿ ಕಾರ್ಯನಿರ್ವಹಿಸಲು ಅವಕಾಶ ನೀಡಲಾಯಿತು. 1767ರ ಹೊತ್ತಿಗೆ, ಕಂಪನಿಯು ವಾರ್ಷಿಕವಾಗಿ ರಾಷ್ಟ್ರೀಯ ಬೊಕ್ಕಸಕ್ಕೆ 400,000 ಪೌಂಡ್ ಗಳನ್ನು ಪಾವತಿಸುವ ಒಪ್ಪಂದಕ್ಕೆ ಬಂದಿತು.

ಆದಾಗ್ಯೂ, 1848 ರಲ್ಲಿ, ಕಂಪನಿಯ ಹಣಕಾಸಿನ ತೊಂದರೆಗಳು ಆದಾಯವನ್ನು ವಿಸ್ತರಿಸಲು ದಕ್ಷಿಣ ಏಷ್ಯಾದಲ್ಲಿ ಬ್ರಿಟಿಷ್ ಪ್ರಾಂತ್ಯಗಳನ್ನು ಬೃಹತ್ ಪ್ರಮಾಣದಲ್ಲಿ ವಿಸ್ತರಿಸುವ ಅಗತ್ಯವನ್ನು ಹೊಂದಿದ್ದವು. 1848 ಮತ್ತು 1854 ರ ನಡುವೆ, ಕಂಪನಿಯು ಸ್ಥಳೀಯ ರಾಜಕುಮಾರರ ದತ್ತು ಹಕ್ಕುಗಳನ್ನು ಪಕ್ಕಕ್ಕೆ ಹಾಕಲು ಪ್ರಾರಂಭಿಸಿತು ಮತ್ತು ಹನ್ನೆರಡು ಸ್ವತಂತ್ರ ರಾಜರನ್ನು ಸ್ವಾಧೀನಪಡಿಸಿಕೊಳ್ಳುವ ಪ್ರಕ್ರಿಯೆಯನ್ನು ಪ್ರಾರಂಭಿಸಿತು.

1857 ರ ಹೊತ್ತಿಗೆ, ಸ್ವತಂತ್ರ ಭಾರತೀಯ ರಾಜ್ಯಗಳ ಕೊನೆಯ ಕುರುಹುಗಳು ಕಣ್ಮರೆಯಾದವು ಮತ್ತು ಕಂಪನಿಯು ಪ್ರತಿವರ್ಷ ಚಿನ್ನ, ಆಭರಣಗಳು, ಬೆಳ್ಳಿ, ರೇಷ್ಮೆ, ಹತ್ತಿ ಮತ್ತು ಇತರ ಅಮೂಲ್ಯ ವಸ್ತುಗಳನ್ನು ಇಂಗ್ಲೆಂಡ್ ಗೆ ರಫ್ತು ಮಾಡಿತು. ಈ ಅಸಾಧಾರಣ ಪ್ರಮಾಣದ ಸಂಪತ್ತು, ಅದರಲ್ಲಿ ಹೆಚ್ಚಿನದನ್ನು 'ತೆರಿಗೆಗಳು' ಎಂದು ಸಂಗ್ರಹಿಸಲಾಗುತ್ತಿತ್ತು, ಬ್ರಿಟನ್ನಲ್ಲಿ ಸಾರ್ವಜನಿಕ ಮತ್ತು ಖಾಸಗಿ ಮೂಲಸೌಕರ್ಯಗಳನ್ನು ವಿಸ್ತರಿಸುವಲ್ಲಿ ಮತ್ತು ಏಷ್ಯಾ ಮತ್ತು ಆಫ್ರಿಕಾದ ಬೇರೆಡೆ ಬ್ರಿಟಿಷ್ ವಿಸ್ತರಣೆಗೆ ಹಣಕಾಸು ಒದಗಿಸುವಲ್ಲಿ ಇದು ಸಂಪೂರ್ಣವಾಗಿ ನಿರ್ಣಾಯಕವಾಗಿತ್ತು. ಯಾವುದೇ ಅನಿಶ್ಚಿತ ಪರಿಭಾಷೆಯಲ್ಲಿ, ಈ ಸಂಪತ್ತಿಗೆ ಹೆಚ್ಚಿನ ಭಾಗವು ಕೈಗಾರಿಕಾ ಕ್ರಾಂತಿಗೆ ಧನಸಹಾಯ ನೀಡಿತು.

ತೆರಿಗೆ ಸಂಗ್ರಹಕ್ಕೆ ಅನುಕೂಲವಾಗುವಂತೆ ತುಲನಾತ್ಮಕವಾಗಿ ಜಮೀನ್ದಾರಿಯ ವ್ಯವಸ್ಥೆಯಡಿಯಲ್ಲಿ ಭೂಮಿಯನ್ನು ಮರುಸಂಘಟಿಸಲಾಯಿತು.ಕೆಲವು ಪ್ರದೇಶಗಳಲ್ಲಿ ರೈತರು ಜೀವನಾಧಾರ ಕೃಷಿಯಿಂದ ಇಂಡಿಗೊ, ಜೂಟ್, ಕಾಫಿ ಮತ್ತು ಚಹಾದಂತಹ ವಾಣಿಜ್ಯ ಬೆಳೆಗಳಿಗೆ ಬದಲಾಗಬೇಕಾಯಿತು. ಇದು ರೈತರಿಗೆ ಸಂಕಷ್ಟವನ್ನುಂಟು ಮಾಡಿತು ಮತ್ತು ಆಹಾರ ಬೆಲೆಗಳ ಹೆಚ್ಚಳಕ್ಕೆ ಕಾರಣವಾಯಿತು.

ಸ್ಥಳೀಯ ಉದ್ಯಮ, ನಿರ್ದಿಷ್ಟವಾಗಿ ಬಂಗಾಳ ಮತ್ತು ಇತರೆಡೆಗಳ ಪ್ರಸಿದ್ಧ ನೇಕಾರರು ಸಹ ಬ್ರಿಟಿಷ್ ಆಳ್ವಿಕೆಯಲ್ಲಿ ಬಳಲುತ್ತಿದ್ದರು. ಸಾಂಪ್ರದಾಯಿಕ ಬ್ರಿಟಿಷ್ ಮುಕ್ತ-ಮಾರುಕಟ್ಟೆ ಭಾವನೆಗಳ ಪ್ರಕಾರ ಆಮದು ಸುಂಕಗಳನ್ನು ಕಡಿಮೆ ಇರಿಸಲಾಗಿತ್ತು. ಹೀಗಾಗಿ ಭಾರತೀಯ ಮಾರುಕಟ್ಟೆಯು ಬ್ರಿಟನ್ನಿಂದ ಅಗ್ಗದ ಉಡುಪುಗಳಿಂದ ತುಂಬಿ ತುಳುಕುತ್ತಿತ್ತು. ಸ್ಥಳೀಯ ಉದ್ಯಮವು ಸ್ಪರ್ಧಿಸಲು ಸಾಧ್ಯವಾಗಲಿಲ್ಲ, ಮತ್ತು ಒಮ್ಮೆ ಭಾರತವು ಇಂಗ್ಲ್ಯಾಂಡ್ ನ ಐಷಾರಾಮಿ ಬಟ್ಟೆಯನ್ನು ಹೆಚ್ಚು ಉತ್ಪಾದಿಸಿದ್ದರೆ,

ಈಗ ದೇಶದಲ್ಲಿನ ಕಚ್ಚಾ ಹತ್ತಿಯನ್ನು ಬಟ್ಟೆಗಳ ಉತ್ಪಾದನೆಗಾಗಿ ಬ್ರಿಟನ್ ಗೆ ಕಳುಹಿಸಬೇಕಿತ್ತು. ನಂತರ ಅದನ್ನು ಭಾರತೀಯರು ಖರೀದಿಸಬೇಕಾಗಿತ್ತು.

ಬ್ರಿಟಿಷರು ಸ್ಥಳೀಯರ ಮೇಲೆ ಭಾರಿ ತೆರಿಗೆ ವಿಧಿಸುತ್ತಿದ್ದಾರೆ ಎಂದು ಭಾರತೀಯರು ಭಾವಿಸುತ್ತಿದ್ದರು. ಇದು ಭೂಮಿಯ ಮೇಲಿನ ತೆರಿಗೆ ಹೆಚ್ಚಳವನ್ನು ಕೂಡ ಒಳಗೊಂಡಿತ್ತು. ರೈತರು ತಮ್ಮ ಅನ್ಯಾಯವಾಗಿ ವಶಪಡಿಸಿಕೊಂಡ ಶೀರ್ಷಿಕೆ ಪತ್ರಗಳನ್ನುಮರಳಿ ಪಡೆಯಲು ಧಾವಿಸಿದ ಹಳ್ಳಿಗಳಿಗೆ ಘರ್ಷಣೆ ಹರಡಿದ ವೇಗವನ್ನು ಗಮನದಲ್ಲಿಟ್ಟುಕೊಂಡು ಇದು ಅತ್ಯಂತ ಪ್ರಮುಖ ಕಾರಣವೆಂದು ತೋರುತ್ತದೆ.

ಸಿಪಾಯಿಗಳು

ಬ್ರಿಟಿಷ್ ಪ್ರದೇಶವನ್ನು ಕ್ರೋಢೀಕರಿಸಲು ಮತ್ತು ನಿಯಂತ್ರಿಸಲು, ಈಸ್ಟ್ ಇಂಡಿಯಾ ಕಂಪನಿಯು 257,000 ಸಿಪಾಯಿಗಳ (ಅಶ್ವದಳದ ಘಟಕಗಳಲ್ಲಿ ಸಾವರ್ಸ್ ಎಂದು ಕರೆಯಲ್ಪಡುವ ಸ್ಥಳೀಯ ಭಾರತೀಯ ಸೈನಿಕರು) ಸುಸ್ಥಾಪಿತ ಸೈನ್ಯವನ್ನು ನಿರ್ವಹಿಸಿತು, ಇಂಗ್ಲೆಂಡ್ ನ ಕಂಪನಿಯ ಸ್ವಂತ ಮಿಲಿಟರಿ ಶಾಲೆಯಾದ ಅಡಿಸ್ ಕೊಂಬೆಯಲ್ಲಿರುವ ಈಸ್ಟ್ ಇಂಡಿಯಾ ಕಂಪನಿ ಕಾಲೇಜಿನಲ್ಲಿ ತರಬೇತಿ ಪಡೆದ 40,000 ಬ್ರಿಟಿಷ್ ಅಧಿಕಾರಿಗಳ ನೇತೃತ್ವದಲ್ಲಿ. ಬಾಂಬೆ, ಮದ್ರಾಸ್ ಮತ್ತು ಬಂಗಾಳದ ಅಧ್ಯಕ್ಷರು ತಮ್ಮದೇ ಆದ ಸೈನ್ಯವನ್ನು ತಮ್ಮದೇ ಆದ ಕಮಾಂಡರ್-ಇನ್-ಚೀಫ್ ನೊಂದಿಗೆ ನಿರ್ವಹಿಸಿದರು. ಅವರು ಬ್ರಿಟಿಷ್ ಸಾಮ್ರಾಜ್ಯದ ಅಧಿಕೃತ ಸೈನ್ಯಕ್ಕಿಂತ ಹೆಚ್ಚಿನ ಸೈನ್ಯವನ್ನು ನಿಯೋಜಿಸಿದರು

ಬಾಂಬೆ ಮತ್ತು ಮದ್ರಾಸ್ ಸೈನ್ಯಗಳಿಗಿಂತ ಭಿನ್ನವಾಗಿ, ಹೆಚ್ಚು ವೈವಿಧ್ಯಮಯವಾಗಿದ್ದವು, ಬಂಗಾಳದ ಸೈನ್ಯವು ತನ್ನ ನಿಯಮಿತ ಸೈನಿಕರನ್ನು ಬಹುತೇಕವಾಗಿ ಭೂಮಾಲೀಕರಾದ ಭೂಮಿಹಾರ್ ಬ್ರಾಹ್ಮಣರು ಮತ್ತು ಗಂಗಾ ಕಣಿವೆಯ ರಜಪೂತರ ನಡುವೆ ನೇಮಕ ಮಾಡಿತು. ಈ ಕಾರಣದಿಂದಾಗಿ, ಬ್ರಿಟಿಷ್ ಸೈನಿಕರಂತೆ ಬಂಗಾಳದ ಸಿಪಾಯಿಗಳು ಹೊಡೆಯುವಿಕೆಗೆ ಒಳಗಾಗಲಿಲ್ಲ. ಕಂಪನಿಯ ಆಳ್ವಿಕೆಯ ಆರಂಭಿಕ ವರ್ಷಗಳಲ್ಲಿ ಬಂಗಾಳದ ಸೇನೆಯೊಳಗಿನ ಜಾತಿ ಸವಲತ್ತುಗಳು ಮತ್ತು ಪದ್ಧತಿಗಳನ್ನು ಕೇವಲ ಸಹಿಸಲಾಗಲಿಲ್ಲ ಆದರೆ ಪ್ರೋತ್ಸಾಹಿಸಲಾಯಿತು. ಇದರ ಅರ್ಥವೇನೆಂದರೆ, 1840 ರ ದಶಕದಿಂದ ಕಲ್ಕತ್ತಾದಲ್ಲಿ ಆಡಳಿತವನ್ನು ಆಧುನೀಕರಿಸುವ ಮೂಲಕ ಸಿಪಾಯಿಗಳು ಅತ್ಯಂತ ಹೆಚ್ಚಿನಧಾರ್ಮಿಕ ಸ್ಥಾನಮಾನಕ್ಕೆ ಒಗ್ಗಿಕೊಂಡಿತ್ತು ಮತ್ತು ತೀವ್ರವಾಗಿ ಮತ್ತು ಅವರ ಜಾತಿಯ ಬಗ್ಗೆ ಇತರರು ಹೇಳುವ ಸಲಹೆಗಳ ಬಗ್ಗೆ ತುಂಬಾ ಜಾಗರೂಕತೆಯಿಂದ ಇರುತ್ತಿದ್ದರು.

ಇವೆಲ್ಲವೂ 1806 ರಲ್ಲಿ, ವೆಲ್ಲೂರು ದಂಗೆಗೆ ಕಾರಣವಾದವು, ಅದು ಮಿತ್ರರಾಷ್ಟ್ರಗಳನ್ನು ನಿಗ್ರಹಿಸಿತು. 1824ರಲ್ಲಿ, ಮೊದಲ ಆಂಗ್ಲೋ- ಬರ್ಮೆ ಯುದ್ಧದಲ್ಲಿ ವಿದೇಶದಲ್ಲಿ ಆದೇಶಿಸಿದ ಆಡಳಿತ ಮತ್ತೊಂದು ದಂಗೆಯು ಇಲ್ಲಿ ನಡೆಯಿತು, ಅವರು ವೈಯಕ್ತಿಕ ಅಡುಗೆಯನ್ನು ಸಾಗಿಸಲು ಸಾರಿಗೆಯನ್ನು ನಿರಾಕರಿಸಿದರು ಮತ್ತು ಎಲ್ಲರೂ ಒಂದೇ ಪಾತ್ರೆಯಲ್ಲಿ ಅಡುಗೆ ಮಾಡುವಂತೆ ಹೇಳಿದರು. ಸಿಪಾಯಿಗಳಲ್ಲಿ 11 ಸಿಪಾಯಿಗಳು ಇದನ್ನ ಪಾಲಿಸಿದರು ಆದರೆ ನೂರಾರು ಸಿಪಾಯಿಗಳಿಗೆ ಇದು ತುಂಬಾ ಕಷ್ಟ ಸಾಧ್ಯವಾಗಿತ್ತು. 1851-52ರಲ್ಲಿ ಸಿಪಾಯಿಗಳು ಎರಡನೇ ಆಂಗ್ಲೋ-ಬರ್ಮಿಸ್ ಯುದ್ಧದಲ್ಲಿ ಸೇವೆ ಸಲ್ಲಿಸಬೇಕಾಗಿತ್ತು. ಹೋಗಲು ನಿರಾಕರಿಸಿದ್ದರಿಂದ ಬೇರೆಡೆ ಸೇವೆ ಸಲ್ಲಿಸಲು ಕಳುಹಿಸಲಾಯಿತು. ಸಿಪಾಯಿಗಳು ತಮ್ಮ ಜಾತಿಯ ಹೊರಗಿನ ಕೆಲಸವನ್ನು ಪೂರ್ಣಗೊಳಿಸಲು ಕೇಳಿದಾಗ ಕೆಲವೊಮ್ಮೆ ಕೋಪಗೊಳ್ಳುತ್ತಿದ್ದರು.

ಸಿಪಾಯಿಗಳು ಸೈನ್ಯದ ಜೀವನದ ವಿವಿಧ ಅಂಶಗಳ ಬಗ್ಗೆ ಕ್ರಮೇಣ ಅತೃಪ್ತರಾದರು. ಅವರ ವೇತನವು ಬಹಳ ಕಡಿಮೆಯಿತ್ತು ಮತ್ತು ಔಧ್ ಮತ್ತು ಪಂಜಾಬ್ ಗಡೀಪಾರುಗೊಂಡ ನಂತರ, ಸೈನಿಕರು ಇನ್ನು ಮುಂದಿನ ಸೇವೆಗಾಗಿ ಹೆಚ್ಚುವರಿ ವೇತನವನ್ನು (ಭಟ್ಟಾ) ಸ್ವೀಕರಿಸಲಿಲ್ಲ, ಏಕೆಂದರೆ ಅವರು 'ವಿದೇಶಿ ಕಾರ್ಯಾಚರಣೆಗಳನ್ನು' ಕಡೆಗಣಿಸಲಿಲ್ಲ. ಅಂತಿಮವಾಗಿ, ಕಂಪನಿಯ ಸೈನ್ಯದಲ್ಲಿ ಇವಾಂಜೆಲಿಕಲ್ ಅಧಿಕಾರಿಗಳು ತಮ್ಮ ಸಿಪಾಯಿಗಳನ್ನು ಕ್ರಿಶ್ಚಿಯನ್ ಧರ್ಮಕ್ಕೆ ಪರಿವರ್ತಿಸುವ ಉದ್ದೇಶದಿಂದ ಬೋಧಿಸಲು ಪ್ರಾರಂಭಿಸಿದರು. (ಉದಾಹರಣೆಗೆ ಹರ್ಬರ್ಟ್ ಎಡ್ವರ್ಡ್ಸ್ ಮತ್ತು 34 ನೇ ಬಂಗಾಳ ಪದಾತಿದಳದ ಕರ್ನಲ್ ಎಸ್ ಜಿ ವೀಲರ್) ಅನೇಕ ಸಿಪಾಯಿಗಳ ದೃಷ್ಟಿಯಲ್ಲಿ, ಹೊಸ ಎನ್ಫೀಲ್ಡ್ ರೈಫಲ್ನ ಕುರಿತಾದ ವಿವಾದವು, ಅನೇಕ ಸಿಪಾಯಿಗಳ ದೃಷ್ಟಿಯಲ್ಲಿ, ಕ್ರಿಶ್ಚಿಯನ್ ಧರ್ಮಕ್ಕೆ ಬಲವಂತವಾಗಿ ಮತಾಂತರಗೊಳ್ಳುವ ಬಗ್ಗೆ ಆತಂಕಕಾರಿ ವದಂತಿಗಳಿಗೆ ಕಾರಣವಾಗಿದೆ.

1857ರಲ್ಲಿ, ಬಂಗಾಳ ಸೈನ್ಯವು ಭಾರತೀಯ ಅಶ್ವದಳದ 10 ದಳಗಳು ಮತ್ತು 74 ಕಾಲಾಳುಪಡೆಯನ್ನು ಒಳಗೊಂಡಿತ್ತು. ಎಲ್ಲಾ ಅಶ್ವದಳದ ಘಟಕಗಳು ಮತ್ತು 45 ಪದಾತಿಸೈನ್ಯದ ಘಟಕಗಳು ಕೆಲವು ಹಂತದಲ್ಲಿ ಬಂಡಾಯವೆದ್ದವು; ಮತ್ತು ದಂಗೆಯೆದ್ದಿಲ್ಲದ (ಅಥವಾ ಶಸ್ತ್ರಸಜ್ಜಿತವಾಗದ) 5 ಪದಾತಿಸೈನ್ಯದ ಘಟಕಗಳನ್ನು ಹೊರತುಪಡಿಸಿ ಎಲ್ಲವನ್ನೂ ವಿಸರ್ಜಿಸಬೇಕಾಯಿತು. ಮೊದಲ ದಂಗೆಗಳು ನಡೆದ ನಂತರ, ಅವರಿಗೆ ಕಾರಣವಾದ ಕುಂದುಕೊರತೆಗಳನ್ನು ಬಂಗಾಳ ಸೈನ್ಯದಾದ್ಯಂತ ಅನುಭವಿಸಲಾಯಿತು ಮತ್ತು ಯಾವುದೇ ಘಟಕವನ್ನು ಸಂಪೂರ್ಣವಾಗಿ ನಂಬಲಾಗಲಿಲ್ಲ ಎಂಬುದು ಹೆಚ್ಚಿನ ಬ್ರಿಟಿಷ್ ಕಮಾಂಡರ್ ಗಳಿಗೆ ಸ್ಪಷ್ಟವಾಯಿತು, ಆದರೂ ಅನೇಕ ಅಧಿಕಾರಿಗಳು ತಮ್ಮ ಪುರುಷರನಿಷ್ಠೆಯನ್ನು ಪ್ರತಿಪಾದಿಸುತ್ತಲೇ ಇದ್ದರು, ವಶಪಡಿಸಿಕೊಂಡ ಪತ್ರವ್ಯವಹಾರದ ಮುಖಾಂತರವೂ ದಂಗೆಯ ಉದ್ದೇಶವನ್ನು ಸೂಚಿಸುತ್ತದೆ . ಒಂದು ಘಟಕವು ದಂಗೆಯೆದ್ದಿದೆಯೆ ಅಥವಾ ಇಲ್ಲವೇ ಎಂಬುದು ಮುಖ್ಯವಾಗಿ ಅವಕಾಶವನ್ನು ಅವಲಂಬಿಸಿರುತ್ತದೆ.

ಬೆಂಗಾಲಿಗಳ ಸೈನ್ಯವು ಕೆಲವೊಮ್ಮೆ ಅನಿಯಮಿತ ಕುದುರೆಗಳ 29 ದಳಗಳು ಮತ್ತು ನಿಯಮಿತ ಪದಾತಿಸೈನ್ಯದ 42 ದಳಗಳನ್ನು ನಿರ್ವಹಿಸುತ್ತದೆ . ಈ ಕೆಲವು ಘಟಕಗಳು ಬ್ರಿಟಿಷರಿಗೆ ಸೇರಿದ ರಾಜ್ಯಗಳಿಗೆ ಸೇರಿದವು ಅಥವಾ ಬ್ರಿಟಿಷ್ ಆಡಳಿತದ ಭೂಪ್ರದೇಶದಲ್ಲಿ ಲೀನವಾದವು. ಇವುಗಳಲ್ಲಿ, ಔಧ್ ಮತ್ತು ಗ್ವಾಲಿಯರ್ ರಾಜ್ಯಗಳ ಎರಡು ದೊಡ್ಡ ತುಕಡಿಗಳು ಬೆಳೆಯುತ್ತಿರುವ ದಂಗೆಗೆ ಸುಲಭವಾಗಿ ಸೇರಿಕೊಂಡವು. ಸ್ಥಳೀಯವಾಗಿ ಕ್ರಮವನ್ನು ಕಾಪಾಡಿಕೊಳ್ಳಲು ಇತರ ಅನಿಯಮಿತ ಘಟಕಗಳನ್ನು ಕಮ್ಯುನಿಟಿಯಿಂದ ಅಸ್ಸಾಂ ಅಥವಾ ಪಖ್ತುನ್ ಗಳಂತೆ ಗಡಿನಾಡಿನಲ್ಲಿ ಬೆಳೆಸಲಾಯಿತು. ಈ ಭಾಗವಹಿಸುವವರಲ್ಲಿ ಕೆಲವರು ದಂಗೆಯಲ್ಲಿ ಭಾಗವಹಿಸಿದರು, ಮತ್ತು ನಿರ್ದಿಷ್ಟವಾಗಿ ಒಂದು ತಂಡವು (ಬೆಳೆದ ಪಂಜಾಬ್ ಅನಿಯಮಿತ ಪಡೆ) ಭಾಗದಲ್ಲಿ ಸಕ್ರಿಯವಾಗಿ ಭಾಗವಹಿಸಿತು.

ಬಂಗಾಳ ಸೈನ್ಯವು ಪದಾತಿಸೈನ್ಯದ ಮೂರು 'ಯುರೋಪಿಯನ್' ದಳಗಳನ್ನು ಮತ್ತು ಅನೇಕ ಫಿರಂಗಿ ಘಟಕಗಳನ್ನು ಹೊಂದಿತ್ತು. ತಾಂತ್ರಿಕ ವಿವರಣೆಯ ಅಗತ್ಯತೆಯಿಂದಾಗಿ, ಫಿರಂಗಿ ಘಟಕವು ಸಾಮಾನ್ಯವಾಗಿ ಬ್ರಿಟಿಷ್ ಸಿಬ್ಬಂದಿಗಳ ಹೆಚ್ಚಿನ ಪ್ರಮಾಣವನ್ನು ಹೊಂದಿತ್ತು . ದಂಗೆಯೆದ್ದ ಅನೇಕ ರಾಜರು ಅಥವಾ ರಾಜ್ಯಗಳ ಸೈನ್ಯಗಳು ಹೆಚ್ಚಿನ ಸಂಖ್ಯೆಯ ಬಂದೂಕುಗಳನ್ನು ಹೊಂದಿದ್ದರೂ, ಫಿರಂಗಿದಳದಲ್ಲಿ ಬ್ರಿಟಿಷ್ ಶ್ರೇಷ್ಠರು ಹಲವಾರು ನಿಶ್ಚಿತಾರ್ಥಗಳಲ್ಲಿ ಭಾಗವಹಿಸಬೇಕಾಗಿತ್ತು.

ಬ್ರಿಟೀಷ್ ಸೈನ್ಯದಿಂದ (ರಾಣಿಯ ಪಡೆಗಳು) ಹಲವಾರು ಘಟಕಗಳು ಭಾರತದಲ್ಲಿ ನೆಲೆಗೊಂಡಿವೆ, ಆದರೆ 1857 ರಲ್ಲಿ ಇವುಗಳಲ್ಲಿ ಹಲವಾರು ಕ್ರಿಮಿಯನ್ ಯುದ್ಧ ಅಥವಾ 1856 ರ ಆಂಗ್ಲೋ-ಪರ್ಷಿಯನ್ ಯುದ್ಧದಲ್ಲಿ ಭಾಗವಹಿಸಲು ಹಿಂತೆಗೆದುಕೊಳ್ಳಲ್ಪಟ್ಟವು. ಸಿಪಾಯಿಗಳು ಆ ಕ್ಷಣದಲ್ಲಿ ಕುಂದುಕೊರತೆಗಳು ಅವರನ್ನು ಬಹಿರಂಗವಾಗಿ ಬ್ರಿಟಿಷ್ ಅಧಿಕಾರವನ್ನು ಧಿಕ್ಕರಿಸಲು ಕಾರಣವಾಯಿತು, ಹಾಗೆ ಮಾಡಲು ಅತ್ಯಂತ ಅನುಕೂಲಕರ ಅವಕಾಶವೂ ಆಯಿತು.

ಎನ್ ಫೀಲ್ಡ್ ರೈಫಲ್ ಮತ್ತು ಕಾರ್ಟ್ರಿಡ್ಜ್

ದಂಗೆಯು ಅಕ್ಷರಶಃ ಬಂದೂಕಿನಿಂದ ಪ್ರಾರಂಭವಾಯಿತು. ಭಾರತದಾದ್ಯಂತ ಸಿಪಾಯಿಗಳಿಗೆ ಹೊಸ ಬಂದೂಕಿಗಳನ್ನ ನೀಡಲಾಯಿತುಮಾದರಿ 1853 ಎನ್ಫೀಲ್ಡ್ ರೈಫಲ್ಡ್ ಮಸ್ಕೆಟ್ - ಅವರು ಹಿಂದಿನ ದಶಕಗಳಿಂದ ಬಳಸುತ್ತಿದ್ದ ಹಳೆಯ ಸ್ಮೂತ್ಬೋರ್ ಬ್ರೌನ್ ಬೆಸ್ಗಿಂತ ಹೆಚ್ಚು ಶಕ್ತಿಶಾಲಿ ಮತ್ತು ನಿಖರವಾದ ಆಯುಧವಾಗಿದೆ. ಮಸ್ಕೆಟ್ ಬ್ಯಾರೆಲ್ನೊಳಗಿನ ರೈಫ್ಲಿಂಗ್ ಹಳೆಯ ಮಸ್ಕೆಟ್ಗಳೊಂದಿಗೆ ಸಾಧ್ಯವಿರುವಷ್ಟು ಹೆಚ್ಚಿನ ದೂರದಲ್ಲಿ ನಿಖರತೆಯನ್ನು ಖಾತ್ರಿಪಡಿಸಿತು. ಈ ಹೊಸ ಆಯುಧದಲ್ಲಿ ಲೋಡಿಂಗ್ ಪ್ರಕ್ರಿಯೆಯಲ್ಲಿ ಒಂದು ವಿಷಯವು ಬದಲಾಗಲಿಲ್ಲ, ಕೆಲವು ದಶಕಗಳ ನಂತರ ಬ್ರೀಚ್ ಲೋಡರ್ಗಳು ಮತ್ತು ಲೋಹೀಯ, ಒಂದು ತುಂಡು ಕಾರ್ಟ್ರಿಜ್ಗಳನ್ನು ಪರಿಚಯಿಸುವವರೆಗೂ ಇದು ಗಮನಾರ್ಹವಾಗಿ ಸುಧಾರಿಸಲಿಲ್ಲ.

ಹಳೆಯ ಮಸ್ಕೆಟ್ ಮತ್ತು ಹೊಸ ರೈಫಲ್ ಎರಡನ್ನೂ ಲೋಡ್ ಮಾಡಲು, ಸೈನಿಕರು ಕಾರ್ಟ್ರಿಡ್ಜ್ ಅನ್ನು ಕಚ್ಚಬೇಕು ಮತ್ತು ಅದರಲ್ಲಿರುವ ಗನ್ಪೌಡರ್ ಅನ್ನು ರೈಫಲ್ನ ಮೂತಿಗೆ ಸುರಿಯಬೇಕು, ನಂತರ ಕಾರ್ಟ್ರಿಡ್ಜ್ ಕೇಸ್ ಅನ್ನು ತುಂಬಬೇಕು, ಇದನ್ನು ಸಾಮಾನ್ಯವಾಗಿ ಜಲನಿರೋಧಕ ಮಾಡಲು ಕೆಲವು ರೀತಿಯ ಗ್ರೀಸ್ನಿಂದ ಲೇಪಿತವಾಗಿತ್ತು. ಮಸ್ಕೆಟ್ ಅನ್ನು ಚೆಂಡಿನಿಂದ ಲೋಡ್ ಮಾಡುವ ಮೊದಲು ವಾಡ್ಡಿಂಗ್ ಲೇಪನಗೊಳ್ಳಬೇಕಾಗಿತ್ತು .

ಸೈನಿಕರು ಕಾರ್ಟ್ರಿಡ್ಜ್ ಅನ್ನು ಕಚ್ಚಿ ರೈಫಲ್ನ ಮೂತಿಗೆ ಅದನ್ನು ತುಂಬುವ ಮೊದಲು ರೈಫಲ್ನ ಮೂತಿಗೆ ಸುರಿಯಬೇಕಾಗಿತ್ತು (ಹಂದಿಮಾಂಸದ ಕೊಬ್ಬು) ಇದನ್ನು ಗ್ರೀಸ್ ಮಾಡಲಾಗಿದೆ ಎಂದು ನಂಬಲಾಗಿತ್ತು. ಇದನ್ನು ಮುಸ್ಲಿಮರು ಅಶುದ್ಧವೆಂದು ಪರಿಗಣಿಸಿದ್ದಾರೆ. (ಗೋಮಾಂಸದ ಕೊಬ್ಬು), ಹಿಂದೂಗಳಿಗೆ ಅಪವಿತ್ರವೆಂದು ಪರಿಗಣಿಸಲಾಗಿದೆ. ಹಸುಗಳ ಮಾಂಸವನ್ನು ತಿಂದ ಒಬ್ಬ ಹಿಂದೂ ತನ್ನ ಜಾತಿಯನ್ನು ಕಳೆದುಕೊಳ್ಳುತ್ತಾನೆ ಎಂದು ನಂಬಲಾಗಿತ್ತು.

ಬ್ರಿಟಿಷ್ ಅಧಿಕಾರಿಗಳು ಈ ಸುದ್ದಿಯನ್ನು ವದಂತಿ ಎಂದು ತಳ್ಳಿಹಾಕಿದರು ಮತ್ತು ಸಿಪಾಯಿಗಳು ತಾಜಾ ಕಾರ್ಟ್ರಿಜ್ ಗಳ ಬ್ಯಾಚ್ ಅನ್ನು ತಯಾರಿಸಬೇಕೆಂದು ಸೂಚಿಸಿದರು ಮತ್ತು ಇವುಗಳನ್ನು ಜೇನುನೊಣ ಅಥವಾ ಮಟನ್ ಕೊಬ್ಬಿನಿಂದ ಗ್ರೀಸ್ ಮಾಡಿ, ಇದು ಮೂಲ ಸಂಚಿಕೆ ಕಾರ್ಟ್ರಿಜ್ ಗಳನ್ನು ನಿಜವಾಗಿಯೂ ಮಂದಗತಿಯ ಮತ್ತು ಎತ್ತರದೊಂದಿಗೆ ಗ್ರೀಸ್ ಮಾಡಲಾಗಿದೆ ಎಂಬ ನಂಬಿಕೆಯನ್ನು ಬಲಪಡಿಸಿತು.

ಅವರು ಮುಂದಿಟ್ಟ ಮತ್ತೊಂದು ಸಲಹೆಯೆಂದರೆ, ಹೊಸ ಡ್ರಿಲ್ ಅನ್ನು ಪರಿಚಯಿಸುವುದು, ಇದರಲ್ಲಿ ಕಾರ್ಟ್ರಿಡ್ಜ್ ಅನ್ನು ಹಲ್ಲುಗಳಿಂದ ಕಚ್ಚ ಬೇಕಾಗಿರಲಿಲ್ಲ, ಬದಲಿಗೆ ಕೈಯಿಂದ ಹರಿದು ತೆರೆಯಲಾಗುತ್ತದೆ. ಸಿಪಾಯಿಗಳು ಇದನ್ನು ತಿರಸ್ಕರಿಸಿದರು, ಅವರು ಕಾರ್ಟ್ರಿಡ್ಜ್ ಅನ್ನು ಮರೆತು ಕಚ್ಚಬಹುದು ಎಂದು ಸೂಚಿಸಿದರು, 19 ನೇ ಶತಮಾನದ ಬ್ರಿಟಿಷ್ ಪಡೆಗಳು ನಿಮಿಷಕ್ಕೆ ಮೂರರಿಂದ ನಾಲ್ಕು ಸುತ್ತುಗಳನ್ನು ಗುಂಡು ಹಾರಿಸಲು ಅನುಮತಿ ವ್ಯಾಪಕವಾದ ಕೇಳಿದ್ದರೂ ಆಶ್ಚರ್ಯವೇನಿಲ್ಲ. ಲೋಡಿಂಗ್ ಕಾರ್ಯವಿಧಾನದ ಒಂದು ಅವಿಭಾಜ್ಯ ಭಾಗವು ಕಾರ್ಟ್ರಿಡ್ಜ್ ನಿಂದ ಬಿಲ್ಲೆಟ್ ಅನ್ನು ಕಚ್ಚುವುದನ್ನು ಒಳಗೊಂಡಿರುತ್ತದೆ, ಇದರಿಂದಾಗಿ ಒಂದು ಕೈ ಮಸ್ಕೆಟ್ ಅನ್ನು ಸ್ಥಿರವಾಗಿ ಹಿಡಿದಿಟ್ಟುಕೊಳ್ಳಬಹುದು ಮತ್ತು ಇನ್ನೊಂದು ಕೈ ಬ್ಯಾರೆಲ್ ಗೆ ಪುಡಿಯ ಸುರಿಯುತ್ತದೆ. ಇದರರ್ಥ ಬೈಟ್ ಮಸ್ಕೆಟ್ ಕಾರ್ಟ್ರಿಡ್ಜ್ ಸಿಪಾಯಿಗಳಿಗೆ ಎರಡನೆಯ ಸ್ವಭಾವವಾಗಿದೆ, ಅವರಲ್ಲಿ ಕೆಲವರು ಕಂಪನಿಯ ಸೈನ್ಯದಲ್ಲಿ ದಶಕಗಳ ಸೇವೆಯನ್ನು ಹೊಂದಿದ್ದರು ಮತ್ತು ಅವರ ಸೇವೆಯ ಪ್ರತಿದಿನವೂ ಮಸ್ಕೆಟ್ ಡ್ರಿಲ್ ಮಾಡುತ್ತಿದ್ದರು .

ಭಾರತದ ಕಮಾಂಡರ್ ಇನ್ ಚೀಫ್ ಜನರಲ್ ಜಾರ್ಜ್ ಅನ್ಸನ್ ಈ ಬಿಕ್ಕಟ್ಟಿಗೆ ಪ್ರತಿಕ್ರಿಯಿಸಿ, "ನಾನು ಅವರ ಪ್ರಾಣಿಗಳ ಪೂರ್ವಾಗ್ರಹಗಳಿಗೆ ಎಂದಿಗೂ ಶರಣಾಗುವುದಿಲ್ಲ" ಮತ್ತು ಅವರ ಕಿರಿಯ ಅಧಿಕಾರಿಗಳ ಮನವಿಗಳ ಹೊರತಾಗಿಯೂ ಅವರು ರಾಜಿ ಮಾಡಿಕೊಳ್ಳಲಿಲ್ಲ.

ಭವಿಷ್ಯವಾಣಿಗಳು, ಶಕುನಗಳು ಮತ್ತು ಚಿಹ್ನೆಗಳು

ಕಂಪನಿಯ ಆಡಳಿತವು ನೂರು ವರ್ಷಗಳ ನಂತರ ಕೊನೆಗೊಳ್ಳುತ್ತದೆ ಎಂಬ ಹಳೆಯ ಭವಿಷ್ಯವಾಣಿಯು ಮತ್ತೊಮ್ಮೆ ವದಂತಿಯಾಗಿತ್ತು. ಭಾರತದಲ್ಲಿ ಅವರ ಆಳ್ವಿಕೆಯು 1757 ರಲ್ಲಿ ಪ್ಲಾಸ್ಸಿ ಯುದ್ಧದೊಂದಿಗೆ ಪ್ರಾರಂಭವಾಯಿತು. "ಸಬ್ ಲಾಲ್ ಹೋ ಗಯಾ ಹೈ" ಎಂಬ ಪ್ರಸಿದ್ಧ ಹೇಳಿಕೆಯನ್ನು ಬಳಸಿಕೊಂಡು ಚಪಾತಿ ಮತ್ತು ಕಮಲದ ಹೂವುಗಳು ಭಾರತದಾದ್ಯಂತ ಪ್ರಯಾಣಿಸಲು ಪ್ರಾರಂಭಿಸಿದವು. (ಎಲ್ಲವೂ ಕೆಂಪು ಬಣ್ಣಕ್ಕೆ ಮಾರ್ಪಟ್ಟಿದೆ.), ಭವಿಷ್ಯವಾಣಿಯ ಸಂಕೇತವಾಗಿ ಮತ್ತು ಮುಂಬರುವ ಕ್ರಾಂತಿಯ ಸಂಕೇತವಾಗಿ ಪಟ್ಟಣದಿಂದ ಪಟ್ಟಣಕ್ಕೆ ಮತ್ತು ಹಳ್ಳಿಯಿಂದ ಹಳ್ಳಿಗೆ ಹಸ್ತಾಂತರಿಸಲಾಯಿತು.

ಬ್ರಿಟಿಷರು ಸಿಪಾಯಿಗಳ ಊಟವನ್ನೆಲ್ಲ ಹಂದಿ ಮತ್ತು ಹಸುವಿನ ಮೂಳೆಗಳಿಂದ ಕಲುಷಿತಗೊಳಿಸುತ್ತಿದ್ದಾರೆ ಎಂಬ ವದಂತಿಯೂ ಇತ್ತು.

•••

ದಂಗೆಯ ಆರಂಭ

ಹಲವಾರು ತಿಂಗಳುಗಳ ಹೆಚ್ಚುತ್ತಿರುವ ಉದ್ವೇಗ ಮತ್ತು ಬಿಸಿಲಿನ ತಾಪವು,ಇವೆಲ್ಲ ಘಟನೆಗಳು ನಿಜವಾಗಲೂ ದಂಗೆ ನಡೆಯುವ ಮೊದಲಿನವು. ಬೆಂಕಿ, ಬಹುಶಃ ಬೆಂಕಿಯ ಪರಿಣಾಮವಾಗಿ, ಕಲ್ಕತ್ತಾ ಬಳಿ 24 ಜನವರಿ 1857 ರಂದು ಭುಗಿಲೆದ್ದಿತು. ಫೆಬ್ರವರಿ 26, 1857 ರಂದು 19 ಬೆಂಗಾಲ್ ಸ್ಥಳೀಯ ಪದಾತಿದಳ (BNI) ರೆಜಿಮೆಂಟ್ ಹೊಸ ಕಾರ್ಟ್ರಿಜ್ಗಳ ಬಗ್ಗೆ ತಿಳಿದುಕೊಂಡು ಅವುಗಳನ್ನು ಬಳಸಲು ನಿರಾಕರಿಸಿತು. ಅವರ ಕರ್ನಲ್ ಪೆರೇಡ್ ಮೈದಾನದಲ್ಲಿ ಫಿರಂಗಿ ಮತ್ತು ಅಶ್ವಸೈನ್ಯದೊಂದಿಗೆ ಕೋಪದಿಂದ ಅವರನ್ನು ಎದುರಿಸಿದರು, ಆದರೆ ನಂತರ ಫಿರಂಗಿಗಳನ್ನು ಹಿಂತೆಗೆದುಕೊಳ್ಳುವ ಅವರ ಬೇಡಿಕೆಯನ್ನು ಒಪ್ಪಿಕೊಂಡರು ಮತ್ತು ಮರುದಿನ ಬೆಳಿಗ್ಗೆ ಮೆರವಣಿಗೆಯನ್ನು ರದ್ದುಗೊಳಿಸಿದರು. ಸಿಪಾಯಿ ದಂಗೆಯಲ್ಲಿ ಭಾಗವಹಿಸಿದ ಪ್ರಸಿದ್ಧ ವ್ಯಕ್ತಿಗಳು:

ಮಂಗಲ್ ಅಂಚೆ ಕಚೇರಿ

ಮಂಗಲ್ ಪಾಂಡ್ಯೆ (ಜುಲೈ 19, 1827-ಏಪ್ರಿಲ್ 1857) ಇಂಗ್ಲಿಷ್ ಈಸ್ಟ್ ಇಂಡಿಯಾ ಕಂಪನಿಯ ಬಂಗಾಳ ಸ್ಥಳೀಯ ಪದಾತಿ ಸೈನ್ಯದ (BNI) 34ನೇ ದಳದಲ್ಲಿ ಸಿಪಾಯಿಯಾಗಿದ್ದರು .ಪಾಂಡೆ ಅವರು ಉತ್ತರ ಪ್ರದೇಶದ ಬಲಿಯಾ ಜಿಲ್ಲೆಯ ನಾಗ್ವಾ ಗ್ರಾಮದಲ್ಲಿ ಜನಿಸಿದರು.ನಾಗ್ವಾ ಗ್ರಾಮದ ಕುಟುಂಬಗಳು ಮಂಗಲ್ ಪಾಂಡೆಯನ್ನು ತಮ್ಮ ಮೊದಲ ಪೂರ್ವಜರೆಂದು ಹೇಳಿಕೊಳ್ಳುತ್ತಾರೆ ಮತ್ತು ಅವರ ಕುಟುಂಬದ ವಂಶಾವಳಿಯನ್ನು ಪತ್ತೆಹಚ್ಚುತ್ತಾರೆ.

ಅವನ ನಿಖರವಾದ ಜನ್ಮ ಸ್ಥಳದ ಬಗ್ಗೆ ಕೆಲವು ವಿವಾದಗಳಿವೆ. ಫೈಜಾಬಾದ್ ಜಿಲ್ಲೆಯ ಅಕ್ಬರ್ಪುರ ತೆಹಸಿಲ್ನ ಸುರ್ಹುಪುರ್ ಗ್ರಾಮದ ದಿವಾಕರ್ ಪಾಂಡೆ ಅವರಿಗೆ ಭೂಮಿಹಾರ್ ಬ್ರಾಹ್ಮಣ ಕುಟುಂಬದಲ್ಲಿ ಮಂಗಲ್ ಪಾಂಡೆ ಜನಿಸಿದರು ಎಂದು ಇತಿಹಾಸಕಾರರು ಹೇಳುತ್ತಾರೆ. ಅವರು 1849 ರಲ್ಲಿ 22 ನೇ ವಯಸ್ಸಿನಲ್ಲಿ ಇಂಗ್ಲಿಷ್ ಈಸ್ಟ್ ಇಂಡಿಯಾ ಕಂಪನಿಯ ಪಡೆಗಳನ್ನು ಸೇರಿದರು, ಅವರ ಪ್ರಕಾರ, 5ನೇ ಕಂಪನಿಯ 34 ನೇ ಬಿಎನ್ಎಲ್ ಪಡೆಯ ಒಂದು ಭಾಗವಾಗಿದ್ದರು. ಎ ಎನ್ಡಿ ಪ್ರಾಥಮಿಕವಾಗಿ ಆ ರೆಜಿಮೆಂಟ್ ನ ಅಧಿಕಾರಿಗಳ ಮೇಲೆ ಆಕ್ರಮಣ ಮಾಡಲು ಹೆಸರುವಾಸಿಯಾಗಿದೆ, ಇದು 1857 ರ ಸಿಪಾಯಿ ದಂಗೆ ಅಥವಾ ಭಾರತೀಯ ಸ್ವಾತಂತ್ರ್ಯದ ಮೊದಲ ಯುದ್ಧ ಎಂದು ಕರೆಯಲ್ಪಡುವ ಮೊದಲ ಕೃತ್ಯವಾಗಿದೆ. ಮಂಗಲ್ ಪಾಂಡೆ ಒಬ್ಬ ನಿಷ್ಠಾವಂತ ಹಿಂದೂ ಆಗಿದ್ದರು ಮತ್ತು ಅವರು ತಮ್ಮ ಪುನರ್ಮಿಲನವನ್ನು ಶ್ರದ್ಧೆಯಿಂದ ನಡೆಸಿದರು.

ಮಾರ್ಚ್ 29, 1857 ರಂದು, ಕಲ್ಕತ್ತಾದ ಬಳಿಯ ಬ್ಯಾರಕ್ಪೋರ್ನಲ್ಲಿ *(ಈಗ ಬರಾಕ್ಪುರ)*, 34 ನೇ ಸ್ಥಳೀಯ ಪದಾತಿ ದಳದ ಅಡ್ಜಟಂಟ್ ಲೆಫ್ಟಿನೆಂಟ್ ಬಾಗ್, ತನ್ನ ರೆಜಿಮೆಂಟ್ನಲ್ಲಿ ಹಲವಾರು ಜನರು ಉದ್ರೇಕಗೊಂಡಿದ್ದಾರೆ ಎಂದು ಎಚ್ಚರಿಸಿದರು. ಅವರಲ್ಲಿ ಒಬ್ಬನಾದ ಮಂಗಲ್ ಪಾಂಡೆ, ಪರೇಡ್ ಮೈದಾನದಲ್ಲಿ ರೆಜಿಮೆಂಟ್ನ ಬ್ಯಾರಕ್ಗಳ ಮುಂದೆ ಕೆರಳಿದ, ತುಂಬಿದ ಮಸ್ಕೆಟ್ನೊಂದಿಗೆ ಶಸ್ತ್ರಸಜ್ಜಿತನಾಗಿ, ಸೈನ್ಯವನ್ನು ಬಂಡಾಯ ಮಾಡಲು ಒತ್ತಾಯಿಸಿದನು ಮತ್ತು ಅವನು ನೋಡಿದ ಮೊದಲ ಯುರೋಪಿಯನ್ ಅನ್ನು ಶೂಟ್ ಮಾಡುವುದಾಗಿ ಬೆದರಿಕೆ ಹಾಕಿದನು. ಬಾಗ್ ತಕ್ಷಣವೇ ತನ್ನ ಕತ್ತಿಯನ್ನು ಕಟ್ಟಿದನು, ತನ್ನ ಪಿಸ್ತೂಲುಗಳನ್ನು ಹಿಡಿದುಕೊಂಡನು, ಅವನ ಕುದುರೆಯನ್ನು ಏರಿದನು ಮತ್ತು ಸಾಲುಗಳಿಗೆ ಧಾವಿಸಿದನು.

ಬರುತ್ತಿದ್ದ ಕುದುರೆಯ ಗೊರಸು ಬಡಿತವನ್ನು ಕೇಳಿದ ಪಾಂಡೆ, 34ನೇ ಕ್ವಾರ್ಟರ್ ಗಾರ್ಡ್ನ ಮುಂದೆ ಸ್ಟೇಷನ್ ಗನ್ನ ಹಿಂದೆ ಸ್ಥಾನ ಪಡೆದು, ಬಾಗ್ಗೆ ಗುರಿಯಿಟ್ಟು ಗುಂಡು ಹಾರಿಸಿದ. ಅವನು ಬಾಗ್ ಅನ್ನು ತಪ್ಪಿಸಿಕೊಂಡನು, ಆದರೆ ಗುಂಡು ಅವನ ಕುದುರೆಯ ಪಾರ್ಶ್ವದಲ್ಲಿ ಪ್ರಭಾವ ಬೀರಿತು, ಕುದುರೆ ಮತ್ತು ಸವಾರ ಇಬ್ಬರನ್ನೂ ಕೊಂದಿತು. ಬಾಗ್ ತಕ್ಷಣವೇ ತನ್ನನ್ನು ತಾನೇ ಬೇರ್ಪಡಿಸಿಕೊಂಡು ಪಾಂಡೆಯ ಕಡೆಗೆ ಧಾವಿಸಿ, ಅವನ ಆಯುಧಗಳಲ್ಲಿ ಒಂದನ್ನು ಹಿಡಿದು ಗುಂಡು ಹಾರಿಸಿದ. ಅವನು ಅದನ್ನು ಮಾಡಲಿಲ್ಲ. ಬಾಗ್ ತನ್ನ ಖಡ್ಗವನ್ನು ಸೆಳೆಯುವ ಮೊದಲು, ಪಾಂಡೆ ಅವನನ್ನು ತಲ್ವಾರ್ (ಕತ್ತಿ) ಯಿಂದ ಧಾವಿಸಿ, ಅವನ ಭುಜ ಮತ್ತು ಕುತ್ತಿಗೆಗೆ ಕತ್ತರಿಸಿ ನೆಲಕ್ಕೆ ಎಸೆದನು. ಮತ್ತೊಬ್ಬ ಸಿಪಾಯಿ ಶೇಖ್ ಪಲ್ಟು ಮಧ್ಯ ಪ್ರವೇಶಿಸಿ ಪಾಂಡೆಯನ್ನು ತಡೆಯಲು ಪ್ರಯತ್ನಿಸಿದನು. ಅವನು ತನ್ನ ಮಸ್ಕೆಟ್ ಅನ್ನು ಮರುಲೋಡ್ ಮಾಡಲು ಪ್ರಯತ್ನಿಸಿದನು.

ಬಾಗ್ಗೆ ಮೊದಲು, ಇಂಗ್ಲಿಷ್ ಸಾರ್ಜೆಂಟ್-ಮೇಜರ್, ಹ್ಯೂಸನ್, ಸ್ಥಳೀಯ ಕಮಾಂಡರ್ನಿಂದ ಕರೆಸಲ್ಪಟ್ಟನು.

ಮಂಗಲ್ ಪಾಂಡೆಯನ್ನು ಬಂಧಿಸುವಂತೆ ಅವರು ಕ್ವಾರ್ಟರ್ ಗಾರ್ಡ್ ನ ಜೇಮಾದಾರರಿಗೆ ಸೂಚಿಸಿದ್ದರು. ಪಾಂಡೆ ಅವರನ್ನು ಮಾತ್ರ ಎದುರಿಸಲು ಸಾಧ್ಯವಿಲ್ಲ ಎಂದು ಜೇಮಾದಾರ್ ಪ್ರತಿಕ್ರಿಯಿಸಿದರು. ನಂತರ ಹೆವ್ಸನ್ ಲೋಡ್ ಮಾಡಿದ ಬಂದೂಕುಗಳೊಂದಿಗೆ ಕಾವಲು ಕಾಯುವಂತೆ ಆದೇಶಿಸಿದರು. ಏತನ್ಮಧ್ಯೆ, ಬಾಗ್ ಪಿಚ್ಗೆ ಬಂದನು, "ಅವನು ಎಲ್ಲಿದ್ದಾನೆ, ಅವನು ಎಲ್ಲಿಗೆ ಹೋಗಿದ್ದಾನೆ?" "ಸರ್, ನಿಮ್ಮ ಜೀವನಕ್ಕಾಗಿ ಬಲಕ್ಕೆ ಸವಾರಿ ಮಾಡಿ," ಹೆವ್ಸನ್ ಬಾಗ್ಗೆ ಹೇಳಿದರು. "ಸಿಪಾಯಿ ನಿಮ್ಮ ಮೇಲೆ ಗುಂಡು ಹಾರಿಸುತ್ತಾನೆ!" ಹಿಂದಿನ ಪ್ಯಾರಾಗ್ರಾಫ್ನಲ್ಲಿ ಸೂಚಿಸಲಾದ ಪರಿಣಾಮಗಳೊಂದಿಗೆ ಪಾಂಡೆ ಆ ಸಮಯದಲ್ಲಿ ಗುಂಡು ಹಾರಿಸಿದರು.

ಲೆಫ್ಟಿನೆಂಟ್ ಬಾಗ್ ಜೊತೆ ಹೋರಾಡುತ್ತಿರುವಾಗ, ಹೆವ್ಸನ್ ಪಾಂಡೆಯ ಕಡೆಗೆ ತಿರುಗಿದನು. ನಂತರ ಅವನು ಪಾಂಡೆಯನ್ನು ಯುದ್ಧದಲ್ಲಿ ತೊಡಗಿಸಿಕೊಂಡನು ಮತ್ತು ಪಾಂಡೆಯ ಮಸ್ಕೆಟ್ನಿಂದ ಹೊಡೆದ ಹೊಡೆತದಿಂದ ಹಿಂದಿನಿಂದ ನೆಲಕ್ಕೆ ತಳ್ಳಲ್ಪಟ್ಟನು. ಗುಂಡಿನ ಸದ್ದು ಅವರ ಕ್ವಾರ್ಟರ್ಸ್ನಿಂದ ಹೆಚ್ಚುವರಿ ಸಿಪಾಯಿಗಳನ್ನು ಬರುವಂತೆ ಮಾಡಿತು, ಆದರೆ ಅವರು ಮೂಕ ವೀಕ್ಷಕರಾಗಿ ಉಳಿದರು. ಇಬ್ಬರು ಆಂಗ್ಲರನ್ನು ರಕ್ಷಿಸಲು ಪ್ರಯತ್ನಿಸುತ್ತಿರುವಾಗ, ಶೇಖ್ ಪಾಲ್ಟು ಇತರ ಸಿಪಾಯಿಗಳ ಸಹಾಯವನ್ನು ಕರೆದರು. ಅವನ ಬೆನ್ನಿನ ಮೇಲೆ ಕಲ್ಲುಗಳು ಮತ್ತು ಬೂಟುಗಳನ್ನು ಎಸೆದ ಇತರ ಸಿಪಾಯಿಗಳಿಂದ ಹಲ್ಲೆಗೊಳಗಾದ ಅವರು ಪಾಂಡೆಯನ್ನು ಹಿಡಿದಿಡಲು ಸಹಾಯ ಮಾಡಲು ಸಿಬ್ಬಂದಿಯನ್ನು ಕೇಳಿದರು, ಆದರೆ ಅವರು ಅವನನ್ನು ಬಿಡದಿದ್ದರೆ ಗುಂಡು ಹಾರಿಸುವುದಾಗಿ ಬೆದರಿಕೆ ಹಾಕಿದರು.ಸೈನ್ಯದ ಜೆಮಾದಾರ್ ಆದೇಶದ ಮೇರೆಗೆ, ಒಬ್ಬ ಮನುಷ್ಯನನ್ನು ಕರೆಯಲಾಯಿತು.

ಪಡೆಗಳ ಜೇಮಾದಾರನ ಆದೇಶದ ಮೇರೆಗೆ, ಈಶ್ವರಿ ಪ್ರಸಾದ್ ಎಂಬ ವ್ಯಕ್ತಿ, ಮುನ್ನುಗ್ಗಿ ಇಬ್ಬರು ಸಿಪಾಯಿಗಳನ್ನು ಹೊಡೆದು ಹಾಕಿದನು. ನಂತರ ಅವರು ಶೇಖ್ ಪಾಲ್ಟುಗೆ ಬೆದರಿಕೆ ಹಾಕಿದರು, ಪಾಂಡೆಯನ್ನು ಬಿಡುಗಡೆ ಮಾಡಲು ಆದೇಶಿಸಿದರು, ಆದರೆ ಅವನು ಪಾಂಡೆಯನ್ನು ತಡೆಹಿಡಿಯಲು ವ್ಯರ್ಥವಾಗಿ ಪ್ರಯತ್ನಿಸುತ್ತಿದ್ದನು. ಆದಾಗ್ಯೂ, ಬಾಗ್ ಮತ್ತು ಸಾರ್ಜೆಂಟ್-ಮೇಜರ್ ಯುದ್ಧದಲ್ಲಿ ಮೇಲುಗೈ ಸಾಧಿಸಲು ಸಮಯ ಸಿಗುವವರೆಗೂ ಪಾಲ್ತು ಪಾಂಡೆಯನ್ನು ಹಿಡಿದಿಟ್ಟುಕೊಳ್ಳುತ್ತಲೇ ಇದ್ದರು. ಈಗ ಸ್ವತಃ ಗಾಯಗೊಂಡ ಪಾಲ್ತು ಅವರ ಹಿಡಿತವನ್ನು ಸಡಿಲಗೊಳಿಸಬೇಕಾಯಿತು. ಕಾವಲುಗಾರರ ಚಿಕ್ಕ ತುಪಾಕಿಯ ಹಿಡಿಕೆ ತುದಿಯಿಂದ ಹೊಡೆದಾಗ ಬಾಗ್ ಮತ್ತು ಹೆವ್ಸನ್ ಒಂದೊಂದು ದಿಕ್ಕಿನಲ್ಲಿ ಹಿಂದೆ ಹೋಗಿ ಬಿದ್ದರು.

ಈ ಮಧ್ಯೆ, ಘಟನೆಯ ವರದಿಯನ್ನು ಕಮಾಂಡಿಂಗ್ ಆಫೀಸರ್ ಜನರಲ್ ಹಿಯರ್ಸೆಗೆ ತಿಳಿಸಲಾಯಿತು, ವಿಶಯ ತಿಳಿದ ನಂತರ ಅವರು ತಮ್ಮ ಇಬ್ಬರು ಪುತ್ರರೊಂದಿಗೆ ಯುದ್ಧಕ್ಕೆ ಇಳಿದರು. ಘಟನೆಯನ್ನು ಹಿಡಿತಕ್ಕೆ ತೆಗೆದುಕೊಳ್ಳುತ್ತಾ, ಕಾವಲುಗಾರನ ಬಳಿಗೆ ಸವಾರಿ ಮಾಡಿ, ತನ್ನ ಪಿಸ್ತೂಲ್ ಅನ್ನು ಎಳೆದನು. ಮತ್ತು ಮಂಗಲ್ ಪಾಂಡೆಯನ್ನು ವಶಪಡಿಸಿಕೊಳ್ಳುವ ಮೂಲಕ ತಮ್ಮ ಕರ್ತವ್ಯವನ್ನು ಮಾಡಲು ಆದೇಶಿಸಿದನು. ಹಾಗೆ ಮಾಡದೇ ಇದ್ದಲ್ಲಿ, ಕಾವಲುಗಾರ ವ್ಯಕ್ತಿಯನ್ನು ಗುಂಡಿಕ್ಕಿ ಕೊಲ್ಲುವುದಾಗಿ ಜನರಲ್ ಬೆದರಿಕೆ ಹಾಕಿದರು.

ಕಾವಲುಗಾರರು ಭಯಬಿದ್ದರು, ಪಾಂಡೆಯ ಕಿರುಚಾಟ ಮತ್ತು ಆರ್ಭಟ ಕೇಳಿಬರುತ್ತಿರುವ ದಿಕ್ಕಿನಲ್ಲಿ ಹರ್ಸೆ ಯನ್ನು ಹಿಂಬಾಲಿಸಿದರು. ಪಾಂಡೆಗೆ ತಾನಿರುವ ಪರಿಸ್ಥಿತಿಯನ್ನು ಅರಿವಾಗಿತ್ತು,

ತುಪಾಕಿಯ ಮೂತಿಯನ್ನು ತನ್ನ ಎದೆಗೆ ಸಿಕ್ಕಿಸಿದನು. ಮತ್ತು ತನ್ನ ಕಾಲಿನಿಂದ ಟ್ರಿಗರ್ ಅನ್ನು ಒತ್ತಿ ಗುಂಡನ್ನು ಹೊರಹಾಕಿದನು. ಅವರು ಸುಟ್ಟು, ರಕ್ತಸ್ರಾವವಾಗಿ ಕೆಳಗೆ ಕುಸಿದರು, ಆದರೆ ಮಾರಣಾಂತಿಕವಾಗಿ ಗಾಯಗೊಂಡಿರಲಿಲ್ಲ.

ಒಂದು ವಾರದ ನಂತರ ಅವರು ಚೇತರಿಸಿಕೊಂಡರು ಮತ್ತು ಅವರನ್ನು ವಿಚಾರಣೆಗೆ ಒಳಪಡಿಸಲಾಯಿತು. ವಿಚಾರಣೆಯಲ್ಲಿ, ಯಾವುದೇ ವಿಷಕಾರಿ ವಸ್ತುಗಳ ಪ್ರಭಾವಕ್ಕೆ ಒಳಗಾಗಿದ್ದಾರೆಯೇ ಎಂದು ಕೇಳಿದಾಗ, ತಡವಾಗಿ ಭಾಂಗ್ *(ಗಾಂಜಾ)* ಮತ್ತು ಅಫೀಮು ಬಳಸಿದ್ದಾಗಿ ಒಪ್ಪಿಕೊಂಡರು. ಕುಡಿದ ಅಮಲಿನಲ್ಲಿ ಏನು ಮಾಡುತ್ತಿದ್ದೆ, ಎಂದು ತಿಳಿಯುತ್ತಿರಲಿಲ್ಲ ಎಂದು ಹೇಳಿದರು. ತಾನು ಸ್ವಂತ ಇಚ್ಛೆಯಂತೆ ದಂಗೆಯೆದ್ದಿದ್ದೇನೆ ಮತ್ತು ತನ್ನನ್ನು ಪ್ರಚೋದಿಸುವಲ್ಲಿ ಯಾರೂ ಯಾವುದೇ ಪಾತ್ರವನ್ನು ವಹಿಸಿಲ್ಲ ಎಂದು ಅವರು ಹೇಳಿದ್ದಾರೆ. ತನ್ನನ್ನು ತಾನು ಕಾಪಾಡಿಕೊಳ್ಳುವ ಸಮಯದಲ್ಲಿ, "ನಾನು ಏನು ಮಾಡುತ್ತಿದ್ದೇನೆಂದು ನನಗೆ ತಿಳಿದಿರಲಿಲ್ಲ. ನಾನು ಯಾರನ್ನು ಗಾಯಗೊಳಿಸಿದ್ದೇನೆ ಮತ್ತು ಯಾರನ್ನು ಗಾಯ ಗೊಳಿಸಿಲ್ಲ ಎಂದು ನನಗೆ ತಿಳಿದಿರಲಿಲ್ಲ. ನಾನು ಇನ್ನೇನು ಹೇಳಲಿ? ನನ್ನ ಬಳಿ ಹೇಳಲು ಏನೂ ಇಲ್ಲ. ನನ್ನ ಬಳಿ ಯಾವುದೇ ಪುರಾವೆಗಳಿಲ್ಲ" ಎಂದು ಒಪ್ಪಿಕೊಂಡರು. ಜೆಮದರ್ ಜೊತೆಗೆ, ಮಂಗಲ್ ಪಾಂಡೆಗೆ ಕೂಡಾ ಮರಣದಂಡನೆ ವಿಧಿಸಲಾಯಿತು. ಅವನ ಮರಣದಂಡನೆಯನ್ನು ಏಪ್ರಿಲ್ 18 ರಂದು ನಿಗದಿಪಡಿಸಲಾಗಿತ್ತು, ಆದರೆ ಆ ದಿನಾಂಕಕ್ಕಿಂತ ಹತ್ತು ದಿನಗಳ ಮೊದಲೇ ಅದನ್ನು ಕೈಗೊಳ್ಳಲಾಯಿತು. ಜೇಮದರ್ ಈಶ್ವರಿ ಪ್ರಸಾದ್ ಅವರನ್ನು ಏಪ್ರಿಲ್ 21 ರಂದು ಗಲ್ಲಿಗೇರಿಸಲಾಯಿತು.

34 ನೇ ಎನ್.ಐ ಪಡೆಯನ್ನು ಮೇ 6 ರಂದು 'ನಾಚಿಕೆಗೇಡಿನೊಂದಿಗೆ' ವಿಸರ್ಜಿಸಲಾಯಿತು, ಸರ್ಕಾರದ ವಿವರವಾದ ತನಿಖೆಯ ನಂತರ, ದಂಗೆಕೋರರನ್ನು ತಡೆಯುವಲ್ಲಿ ಮತ್ತು ಅವರ ಅಧಿಕಾರಿಯನ್ನು ರಕ್ಷಿಸುವಲ್ಲಿ ತಮ್ಮ ಕರ್ತವ್ಯವನ್ನು ನಿರ್ವಹಿಸುವಲ್ಲಿ ವಿಫಲವಾದ ಕಾರಣ ಶಿಕ್ಷೆ ವಿಧಿಸಲಾಯಿತು. ಆರು ವಾರಗಳ ಅವಧಿಯ ನಂತರ, ಕಲ್ಕತ್ತಾದಲ್ಲಿ ವಿನಾಯತಿಗಾಗಿ ಅರ್ಜಿಗಳನ್ನು ಪರಿಶೀಲಿಸಲಾಯಿತು. ಶೇಖ್ ಪಾಲ್ಟು ಅವರ ಧೈರ್ಯಶಾಲಿ ನಡವಳಿಕೆಗಾಗಿ ಜನರಲ್ ಹರ್ಸಿ ಅವರು ಸ್ಥಳದಲ್ಲೇ ಹವಾಲ್ದಾರ್ (ಸ್ಥಳೀಯ ಸಾರ್ಜೆಂಟ್) ಹುದ್ದೆಗೆ ಬಡ್ತಿ ಪಡೆದರು .

ರಾಣಿ ಲಕ್ಷ್ಮಿ ಬಾಯಿ

ಮೂಲತಃ ಮಣಿಕರ್ಣಿಕಾ ಎಂದು ಹುಟ್ಟಿದ ಅವರು 1828 ರಲ್ಲಿ ವಾರಣಾಸಿ ನಗರದ ಹಿಂದೂ ಧರ್ಮದಲ್ಲಿಮಹಾರಾಷ್ಟ್ರ ಬ್ರಾಹ್ಮಣ ಕುಟುಂಬದಲ್ಲಿ ಜನಿಸಿದರು.ಆಕೆಯ ತಂದೆ ಮೊರೊಪಂತ್ ತಾಂಬೆ, ಕಾರ್ಹಡೆ ಬ್ರಾಹ್ಮಣರಾಗಿದ್ದರು ಮತ್ತು ತಾಯಿಭಾಗೀರತಿ ಬಾಯಿ ಸಂಸ್ಕಾರವುಳ್ಳ, ಬುದ್ಧಿವಂತ ಮತ್ತು ಧರ್ಮಶ್ರದ್ಧೆಯುಳ್ಳ ಮಹಿಳೆಯಾಗಿದ್ದರು.

ಮಣಿಕರ್ಣಿಕಾಳನ್ನು ಆಕೆಯ ಕುಟುಂಬದಲ್ಲಿ ಪ್ರೀತಿಯಿಂದ ಮನು ಎಂದು ಕರೆಯಲಾಗುತ್ತಿತ್ತು. ಮನು ನಾಲ್ಕನೇ ವಯಸ್ಸಿನಲ್ಲಿ ತಾಯಿಯನ್ನು ಕಳೆದುಕೊಂಡರು. ಚಿಕ್ಕ ಹುಡುಗಿಯನ್ನು ನೋಡಿಕೊಳ್ಳುವ ಜವಾಬ್ದಾರಿ ಅವಳ ತಂದೆಯ ಮೇಲೆ ಬಿತ್ತು. ಮನು ಮರಾಠಾ ಪೇಶ್ವರ ಕೊನೆಯ ಬಾಜಿ ರಾವ್ II ರ ಗರಡಿಯಲ್ಲಿ ಬೆಳೆದಳು. ಅವರ ತಂದೆ ಪೇಶ್ವರ ಸಹೋದರ ಚಿಮ್ನಾಜಿ ಅಪ್ಪಾ ಅವರಿಗೆ ಸಲಹೆಗಾರರಾಗಿದ್ದರು. ಪೇಶ್ವಾ ಅವರ ಆಸ್ಥಾನದಲ್ಲಿ, ಮನು ಅವರ ತಂದೆ, ಅವಳಿಗೆ, ಒಬ್ಬಳು ರಾಣಿಗೆ ನೀಡಬೇಕಾದ ಎಲ್ಲಾ ರೀತಿಯ ಶಿಕ್ಷಣ ನೀಡಿದರು. ಮತ್ತು ಚಿಕ್ಕ ವಯಸ್ಸಿನಲ್ಲಿಯೇ ಮಣಿಕರ್ಣಿಕಾ ಕುದುರೆ ಸವಾರಿ, ಕತ್ತಿ ವರಸೆ, ಮತ್ತು ಶೂಟಿಂಗ್ ಸೇರಿದಂತೆ ವ್ಯಾಪಕವಾದ ಮತ್ತು ಸಂಪೂರ್ಣ ಸಮರ ತರಬೇತಿಗೆ ಒಳಗಾದಳು.

ಮನು ಹದಿನಾಲ್ಕು ವರ್ಷದವಳಾಗಿದ್ದಾಗ ಮೋರೋಪಂತ್ ತಾಂಬೆ, ಝಾನ್ಸಿಯ ಮಹಾರಾಜ ರಾಜಾ ಗಂಗಾಧರ ರಾವ್ ನಿವಾಲ್ಕರ್ ಅವರ ಆಸ್ಥಾನಕ್ಕೆ ಪ್ರಯಾಣ ಬೆಳೆಸಿದರು. ಮನು ಅಲ್ಲಿನ ರಾಜ ಗಂಗಾಧರ್ ರಾವ್ ಅವರನ್ನು ಮದುವೆಯಾಗಬೇಕಿತ್ತು.

ಅವರು 1842ರಲ್ಲಿ ರಾಜ ಗಂಗಾಧರ್ ರಾವ್ ನಿವಾಲ್ಕರ್ ಅವರನ್ನು ವಿವಾಹವಾದರು ಮತ್ತು ಝಾನ್ಸಿಯ ಮಹಾರಾಣಿಯಾದರು. ಭಾರತೀಯ ರಾಯಧನದೊಂದಿಗೆ ರೂಢಿಯಾಗಿರುವಂತೆ, ಮದುವೆಯ ನಂತರ ಆಕೆಗೆ ಬೇರೆ ಹೆಸರನ್ನು ನೀಡಲಾಯಿತು ಮತ್ತು ಅಂದಿನಿಂದ ಆಕೆಯನ್ನು ಲಕ್ಷ್ಮೀಬಾಯಿ ಎಂದು ಕರೆಯಲಾಗುತ್ತಿತ್ತು. ಲಕ್ಷ್ಮೀಬಾಯಿ 1851ರಲ್ಲಿ ಗಂಡು ಮಗುವಿಗೆ ಜನ್ಮ ನೀಡಿದರು. ಆದರೆ, ಈ ಮಗು ಸುಮಾರು ನಾಲ್ಕು ತಿಂಗಳ ಮಗುವಾಗಿದ್ದಾಗ ಸಾವನ್ನಪ್ಪಿತು.

1853 ರಲ್ಲಿ ಗಂಗಾಧರ ರಾವ್ ಅವರು ತುಂಬಾ ಅನಾರೋಗ್ಯಕ್ಕೆ ಒಳಗಾದರು ಹೀಗಾಗಿ ಒಂದು "ಮಗುವನ್ನು ದತ್ತು ತೆಗೆದುಕೊಳ್ಳಲು" ಮನವೊಲಿಸುತ್ತಿದ್ದರು. ಅವರು ಸಾಯುವ ಒಂದು ದಿನ ಮೊದಲು ತಮ್ಮ ಪಟ್ಟು ಸಡಿಲಿಸಿ, ದೂರದ ಸಂಬಂಧಿ ದಾಮೋದರ್ ರಾವ್ ಎಂಬ ಹುಡುಗನನ್ನು ದತ್ತು ಪಡೆದರು. ಬ್ರಿಟಿಷರು ದತ್ತು ಸ್ವೀಕಾರಕ್ಕೆ ಸಾಕ್ಷಿಯಾಗಿ ರಾಣಿ, ಸ್ಥಳೀಯ ಬ್ರಿಟಿಷ್ ಪ್ರತಿನಿಧಿಗಳನ್ನು ಬರುವಂತೆ ಹೇಳಿದ್ದಳು. ಮಹಾರಾಜ ಗಂಗಾಧರ ರಾವ್ ಮರುದಿನ, 21 ನವೆಂಬರ್ 1853 ರಂದು ನಿಧನರಾದರು.

ಆ ಸಮಯದಲ್ಲಿ, ಲಾರ್ಡ್ ಡಾಲ್ಹೌಸಿ ಬ್ರಿಟಿಷ್ ಭಾರತದ ಗವರ್ನರ್ ಜನರಲ್ ಆಗಿದ್ದರು. ದಿವಂಗತ ಮಹಾರಾಜ ಗಂಗಾಧರ್ ರಾವ್ ಮತ್ತು ರಾಣಿ ಲಕ್ಷ್ಮೀಬಾಯಿ ಅವರ ಪುತ್ರ ದಾಮೋದರ್ ರಾವ್ ಅವರು ಹಿಂದೂ ಸಂಪ್ರದಾಯದ ಅಡಿಯಲ್ಲಿ ಮಹಾರಾಜರ ಉತ್ತರಾಧಿಕಾರಿಯಾಗಿದ್ದರೂ, ದಾಮೋದರ್ ರಾವ್ ತಮ್ಮ ಕಾನೂನು ಉತ್ತರಾಧಿಕಾರಿ ಎಂಬ ರಾಣಿಯ ಹೇಳಿಕೆಯನ್ನು ಬ್ರಿಟಿಷ್ ಆಡಳಿತಗಾರರು ತಿರಸ್ಕರಿಸಿದರು. ಲಾರ್ಡ್ ಡಾಲ್ಹೌಸಿ ಝಾನ್ಸಿ ರಾಜ್ಯವನ್ನು ವಿಳಂಬದ ಸಿದ್ಧಾಂತ (ಡಾಕ್ಟ್ರಿನ್ ಆಫ್ ಲ್ಯಾಪ್ಸ್) ಅಡಿಯಲ್ಲಿ ಸೇರಿಸಲು ನಿರ್ಧರಿಸಿದರು.

ರಾಣಿ ಹೊಸದಾದ ಯೋಜನೆಯನ್ನು ಮಾಡಿದಳು - ಬ್ರಿಟಿಷ್ ವಕೀಲ ಮತ್ತು ಈಸ್ಟ್ ಇಂಡಿಯಾ ಕಂಪನಿಯ ಅಧಿಕಾರಿ ರಾಬರ್ಟ್ ಎಲ್ಲಿಸ್ ಅವರ ಸಲಹೆಯನ್ನು ಪಡೆದಳು ಮತ್ತು ಲಂಡನ್ನಲ್ಲಿ ತನ್ನ ಪ್ರಕರಣವನ್ನು ಮೇಲ್ಮನವಿ ಸಲ್ಲಿಸಿದಳು. ಈ ಅರ್ಜಿಗಳು ಉತ್ತಮ ವಾದಿಸಲ್ಪಟ್ಟಿದ್ದರೂ, ಅಂತಿಮವಾಗಿ ಅವುಗಳನ್ನು ತಿರಸ್ಕರಿಸಲಾಯಿತು.

ಬ್ರಿಟಿಷ್ ಭಾರತೀಯ ಅಧಿಕಾರಿಗಳು, ರಾಣಿಯ ದುರಹಂಕಾರದ ನಡವಳಿಕೆಗಾಗಿ ಅವಳನ್ನು ಶಿಕ್ಷಿಸಲು ಮುಂದಾದರು. ಅವರು ರಾಜ್ಯದ ಆಭರಣಗಳನ್ನು ಮುಟ್ಟುಗೋಲು ಹಾಕಿಕೊಂಡರು. ಮತ್ತು ಅವಳ ಪತಿಯ ಸಾಲದ ಮರುಪಾವತಿಗಾಗಿ ವಾರ್ಷಿಕ ಪಿಂಚಣಿಯಿಂದ ರೂ. 60,000ವನ್ನು ಕಡಿತಗೊಳಿಸಿದರು. ಅವಳು ಝಾನ್ಸಿ ಪಟ್ಟಣದಲ್ಲಿರುವ ರಾಣಿ ಮಹಲ್ ಗೆ ಝಾನ್ಸಿ ಕೋಟೆಯಿಂದ ಹೊರಹೋಗಬೇಕಾಗಿತ್ತು. ಆದರೆ ಅವಳು ನಾನು ನನ್ನ ಜಾನ್ಸಿಯನ್ನು ಬಿಟ್ಟುಕೊಡುವುದಿಲ್ಲ ಎಂದು ತನ್ನ ನಿರ್ಧಾರವನ್ನು ಘೋಷಿಸಿದಳು. *(ಮೇ ಅಪ್ನಿ ಜಾನ್ಸಿ ನಹಿ ದೂಂಗಿ)*

1857ರಲ್ಲಿ ಹಿಂಸಾಚಾರ ಪ್ರಾರಂಭವಾದ ಮೇಲೆ ಝಾನ್ಸಿ ದಂಗೆಯ ಕೇಂದ್ರವಾಯಿತು. ರಾಣಿ ಲಕ್ಷ್ಮೀಬಾಯಿ ಝಾನ್ಸಿಯ ರಕ್ಷಣೆಯನ್ನು ಬಲಪಡಿಸಲು ಪ್ರಾರಂಭಿಸಿದರು ಮತ್ತು ಸ್ವಯಂಸೇವಕ ಸೈನ್ಯವನ್ನು ಒಟ್ಟುಗೂಡಿಸಿದರು. ಮಹಿಳೆಯರನ್ನು ಮತ್ತು ಪುರುಷರನ್ನು ನೇಮಕ ಮಾಡಿಕೊಳ್ಳಲಾಯಿತು ಮತ್ತು ಮಿಲಿಟರಿ ತರಬೇತಿಯನ್ನು ನೀಡಲಾಯಿತು. ರಾಣಿಯು ತನ್ನ ಸೇನಾಪತಿಗಳ ಜೊತೆಗಿದ್ದಳು. ಸ್ಥಳೀಯ ಜನಸಂಖ್ಯೆಯ ಅನೇಕರು ಸೇನಾ ಶ್ರೇಣಿಯಲ್ಲಿ ಸೇವೆಗಾಗಿ ಸ್ವಯಂಪ್ರೇರಿತರಾಗಿ ಸೇವೆ ಸಲ್ಲಿಸಿದರು. ಆಕೆಯ ಉದ್ದೇಶಕ್ಕಾಗಿ ಬೆಂಬಲವು ಹೆಚ್ಚುತ್ತಿತ್ತು.

1857ರ ಸೆಪ್ಟೆಂಬರ್ ಮತ್ತು ಅಕ್ಟೋಬರ್ ನಲ್ಲಿ, ದರಿಯಾ ಮತ್ತು ಓರ್ಚಾದ ನೆರೆಯ ರಾಜರ ಆಕ್ರಮಣಕಾರಿ ಸೈನ್ಯದಿಂದ ಝಾನ್ಸಿಯನ್ನು ಯಶಸ್ವಿಯಾಗಿ ರಕ್ಷಿಸಲು ರಾಣಿಯೇ ನೇತೃತ್ವ ವಹಿಸಿದರು.

1858 ರ ಜನವರಿಯಲ್ಲಿ, ಬ್ರಿಟಿಷ್ ಸೈನ್ಯವು ಝಾನ್ಸಿಯ ಮೇಲೆ ತನ್ನ ಮುನ್ನಡೆಯನ್ನು ಸಾಧಿಸಿತು. ಮತ್ತು ಮಾರ್ಚ್ ನಲ್ಲಿ ನಗರವನ್ನು ಮುತ್ತಿಗೆ ಹಾಕಿತು. ಎರಡು ವಾರಗಳ ಹೋರಾಟದ ನಂತರ, ಬ್ರಿಟಿಷರು ನಗರವನ್ನು ವಶಪಡಿಸಿಕೊಂಡರು. ಆದರೆ ರಾಣಿ ತನ್ನ ದತ್ತುಪುತ್ರ ದಾಮೋದರ್ ರಾವ್‌ನನ್ನು ತನ್ನ ಬೆನ್ನಿನ ಮೇಲೆ ಬಿಗಿಯಾಗಿ ಕಟ್ಟಿಕೊಂಡು ಪುರುಷ ವೇಷದಲ್ಲಿ ತಪ್ಪಿಸಿಕೊಂಡಳು. ಅವಳು ಕಲ್ಪಿಗೆ ಓಡಿಹೋಗಿ ಅಲ್ಲಿ ತಾತ್ಯಾ ಟೋಪೆಯನ್ನು ಭೇಟಿಯಾದಳು.

ಜೂನ್ 17 ರಂದು ಗ್ವಾಲಿಯರ್ ಯುದ್ಧದ ಸಮಯದಲ್ಲಿ ರಾಣಿ ಮರಣವನ್ನು ಹೊಂದಿದಳು. ಈ ಯುದ್ಧದಲ್ಲಿ ರಾಣಿಯ ಮೂಲ ಕುದುರೆ ಮಾರಣಾಂತಿಕವಾಗಿ ಗಾಯಗೊಂಡಿತ್ತು, ಆದ ಕಾರಣ ಕಿರಿಯ ಹೆಚ್ಚು ಶಕ್ತಿಯುತ, ಆದರೆ ಕಡಿಮೆ ತರಬೇತಿ ಪಡೆದ ಕುದುರೆಯನ್ನು ಬಳಸಬೇಕಾಯಿತು.

ಯುದ್ಧದ ಸಮಯದಲ್ಲಿನ ಅವಳ ಹೋರಾಟವು ದಂತಕಥೆಯಾಗಿ ಉಳಿದಿದೆ. ರಾಣಿಯು ಇಬ್ಬರೂ ಬ್ರಿಟಿಷ್ ಅಧಿಕಾರಿಗಳಿಂದ ತಪ್ಪಿಸಿಕೊಳ್ಳಲು ಪ್ರಯತ್ನಿಸುತ್ತಿದ್ದಳು. ಆದರೆ ಬ್ರಿಟಿಷ್ ಅಧಿಕಾರಿಗಳು ಅವಳ ಬೆನ್ನು ಬಿಡುತ್ತಿರಲಿಲ್ಲ. ತುಂಬಾ ಮುಂದಕ್ಕೆ ಹೋಗಿ ಕುದುರೆ ಒಂದು ಬಂಡೆ ಇರುವ ಕಡೆ ತಲುಪಿತು. ಸಾಕಷ್ಟು ತರಬೇತಿ ಹೊಂದಿರದ ಕಾರಣ ಕುದುರೆಗೆ ಬ್ರಿಟಿಷರು ಅವಳನ್ನು ಸುತ್ತುವರೆದಾಗ ಅಲ್ಲಿಂದ ತಪ್ಪಿಸಿಕೊಂಡು ಹೋಗಲು ಸಾಧ್ಯವಾಗಲಿಲ್ಲ. ಈ ಬಂಡೆ ತುದಿಯಿಂದ ಹಾರುವುದು ಒಂದೇ ಉಳಿದಿರುವ ದಾರಿ ಎಂದು ಝಾನ್ಸಿಯ ರಾಣಿಗೆ ತಿಳಿದಿತ್ತು ಮತ್ತು ಅವಳು ಅದನ್ನೇ ಮಾಡಿದಳು, ಅವಳು ಬಿದ್ದಿದ್ದನ್ನು ಒಬ್ಬ ಬ್ರಾಹ್ಮಣ ನೋಡಿ ಅವಳನ್ನು ತನ್ನ ಆಶ್ರಮಕ್ಕೆ ಕರೆದೊಯ್ಯುತ್ತಾನೆ. ಸ್ವಲ್ಪ ಹೊತ್ತು ನರಳಾಡಿ ನಂತರ ಪ್ರಜ್ಞೆ ತಪ್ಪುತ್ತಾಳೆ. ಸಾಯುವಾಗ ಅವಳ ಬಾಯಿಂದ ಬಂದ ಕೊನೆಯ ಶಬ್ದ "ಜೈ ಹಿಂದ್" ಎನ್ನುವುದಾಗಿತ್ತು.

ತನ್ನ ಜೀವನದುಕ್ಕು ಜಾನ್ಸಿಯ ರಾಣಿ ಲಕ್ಷ್ಮೀಬಾಯಿ, ಜಾನ್ಸಿಯನ್ನು ಬ್ರಿಟಿಷ್ ಹಿಡಿತದಿಂದ ರಕ್ಷಿಸಲು ಬಯಸಿದ್ದಳು. ಮತ್ತು ಭಾರತದ ಅತ್ಯಂತ ವಿವಿಧ ಕ್ರಾಂತಿಕಾರಿಗಳೊಂದಿಗೆ ಸಂಪರ್ಕವನ್ನು ಸೃಷ್ಟಿಸಿ ಬ್ರಿಟಿಷರ ವಿರುದ್ಧ ಹೋರಾಡುವ ಕನಸನ್ನು ಕಂಡಿದ್ದಳು. ತಾಂತ್ಯ ಟೋಪೆ ಅವರೊಂದಿಗಿನ ತನ್ನ ಸಭೆ ಒಂದರಲ್ಲಿ ಝಾನ್ಸಿಯನ್ನು ಸ್ವತಂತ್ರ ಭಾರತದ ಉದಾಹರಣೆಯಾಗಿ ಮಾಡುತ್ತೇನೆ ಎಂದು ಕೂಡ ಹೇಳಿದ್ದಳು.

ಮೂರು ದಿನಗಳ ನಂತರ ಬ್ರಿಟಿಷರು ಗ್ವಾಲಿಯರ್ ಅನ್ನ ವಶಪಡಿಸಿಕೊಂಡರು ಜನರಲ್ ರೋಸ್, ಗ್ವಾಲಿಯರ್ ಯುದ್ಧದ ತನ್ನ ವರದಿಯಲ್ಲಿ, ರಾಣಿ ಲಕ್ಷ್ಮೀಬಾಯಿ ಬಂಡಕೋರರಲ್ಲಿಯೇ "ಧೈರ್ಯಶಾಲಿ ಮತ್ತು ಅತ್ಯುತ್ತಮವಾಗಿದ್ದಳು" ಎಂದು ಹೇಳಿದ್ದಾರೆ. ಆಕೆಯು ಒಬ್ಬ ಅದ್ಭುತವಾದ ಶೌರ್ಯ ಧೈರ್ಯ ಮತ್ತು ಬುದ್ಧಿಯಂತಿಕೆಯುಳ್ಳ ಮಹಿಳೆಯಾಗಿದ್ದರು. 19ನೇ ಶತಮಾನದ ಭಾರತದಲ್ಲಿ ಮಹಿಳಾ ಸಬಲೀಕರಣದ ಬಗ್ಗೆ ಅವಳ ಪ್ರಗತಿಪರ ದೃಷ್ಟಿಕೋನಗಳಿಂದಾಗಿ , ಮತ್ತು ಅವಳ ತ್ಯಾಗದಿಂದಾಗಿ ಝಾನ್ಸಿ ಲಕ್ಷ್ಮೀಬಾಯಿ ಭಾರತೀಯ ರಾಷ್ಟ್ರೀಯತಾವಾದಿ ಚಳುವಳಿಯ ಮಾದರಿ ರಾಣಿ ಆಗಿ ಉಳಿದರು. ರಾಣಿ ಲಕ್ಷ್ಮೀಬಾಯಿ ರಾಷ್ಟ್ರೀಯ ನಾಯಕಿಯಾದರು ಮತ್ತು ಭಾರತದಲ್ಲಿ ಮಹಿಳಾ ಬ್ರೇವರ್ವ್ಯೆ ಅವರ ಪ್ರತಿರೂಪವಾಗಿ ಕಾಣಿಸಿಕೊಂಡರು.

ರಾಣಿ ಲಕ್ಷ್ಮೀಬಾಯಿ ರಾಷ್ಟ್ರೀಯ ನಾಯಕಿಯಾದರು ಮತ್ತು ಭಾರತದಲ್ಲಿ ಸ್ತ್ರೀ ಶೌರ್ಯದ ಪ್ರತಿರೂಪವಾಗಿ ಕಂಡುಬಂದರು. ಭಾರತೀಯ ರಾಷ್ಟ್ರೀಯ ಸೇನೆಯು ತನ್ನ ಮೊದಲ ಮಹಿಳಾ ಘಟಕವನ್ನು ರಚಿಸಿದಾಗ, ಅವಳ ಹೆಸರನ್ನು ಇಡಲಾಯಿತು.

ಭಾರತೀಯ ಕವಯಿತ್ರಿ ಸುಭದ್ರಾ ಕುಮಾರಿ ಚೌಹಾಣ್ ಅವರ ಮೇಲೆ ವೀರ ರಸ ಶೈಲಿಯಲ್ಲಿ ಒಂದು ಕವಿತೆಯನ್ನು ಬರೆದಿದ್ದಾರೆ, ಇದನ್ನು ಇನ್ನೂ ಶಾಲೆಗಳಲ್ಲಿ ಮಕ್ಕಳು ಓದುತ್ತಾರೆ.

ನಾನಾ ಸಾಹಿಬ್

ನಾನಾ ಸಾಹಿಬ್ ಅವರು ನಾರಾಯಣ್ ಭಟ್ ಮತ್ತು ಗಂಗಾ ಬಾಯಿಗೆ ಧೋಂಡುಪಂತ್ ಆಗಿ ಜನಿಸಿದರು. 1827ರಲ್ಲಿ ಅವರನ್ನು ಮರಾಠಾ ಪೇಶ್ವೆ ಬಾಜಿ ರಾವ್ II ದತ್ತು ಪಡೆದರು. ಬಾಜಿ ರಾವ್ 11 ಅವರನ್ನು ಈಸ್ಟ್ ಇಂಡಿಯಾ ಕಂಪನಿಯು ಬಿತ್ತೂರ್ಗೆ (ಕಾನ್ಪುರದ ಹತ್ತಿರ) ಗಡೀಪಾರು ಮಾಡಿತು. ನಾನಾ ಸಾಹಿಬ್ ಅವರನ್ನು ಬೆಳೆದದ್ದು ಬಿತ್ತೂರಿನಲ್ಲಿ. ನಾನಾ ಸಾಹಿಬ್ ಸಹವರ್ತಿಗಳಲ್ಲಿ ತಾಂತ್ಯ ಟೋಪೆ ಮತ್ತು ಅಜೀಮುಲ್ಲಾ ಖಾನ್ ಸೇರಿದ್ದರು.

ತನ್ಯಾ ಟೋಪ್ ಅವರು ಪೇಶ್ವಾ ಬಾಜಿ ರಾವ್ II ರ ಆಸ್ಥಾನದಲ್ಲಿ ಪ್ರಮುಖ ವ್ಯಕ್ತಿಯಾಗಿದ್ದ ಪಾಂಡುರಂಗ್ ರಾವ್ ಟೋಪ್ ಅವರ ಪುತ್ರರಾಗಿದ್ದರು. ಬಾಜಿ ರಾವ್ ಅವರನ್ನು ಬಿಥೂರ್ ಗೆ ಗಡೀಪಾರು ಮಾಡಿದ ನಂತರ, ಪಾಂಡುರಂಗ ರಾವ್ ಮತ್ತು ಅವರ ಕುಟುಂಬವು ಅಲ್ಲಿಗೆ ಸ್ಥಳಾಂತರಗೊಂಡಿತು. ತಾಂತ್ಯ ತೋಪೆ ನಾನಾ ಸಾಹಿಬ್ ಅವರ ಅತ್ಯಂತ ಆಪ್ತ ಸ್ನೇಹಿತರಾದ್ದರು. ಅಜೀಮುಲ್ಲಾ ಖಾನ್ ಒಬ್ಬ ಆಂಗ್ಲೋಫೋಬ್ ಮುಸ್ಲಿಮರಾಗಿದ್ದರು. ಅವರು 1851ರಲ್ಲಿ ಬಾಜಿ ರಾವ್ IIರ ಮರಣದ ನಂತರ ನಾನಾ ಸಾಹಿಬ್ ಅವರ ಆಸ್ಥಾನಕ್ಕೆ ಕಾರ್ಯದರ್ಶಿಯಾಗಿ ಸೇರಿಕೊಂಡರು. ನಂತರ ಅವರು ನಾನಾ ಸಾಹಿಬ್ ಅವರ ಆಸ್ಥಾನದಲ್ಲಿ ದಿವಾನ್ ಆದರು.

1857ರ ಭಾರತೀಯ ದಂಗೆಯ ಆರಂಭಿಕ ಹಂತಗಳಲ್ಲಿ, ನಾನಾ ಸಾಹಿಬ್ ಬ್ರಿಟಿಷರಿಗೆ ತನ್ನ ನಿಷ್ಠೆಯನ್ನು ಘೋಷಿಸಿದರು. ಅವರು ಕಾನ್ಪುರದ ಸಂಗ್ರಾಹಕರಾದ ಹಿಲರ್ಸ್ ಡಾನ್ ಅವರ ವಿಶ್ವಾಸವನ್ನು ಗಳಿಸಿದರು. ದಂಗೆಯು ಕಾನ್ಪುರಕ್ಕೆ ಹರಡಿದರೆ ನಾನಾ ಸಾಹಿಬ್ 1,500 ಸೈನಿಕರ ಪಡೆಯನ್ನು ಏರ್ಪಡಿಸಲು ವ್ಯವಸ್ಥೆ ಮಾಡಲಾಗಿತ್ತು.

ಜೂನ್ 5, 1857 ರಂದು, ಕಾನ್ಪುರದಲ್ಲಿ ಈಸ್ಟ್ ಇಂಡಿಯಾ ಕಂಪೆನಿಯ ದಂಗೆಯ ಸಮಯದಲ್ಲಿ, ಬ್ರಿಟಿಷ್ ದಳವು ಪಟ್ಟಣದ ದಕ್ಷಿಣ ಭಾಗದಲ್ಲಿರುವ ಪ್ರವೇಶದ್ವಾರದಲ್ಲಿ ಆಶ್ರಯ ಪಡೆದುಕೊಂಡಿತು. ಕಾನ್ಪುರದಲ್ಲಿ ಚಾಲ್ತಿಯಲ್ಲಿರುವ ಅವ್ಯವಸ್ಥೆಯ ಮಧ್ಯೆ, ನಾನಾ ಸಾಹಿಬ್ ಮತ್ತು ಅವರ ಪಡೆಗಳು ಪಟ್ಟಣದ ಉತ್ತರ ಭಾಗದಲ್ಲಿರುವ ಬ್ರಿಟಿಷ್ ಸೇನಾ ಉಗ್ರಾಣವನ್ನು ಪ್ರವೇಶಿಸಿದವು. 53 ಸ್ಥಳೀಯ ಪದಾತಿ ಸೈನ್ಯದ ಸೈನಿಕರು, ನಾನಾ ಸಾಹಿಬ್ ಬ್ರಿಟಿಷರ ಪರವಾಗಿ ಸೇನಾ ಉಗ್ರಾಣವನ್ನು ಕಾಪಾಡಲು ಬಂದಿದ್ದಾರೆ ಎಂದು ಭಾವಿಸಿದರು. ಆದಾಗ್ಯೂ, ಒಮ್ಮೆ ಅವರು ಸೇನಾ ಉಗ್ರಾಣವನ್ನು ಪ್ರವೇಶಿಸಿದ ನಂತರ, ನಾನಾ ಸಾಹಿಬ್ ಅವರು ಬ್ರಿಟಿಷರ ವಿರುದ್ಧದ ದಂಗೆಯಲ್ಲಿ ಪಾಲ್ಗೊಂಡಿರುವುದಾಗಿ ಘೋಷಿಸಿದರು ಮತ್ತು ಬಹದ್ದೂರ್ ಷಾ II ರ ಸಾಮಂತನಾಗಲು ಉದ್ದೇಶಿಸಿದ್ದರು.

ಕಂಪನಿಯ ಖಜಾನೆಯನ್ನು ಸ್ವಾಧೀನಪಡಿಸಿಕೊಂಡ ನಂತರ, ನಾನಾ ಸಾಹಿಬ್ ಗ್ರ್ಯಾಂಡ್ ಟ್ರಂಕ್ ರಸ್ತೆಯಲ್ಲಿ ಮುಂದಕ್ಕೆ ಹೋದರು. ಅವರು ಪೇಶ್ವಾ ಸಂಪ್ರದಾಯದ ಅಡಿಯಲ್ಲಿ ಮರಾಠ ಒಕ್ಕೂಟವನ್ನು ಪುನಃಸ್ಥಾಪಿಸಲು ಬಯಸಿದರು ಮತ್ತು ಕಾನ್ಪುರವನ್ನುವಶಪಡಿಸಿಕೊಳ್ಳಲು ನಿರ್ಧರಿಸಿದರು. ದಾರಿಯಲ್ಲಿ ನಾನಾ ಸಾಹಿಬ್ ಅವರು ಕಲ್ಯಾಣ್ ಪುರದಲ್ಲಿಬಂಡಾಯ ಕಂಪನಿಯೋಧರನ್ನು ಭೇಟಿಯಾದರು. ಸೈನಿಕರು ಎರಡನೇ ಬಹದ್ದೂರ್ ಷಾ ಅವರನ್ನು ಭೇಟಿಯಾಗಲು ದೆಹಲಿಗೆ ತೆರಳುತ್ತಿದ್ದರು. ಅವರು ಮತ್ತೆ ಕಾನ್ಪುರಕ್ಕೆ ಹೋಗಿ ಬ್ರಿಟಿಷರನ್ನು ಸೋಲಿಸಲು ಸಹಾಯ ಮಾಡಬೇಕೆಂದು ನಾನಾ ಸಾಹಿಬ್ ಬಯಸಿದ್ದರು. ಸೈನಿಕರು ಮೊದಲಿಗೆ ಹಿಂಜರಿಯುತ್ತಿದ್ದರು, ಆದರೆ ನಂತರ ಒಪ್ಪಿಗೆಕೊಟ್ಟರು, ಅವರು ಬ್ರಿಟಿಶ್ ಪ್ರವೇಶವನ್ನು ನಾಶಪಡಿಸಿದರೆ ಅವರ ವೇತನವನ್ನು ದ್ವಿಗುಣಗೊಳಿಸುವುದಾಗಿ ಮತ್ತು ಅವರಿಗೆ ಚಿನ್ನದ ಪ್ರತಿಫಲವನ್ನು ನೀಡುವುದಾಗಿ ಭರವಸೆ ನೀಡಿದರು . ಕಾನ್ಪುರವನ್ನುಬ್ರಿಟಿಷರು ಪುನಃ ವಶಪಡಿಸಿಕೊಂಡ ನಂತರ ನಾನಾ ಸಾಹಿಬ್ ಕಣ್ಮರೆಯಾದರು. ಅವನ ಸೇನಾಪತಿ ತಾಂತ್ಯ ಟೋಪೆಯು ಗ್ವಾಲಿಯರ್ ತುಕಡಿಯ ಬಂಡಾಯ ಸೈನಿಕರನ್ನು ಒಳಗೊಂಡ ದೊಡ್ಡ ಸೈನ್ಯವನ್ನು ಒಟ್ಟುಗೂಡಿಸಿ,

ನವೆಂಬರ್ 1857 ರಲ್ಲಿ ಕಾನ್ಪುರವನ್ನು ಪುನಃ ವಶಪಡಿಸಿಕೊಳ್ಳಲು ಪ್ರಯತ್ನಿಸಿದನು. ಅವರು ಕಾನ್ಪುರದ ಪಶ್ಚಿಮ ಮತ್ತು ಉತ್ತರ-ಪಶ್ಚಿಮ ಎಲ್ಲಾ ಮಾರ್ಗಗಳನ್ನು ನಿಯಂತ್ರಿಸುವಲ್ಲಿ ಯಶಸ್ವಿಯಾದರು, ಆದರೆ ನಂತರ ಕಾನ್ಪುರದ ಎರಡನೇ ಕದನದಲ್ಲಿ ಸೋಲನ್ನು ಅನುಭವಿಸಿದರು.

ಸೆಪ್ಟೆಂಬರ್ 1857 ರಲ್ಲಿ, ನಾನಾ ಸಾಹಿಬ್ ಅನಾರೋಗ್ಯಕ್ಕೆ ಒಳಗಾದರು ಎಂದು ವರದಿಯಾಗಿದೆ; ಆದಾಗ್ಯೂ. 1859ರ ಹೊತ್ತಿಗೆ, ನಾನಾ ಸಾಹಿಬ್ ನೇಪಾಳಕ್ಕೆ ಪಲಾಯನ ಮಾಡಿದ್ದಾರೆ ಎಂದು ವರದಿಯಾಗಿತ್ತು. ಫೆಬ್ರವರಿ 1860 ರಲ್ಲಿ, ಬ್ರಿಟಿಷರು ನಾನಾ ಸಾಹಿಬ್ ಅವರ ಪತ್ನಿಯರು ನೇಪಾಳದಲ್ಲಿ ಆಶ್ರಯ ಪಡೆದಿದ್ದಾರೆ ಎಂದು ಮಾಹಿತಿ ನೀಡಿದರು. ನಾನಾ ಸಾಹಿಬ್ ಸ್ವತಃ ನೇಪಾಳದ ಒಳಭಾಗದಲ್ಲಿ ವಾಸಿಸುತ್ತಿದ್ದಾರೆ ಎಂದು ವರದಿಯಾಗಿತ್ತು.

ನಾನಾ ಸಾಹಿಬ್ ಅವರ ಅಂತಿಮ ಭವಿಷ್ಯವು ಎಂದಿಗೂ ತಿಳಿದಿಲ್ಲ. 1888 ರವರೆಗೆ ಅವರನ್ನು ಸೆರೆಹಿಡಿಯಲಾಗಿದೆ ಎಂಬ ವದಂತಿಗಳು ಮತ್ತು ವರದಿಗಳು ಬಂದವು ಮತ್ತು ಹಲವಾರು ವ್ಯಕ್ತಿಗಳು ತಮ್ಮನ್ನು ತಾವು ವಯಸ್ಸಾದ ನಾನಾ ಎಂದು ಹೇಳಿಕೊಳ್ಳುತ್ತಾ ಬ್ರಿಟಿಷರತ್ತ ತಿರುಗಿದರು. ಈ ವರದಿಗಳಲ್ಲಿ ಹೆಚ್ಚಿನವು ಸುಳ್ಳು ಎಂದು ಸಾಬೀತಾದ ಕಾರಣ, ಆತನನ್ನು ಬಂಧಿಸುವ ಹೆಚ್ಚಿನ ಪ್ರಯತ್ನಗಳನ್ನು ಕೈಬಿಡಲಾಯಿತು.

ಭಾರತದ ಸ್ವಾತಂತ್ರ್ಯದ ನಂತರ, ನಾನಾ ಸಾಹಿಬ್ ಅವರನ್ನು ಸ್ವಾತಂತ್ರ್ಯ ಹೋರಾಟಗಾರ ಎಂದು ಪ್ರಶಂಸಿಸಲಾಯಿತು. ಕಾನ್ಪುರದ ನಾನಾ-ರಾವ್ ಉದ್ಯಾನವನವನ್ನು ನಾನಾ ಸಾಹಿಬ್ ಮತ್ತು ಅವರ ಸಹೋದರ ಬಾಲ ರಾವ್ ಅವರ ಗೌರವಾರ್ಥವಾಗಿ ನಿರ್ಮಿಸಲಾಯಿತು.

ಭಕ್ತ್ ಖಾನ್

ಭಖ್ತ್ ಖಾನ್ ರೋಹಿಲ್ಲಾ (1797 - 1859) ಬ್ರಿಟಿಷ್ ಈಸ್ಟ್ ಇಂಡಿಯಾ ಕಂಪನಿಯ ವಿರುದ್ಧ 1857 ರ ಭಾರತೀಯ ದಂಗೆಯಲ್ಲಿ ಭಾರತೀಯ ಬಂಡಾಯ ಪಡೆಗಳ ಕಮಾಂಡರ್-ಇನ್-ಚೀಫ್ ಆಗಿದ್ದರು. ಬಖ್ತ್ ಖಾನ್ ರೋಹಿಲ್ಲಾ ಮುಖ್ಯಸ್ಥ ನಜೀಬ್-ಉಲ್-ದೌಲಾ ಅವರ ಕುಟುಂಬಕ್ಕೆ ಸಂಬಂಧಿಸಿದ ಪಷ್ತೂನ್ ಆಗಿದ್ದರು. ಅವರು ರೋಹಿಲ್ ಖಂಡ್ ನ ಬಿಜ್ನೋರ್ ನಲ್ಲಿ (ಈಗ ಉತ್ತರಪ್ರದೇಶದ ಜಿಲ್ಲೆ) ಜನಿಸಿದರು. ಬಖ್ತ್ ಖಾನ್ ಬ್ರಿಟಿಷ್ ಈಸ್ಟ್ ಇಂಡಿಯಾ ಕಂಪನಿಯ ಸೈನ್ಯದಲ್ಲಿ ಸುಬೇದಾರ್ ಆಗಿದ್ದರು ಮತ್ತು 1857 ರಲ್ಲಿ ಭಾರತೀಯ ಪಡೆಗಳ ದಂಗೆಯ ಮೊದಲು ಬಂಗಾಳ ಕುದುರೆ ಫಿರಂಗಿ ದಳದಲ್ಲಿ ನಲವತ್ತು ವರ್ಷಗಳ ಅನುಭವವನ್ನು ಹೊಂದಿದ್ದರು. ಮೊದಲ ಅಫ್ಘಾನ್ ಯುದ್ಧದಲ್ಲಿಯೂ ಅವರು ಕ್ರಮ ಕೈಗೊಂಡಿದ್ದರು. ಅವರು ಅನೇಕ ಅಭಿಯಾನಗಳಲ್ಲಿ ಧೈರ್ಯದಿಂದ ಹೋರಾಡಿದ್ದಾರೆ ಎಂದು ಹೇಳಲಾಗುತ್ತದೆ.

1857ರ ಮೇ ತಿಂಗಳಲ್ಲಿ ಮೀರತ್ ನಲ್ಲಿ ಸಿಪಾಯಿಗಳು ದಂಗೆಯೆದ್ದಾಗ, ಬಖ್ತ್ ಖಾನ್ ರೋಹಿಲ್ಲಾ ಸಿಪಾಯಿಗಳನ್ನು ಸಂಘಟಿಸಿ, ತರಬೇತಿ ನೀಡಿ, ನಿರ್ಮಿಸಿ, ನಂತರ ದೆಹಲಿಗೆ ತೆರಳಿದರು.

ದೆಹಲಿಯನ್ನು ಈಗಾಗಲೇ 11 ಮೇ 1857 ರಂದು ಬಂಡಾಯ ಪಡೆಗಳು ವಶಪಡಿಸಿಕೊಂಡವು ಮತ್ತು ಬಹದ್ದೂರ್ ಷಾ ಭಾರತದ ಚಕ್ರವರ್ತಿ ಎಂದು ಘೋಷಿಸಲಾಯಿತು. ಬಹದ್ದೂರ್ ಷಾ ಅವರು ಹೈಅವರ ಹಿರಿಯ ಮಗ ಮಿರ್ಜಾ ಜಹಿರುದ್ದೀನ್ ಅವರನ್ನು ಕಮಾಂಡರ್ ಆಗಿ ನೇಮಿಸಿದರು, ಆದರೆ ಈ ರಾಜಕುಮಾರನಿಗೆ ಯಾವುದೇ ಮಿಲಿಟರಿ ಅನುಭವವಿರಲಿಲ್ಲ. ಬುಧವಾರ 1 ಜುಲೈ 1857 ರಂದು ಬಖ್ತ್ ಖಾನ್ ತನ್ನಪಡೆಗಳೊಂದಿಗೆ ದೆಹಲಿಗೆ ಆಗಮಿಸಿದ ಸಮಯ ಇದು. ಅವರ ಆಗಮನದೊಂದಿಗೆ, ರಾಜನಿಂದ ಅವನಿಗೆ ಸಾಹೇಬ್-1- ಆಲಂ ಬಹದ್ದೂರ್ ಎಂಬ ಬಿರುದನ್ನು ನೀಡಲಾಯಿತು.

ಇವರು ಸಿಪಾಯಿ ಪಡೆಗಳಿಗೆ ವಾಸ್ತವದಲ್ಲಿ ಕಮಾಂಡರ್ ಆಗಿದ್ದರೂ ಕೂಡ, ಮಿರ್ಜಾ ಜಾಹಿರುದ್ದೀನ್ ಕಮಾಂಡರ ಇನ್ ಚೀಫ್ ಆಗಿದ್ದರು. ನಾಗರಿಕ ಮತ್ತು ಮಿಲಿಟರಿ ವ್ಯವಹಾರಗಳನ್ನು ನಡೆಸಲು ರಚಿಸಲಾದ ಯುದ್ಧ ಮಂಡಳಿಯಲ್ಲಿ ಇವರನ್ನ ನೇಮಿಸಲಾಯಿತು. ತಕ್ಷಣವೇ ಗಮನ ವಹಿಸಿ ಪರಿಹಾರ ಕೊಡಬೇಕಾದ ಅನೇಕ ಸಮಸ್ಯೆಗಳನ್ನು ಎದುರಿಸಿದರು. ಅದರಲ್ಲಿ ಮೊದಲನೆಯದು ಆರ್ಥಿಕ ಸಮಸ್ಯೆಯಾಗಿತ್ತು. ಅದನ್ನು ಪರಿಹರಿಸಲು ಅವರು ರಾಜನಿಂದ ತೆರಿಗೆಗಳನ್ನು ಸಂಗ್ರಹಿಸುವ ಅಧಿಕಾರವನ್ನು ಪಡೆದರು ಎರಡನೇ ಸಮಸ್ಯೆ ಅಂದರೆ ಬ್ರಿಟಿಷ್ ಪಡೆಗಳು ಅಕ್ರಮಣ ಮಾಡಿದಾಗ ಸೈನ್ಯಕ್ಕೆ ಬೇಕಾಗುವ ಸಾಮಗ್ರಿಗಳನ್ನ ಪೂರೈಸುವುದಾಗಿತ್ತು. ಮತ್ತು ಸೆಪ್ಟೆಂಬರ್ ನಲ್ಲಿ ಬ್ರಿಟೀಷ್ ಪಡೆಗಳು ನಗರದ ಮೇಲೆ ಆಕ್ರಮಣ ಮಾಡಿದಾಗ ಪರಿಸ್ಥಿತಿ ಹದಗೆಟ್ಟಿತು.

ಬ್ರಿಟಿಷರು ನಗರದಲ್ಲಿ ಬೇಹುಗಾರ ಮತ್ತು ಕಾರ್ಯಕರ್ತರನ್ನು ಹೊಂದಿದ್ದರು ಮತ್ತು ಶರಣಾಗುವಂತೆ ರಾಜನ ಮೇಲೆ ನಿರಂತರವಾಗಿ ಒತ್ತಡ ಹೇರುತ್ತಿದ್ದರು. ಸ್ವತಃ ದುರ್ಬಲ ಸ್ವಭಾವದವನಾಗಿದ್ದರಿಂದ ಈಗ ತನ್ನ ಸ್ವಂತ ಜೀವನದ ಬಗ್ಗೆ ಚಿಂತಿತನಾಗಿದ್ದನು, ವಿಶೇಷವಾಗಿ ನಗರದಲ್ಲಿ ಬ್ರಿಟಿಷ್ ಪಡೆಗಳು ಮತ್ತು ಸಿಪಾಯಿಗಳ ನಡುವಿನ ಸುದೀರ್ಘ ಆರು ದಿನಗಳ ನಿಶ್ಚಯ ನಂತರ . ಆ ಸಮಯದಲ್ಲಿ ಬಖ್ತ್ ಖಾನ್ ಮಿಲಿಟರಿ ಮೇಲೆ ಕೇಂದ್ರೀಕರಿಸುವ ಬದಲು ರಾಜನಿಗೆ ಮನವಿ ಮಾಡಬೇಕಾಗಿತ್ತು ಅಥವಾ ಶರಣಾಗುವಂತೆ ಮಾಡಬೇಕಾಗಿತ್ತು. ದೆಹಲಿಯು ಸೋತರೂ, ಈ ಅಭಿಯಾನವನ್ನು ಇತರ ಸ್ಥಳಗಳಿಂದ ನಡೆಸಬಹುದು ಎಂದು ಅವರು ವಾದಿಸಿದರು. ಅವರು ರಾಜನನ್ನು ತನ್ನೊಂದಿಗೆ ಸೇರಿಕೊಳ್ಳುವಂತೆ ಮನವಿ ಮಾಡಿದರು, ಆದರೆ ರಾಜನು ಆಸಕ್ತಿ ವಹಿಸಲಿಲ್ಲ ಮತ್ತು 1857 ರ ಸೆಪ್ಟೆಂಬರ್ 20 ರಂದು ತನ್ನ ಕುಟುಂಬದೊಂದಿಗೆ ಶರಣಾದನು.

ಬಖ್ತ್ ಖಾನ್ ದೆಹಲಿಯಿಂದ ಪಲಾಯನ ಮಾಡಿದರೂ ಅಷ್ಟು ಸುಲಭವಾಗಿ ಬಿಟ್ಟುಕೊಡಲಿಲ್ಲ. ಅವರು ಈ ಚಳವಳಿಯ ಮತ್ತೊಬ್ಬ ಮಹಾನ್ ಹೋರಾಟಗಾರ ಮೌಲ್ವಿ ಅಹ್ಮದುಲ್ಲಾ ಅವರ ಪಡೆಗಳನ್ನು ಸೇರಿಕೊಂಡರು ಮತ್ತು ಲಕ್ನೋ, ಶಹಜಹಾನ್ ಪುರ ಮತ್ತು ಇತರ ಸ್ಥಳಗಳಲ್ಲಿ ಹೋರಾಡಿದರು. ನಂತರ ಅವರು ತೆರೈನ ದಟ್ಟವಾದ ಕಾಡುಗಳಲ್ಲಿ ನಿಧನರಾದರು.

ಮಿರ್ಜಾ ಮೊಘಲ್

ಮಿರ್ಜಾ ಮೊಘಲ್ (1817-1857) ಕೊನೆಯ ಮೊಘಲ್ ಚಕ್ರವರ್ತಿ ಬಹದ್ದೂರ್ ಶಾ ಜಾಫರ್ ಅವರ ಐದನೇ ಮಗ. ಅವರ ತಾಯಿ ಶರೀಫ್-ಉಲ್-ಮಹಲ್ ಸಯ್ಯಿದಿನಿ ಶ್ರೀಮಂತ ಕುಟುಂಬದಿಂದ ಬಂದವರು.

1856 ರಲ್ಲಿ ಅವರ ಹಿರಿಯ ಸಹೋದರ ಮಿರ್ಜಾ ಫಕ್ರು ಅವರ ಮರಣದ ನಂತರ, ಮಿರ್ಜಾ ಮೊಘಲ್ ಅವರು ಬಹದ್ದೂರ್ ಶಾ ಜಾಫರ್ ಅವರ ನ್ಯಾಯಸಮ್ಮತವಾಗಿ ಜನಿಸಿದ ಹಿರಿಯ ಪುತ್ರರಾದರು. ಆದಾಗ್ಯೂ, ಬ್ರಿಟಿಷರು ದೆಹಲಿಯ ಸಿಂಹಾಸನದ ಉತ್ತರಾಧಿಕಾರಿ ಎಂದು ಯಾರನ್ನೂ ಗುರುತಿಸಲು ನಿರಾಕರಿಸಿದರು ಮತ್ತು ಜಾಫರ್ ಅವರ ಮರಣದ ನಂತರ ರಾಜಪ್ರಭುತ್ವವನ್ನು ರದ್ದುಗೊಳಿಸಲಾಗುವುದು ಎಂದು ಸೂಚಿಸಿದರು.

1857ರ ಮೇ ತಿಂಗಳಲ್ಲಿ, ಬ್ರಿಟೀಷರ ಭಾರತೀಯ ಸೇನೆಯ ಸಿಪಾಯಿಗಳು ತಮ್ಮ ಬ್ರಿಟಿಷ್ ಅಧಿಕಾರಿಗಳ ವಿರುದ್ಧ ದಂಗೆಯೆದ್ದರು ಮತ್ತು ದೆಹಲಿಗೆ ನುಗ್ಗಿದರು. ಕೆಲವು ದಿನಗಳ ನಂತರ, ಮಿರ್ಜಾ ಮೊಘಲ್ ಮತ್ತು ಅವರ ಅರ್ಧ ಸಹೋದರರು ತಮ್ಮ ತಂದೆಗೆ ಬಂಡಾಯ ಪಡೆಗಳ ಉಸ್ತುವಾರಿ ವಹಿಸುವಂತೆ ಮನವಿ ಮಾಡಿದರು. ಅವರ ಮನವಿಯನ್ನು ಆರಂಭದಲ್ಲಿ ನಿರಾಕರಿಸಲಾಯಿತು, ಆದರೆ ನಂತರ ಅದನ್ನು ಗಂಭೀರವಾಗಿ ಪರಿಗಣಿಸಲಾಯಿತು, ಮತ್ತು ಮಿರ್ಜಾ ಮೊಘಲ್ ಅವರ ನಿಯೋಜಿತ ಕಮಾಂಡರ್-ಇನ್-ಚೀಫ್. ಮಿರ್ಜಾ ಮೊಘಲ್ ಅವರು ತಮ್ಮ ಹೊಸ ಕೆಲಸಕ್ಕಾಗಿ ಯಾವುದೇ ತರಬೇತಿ ಅಥವಾ ಅನುಭವವನ್ನು ಹೊಂದಿರಲಿಲ್ಲ; ಆದಾಗ್ಯೂ, ಅವರು ಶಕ್ತಿಯುತವಾಗಿ ಸೈನ್ಯವನ್ನು ಸಂಘಟಿಸಲು ಪ್ರಯತ್ನಿಸಿದರು, ಅವರಿಗೆ ತಾತ್ಕಾಲಿಕ ಸೌಕರ್ಯಗಳು ಮತ್ತು ಪೂರೈಕೆಗಾಗಿ ವ್ಯವಸ್ಥೆಗಳನ್ನು ಮಾಡಿದರು ಮತ್ತು ಸೂಕ್ಮವಾದ ನಗರಕ್ಕೆ ಆದೇಶ ಹೊರಡಿಸಿ, ಸಂಘಟನೆಯ ಹೋಲಿಕೆಯನ್ನು ತರಲು ಪ್ರಯತ್ನಿಸಿದರು.

ಅವರ ಅನನುಭವವು ಶೀಘ್ರದಲ್ಲೇ ಸ್ಪಷ್ಟವಾಯಿತು. ಕೆಲವು ವಾರಗಳ ನಂತರ, ಅಫ್ಘಾನ್ ಯುದ್ಧಗಳ ಸಮಯದಲ್ಲಿ ಉತ್ತಮ ಖ್ಯಾತಿಯನ್ನು ಗಳಿಸಿದ ಬ್ರಿಟಿಷ್ ಸೈನ್ಯದ ಮಾಜಿ ಅಧಿಕಾರಿ ಬಖ್ತ್ ಖಾನ್ನ ಬರೇಲಿಯಿಂದ ದೊಡ್ಡ ಶಕ್ತಿಯ ಮುಖ್ಯಸ್ಥರಾಗಿ ಆಗಮಿಸಿದರು. ಅವರು ಆಗಮಿಸಿದ ಕೆಲವೇ ದಿನಗಳಲ್ಲಿ, ಚಕ್ರವರ್ತಿ ಬಖ್ತ್ ಖಾನ್ ಕಮಾಂಡರ್-ಇನ್-ಚೀಫ್ ಆಗಿ ನೇಮಕಗೊಂಡರು ಮತ್ತು ಮಿರ್ಜಾ ಮೊಘಲ್ ಅವರರು ಸರಬರಾಜಿನ ಉಸ್ತುವಾರಿ ವಹಿಸಿಕೊಂಡರು. ಕೆಲವು ವಾರಗಳ ನಂತರ, ಮತ್ತೊಂದು ಕಚೇರಿಗಳ ಪುನರಾರಂಭದ ನಂತರ, ಮಿರ್ಜಾ ಮೊಘಲ್ ಅವರಿಗೆ ದೆಹಲಿ ನಗರವನ್ನು ನಿರ್ವಹಿಸುವ ಜವಾಬ್ದಾರಿಯನ್ನು ನೀಡಲಾಯಿತು.

ದಂಗೆಯ ಕೊನೆಯಲ್ಲಿ,ಮಿರ್ಜಾ ಮೊಘಲ್, ಜೊತೆಗೆ ಅವರ ಕುಟುಂಬದ ಹಲವಾರು ಸದಸ್ಯರು ದೆಹಲಿಯ ಗೋಡೆಯ ನಗರದ ಹೊರಗೆ ಹುಮಾಯೂನ್ ಸಮಾಧಿಯಲ್ಲಿ ಆಶ್ರಯ ಪಡೆದರು. ನಂತರ ಅವರು ಕ್ಯಾಪ್ಟನ್ ಹಡ್ಸನ್ ನೇತೃತ್ವದ ಬ್ರಿಟಿಷ್ ಪಡೆಗಳಿಗೆ ಶರಣಾದರು. ಅವರು ಸಮಾಧಿಯನ್ನು ವಶಪಡಿಸಿಕೊಂಡರು. ಮಿರ್ಜಾ ಮೊಘಲ್ ಮತ್ತು ಅವರ ಇಬ್ಬರು ಸಹೋದರರನ್ನು ಎತ್ತಿನ ಗಾಡಿಯಲ್ಲಿ ಹತ್ತಿಸಿ ನಗರದ ಕಡೆಗೆ ಓಡಿಸಲಾಯಿತು. ನಗರ ದ್ವಾರವನ್ನು ಸಮೀಪಿಸುತ್ತಿದ್ದಂತೆ, ಹಡ್ಸನ್ ರಾಜಕುಮಾರರನ್ನು ಬಂಡಿಯಿಂದ ಕೆಳಗಿಳಿಯುವಂತೆ ಮತ್ತು ನಗ್ನವಾಗಿ ನಿಲ್ಲುವಂತೆ ಕೇಳಿಕೊಂಡರು. ನಂತರ ಅವರು ಮೂವರು ರಾಜಕುಮಾರರನ್ನು ತಣ್ಣನೆಯ ರಕ್ತದಲ್ಲಿ ಮತ್ತು ಪಾಯಿಂಟ್-ಬ್ಲಾಂಕ್ ವ್ಯಾಪ್ತಿಯಲ್ಲಿ ಗುಂಡಿಕ್ಕಿ ಕೊಂದರು. ನಂತರ ಹಡ್ಸನ್ ಅವರ ಕೈಗಳಲ್ಲಿದ್ದ ಉಂಗುರಗಳು ವಜ್ರದಿಂದ ಕೂಡಿದ್ದ ಕೈ ಬಳೆಗಳು ಮತ್ತು ಸರಗಳನ್ನ ತೆಗೆದುಕೊಂಡು. ಅವರ ಎದೆಯ ಹತ್ತಿರ ಇದ್ದ ಕತ್ತಿಯನ್ನು ತೆಗೆದು ಹಾಕಲಾಯಿತು. ನಂತರ ಶವಗಳನ್ನು ಕೊತ್ವಾಲಿಯ ಮುಂಭಾಗದಲ್ಲಿ ಎಸೆದು ಸಾರ್ವಜನಿಕರ ದರ್ಶನಕ್ಕೆ ಬಿಡಲಾಯಿತು. ಕೊಲೆ ನಡೆಸಿದ ಗೇಟ್ ಅನ್ನು ಇಂದಿಗೂ ಖೂನಿ ದರ್ವಾಜಾ ಎಂದು ಕರೆಯಲಾಗುತ್ತದೆ.

•••

ಪ್ರೇರಣೆ

ಮಂಗಲ್ ಪಾಂಡೆಯ ಪ್ರೇರೇಪಿತವಾಗಲು ಹಿಂದಿನ ಪ್ರಾಥಮಿಕ ಪ್ರೇರಣೆಯು ಎನ್ಫೀಲ್ಡ್ P-53 ರೈಫಲ್ನಲ್ಲಿ ಬಳಸಲಾದ ಹೊಸ ರೀತಿಯ ಸಿಡಿಮದ್ದು ಕಾರಣವಾಗಿತ್ತು, ಇದನ್ನು ಆ ವರ್ಷ ಬಂಗಾಳದ ಸೇನೆಯಲ್ಲಿ ಪರಿಚಯಿಸಲಾಯಿತು.

ಪ್ರಾಣಿಗಳ ಕೊಬ್ಬಿನಿಂದ ಮಾಡಲಾಗಿದೆ ಎಂದು ವದಂತಿಗಳಿವೆ. (ಮುಖ್ಯವಾಗಿ ಹಂದಿ ಕೊಬ್ಬು ಮತ್ತು ಹಸುವಿನ ಕೊಬ್ಬು, ಇವುಗಳನ್ನು ಮುಸ್ಲಿಮರು ಮತ್ತು ಹಿಂದೂಗಳು ಸೇವಿಸುವುದಿಲ್ಲ, ಹಿಂದಿನದು ಮುಸ್ಲಿಮರಿಗೆ ಅಸಹ್ಯಕರವಾಗಿದೆ ಮತ್ತು ಎರಡನೆಯದು ಹಿಂದೂಗಳ ಪವಿತ್ರ ಪ್ರಾಣಿಯಾಗಿದೆ) ಈ ಕಾರ್ಟ್ರಿಡ್ಜ್ ಕೆಂಪು ಬಣ್ಣದ್ದಾಗಿದೆ. ಸಿಡಿಮದ್ದು ಗಳನ್ನು ಬಳಸುವ ಮೊದಲು ಒಂದು ತುದಿಯಲ್ಲಿ ಕಚ್ಚಬೇಕಾಗಿತ್ತು, ತಮ್ಮ ಧರ್ಮಗಳನ್ನು ಅಪವಿತ್ರಗೊಳಿಸುವ ಉದ್ದೇಶದಿಂದ ಇದು ಬ್ರಿಟಿಷರ ಉದ್ದೇಶ ಪೂರ್ವಕ ಕೃತ್ಯ ಎಂದು ದಂಗೆಕೋರರು ಅಭಿಪ್ರಾಯಪಟ್ಟರು.

34 BNI ಯ ಕಮಾಂಡೆಂಟ್ ವೀಲರ್ ಒಬ್ಬ ಉತ್ಸಾಹಭರಿತ ಕ್ರಿಶ್ಚಿಯನ್ ಬೋಧಕ ಎಂದು ಹೆಸರಾಗಿದ್ದಾನೆ ಮತ್ತು ಇದು ಕಂಪನಿಯ ನಡವಳಿಕೆಯ ಮೇಲೂ ಪರಿಣಾಮ ಬೀರಿರಬಹುದು. 56 ನೇ BNI ನ ಕ್ಯಾಪ್ಟನ್ ವಿಲ್ಮಾ ಹ್ಯಾಲಿಡೆ ಅವರ ಪತಿ ಬೈಬಲ್ ಅನ್ನು ಉರ್ದು ಮತ್ತು ನಾಗರಿ ಭಾಷೆಯಲ್ಲಿ ಮುದ್ರಿಸಿ ಸಿಪಾಯಿಗಳ ನಡುವೆ ವಿತರಿಸಿದರು, ಹೀಗಾಗಿ ಬ್ರಿಟಿಷರು ಅವರನ್ನು ಕ್ರಿಶ್ಚಿಯನ್ ಧರ್ಮಕ್ಕೆ ಪರಿವರ್ತಿಸುವ ಉದ್ದೇಶವನ್ನು ಹೊಂದಿದ್ದಾರೆ ಎಂಬ ಅನುಮಾನವನ್ನು ಅವರಲ್ಲಿ ಮೂಡಿಸಿತು.

ಅಲ್ಲದೆ, ಫೆಬ್ರವರಿ7, 1856 ರಂದು ನವಾಬನಿಂದ ತಪ್ಪಾಗಿ ಆಡಳಿತ ನಡೆಸಿದ್ದಕ್ಕಾಗಿ ಔಧ್ ಅನ್ನುಸ್ವಾಧೀನಪಡಿಸಿಕೊಳ್ಳುವ ಸಮಯದಲ್ಲಿ 1.9 ಮತ್ತು 34ನೇಸ್ಥಳೀಯ ಪದಾತಿದಳವನ್ನು ಲಕ್ನೋದಲ್ಲಿ ಇರಿಸಲಾಗಿತ್ತು .ಈ ಸ್ವಾಧೀನವು ಬಂಗಾಳ ಸೈನ್ಯದಲ್ಲಿ ಸಿಪಾಯಿಗಳ ಮೇಲೆ ಮತ್ತೊಂದು ಪರಿಣಾಮವನ್ನು ಬೀರಿತು (ಅವರಲ್ಲಿ ಗಮನಾರ್ಹಭಾಗವು ಆ ರಾಜಪ್ರಭುತ್ವದ ರಾಜ್ಯದಿಂದ ಬಂದಿತು). ಸ್ವಾಧೀನಪಡಿಸಿಕೊಳ್ಳುವ ಮೊದಲು, ಈ ಸಿಪಾಯಿಗಳು ಲಕ್ನೋದಲ್ಲಿ ಬ್ರಿಟಿಷ್ ನಿವಾಸಿಗೆ ನ್ಯಾಯಕ್ಕಾಗಿ ಅರ್ಜಿ ಸಲ್ಲಿಸುವ ಹಕ್ಕನ್ನು ಹೊಂದಿದ್ದರು - ಸ್ಥಳೀಯ ನ್ಯಾಯಾಲಯಗಳಲ್ಲಿ ಸಿಗುವ ಒಂದು ಮಹತ್ವದ ಸವಲತ್ತು.

ಆದರೆ ಸ್ವಾಧೀನದ ಪರಿಣಾಮವಾಗಿ, ಆ ರಾಜ್ಯವು ಅಸ್ತಿತ್ವದಲ್ಲಿಲ್ಲದ ಕಾರಣ ಅವರು ಆ ಹಕ್ಕನ್ನು ಕಳೆದುಕೊಂಡರು. ಇದಲ್ಲದೆ, ಈ ಕ್ರಮವನ್ನು ರಾಜ್ಯದ ನಿವಾಸಿಗಳು ತಮ್ಮ ಗೌರವಕ್ಕೆ ಧಕ್ಕೆ ಎಂದು ಭಾವಿಸಿದರು, ಅಸ್ತಿತ್ವದಲ್ಲಿರುವ ಒಪ್ಪಂದವನ್ನು ಉಲ್ಲಂಘಿಸಿ ಸ್ವಾಧೀನಪಡಿಸಿಕೊಳ್ಳಲಾಗಿದೆ ಎಂದು ಹೇಳುತ್ತಿದ್ದರು.

ಹೀಗಾಗಿ, ಸ್ವಾಧೀನದಿಂದ ಕೆರಳಿದ ಸಾಮಾನ್ಯ ಸಿಪಾಯಿಗಳು ಅಸಮಾಧಾನದಿಂದ ಬಾಧಿತರಾಗಿದ್ದರು. ಫೆಬ್ರವರಿ 1857 ರಲ್ಲಿ, ಈ ಎರಡೂ ದಳಗಳು ಬ್ಯಾರಕ್ಪೋರ್ನಲ್ಲಿದ್ದವು.

ಫೆಬ್ರವರಿ 26, 1857 ರಂದು ಹೊಸ ಸಿಡಿಮದ್ದುಗಳನ್ನು ಪರೀಕ್ಷಿಸುವ ಹೊಣೆಗಾರಿಕೆಯನ್ನು ಪದಾತಿ ದಳವು ಹೊಂದಿದ್ದರಿಂದ 19 ನೇ ಸ್ಥಳೀಯ ಪದಾತಿ ದಳವು ಮುಖ್ಯವಾಗಿತ್ತು. ಆದಾಗ್ಯೂ, ದಂಗೆಯವರೆಗೂ ಅವರಿಗೆ ಬಂದೂಕುಗಳನ್ನು ನೀಡಲಾಗಿರಲಿಲ್ಲ ಮತ್ತು ದಳದ ಸೇನಾ ಉಗ್ರಾಣದಲ್ಲಿರುವ ಸಿಡಿಮದ್ದುಗಳು ಅರ್ಧ ಶತಮಾನದ ಹಿಂದಿನಿಂದ ಇದ್ದುದ್ದಗಿದ್ದರಿಂದ ಅವು ಗ್ರೀಸ್ ಮುಕ್ತವಾಗಿದ್ದವು.

ಆದರೆ, ಸಿಡಿಮದ್ದುಗಳನ್ನು ಸುತ್ತಲು ಬಳಸಲಾದ ಕಾಗದವು ವಿಭಿನ್ನ ಬಣ್ಣದ್ದಾಗಿದ್ದು, ಅನುಮಾನಗಳನ್ನು ಹುಟ್ಟುಹಾಕಿತ್ತು.

ದಳದ ನಿಯೋಜಿತವಲ್ಲದ ಅಧಿಕಾರಿಗಳು ಫೆಬ್ರವರಿ 26ರಂದು ಸಿಡಿಮದ್ದುಗಳನ್ನು ಸ್ವೀಕರಿಸಲು ನಿರಾಕರಿಸಿದರು. ಈ ಮಾಹಿತಿಯನ್ನು ಕಮಾಂಡಿಂಗ್ ಆಫೀಸರ್ ಕರ್ನಲ್ ಮಿಚೆಲ್ ಅವರಿಗೆ ತಿಳಿಸಿದ್ದರಿಂದ, ಅವರು ಸಿಪಾಯಿಗಳಿಗೆ ಅವರು ಒಗ್ಗಿಕೊಂಡಿರುವ ಕಾರ್ಟ್ರಿಜ್ಗಳಿಗಿಂತ ಭಿನ್ನವಾಗಿಲ್ಲ ಮತ್ತು ಅವರು ಅದನ್ನು ಕಚ್ಚುವ ಅಗತ್ಯವಿಲ್ಲ ಎಂದು ಮನವರಿಕೆ ಮಾಡಲು ಪ್ರಯತ್ನಿಸಿದರು. ಅವರು ಸೇನೆಯ ಗೌರವವನ್ನು ಎತ್ತಿಹಿಡಿಯಲು ಸ್ಥಳೀಯ ಅಧಿಕಾರಿಗಳಿಗೆ ಮನವಿ ಮಾಡಿದರು ಮತ್ತು ಸಿಡಿಮದ್ದುಗಳನ್ನು ಸ್ವೀಕರಿಸಲು ನಿರಾಕರಿಸಿದ ಅಂತಹ ಸಿಪಾಯಿಗಳಿಗೆ ಕೋರ್ಟ್-ಮಾರ್ಷಲ್ ಬೆದರಿಕೆ ಹಾಕಿದರು. ಈ ಮೂಲಕ ಅವರು ತಮ್ಮ ಪ್ರಚೋದನಾ ಭಾಷಣವನ್ನು ಮುಕ್ತಾಯಗೊಳಿಸಿದರು.

ಆದಾಗ್ಯೂ, ಮರುದಿನ ಬೆಳಿಗ್ಗೆ ಸೇನೆಯಲ್ಲಿ ಬಂಡಾಯ ಏರಿತು ಮತ್ತು ಕರ್ನಲ್ ಮಿಚೆಲ್ ಅವರ ಮನವೊಲಿಕೆಯಿಂದ ಮತ್ತು ಅವರ ಬುದ್ಧಿವಂತಿಕೆಯಿಂದಾಗಿ ಸಿಪಾಯಿಗಳು ತಮ್ಮ ಸೇನಾ ತುಕಡಿಗೆ ಮರಳುವಂತೆ ಮಾಡಲಾಯಿತು. ನಂತರ ನ್ಯಾಯಾಲಯದ ವಿಚಾರಣೆಗೆ ಆದೇಶಿಸಲಾಯಿತು, ಇದು ಸುಮಾರು ಒಂದು ತಿಂಗಳ ಕಾಲ ತನಿಖೆಯ ನಂತರ, ರೆಜಿಮೆಂಟ್ ಅನ್ನು ವಿಸರ್ಜಿಸಲು ಶಿಫಾರಸು ಮಾಡಿತು. ಅದೇ ಮಾರ್ಚ್ 31 ರಂದು ನಡೆಸಲಾಯಿತು. 19 ನೇ ಎನ್.ಐ. ದಳವನ್ನು, ಅಗೌರವದಿಂದ ವಜಾಗೊಳಿಸಲ್ಪಡದೆ, ಅವರ ಸಮವಸ್ತ್ರವನ್ನು ಉಳಿಸಿಕೊಳ್ಳಲು ಅನುಮತಿಸಲಾಯಿತು ಮತ್ತು ಮನೆಗೆ ಮರಳಲು ಸರ್ಕಾರವು ಭತ್ಯೆ ನೀಡಿತು.

•••

ಎನ್ಫೀಲ್ಡ್ ಬಂದೂಕು ಮತ್ತು ಸಿಡಿಮದ್ದುಗಳು.

P-53 ಅನ್ನು ಅಧಿಕೃತವಾಗಿ ಒಂದು ಮಾದರಿಯ 1853 ಎನ್ಫೀಲ್ಡ್ ರೈಫಲ್ ಮಸ್ಕೆಟ್ ಎಂದು ಕರೆಯಲಾಗುತ್ತಿತ್ತು. ಕ್ರಿಮಿಯನ್ ಯುದ್ಧದಲ್ಲಿ 1854 ರ ಸಮಯದಲ್ಲಿ ಯುದ್ಧ ಇಲಾಖೆಯಿಂದ ಇದನ್ನು ಬ್ರಿಟಿಷ್ ಸೈನ್ಯದಲ್ಲಿ ಪರಿಚಯಿಸಲಾಯಿತು. ಇದು 50 ರಿಂದ 300 ಗಜಗಳ ವ್ಯಾಪ್ತಿಯಲ್ಲಿ ಬಹಳ ಪರಿಣಾಮಕಾರಿಯಾಗಿದೆ ಎಂದು ಸಾಬೀತಾಯಿತು. ಆದರೆ 1857 ರ ಆರಂಭದಲ್ಲಿ ಈಸ್ಟ್ ಇಂಡಿಯಾ ಕಂಪನಿಯಿಂದ ಬಂಗಾಳದ ಸೈನ್ಯದಲ್ಲಿ ಪರಿಚಯಿಸಲ್ಪಡಬೇಕಿತ್ತು.

ರೈಫಲ್ನಲ್ಲಿ ಮೆಟ್ಫೋರ್ಡ್-ಪ್ರಿಚೆಟ್ ಸಿಡಿಮದ್ದುಗಳನ್ನು ಬಳಸಲಾಗುತ್ತಿತ್ತು, ಇದಕ್ಕೆ 2½ ಡ್ರಾಮ್ಗಳು (68 ಧಾನ್ಯಗಳು) ಮಸ್ಕೆಟ್ ಪೌಡರ್ ಮತ್ತು 530-ಧಾನ್ಯದ ಶುದ್ಧ ಸೀಸದ ಬುಲೆಟ್ ಅನ್ನು ಒಳಗೊಂಡಿರುವ ಭಾರೀ ಕಾಗದದ ಟ್ಯೂಬ್ ಅನ್ನು ಬಳಸಬೇಕಾಗುತ್ತಿತ್ತು.

1847 ರಲ್ಲಿ ಪರಿಚಯಿಸಲಾದ ಫ್ರೆಂಚ್ ಮತ್ತು ಅಮೇರಿಕನ್ ಚಿಕ್ಕ ಉಂಡೆಯಂತಹ ಬುಲೆಟ್ ಗಳು ಗ್ರೀಸ್ ಉಂಗುರಗಳನ್ನು ಒಳಗೊಂಡಿಲ್ಲದ ಕಾರಣ, ಅದನ್ನು ಲೋಡ್ ಮಾಡಲು ಅನುಕೂಲವಾಗುವಂತೆ ಗ್ರೀಸ್ ಮಾಡಿದ ಕಾಗದದ ಪಟ್ಟಿಯಿಂದ ಸುತ್ತಿಡಲಾಗುತ್ತಿತ್ತು. ಸಿಡಿಮದ್ದುಗಳನ್ನು, ನೀರು ತಾಗದಂತೆ ಇಡಲು ಜೇನುಮೇಣ ಮತ್ತು ಪ್ರಾಣಿಯ ಕೊಬ್ಬಿನಿಂದ ತಯಾರಿಸಿದ ತೆಳುವಾದ ಮಿಶ್ರಣದಿಂದ ಮುಚ್ಚಲಾಯಿತು. ತನ್ನ ರೈಫಲ್ ಅನ್ನು ಲೋಡ್ ಮಾಡಲು, ಬ್ಯಾರೆಲ್ ಕೆಳಗೆ ಪುಡಿಯನ್ನು ಸುರಿಯಲು ಸಿಪಾಯಿಗಳು ಸಿಡಿಮದ್ದಿನ ಹಿಂಭಾಗವನ್ನು ಕಚ್ಚಬೇಕಾಯಿತು. ನಂತರ ಅವರು ಟ್ಯೂಬ್ ಅನ್ನು ತಲೆಕೆಳಗಾಗಿಸಬೇಕಾಗಿತ್ತು. (ಉತ್ಕ್ಷೇಪಕವನ್ನು ಕಾರ್ಟ್ರಿಡ್ಜ್ ಬೇಸ್ನಲ್ಲಿ ಇರಿಸಲಾಗಿತ್ತು) ಕೊನೆಯ ಭಾಗವನ್ನು ಬುಲೆಟ್ನ ಮೂತಿಯಿಂದ ಅಂದಾಜು ಆಳಕ್ಕೆ ತಳ್ಳಿ, ಉಳಿದ ಕಾಗದವನ್ನು ಹರಿದು ಹಾಕಿದರು. ಈಗ ಬಂದೂಕನ್ನು ಸುಲಭವಾ ಉಪಯೋಗಿಸಬಹುದಾಗಿತ್ತು .

ಹಿಂದೂಗಳು ಹಸುಗಳನ್ನು ಪವಿತ್ರವೆಂದು ಪರಿಗಣಿಸುತ್ತಾರೆ ಮತ್ತು ಮುಸ್ಲಿಮರು ಹಂದಿಗಳನ್ನು ಕೊಳಕು ಎಂದು ಪರಿಗಣಿಸುತ್ತಾರೆ, ಸ್ಥಳೀಯ ಸಿಪಾಯಿಗಳು ಅದರ ಬಳಕೆಯಲ್ಲಿ ಮೀಸಲಾತಿಯನ್ನು ನಿರೀಕ್ಷಿಸಿದ್ದರು. ಆದ್ದರಿಂದ ಕಂಪನಿಯು ಈ ಸತ್ಯವನ್ನು ಹತ್ತಿಕ್ಕಿತು. ಅಂದಹಾಗೆ, ಅದು ವದಂತಿಯಾಗಿತ್ತು.

ಎಲ್ಲಾ ರೀತಿಯ ವದಂತಿಗಳು ಹರಡಲು ಪ್ರಾರಂಭಿಸಿದ ಕಾರಣ ಇದು ಇನ್ನಷ್ಟು ಹಾನಿಕಾರಕ ಪರಿಣಾಮವನ್ನು ಬೀರಿತು. ಉದಾಹರಣೆಗೆ, ಬ್ರಿಟಿಷರು ತಮ್ಮ ಸಿಪಾಯಿಗಳನ್ನು ಸಮಾಜದಲ್ಲಿ ಬಹಿಷ್ಕರಿಸುವಂತೆ ಮಾಡಿ ಅವರನ್ನು ಕ್ರಿಶ್ಚಿಯನ್ ಧರ್ಮಕ್ಕೆ ಪರಿವರ್ತಿಸಲು ಒತ್ತಾಯಿಸಿದರು ಎಂದು ಭಾವಿಸಲಾಯಿತು. ಮತ್ತೊಂದು ವದಂತಿಯು ಬ್ರಿಟಿಷರು ಸಿಪಾಯಿಗಳಿಗೆ ವಿತರಿಸಿದ ಗೋಧಿ ಹಿಟ್ಟನ್ನು ಎತ್ತುಗಳ ಪುಡಿಮಾಡಿದ ಎಲುಬಿನ ಪುಡಿಯೊಂದಿಗೆ ಕಲಬೆರಕೆ ಮಾಡಿದ್ದಾರೆ ಎಂಬುದಾಗಿತ್ತು.

ಬಂಗಾಳದ ಸ್ಥಳೀಯ ಪದಾತಿ ಸೈನ್ಯದಲ್ಲಿ ಹೆಚ್ಚಿನ ಸಂಖ್ಯೆಯ ಸಿಪಾಯಿಗಳು ಔಧ್, ಪೂರ್ವಾಂಚಲ ಮತ್ತು ಪಶ್ಚಿಮ ಬಿಹಾರದ ಬ್ರಾಹ್ಮಣರಾಗಿದ್ದರು, ಹೀಗಾಗಿ ಈ ವದಂತಿಯು, ಪರಿಸ್ಥಿತಿಯನ್ನು ಇನ್ನಶ್ಟು ಹದಗೆಡಿಸಿತು. ಬ್ರಾಹ್ಮಣರು ಸಾಮಾನ್ಯವಾಗಿ ಧರ್ಮನಿಷ್ಠ ಹಿಂದೂಗಳು ಸಸ್ಯಾಹಾರಿಗಳು, ಅವರು ಮಾಂಸವನ್ನು ತಿನ್ನಬಾರದು ಅಥವಾ ಮುಟ್ಟಬಾರದು, ಎಂಬುದಾಗಿದ್ದರಿಂದ ಪ್ರತಿರೋಧವು ಇನ್ನೂ ಬಲವಾಗಿತ್ತು.

ಕಮಾಂಡರ್-ಇನ್-ಚೀಫ್, ಜನರಲ್ ಜಾರ್ಜ್ ಆನ್ಸನ್ ಈ ಬಿಕ್ಕಟ್ಟಿಗೆ ಪ್ರತಿಕ್ರಿಯಿಸಿ, "ನಾನು ಅವರ ಅಮಾನುಷ ಪೂರ್ವಾಗ್ರಹಗಳಿಗೆ ಎಂದಿಗೂ ಮಣಿಯುವುದಿಲ್ಲ" ಎಂದು ಹೇಳಿದರು ಮತ್ತು ಅವರ ಕಿರಿಯ ಅಧಿಕಾರಿಗಳ ಮನವಿಯನ್ನು ತಿರಸ್ಕರಿಸಿದರು,ಅವರು ರಾಜಿ ಮಾಡಿಕೊಳ್ಳಲಿಲ್ಲ .

ನಂತರ, ಬ್ರಿಟಿಷರು ತುಪ್ಪದಿಂದ (ಸ್ಪಷ್ಟೀಕರಿಸಿದ ಬೆಣ್ಣೆ) ಮಾಡಿದ ಗ್ರೀಸ್ ಅನ್ನು ಸಿಪಾಯಿಗಳಿಗೆ ಬಳಸಲು ಅವಕಾಶ ನೀಡುವ ಮೂಲಕ ಅಸಮಾಧಾನವನ್ನು ಕಡಿಮೆ ಮಾಡಲು ಯೋಚಿಸಿದರು. ಲಾರ್ಡ್ ಕ್ಯಾನಿಂಗ್ ಮೇಜರ್ -ಜನರಲ್ ಹರ್ಸಿಯು ಪ್ರಸ್ತಾವನೆಯನ್ನು ಮಂಜೂರು ಮಾಡಿದರು. ಆದಾಗ್ಯೂ, ಈ ಪ್ರಸ್ತಾಪವನ್ನು ಮೀರತ್ ಮೂಲದ ಸೇನಾ ಕರ್ನಲ್ ಸಿ. ಚೆಸ್ಟರ್ ಅವರು ತಳ್ಳಿಹಾಕಿದರು. ಇದು ಅಪರಾಧದ ಪ್ರವೇಶಕ್ಕೆ ಸಮನಾಗಿರುತ್ತದೆ ಆದ್ದರಿಂದ ವಿಷಯವನ್ನು ಇನ್ನಷ್ಟು ಹದಗೆಡಿಸಬಹುದು ಎಂದು ಅವರು ಭಾವಿಸಿದರು.

ಸಿಪಾಯಿಗಳು ವರ್ಷಗಳಿಂದ ಮಟನ್ ಕೊಬ್ಬಿನಿಂದ ಗ್ರೀಸ್ ಮಾಡಿದ ಸಿಡಿಮದ್ದುಗಳನ್ನು ಬಳಸುತ್ತಿದ್ದಾರೆ ಮತ್ತು ಆದ್ದರಿಂದ ಈಗ ಅದನ್ನು ಬೇಡ ಎಂದು ಹೇಳಲು ಯಾವುದೇ ಕಾರಣವಿಲ್ಲ ಎಂದು ತಪ್ಪಾಗಿ ಪ್ರತಿಪಾದಿಸಿದರು. ಆದಾಗ್ಯೂ, ಸ್ಥಳೀಯ ಸಿಪಾಯಿಗಳು ಅಲ್ಲಿಯವರೆಗೆ ಬ್ರೌನ್ಬೆಸ್ ಮಸ್ಕೆಟ್ ಗಳನ್ನು ಮಾತ್ರ ಬಳಸಿದ್ದರಿಂದ ಈ ಹಕ್ಕು ಸಾಧನೆಯಾಗಿರಲಿಲ್ಲ. ಇದಕ್ಕಾಗಿ ನಾವು ಪ್ರತಿ ಸಿಡಿಮದ್ದುಗಳನ್ನು ಬಳಸುತ್ತೇವೆ. ತುಪ್ಪದ ಬಳಕೆಯನ್ನು ಅನುಮತಿಸುವ ಆದೇಶವನ್ನು ಸರ್ಕಾರವು ಮನವರಿಕೆ ಮಾಡಿಕೊಂಡು ತುಪ್ಪದ ಬಳಕೆಗೆ ಅವಕಾಶ ಮಾಡಿಕೊಟ್ಟಿತು.

••••

ಮೀರತ್ ಮತ್ತು ದೆಹಲಿ

ಮೀರತ್ ಮತ್ತೊಂದು ದೊಡ್ಡ ಸೇನೆ ಇರುವ ಜಾಗವಾಗಿತ್ತು. 2,357 ಭಾರತೀಯ ಸಿಪಾಯಿಗಳು ಮತ್ತು 2,038 ಬ್ರಿಟಿಷ್ ಪಡೆಗಳು, 12 ಬ್ರಿಟಿಷ್-ಮಾನವಚಾಲಿತ ಬಂದೂಕುಗಳನ್ನು ಹೊಂದಿದ್ದವು, ಬಂಗಾಳ ಸೈನ್ಯದೊಳಗಿನ ಅಶಾಂತಿಯ ಸ್ಥಿತಿ ಚಿರಪರಿಚಿತವಾಗಿದ್ದರೂ, ಏಪ್ರಿಲ್ 24 ರಂದು, 3 ಬಂಗಾಳ ಲೈಟ್ ಅಶ್ವದಳದ ಸಹಾನುಭೂತಿಯಿಲ್ಲದ ಕಮಾಂಡಿಂಗ್ ಅಧಿಕಾರಿ ತನ್ನ 90 ಸಿಬ್ಬಂದಿಗೆ ಮೆರವಣಿಗೆ ನಡೆಸಲು ಮತ್ತು ಗುಂಡು ಹಾರಿಸುವ ಮೂಲಕ ಕವಾಯತು ನಡೆಸಲು ಆದೇಶಿಸಿದನು. ಮೇ 9 ರಂದು ಮೆರವಣಿಗೆಯಲ್ಲಿದ್ದ 5 ಜನರನ್ನು ಹೊರತುಪಡಿಸಿ ಉಳಿದ 85 ಜನರನ್ನು ಕೋರ್ಟ್ ಮಾರ್ಷಲ್ ಮಾಡಲಾಯಿತು. ಮತ್ತು ಹೆಚ್ಚಿನವರನ್ನು ಕಠಿಣ ಶ್ರಮದಿಂದ 10 ವರ್ಷಗಳ ಜೈಲು ಶಿಕ್ಷೆಗೆ ಒಳಪಡಿಸಲಾಯಿತು. ಸಿಡಿಮದ್ದುಗಳನ್ನು ನಿರಾಕರಿಸಿದ ಹನ್ನೊಂದು ಯುವ ಸೈನಿಕರಿಗೆ 5 ವರ್ಷಗಳ ಜೈಲು ಶಿಕ್ಷೆ ವಿಧಿಸಲಾಯಿತು. ಖಂಡಿಸಲ್ಪಟ್ಟ ಪುರುಷರನ್ನು ಅವರ ಸಮವಸ್ತ್ರಗಳನ್ನು ತೆಗೆದುಹಾಕಿ, ಇಡೀ ದಂಡಿನ ಪಟ್ಟಣದ ತುಂಬಾ ಮೆರವಣಿಗೆ ಮಾಡಲಾಯಿತು. ಅವರನ್ನು ಜೈಲಿಗೆ ಕರೆದೊಯ್ಯುವಾಗ, ಖಂಡಿಸಿದ ಸೈನಿಕರು ಅವರನ್ನು ಬೆಂಬಲಿಸಲು ವಿಫಲರಾದ ತಮ್ಮ ಒಡನಾಡಿಗಳನ್ನು ನಿಂದಿಸಿದರು.

ಮರುದಿನ ಭಾನುವಾರವಾಗಿತ್ತು, ಕೆಲವು ಭಾರತೀಯ ಸೈನಿಕರು ಕಿರಿಯ ಬ್ರಿಟಿಷ್ ಅಧಿಕಾರಿಗಳಿಗೆ, ಜೈಲಿನಲ್ಲಿರುವ ಸೈನಿಕರನ್ನು ಬಲವಂತವಾಗಿ ಬಿಡುಗಡೆ ಮಾಡಲು ಯೋಜಿಸಲಾಗಿದೆ, ಎಂದು ಎಚ್ಚರಿಕೆ ನೀಡಿದರು, ಆದರೆ ಹಿರಿಯ ಅಧಿಕಾರಿಗಳು ಯಾವುದೇ ಕ್ರಮ ಕೈಗೊಳ್ಳಲಿಲ್ಲ. ಮೀರತ್ ನಗರದಲ್ಲಿಯೂ ಅಶಾಂತಿ ಉಂಟಾಯಿತು. ಬಜಾರ್ ನಲ್ಲಿ ಕೋಪಗೊಂಡ ಪ್ರತಿಭಟನಾಕಾರರು ಕೆಲವು ಕಟ್ಟಡಗಳಿಗೆ ಬೆಂಕಿ ಹಚ್ಚಿದರು. ಸಂಜೆಯ ಸಮಯದಲ್ಲಿ , ಹೆಚ್ಚಿನ ಬ್ರಿಟಿಷ್ ಅಧಿಕಾರಿಗಳು ಚರ್ಚ್ಗೆ ಹಾಜರಾಗಲು ತಯಾರಿ ನಡೆಸುತ್ತಿದ್ದರು, ಆದರೆ ಅನೇಕ ಬ್ರಿಟಿಷ್ ಸೈನಿಕರು ಕರ್ತವ್ಯದಿಂದ ಹೊರಗುಳಿದಿದ್ದರು ಮತ್ತು ಮೀರತ್ನಲ್ಲಿರುವ ಕ್ಯಾಂಟೀನ್ ಮತ್ತು ಬಜಾರ್ಗೆ ಹೋಗಿದ್ದರು. 3 ಅಶ್ವದಳದ ನೇತೃತ್ವದಲ್ಲಿ ಭಾರತೀಯ ಪಡೆಗಳು ದಂಗೆಯೆದ್ದವು. ಮೊದಲು ಏಕಾಏಕಿ ದಂಗೆಯನ್ನು ನಿಗ್ರಹಿಸಲು ಪ್ರಯತ್ನಿಸಿದ ಬ್ರಿಟಿಷ್ ಕಿರಿಯ ಅಧಿಕಾರಿಗಳು ತಮ್ಮದೇ ಆದ ಪುರುಷರಿಂದ ಕೊಲ್ಲಲ್ಪಟ್ಟರು. ಬ್ರಿಟಿಷ್ ಅಧಿಕಾರಿಗಳು ಮತ್ತು ನಾಗರಿಕರ ನಿವಾಸಗಳ ಮೇಲೆ ದಾಳಿ ನಡೆಸಲಾಯಿತು ಮತ್ತು 4 ನಾಗರಿಕ ಪುರುಷರು, 8 ಮಹಿಳೆಯರು ಮತ್ತು 8 ಮಕ್ಕಳು ಸಾವನ್ನಪ್ಪಿದರು. ಬಜಾರ್ನಲ್ಲಿದ್ದ ಜನಸಂದಣಿ ಅಲ್ಲಿನ ಕರ್ತವ್ಯ ದಿಂದ ಹೊರಗುಳಿದಿದ್ದ ಸೈನಿಕರ ಮೇಲೂ ದಾಳಿ ನಡೆಸಿತು. ಸಿಪಾಯಿಗಳು 800 ಇತರ ಕೈದಿಗಳೊಂದಿಗೆ (ಸಾಲಗಾರರು ಮತ್ತು ಅಪರಾಧಿಗಳು ಸೇರಿದಂತೆ) ತಮ್ಮ 85 ಒಡನಾಡಿಗಳನ್ನು ಜೈಲಿನಿಂದ ಬಿಡುಗಡೆ ಮಾಡಿದರು.

ಕೆಲವು ಸಿಪಾಯಿಗಳು (ವಿಶೇಷವಾಗಿ 11 ಬಂಗಾಳ ಸ್ಥಳೀಯ ಕಾಲಾಳುಪಡೆ) ದಂಗೆಗೆ ಸೇರುವ ಮೊದಲು ವಿಶ್ವಾಸಾರ್ಹ ಬ್ರಿಟಿಷ್ ಅಧಿಕಾರಿಗಳು ಮತ್ತು ಮಹಿಳೆಯರು ಮತ್ತು ಮಕ್ಕಳನ್ನು ಸುರಕ್ಷಿತವಾಗಿ ಕರೆದೊಯ್ದರು. ಕೆಲವು ಅಧಿಕಾರಿಗಳು ಮತ್ತು ಅವರ ಕುಟುಂಬಗಳು ರಾಂಪುರಕ್ಕೆ ಪಲಾಯನ ಮಾಡಿದರು. ಅಲ್ಲಿ ಅವರು ನವಾಬನೊಂದಿಗೆ ಆಶ್ರಯ ಪಡೆದರು. ಸುಮಾರು 50 ಭಾರತೀಯ ನಾಗರಿಕರು (ಅವರಲ್ಲಿ ಕೆಲವರು ತಮ್ಮ ಉದ್ಯೋಗದಾತರನ್ನು ರಕ್ಷಿಸಲು ಅಥವಾ ಮರೆಮಾಚಲು ಪ್ರಯತ್ನಿಸಿದ ಅಧಿಕಾರಿಗಳಾಗಿದ್ದರು)ಸಹ ಸಿಪಾಯಿಗಳಿಂದ ಕೊಲ್ಲಲ್ಪಟ್ಟರು. ಮೀರತ್ ನಲ್ಲಿ ದಂಗೆಯ ಸಂದರ್ಭದಲ್ಲಿ ಸಾವನ್ನಪ್ಪಿದ ಬ್ರಿಟಿಷರ ಸಂಖ್ಯೆ ಮತ್ತು ಸಾವಿನ ವಿಧಾನದ ಉತ್ಪ್ರೇಕ್ಷಿತ ಕಥೆಗಳು ದಂಗೆಯ ನಂತರದ ಅವಧಿಯಲ್ಲಿ ಮುಗ್ಧ ಭಾರತೀಯ ನಾಗರಿಕರು ಮತ್ತು ದಂಗೆಕೋರ ಸಿಪಾಯಿಗಳ ವಿರುದ್ಧ ಬ್ರಿಟಿಷ್ ಪಡೆಗಳು ಅತ್ಯಂತ ಹಿಂಸಾತ್ಮಕ ಪ್ರತೀಕಾರ ತೀರಿಸಿಕೊಳ್ಳಲು ಒಂದು ನೆಪವನ್ನು ಒದಗಿಸಿದವು.

ಹಿರಿಯ ಬ್ರಿಟಿಷ್ ಅಧಿಕಾರಿಗಳು, ವಿಶೇಷವಾಗಿ ಮೇಜರ್ ಜನರಲ್ ವಿಭಾಗದ ಕಮಾಂಡರ್ ಹೆವಿಟ್ (ಸುಮಾರು ಎಪ್ಪತ್ತು ವರ್ಷ ವಯಸ್ಸಿನ ಅನಾರೋಗ್ಯ ಪೀಡಿತ ವ್ಯಕ್ತಿ) ನಿಧಾನವಾಗಿ ಪ್ರತಿಕ್ರಿಯಿಸಿದರು. ಬ್ರಿಟಿಷ್ ಪಡೆಗಳು (ಮುಖ್ಯವಾಗಿ 60 ಕಾಲಾಳುಗಳಿರುವ , ಮತ್ತು 2 ಯುರೋಪಿಯನ್ ಮಾನವ ಸಹಿತ ಬಂಗಾಳ ಪಿರಂಗಿಗಳಿರುವ ಒಂದು ಸೇನೆ) ಒಟ್ಟುಗೂಡಿದವು, ಆದರೆ ಬಂಡುಕೋರರನ್ನು ತೊಡಗಿಸಿಕೊಳ್ಳಲು ಯಾವುದೇ ಆದೇಶಗಳನ್ನು ಸ್ವೀಕರಿಸಲಿಲ್ಲ ಮತ್ತು ತಮ್ಮದೇ ಆದ ಪ್ರಧಾನ ಕಛೇರಿ ಮತ್ತು ಶಸ್ತ್ರಾಸ್ತ್ರಗಳನ್ನು ಮಾತ್ರ ಕಾಪಾಡಿಕೊಳ್ಳಲು ಸಾಧ್ಯವಾಯಿತು. ಯಾವಾಗ,

ಮೇ 11 ರ ಬೆಳಿಗ್ಗೆ ಅವರು ದಾಳಿಗೆ ಸಿದ್ಧರಾದಾಗ, ಮೀರತ್ ಶಾಂತವಾಗಿರುವುದನ್ನು ನೋಡಿದರು, ಮತ್ತು ಬಂಡುಕೋರರು ದೆಹಲಿಗೆ ಮೆರವಣಿಗೆ ನಡೆಸಿದರು.

ಅದೇ ಮುಂಜಾನೆ, 3 ಅಶ್ವಸೈನ್ಯದ ಮೊದಲ ತಂಡಗಳು ದೆಹಲಿಯನ್ನು ತಲುಪಿದವು. ಅರಮನೆಯಲ್ಲಿ ರಾಜನ ಕೋಣೆಯ ಕಿಟಕಿಗಳ ಕೆಳಗೆ, ಅವರನ್ನು ಸ್ವಾಗತಿಸಿ ಮತ್ತು ಮುನ್ನಡೆಸಲು ಅವರನ್ನು ಕರೆದರು. ಬಹದ್ದೂರ್ ಷಾ ಈ ಹಂತದಲ್ಲಿ ಏನನ್ನೂ ಮಾಡಲಿಲ್ಲ, ಆದರೆ ಅರಮನೆಯಲ್ಲಿರುವ ಇತರರು ದಂಗೆಗೆ ಸೇರಲು ಮುಂದಾದರು. ಹಗಲಿನಲ್ಲಿ, ದಂಗೆಯು ಹರಡಿತು. ಬ್ರಿಟಿಷ್ ಅಧಿಕಾರಿಗಳಾದ ಜೆಂಡಿಯನ್ ಕ್ರಿಶ್ಚಿಯನ್ನರು ಮತ್ತು ನಗರದೊಳಗಿನ ಅಂಗಡಿಯವರ ಮೇಲೆ ಹಲ್ಲೆ ನಡೆಸಲಾಯಿತು; ಸಿಪಾಯಿಗಳು ಮತ್ತು ಇತರರು ಗಲಭೆಕೋರರ ಗುಂಪಿನಿಂದ ದಾಳಿಗೊಳಗಾದರು. ಐವತ್ತು ಮಂದಿ ಕೊಲ್ಲಲ್ಪಟ್ಟರು ಎಂದು ಹೇಳಲಾಗಿದೆ. ರಾಜನ ಕೆಲವು ಸೇವಕರು ಅರಮನೆಯ ಹೊರಗಿನ ಅಂಗಳದಲ್ಲಿರುವ ಅರಳಿ ಮರದ ಕೆಳಗೆ ಐವತ್ತಕ್ಕೂ ಹೆಚ್ಚು ಜನರನ್ನು ಕೊಂದಿದ್ದಾರೆ ಎಂದು ಹೇಳಲಾಗಿದೆ.

ಬಂಗಾಳ ಸ್ಥಳೀಯ ಪದಾತಿ ಸೈನ್ಯದ ಮೂರು ಸೈನ್ಯಗಳು ನಗರದಲ್ಲಿ ಅಥವಾ ಸಮೀಪದಲ್ಲಿ ನೆಲೆಗೊಂಡಿದ್ದವು. ಕೆಲವು ಬೇರ್ಪಟ್ಟವಾದರೂ ತ್ವರಿತವಾಗಿ ದಂಗೆಯನ್ನು ಸೇರಿಕೊಂಡವು. ದಂಗೆಯನ್ನು ಹಿಮ್ಮೆಟ್ಟಿಸಿದಾಗ, ಇತರರು ಹಿಂಬಾಲಿಸಿದರು ಆದರೆ ಬಂಡುಕೋರರ ವಿರುದ್ಧ ಕ್ರಮ ತೆಗೆದುಕೊಳ್ಳಲು, ಆದೇಶಗಳನ್ನು ಪಾಲಿಸಲು ನಿರಾಕರಿಸಿದರು. ಮಧ್ಯಾಹ್ನ, ನಗರದಲ್ಲಿ ಹಿಂಸಾತ್ಮಕ ಸ್ಫೋಟವು ಹಲವಾರು ಮೈಲುಗಳವರೆಗೆ ಕೇಳಿಸಿತು. ಶಸ್ತ್ರಾಸ್ತ್ರಗಳು ಮತ್ತು ಮದ್ದುಗುಂಡುಗಳ ದೊಡ್ಡ ದಾಸ್ತಾನುಗಳನ್ನು ಹೊಂದಿದ್ದ ಶಸ್ತ್ರಾಗಾರವು ಬಂಡಾಯಗಾರರ ಕೈಗೆ ಬೀಳುತ್ತದೆ ಎಂದು ಹೆದರಿ, ಅಲ್ಲಿನ ಒಂಬತ್ತು ಬ್ರಿಟಿಷ್ ಶಸ್ತ್ರ ಪಡೆ ಅಧಿಕಾರಿಗಳು ತಮ್ಮದೇ ಆದ ಕಾವಲುಗಾರರನ್ನು ಒಳಗೊಂಡಂತೆ ಸಿಪಾಯಿಗಳ ಮೇಲೆ ಗುಂಡು ಹಾರಿಸಿದ್ದರು. ಪ್ರತಿರೋಧವು ಹತಾಶವಾಗಿ ಕಂಡುಬಂದಾಗ,

ಅವರು ಶಸ್ತ್ರಾಗಾರವನ್ನೇ ಸ್ಫೋಟಿಸಿದರು. ಒಂಬತ್ತು ಅಧಿಕಾರಿಗಳಲ್ಲಿ ಆರು ಮಂದಿ ಬದುಕುಳಿದಿದ್ದರೂ, ಸ್ಫೋಟವು ಬೀದಿಗಳಲ್ಲಿ ಮತ್ತು ಹತ್ತಿರದ ಮನೆಗಳು ಮತ್ತು ಇತರ ಕಟ್ಟಡಗಳಲ್ಲಿ ಅನೇಕರನ್ನು ಕೊಂದಿತುಈ ಘಟನೆಗಳ ಸುದ್ದಿಯು ಅಂತಿಮವಾಗಿ ದೆಹಲಿಯ ಸುತ್ತಲೂ ನೆಲೆಸಿದ್ದ ಸಿಪಾಯಿಗಳನ್ನು ಬಹಿರಂಗ ಬಂಡಾಯಕ್ಕೆ ತಳ್ಳಿತು. ಸಿಪಾಯಿಗಳು ನಂತರ ಶಸ್ತ್ರಾಗಾರದಿಂದ ಕನಿಷ್ಠ ಕೆಲವು ಶಸ್ತ್ರಾಸ್ತ್ರಗಳನ್ನು ರಕ್ಷಿಸಲು ಸಾಧ್ಯವಾಯಿತು ಮತ್ತು ದೆಹಲಿಯ ಹೊರಗೆ ಎರಡು ಮೈಲುಗಳಷ್ಟು ದೂರದಲ್ಲಿ 3,000 ಬ್ಯಾರೆಲ್ಗಳ ಗನ್ಪೌಡರ್ ಅನ್ನು ಒಳಗೊಂಡಿರುವ ಒಂದು ಸೇನಾ ಉಗ್ರಾಣವನ್ನು ಪ್ರತಿರೋಧವಿಲ್ಲದೆ ವಶಪಡಿಸಿಕೊಳ್ಳಲಾಯಿತು.

ದೆಹಲಿಯ ಉತ್ತರದ ಪರ್ವತ ಶ್ರೇಣಿಯಲ್ಲಿರುವ ಫ್ಲಾಗ್ ಸ್ಟಾಫ್ ಟವರ್ ನಲ್ಲಿ ಅನೇಕ ಪಲಾಯನ ಮಾಡಿದ ಬ್ರಿಟಿಷ್ ಅಧಿಕಾರಿಗಳು ಮತ್ತು ನಾಗರಿಕರು ಒಟ್ಟುಗೂಡಿದ್ದರು. ಅಲ್ಲಿ ಟೆಲಿಗ್ರಾಫ್ ಆಪರೇಟರ್ ಗಳು ಈ ಘಟನೆಗಳ ಸುದ್ದಿಯನ್ನು ಇತರ ಬ್ರಿಟಿಷ್ ಕೇಂದ್ರಗಳಿಗೆ ಕಳುಹಿಸುತ್ತಿದ್ದರು. ಯಾವುದೇ ಸಹಾಯವು ಬರುವುದಿಲ್ಲ ಎಂಬುದು ಸ್ಪಷ್ಟವಾದಾಗ, ಅವರು ಗಾಡಿಗಳಲ್ಲಿ ಕರ್ನಾಲ್ಗೆ ತೆರಳಿದರು! ಮುಖ್ಯ ಸೇನೆಯಿಂದ ಬೇರ್ಪಟ್ಟವರು ಅಥವಾ ಫ್ಲ್ಯಾಗ್ ಸ್ಟಾಫ್ ಟವರ್ ತಲುಪಲು ಸಾಧ್ಯವಾಗದವರು ಸಹ ಕಾಲ್ನಡಿಗೆಯಲ್ಲಿ ಕರ್ನಾಲ್ಗೆ ಹೊರಟರು! ಕೆಲವರಿಗೆ ದಾರಿಯಲ್ಲಿ ಗ್ರಾಮಸ್ಥರು ಸಹಾಯ ಮಾಡಿದರು, ಇತರರನ್ನು ದರೋಡೆ ಮಾಡಲಾಯಿತು ಅಥವಾ ಕೊಲೆ ಮಾಡಲಾಯಿತು.

ಮರುದಿನ, ಬಹದ್ದೂರ್ ಷಾ ತಮ್ಮ ಮೊದಲ ಔಪಚಾರಿಕ ನ್ಯಾಯಾಲಯವನ್ನು ಹಲವು ವರ್ಷಗಳ ಕಾಲ ನಡೆಸಿದರು. ಇದರಲ್ಲಿ ಅನೇಕ ಉತ್ಸಾಹಭರಿತ ಅಥವಾ ಅಶಿಸ್ತಿನ ಸಿಪಾಯಿಗಳು ಭಾಗವಹಿಸಿದ್ದರು. ತಿರುವು ಪಡೆದ ಘಟನೆಗಳಿಂದ ರಾಜನು ಗಾಬರಿಗೊಂಡನು, ಆದರೆ ಅಂತಿಮವಾಗಿ ಸಿಪಾಯಿಗಳ ನಿಷ್ಠೆಯನ್ನು ಒಪ್ಪಿಕೊಂಡನು ಮತ್ತು ದಂಗೆಗೆ ಅವನ ಬೆಂಬಲ ನೀಡಲು ಒಪ್ಪಿಕೊಂಡನು.

•••

ಬೆಂಬಲ ಮತ್ತು ವಿರೋಧ

ದಂಗೆಯು ಈಗ ಸಶಸ್ತ್ರ ಪಡೆಗಳನ್ನು ಹಿಂದಿಕ್ಕಿ ಎಲ್ಲಾ ಕಡೆಯಲ್ಲಿಯೂ ಹರಡಿತು, ಆದರೆ ಇದು ಭಾರತದಾದ್ಯಂತ ಸಂಪೂರ್ಣ ಜನಪ್ರಿಯ ದಂಗೆಗೆ ಕಾರಣವಾಗಲಿಲ್ಲ. ಯಾಕೆಂದರೆ ಭಾರತದವರು ಸಂಪೂರ್ಣವಾಗಿ ಏಕೀಕರಣಗೊಂಡಿರಲಿಲ್ಲ. ಬಹದ್ದೂರ್ ಷಾ ಜಾಫರ್ ಅವರನ್ನು ಅಲ್ಲಿನ ಸಾಮ್ರಾಜ್ಯಶಾಹಿ ಸಿಂಹಾಸನಕ್ಕೆ ಪುನಃಸ್ಥಾಪಿಸಲಾಯಿತು: ಮರಾಠಾ ಆಡಳಿತಗಾರರನ್ನು ಸಿಂಹಾಸನಾರೋಹಣ ಮಾಡಬೇಕೆಂದು ಬಯಸಿದ ಒಂದು ಬಣವಿತ್ತು, ಮತ್ತು ಔಧಿಗಳು ತಮ್ಮ ನವಾಬನೇ ಅಧಿಕಾರವನ್ನು ಉಳಿಸಿಕೊಳ್ಳ ಬೇಕು ಎಂದು ಬಯಸಿದ್ದರು

ಯುದ್ಧವು ಮುಖ್ಯವಾಗಿ ಭಾರತದ ಉತ್ತರ ಮತ್ತು ಮಧ್ಯ ಪ್ರದೇಶಗಳಲ್ಲಿ ಕೇಂದ್ರೀಕೃತವಾಗಿತ್ತು. ದೆಹಲಿ, ಲಕ್ನೋ, ಕಾನ್ಪುರ, ಝಾನ್ಸಿ, ಬರೇಲಿ, ಅರಾಹ ಮತ್ತು ಜಗದೀಶ್ಪುರ ಸಂಘರ್ಷದ ಮುಖ್ಯ ಕೇಂದ್ರಗಳಾಗಿದ್ದವು. ಅರಾಹ ಮತ್ತು ಜಗದೀಶ್ಪುರದ ಭೋಜ್ ಪುರಿಗಳು ಮರಾಠರನ್ನು ಬೆಂಬಲಿಸಿದರು. ಮರಾಠರು, ರೋಹಿಲ್ಲರು ಮತ್ತು ಔದಿಗಳು ಬಹದ್ದೂರ್ ಷಾ ಜಾಫರ್ ಅವರನ್ನು ಬೆಂಬಲಿಸಿದರು ಮತ್ತು ಬ್ರಿಟಿಷರ ವಿರುದ್ಧವಾಗಿದ್ದರು.

ಮೌಲಾನಾ ಫಜಲ್-ಎ-ಹಕ್ ಖೈರಾಬಾದಿಯಂತಹ ಮುಸ್ಲಿಂ ನಾಯಕರು ಜಿಹಾದ್ಗೆ ಕರೆ ನೀಡಿದರು, ಇದರಲ್ಲಿ ಕೊಟ್ಯಾಧಿಪತಿಯಾದ ಅಹ್ಮದುಲ್ಲಾ ಷಾ ಸೇರಿದಂತೆ, ಮುಸ್ಲಿಮರು, ವಿಶೇಷವಾಗಿ ಮುಸ್ಲಿಂ ಕುಶಲಕರ್ಮಿಗಳು ಸೇರಿದ್ದರು. ಈ ಘಟನೆಯ ಹಿಂದೆ ಮುಸ್ಲಿಮರು ಮುಖ್ಯ ಶಕ್ತಿ ಎಂದು ಬ್ರಿಟಿಷರು ಭಾವಿಸಲು ಇದು ಕಾರಣವಾಯಿತು. ಮತ್ತು ಔದ್ ನಲ್ಲಿ, ಸುನ್ನಿ ಮುಸ್ಲಿಮರು ಶಿಯಾ ಆಡಳಿತಕ್ಕೆ ಮರಳುವುದನ್ನು ನೋಡಲು ಬಯಸಲಿಲ್ಲ, ಆದ್ದರಿಂದ ಅವರು ಶಿಯಾ ದಂಗೆಯನ್ನು ಸೇರಲು ಅವರು ನಿರಾಕರಿಸಿದರು. ಆದಾಗ್ಯೂ, ಆಗಾ ಖಾನ್ ನಂತಹ ಕೆಲವು ಮುಸ್ಲಿಮರು ಬ್ರಿಟಿಷರನ್ನು ಬೆಂಬಲಿಸಿದರು. ಬ್ರಿಟಿಷರು ಅವರ ಬಿರುದನ್ನು ಔಪಚಾರಿಕವಾಗಿ ತೆಗೆದುಕೊಂಡು ಅವರನ್ನು ಗೌರವಿಸಿದರು. ಮೊಘಲ್ ಚಕ್ರವರ್ತಿ ಬಹದ್ದೂರ್ ಷಾ ಅವರು ಕೋಮು ಹಿಂಸಾಚಾರದ ಭೀತಿಯಿಂದ ಈ ಕರೆಗಳನ್ನು ವಿರೋಧಿಸಿದರು .

ಠಾಣಾ ಭವನದಲ್ಲಿ, ಸುನ್ನಿಗಳು ಹಾಜಿ ಇಮ್ದದುಲ್ಲಾ ಅವರನ್ನು ತಮ್ಮ ಅಮೀರ್ ಎಂದು ಘೋಷಿಸಿದರು. ಮೇ 1857ರಲ್ಲಿ ಹಾಜಿ ಇಮ್ದದುಲ್ಲಾ ಮತ್ತು ಬ್ರಿಟಿಷರ ಪಡೆಗಳ ನಡುವೆ ಶಾಮ್ಲಿ ಯುದ್ಧ ನಡೆಯಿತು.

1857ರಲ್ಲಿ, ಬಂಗಾಳ ಸೈನ್ಯವು 12,000 ಬ್ರಿಟಿಷ್, 16,000 ಪಂಜಾಬಿ ಮತ್ತು 1,500 ಗೂರ್ಖಾ ಸೈನಿಕರನ್ನು ಹೊಂದಿತ್ತು (ಒಟ್ಟು 311,000 ಸ್ಥಳೀಯ ಪಡೆಗಳಲ್ಲಿ (ಒಟ್ಟು 86,000 ಪುರುಷರು ಬಂಗಾಳ ಸೈನ್ಯದಲ್ಲಿದ್ದರು) ಮತ್ತು 40,160 ಯುರೋಪಿಯನ್ ಸೈನ್ಯದ ಪಡೆಗಳು (ಹಾಗೆಯೇ 5,362 ಅಧಿಕಾರಿಗಳು). ಬಂಗಾಳ ಸೇನೆಯ ಎಪ್ಪತ್ತೈದು ಸೇನಿಕರು, ಮತ್ತು ನಿಯಮಿತ ಸ್ಥಳೀಯ ಕಾಲಾಳುಪಡೆಯ ದಳಗಳಲ್ಲಿ ಐವತ್ತನಾಲ್ಕು ಸೇನಿಕರು ಬಂಡಾಯವೆದ್ದರೂ ಕೆಲವರು ತಕ್ಷಣವೇ ನಾಶವಾದರು. ಇನ್ನು ಕೆಲವು ಸಿಪಾಯಿಗಳು ತಮ್ಮ ಮನೆಗಳಿಗೆ ಓಡಿಹೋಗುವುದರೊಂದಿಗೆ ಜೀವ ಉಳಿಸಿಕೊಂಡರು.

ಬಂಗಾಳ ಸೈನ್ಯವು ಇಪ್ಪತ್ತೊಂಬತ್ತು ಅನಿಯಮಿತ ಅಶ್ವಸೈನ್ಯ ಮತ್ತು ನಲವತ್ತೆರಡು ಅನಿಯಮಿತ ಕಾಲಾಳುಪಡೆಗಳನ್ನು ಒಳಗೊಂಡಿತ್ತು. ಇವುಗಳು ಇತ್ತೀಚೆಗೆ ಸ್ವಾಧೀನಪಡಿಸಿಕೊಂಡ ಔಧ್ ರಾಜ್ಯದಿಂದ ಗಣನೀಯ ಪ್ರಮಾಣದ ತುಕಡಿಯನ್ನು ಒಳಗೊಂಡಿತ್ತು, ಇದು ಎನ್ಮಾಸ್ ದಂಗೆಗೆ ಕಾರಣವಾಯಿತು. ಆ ರಾಜ್ಯದ ಆಡಳಿತಗಾರನು ಬ್ರಿಟಿಷರೊಂದಿಗೆ ಮೈತ್ರಿ ಮಾಡಿಕೊಂಡಿದ್ದರೂ ಸಹ ಗ್ವಾಲಿಯರಿನ ಮತ್ತೊಂದು ದೊಡ್ಡ ತಂಡವೂ ಬಂಡಾಯವೆದ್ದಿತು. ಉಳಿದ ಅನಿಯಮಿತ ಘಟಕಗಳು ವಿವಿಧ ಮೂಲಗಳಿಂದ ಬೆಳೆದವು ಮತ್ತು ಮುಖ್ಯವಾಹಿನಿಯ ಭಾರತೀಯ ಸಮಾಜದ ಸಂಬಂಧಗಳಿಂದ ಕಡಿಮೆ ಪ್ರಭಾವಿತವಾಗಿತ್ತು. ಮೂರು ಗೂರ್ಖಾ ಮತ್ತು ಐದು (ಆರರಲ್ಲಿ) ಸಿಖ್ ಪದಾತಿದಳದ ಘಟಕಗಳು, ಮತ್ತು ಇತ್ತೀಚೆಗೆ ಬೆಳೆದ ಪಂಜಾಬ್ ಅನಿಯಮಿತ ಪಡೆಗಳ ಆರು ಪದಾತಿದಳ ಮತ್ತು ಆರು ಅಶ್ವದಳದ ಘಟಕಗಳು. ಈ ಮೂರು ಸಂಸ್ಥೆಗಳು ವಿಶೇಷವಾಗಿ ಬ್ರಿಟಿಷರನ್ನು ಸಕ್ರಿಯವಾಗಿ ಬೆಂಬಲಿಸಿದವು.

ಏಪ್ರಿಲ್ 1, 1858 ರಂದು, ಬ್ರಿಟಿಷರಿಗೆ ನಿಷ್ಠರಾಗಿರುವ ಭಾರತೀಯ ಸೈನಿಕರ ಸಂಖ್ಯೆ (ಬಂಗಾಳ ಸೈನ್ಯದೊಳಗೆ) 80,053 ಆಗಿತ್ತು. ಆದಾಗ್ಯೂ, ದಂಗೆ ಪ್ರಾರಂಭವಾದ ನಂತರ ಪಂಜಾಬ್ ಮತ್ತು ವಾಯುವ್ಯ ಗಡಿನಾಡಿನಲ್ಲಿಹೆಚ್ಚಿನ ಸಂಖ್ಯೆಯ ಸೈನಿಕರನ್ನು ಆತುರದಿಂದ ಬೆಳೆಸಿತು.

ಬಾಂಬೆ ಸೈನ್ಯವು ತನ್ನ 29 ದಳಗಳಲ್ಲಿ ಮೂರು ದಂಗೆಗಳನ್ನು ಹೊಂದಿದ್ದರೆ, ಮದ್ರಾಸ್ ಸೈನ್ಯವು ಯಾವುದೇ ದಂಗೆಯನ್ನು ಹೊಂದಿರಲಿಲ್ಲ. ಆದರೆ ತನ್ನ 52 ದಳಗಳಲ್ಲಿ ಬಂಗಾಳದಲ್ಲಿ ಸೇವೆಗಾಗಿ ಸ್ವಯಂ ಸೇವಕರಾಗಿರಲು ನಿರಾಕರಿಸಿತು.

ದಕ್ಷಿಣ ಭಾರತದಲ್ಲಿ ಬಹುಪಾಲು ಹಿಂಸಾಚಾರ, ಏಕಾಏಕಿ ಅನಾಹುತದ ವಿಷಯಗಳಲ್ಲಿ ವಿರಳ ಮತ್ತು ನಿಷ್ಕ್ರಿಯವಾಗಿತ್ತು. ಈ ಪ್ರದೇಶದ ಭಾಗಗಳನ್ನು ನಿಜಾಮರು ಅಥವಾ ಮೈಸೂರು ರಾಯಧನದಿಂದ ಆಳುತ್ತಿದ್ದರಿಂದ ಮತ್ತು ನೇರವಾಗಿ ಬ್ರಿಟಿಷ್ ಆಳ್ವಿಕೆಗೆ ಒಳಪಡದ ಕಾರಣ ಹೆಚ್ಚಿನ ರಾಜ್ಯಗಳು ಯುದ್ಧದಲ್ಲಿ ಭಾಗವಹಿಸಲಿಲ್ಲ.

•••

ದಂಗೆ

ಬಹದ್ದೂರ್ ಶಾ ಜಾಫರ್ ತನ್ನನ್ನು ತಾನು ಇಡೀ ಭಾರತದ ಚಕ್ರವರ್ತಿ ಎಂದು ಘೋಷಿಸಿಕೊಂಡ. ಆದಾಗ್ಯೂ, ಹೆಚ್ಚಿನ ಸಮಕಾಲೀನ ಮತ್ತು ಆಧುನಿಕ ಜನರು, ಸಿಪಾಯಿಗಳು ಮತ್ತು ಅವರ ಆಸ್ಥಾನಿಕರು ಬಲವಂತವಾಗಿ-ಅವರ ಸ್ವಂತ ಇಚ್ಛೆಗೆ ವಿರುದ್ಧವಾಗಿ-ಘೋಷಣೆಗೆ ಸಹಿ ಹಾಕಿದರು ಎಂದು ಹೇಳಲಾಗುತ್ತದೆ. ನಾಗರಿಕರು, ಉದಾತ್ತರು ಮತ್ತು ಇತರ ಗಣ್ಯರು ಚಕ್ರವರ್ತಿಗೆ ನಿಷ್ಠೆಯ ಪ್ರಮಾಣ ವಚನ ಸ್ವೀಕರಿಸಿದರು. ಬಿಡುಗಡೆ ಮಾಡಿದನು, ಇದು ಸಾಮ್ರಾಜ್ಯಶಾಹಿ ಸ್ಥಾನಮಾನವನ್ನು ಪ್ರತಿಪಾದಿಸುವ ಅತ್ಯಂತ ಹಳೆಯ ವಿಧಾನಗಳಲ್ಲಿ ಒಂದಾಗಿದೆ ಮತ್ತು ಅವನ ಹೆಸರನ್ನು ಖುತ್ಬಾಗೆ ಸೇರಿಸಲಾಯಿತು, ಅವನು ತಮ್ಮ ರಾಜನೆಂದು ಮುಸ್ಲಿಮರು ಒಪ್ಪಿಕೊಂಡರು, ಆದಾಗ್ಯೂ, ಈ ಘೋಷಣೆಯು ಪಂಜಾಬ್ನ ಸಿಖ್ಖರನ್ನು ಬಂಡಾಯದಿಂದ ದೂರವಿಡಿಸಿತು. ಏಕೆಂದರೆ ಮೊಘಲ್ ಆಡಳಿತಗಾರರ ವಿರುದ್ಧ ಅನೇಕ ಯುದ್ಧಗಳನ್ನು ಮಾಡಿಯೂ., ಅವರು ಇಸ್ಲಾಮಿಕ್ ಆಡಳಿತಕ್ಕೆ ಮರಳಲು ಬಯಸಲಿಲ್ಲ.

ಬಂಗಾಳ ಪ್ರಾಂತ್ಯವು ಇಡೀ ಅವಧಿಯಲ್ಲಿ ಶಾಂತವಾಗಿತ್ತು. ಆ ಸಮಯದಲ್ಲಿ, ಬ್ರಿಟೀಷರು ತಮ್ಮ 'ಆಧುನೀಕರಣ' ದ ಪರಿಕಲ್ಪನೆಗಳನ್ನು ಜಾರಿಗೆ ತಂದಿದ್ದ ಬಂಗಾಳವು ವಿಶ್ವದೆಲ್ಲೆಡೆ ಏನು ನಡೆಯುತ್ತಿದೆ ಎಂಬುದರ ಬಗ್ಗೆ ಚೆನ್ನಾಗಿ ಶಿಕ್ಷಣ ಪಡೆದ ಮತ್ತು ತಿಳಿದಿರುವ ಅನೇಕ ಬುದ್ಧಿಜೀವಿಗಳನ್ನು ಹೊಂದಿತ್ತು.

ಆರಂಭದಲ್ಲಿ, ಭಾರತೀಯ ಸೈನಿಕರು ಕಂಪನಿಯ ಪಡೆಗಳನ್ನು ಸುಲಭವಾಗಿ ಸೋಲಿಸಲು ಸಾಧ್ಯವಾಯಿತು, ಮತ್ತು ಹಲವಾರು ಪ್ರಮುಖ ಪಟ್ಟಣಗಳಾದ ಹರಿಯಾಣ, ಬಿಹಾರ, ಕೇಂದ್ರ ಪ್ರಾಂತ್ಯಗಳು ಮತ್ತು ಯುನೈಟೆಡ್ ಪ್ರಾಂತ್ಯಗಳಲ್ಲಿ ಹಲವಾರು ಪ್ರಮುಖ ಪಟ್ಟಣಗಳನ್ನು ವಶಪಡಿಸಿಕೊಂಡರು. ಬ್ರಿಟಿಷರು ಸೇನೆಯನ್ನು ಬಲಪಡಿಸಿದಾಗ ಮತ್ತು ದಾಳಿಯನ್ನು ಎದುರಿಸಲು ಪ್ರಾರಂಭಿಸಿದಾಗ, ದಂಗೆಯೆದ್ದ ಸಿಪಾಯಿಗಳು ಕೇಂದ್ರೀಕೃತ ಆಜ್ಞೆ ಮತ್ತು ನಿಯಂತ್ರಣ ವ್ಯವಸ್ಥೆಯ ಕೊರತೆಯಿಂದ ತೀವ್ರವಾಗಿ ಗಾಯಗೊಳ್ಳತೊಡಗಿದರು. ಅವರು ಬಖ್ತ್ ಖಾನ್ನಂತಹ ನಿಜವಾದ ನಾಯಕರನ್ನು ನಿರ್ಮಿಸಿದರೂ (ಅವರ ಮಗ ಮಿರ್ಜಾ ಮೊಘಲ್ ನಿಷ್ಪಯೋಜಕ ಎಂದು ಸಾಬೀತಾದ ನಂತರ ಚಕ್ರವರ್ತಿ ಕಮಾಂಡರ್-ಇನ್-ಚೀಫ್ ಆಗಿ ನಾಮನಿರ್ದೇಶನಗೊಂಡರು), ಬಹುಪಾಲು ರಾಜರು ಮತ್ತು ರಾಜಕುಮಾರರಿಗೆ ನಾಯಕತ್ವವನ್ನು ಕೊಡಲು ಒತ್ತಾಯಿಸಲಾಯಿತು. ಇವುಗಳಲ್ಲಿ ಕೆಲವು ಸಮರ್ಪಿತ ನಾಯಕರನ್ನು ಹೊಂದಿದ್ದವು, ಆದರೆ ಇತರರು ಸ್ವಹಿತಾಸಕ್ತಿ ಹೊಂದಿದ್ದರು ಅಥವಾ ಅಸಮರ್ಥರಾಗಿದ್ದರು.

ಹರಿಯಾಣದ ರಾವ್ ತುಲಾರಾಮ್ ಮತ್ತು ಪ್ರಣ್ ಸುಖ್ ಯಾದವ್ ಅವರು ನಾಸಿಬ್ ಪುರದಲ್ಲಿ ಬ್ರಿಟೀಷರೊಂದಿಗೆ ಹೋರಾಡಿದರು ಮತ್ತು ನಂತರ ಕ್ರೈಮಿಯಾದಲ್ಲಿ ಬ್ರಿಟಿಷರೊಂದಿಗೆ ಯುದ್ಧದಲ್ಲಿದ್ದ ಶಸ್ತ್ರಾಸ್ತ್ರಗಳನ್ನು ರಷ್ಯಾದಿಂದ ಸಂಗ್ರಹಿಸಲು ಹೋದರು, ಆದರೆ ದಾರಿಯಲ್ಲಿ ಅವರು ಸಾವನ್ನಪ್ಪಿದರು. ಪೇಶಾವರದಿಂದ ಬುಡಕಟ್ಟು ಜನಾಂಗದ ನಾಯಕರೊಬ್ಬರು ಸಹಾಯವನ್ನು ನೀಡುವಂತೆ ಪತ್ರವನ್ನು ಕಳುಹಿಸಿದಾಗ, ಖಜಾನೆ ಖಾಲಿಯಾಗಿದೆ ಮತ್ತು ಸೈನ್ಯವನ್ನು ನಿಯಂತ್ರಿಸಲು ಸಾಧ್ಯವಾಗದ ಕಾರಣ ದೆಹಲಿಗೆ ಬರಬಾರದು ಎಂದು ರಾಜನು ಉತ್ತರಿಸಿದನು.

•••

ದೆಹಲಿಯ ಮುತ್ತಿಗೆ

ದೆಹಲಿಯ ಮುತ್ತಿಗೆಯನ್ನು 1857ರ ಭಾರತೀಯ ದಂಗೆಯ ನಿರ್ಣಾಯಕ ಘರ್ಷಣೆಗಳಲ್ಲಿ ಒಂದಾಗಿತ್ತು, ಅಥವಾ ಭಾರತೀಯ ಸ್ವಾತಂತ್ರ್ಯದ ಮೊದಲ ಯುದ್ಧದ ಘಟನೆಗಳ ಭಾರತೀಯ ಇತಿಹಾಸಗಳಲ್ಲಿ ಇದನ್ನು ಕರೆಯಲಾಗುತ್ತದೆ.

ಬ್ರಿಟಿಷ್ ಈಸ್ಟ್ ಇಂಡಿಯಾ ಕಂಪನಿಯ ಅಧಿಕಾರದ ವಿರುದ್ಧದ ದಂಗೆಯು ಉತ್ತರ ಭಾರತದ ಹೆಚ್ಚಿನ ಭಾಗಗಳಲ್ಲಿ ವ್ಯಾಪಕವಾಗಿ ಹರಡಿತು, ಆದರೆ ಮೂಲಭೂತವಾಗಿ ಇದು ಸೈನ್ಯದ ಘಟಕಗಳ ಸಿಪಾಯಿಗಳ ಸಾಮೂಹಿಕ ದಂಗೆಯಿಂದ ಪ್ರೇರೇಪಿಸಲ್ಪಟ್ಟಿತು, ಅದು ಕಂಪನಿಯು ಸ್ವತಃ ಬಂಗಾಳದ ಅಧಿಪತ್ಯದಲ್ಲಿ ಬೆಳೆಸಿತು (ಇದು ವಾಸ್ತವವಾಗಿ ಅಸ್ಸಾಂನಿಂದ ಪೇಶಾವರದವರೆಗಿನ ವಿಶಾಲ ಪ್ರದೇಶವನ್ನು ಒಳಗೊಂಡಿದೆ). ದಂಗೆಕೋರರ ಮೊದಲ ಸಿಪಾಯಿಗಳು ಹಿಂದಿನ ಶತಮಾನಗಳಲ್ಲಿ ಭಾರತದ ಹೆಚ್ಚಿನ ಭಾಗವನ್ನು ಆಳಿದ ಮೊಘಲ್ ಸಾಮ್ರಾಜ್ಯದ ಅಧಿಕಾರವನ್ನು ಪುನಃ ಸ್ಥಾಪಿಸಲು ಪ್ರಯತ್ನಿಸಿದರು. ಒಟ್ಟಾರೆ ನಿರ್ದೇಶನದ ಕೊರತೆಯಿಂದಾಗಿ, ತರುವಾಯ ಬಂಡಾಯವೆದ್ದ ಅನೇಕರು ಕೂಡ ದೆಹಲಿಗೆ ಆಗಮಿಸಿದರು.

ಇದು ಎರಡು ಕಾರಣಗಳಿಗಾಗಿ ಮುತ್ತಿಗೆಯನ್ನು ನಿರ್ಣಾಯಕವಾಗಿಸಿತು. ಮೊದಲನೆಯದಾಗಿ, ಹೆಚ್ಚಿನ ಸಂಖ್ಯೆಯ ದಂಗೆಕೋರರು ಒಂದೇ ಸ್ಥಿರ ಜಾಗದಲ್ಲಿ ಹೋರಾಡಲು ಬದ್ಧರಾಗಿದ್ದರು ಮತ್ತು ಬಹುಶಃ ಬೇರೆಡೆ ಅವರ ಭವಿಷ್ಯಕ್ಕೆ ಹಾನಿಯಾಗಬಹುದು ಮತ್ತು ದೆಹಲಿಯಲ್ಲಿ ಅವರು ಸೋಲು ಕಂಡರೆ ಬಹಳ ದೊಡ್ಡ ಹಿನ್ನಡೆಯಾಗಬಹುದು ಎಂಬುದಾಗಿತ್ತು. ಎರಡನೆಯದಾಗಿ, ದೆಹಲಿಯನ್ನು ಬ್ರಿಟಿಷರು ಪುನಃ ವಶಪಡಿಸಿಕೊಳ್ಳುವುದು ಮತ್ತು ವಯಸ್ಸಾದ ಮೊಘಲ್ ಚಕ್ರವರ್ತಿ ಬಹದ್ದೂರ್ ಷಾ II ಹೋರಾಟವನ್ನು ಮುಂದುವರಿಸಲು ನಿರಾಕರಿಸಿದ್ದು, ದಂಗೆಯನ್ನು ಅದರ ರಾಷ್ಟ್ರೀಯ ಸ್ವರೂಪದಿಂದ ವಂಚಿತಗೊಳಿಸಿತು. ಬಂಡುಕೋರರು ಇನ್ನೂ ದೊಡ್ಡ ಪ್ರದೇಶಗಳನ್ನು ಹೊಂದಿದ್ದರೂ, ಅವರ ನಡುವೆ ಸಮನ್ವಯವಿರಲಿಲ್ಲ ಮತ್ತು ಹೀಗಾಗಿ ಬ್ರಿಟಿಷರು ಅನಿವಾರ್ಯವಾಗಿ ಅವುಗಳನ್ನು ಪ್ರತ್ಯೇಕವಾಗಿ ಜಯಿಸಲು ಸಾಧ್ಯವಾಯಿತು.

ಬ್ರಿಟಿಷ್ ಈಸ್ಟ್ ಇಂಡಿಯಾ ಕಂಪನಿಯ ಬಂಗಾಳ ಸೈನ್ಯದ (ಭಾರತೀಯ ಸೈನಿಕರು), ದೆಹಲಿಯ ವಾಯುವ್ಯಕ್ಕೆ 60 ಮೈಲಿ ದೂರದಲ್ಲಿರುವ ಮೀರತ್ ನಲ್ಲಿರುವ ಸಿಪಾಯಿಗಳು, ಹಲವಾರು ವರ್ಷಗಳ ಉದ್ವಿಗ್ನತೆಯನ್ನು ಹೆಚ್ಚಿಸಿದ ನಂತರ, ತಮ್ಮ ಬ್ರಿಟಿಷ್ ಅಧಿಕಾರಿಗಳ ವಿರುದ್ಧ ಬಹಿರಂಗವಾಗಿ ದಂಗೆಯೆದ್ದರು. ಹೊಸ ಎನ್ಫೀಲ್ಡ್ ರೈಫಲ್ನ ಪರಿಚಯವೇ ಇದಕ್ಕೆ ಮುಖ್ಯ ಕಾರಣವಾಗಿತ್ತು. ಸಿಡಿಮದ್ದುಗಳು ಗೋ ಮತ್ತು ಹಂದಿ ಕೊಬ್ಬಿನ ಮಿಶ್ರಣದಿಂದ ಗ್ರೀಸ್ ಮಾಡಲ್ಪಟ್ಟಿವೆ ಎಂದು ವ್ಯಾಪಕವಾಗಿ ನಂಬಲಾಗಿತ್ತು, ಮತ್ತು ರೈಫಲ್ ಅನ್ನು ಲೋಡ್ ಮಾಡುವಾಗ ಅವುಗಳನ್ನು ಕಚ್ಚುವುದು, (ಡ್ರಿಲ್ ಪುಸ್ತಕದಲ್ಲಿ ಹೇಳಿರುವಂತೆ) ಹಿಂದೂ ಮತ್ತು ಮುಸ್ಲಿಂ ಸೈನಿಕರನ್ನು ಅಪವಿತ್ರಗೊಳಿಸುತ್ತದೆ ಎಂದು ಭಾವಿಸಲಾಗಿತ್ತು.

ಮೀರತ್ ನಲ್ಲಿ ನೆಲೆಸಿದ್ದ 3 ಬಂಗಾಳ ಅಶ್ವದಳದ ಎಂಭತ್ತೈದು ಪುರುಷರು ತಮ್ಮ ಸಿಡಿಮದ್ದುಗಳನ್ನು ಸ್ವೀಕರಿಸಲು ನಿರಾಕರಿಸಿದರು. ಅವರನ್ನು ತರಾತುರಿಯಲ್ಲಿ ಕೋರ್ಟ್ ಮಾರ್ಷಲ್ ಮಾಡಲಾಯಿತು. ಮತ್ತು ಮಾರ್ಚ್ 9, 1857 ರಂದು ಅವರಿಗೆ ದೀರ್ಘಾವಧಿಯ ಜೈಲು ಶಿಕ್ಷೆ ವಿಧಿಸಲಾಯಿತು, ಮತ್ತು ಗ್ಯಾರಿಸನ್ ನಲ್ಲಿ ಬ್ರಿಟಿಷ್ ಮತ್ತು ಬಂಗಾಳ ಸೇನೆಗಳ ಮುಂದೆ ಮೆರವಣಿಗೆ ನಡೆಸಲಾಯಿತು. ಮರುದಿನ ಸಂಜೆ, ಬಂಗಾಳ ಸೇನೆಗಳ (3 ಲಘು ಅಶ್ವದಳ, 11 ಮತ್ತು 20 ಪದಾತಿದಳ) ಸೈನಿಕರು ಬಂಡಾಯವೆದ್ದರು, ಸೆರೆಮನೆಯಲ್ಲಿದ್ದ ಸೈನಿಕರನ್ನು ಬಿಡುಗಡೆ ಮಾಡಿದರು ಮತ್ತು ಅವರ ಬ್ರಿಟಿಷ್ ಅಧಿಕಾರಿಗಳು ಮತ್ತು ಅನೇಕ ಬ್ರಿಟಿಷ್ ನಾಗರಿಕರನ್ನು ತಮ್ಮ ದಂಡುನೆಲೆಯಲ್ಲಿ ಕೊಂದರು. 3 ಲಘು ಅಶ್ವಸೈನ್ಯದಲ್ಲಿ ಒಂದು ಸೈನ್ಯವು ದಂಗೆ ಏಳಲಿಲ್ಲ ಮತ್ತು ಪೂರ್ತಿ ನಿಷ್ಠಾವಂತರಾಗಿ ಉಳಿಯಿತು.

ಮೀರತ್ ನ ಹಿರಿಯ ಬ್ರಿಟೀಷ್ ಅಧಿಕಾರಿಗಳು ಆಶ್ಚರ್ಯಚಕಿತರಾದರು. ಬೆರ್ಹಾಂಪುರ್, ಬರಾಕ್ ಪುರ ಮತ್ತು ಅಂಬಾಲಾದಲ್ಲಿ ಈ ಹಿಂದೆ ಅಶಾಂತಿ ಉಂಟಾದ ನಂತರ ಬಂಗಾಳ ಸೈನ್ಯದಲ್ಲಿ ಅಸಮಾಧಾನದ ಬಗ್ಗೆ ಅವರು ಸಾಕಷ್ಟುಎಚ್ಚರಿಕೆ ಹೊಂದಿದ್ದರೂ, ಮೀರತ್ನಲ್ಲಿ ಬ್ರಿಟಿಷರ ಭಾರತೀಯ ಸೈನಿಕರ ಪ್ರಮಾಣವು ಭಾರತದಲ್ಲಿ ಎಲ್ಲಕ್ಕಿಂತ ಹೆಚ್ಚಾಗಿರುತ್ತದೆ ಎಂದು ಅವರು ಭಾವಿಸಿದ್ದರು, ಬಂಗಾಳದ ಘಟಕಗಳು ಬಹಿರಂಗ ದಂಗೆಯನ್ನು

ಎದುರಿಸದೇ. ಅದೃಷ್ಟವಶಾತ್ ಅವರು ದುರಂತಕ್ಕೆ ಒಳಗಾಗಲಿಲ್ಲ. ಬಂಗಾಳ ಸೇನೆಯು ಭಾನುವಾರ ದಂಗೆಗೆ ಒಳಗಾದವು. ಬ್ರಿಟಿಷ್ ಪಡೆಗಳು ಸಾಂಪ್ರದಾಯಿಕವಾಗಿ ಸಂಜೆ ಚರ್ಚ್ ಮೆರವಣಿಗೆಯಲ್ಲಿ ಶಸ್ತ್ರಾಸ್ತ್ರಗಳಿಲ್ಲದೆ ಭಾಗವಹಿಸುತ್ತಿದ್ದವು. ಹೆಚ್ಚು ಬಿಸಿಯಾದ ಬೇಸಿಗೆಯ ಹವಾಮಾನದಿಂದಾಗಿ, ಮೇ 10 ರಂದು ಚರ್ಚ್ ಸೇವೆಗಳು ಹಿಂದಿನ ವಾರಗಳಿಗಿಂತ ಅರ್ಧ ಘಂಟೆಯ ನಂತರ ನಡೆಯಿತು, ಮತ್ತು ಏಕಾಏಕಿ ಸಂಭವಿಸಿದಾಗ, ಬ್ರಿಟಿಷ್ ಪಡೆಗಳು ಇನ್ನೂ ಸಿಪಾಯಿ ಮನೆ ಗಳನ್ನುತೊರೆದಿರಲಿಲ್ಲ, ಹಾಗಾಗಿ ತಕ್ಶಣವೇ ಶಸ್ತ್ರಸಜ್ಜಿತರಾದರು.

ತಮ್ಮದೇ ಆದ ಮಾರ್ಗಗಳನ್ನು ಕಂಡುಕೊಳ್ಳುವುದರ ಹೊರತಾಗಿ, ಮೀರತ್ ನಲ್ಲಿನ ಬ್ರಿಟಿಷ್ ಕಮಾಂಡರ್ ಗಳು ಹತ್ತಿರದ ಗ್ಯಾರಿಸನ್ ಗಳು ಅಥವಾ ನಿಲ್ದಾಣಗಳಿಗೆ ಸಹ ತಿಳಿಸಲಿಲ್ಲ. (ಟೆಲಿಗ್ರಾಫ್ ಅನ್ನು ಕತ್ತರಿಸಲಾಗಿತ್ತು, ಆದರೆ ರವಾನೆ ಸವಾರರು ಸಿಪಾಯಿಗಳನ್ನು ತಕ್ಷಣವೇ ಕಳುಹಿಸಿದ್ದರೆ ದೆಹಲಿಯನ್ನು ಸುಲಭವಾಗಿ ತಲುಪಬಹುದಿತ್ತು.) ಅವರು ಬ್ರಿಟಿಷ್ ಸೈನ್ಯವನ್ನು ಸಿಪಾಯಿ ಮನೆಯ ಒಟ್ಟುಗೂಡಿಸಿ, ಮೇ 11 ರಂದು ಬಂಡಾಯ ಸೈನಿಕರನ್ನು ಚದುರಿಸಲು ಸಿದ್ಧತೆ ನಡೆಸಿದಾಗ, ಅವರು ದೆಹಲಿಗೆ ಮೆರವಣಿಗೆ ನಡೆಸಿದರು.

•••

ಬಂಡಾಯಗಾರರಿಂದ ದೆಹಲಿಯ ಸೆರೆಹಿಡಿಯುವಿಕೆ

ಆ ಸಮಯದಲ್ಲಿ ದೆಹಲಿಯು ಬ್ರಿಟಿಷ್ ಆಡಳಿತದ ಪ್ರಮುಖ ಕೇಂದ್ರವಾಗಿರಲಿಲ್ಲ, ಆದರೂ ಬ್ರಿಟಿಷ್ ಅಧಿಕಾರಿಗಳು ನಗರದ ಹಣಕಾಸು ಮತ್ತು ನ್ಯಾಯಾಲಯಗಳನ್ನು ನಿಯಂತ್ರಿಸುತ್ತಿದ್ದರು. ಇದು ಮೊಘಲ್ ಸಾಮ್ರಾಜ್ಯದ ರಾಜಧಾನಿಯಾಗಿತ್ತು. ಹಿಂದಿನ ಶತಮಾಗಳಲ್ಲಿ ಇದಕ್ಕೆ ಕಡಿಮೆ ಪ್ರಾಮುಖ್ಯತೆಯನ್ನು ಕೊಡಲಾಗಿತ್ತು. ಚಕ್ರವರ್ತಿ, ಎಂಬತ್ತೆರಡು ವರ್ಷದ ಚಕ್ರವರ್ತಿ ಬಹದ್ದೂರ್ ಷಾ II, ಗೆ ಈಸ್ಟ್ ಇಂಡಿಯಾ ಕಂಪನಿಯು, ಶೀರ್ಷಿಕೆಯು ಕೂಡ ಅವನೊಂದಿಗೆ ಸಾಯುತ್ತದೆ ಎಂದು ತಿಳಿಸಿತ್ತು.

ದೆಹಲಿಯಲ್ಲಿ ಬ್ರಿಟಿಷ್ ಸೈನ್ಯದ ಯಾವುದೇ ಘಟಕಗಳು ಅಥವಾ ಈಸ್ಟ್ ಇಂಡಿಯಾ ಕಂಪನಿಯ 'ಯುರೋಪಿಯನ್' ಘಟಕಗಳು ಇರಲಿಲ್ಲ. ಮೂರು ಬಂಗಾಳ ಸ್ಥಳೀಯ ಪದಾತಿಸೈನ್ಯ ಗಳು (38ನೇ, 54ನೇ ಮತ್ತು 74ನೇ ಪದಾತಿದಳ) ನಗರದ ವಾಯುವ್ಯಕ್ಕೆ ಎರಡು ಮೈಲಿ ದೂರದಲ್ಲಿರುವ ಸಿಪಾಯಿ ಮನೆಗಳಲ್ಲಿ ನೆಲೆಗೊಂಡಿದ್ದವು.

ಇದು ಕಾಶ್ಮೀರ ಗೇಟ್ನ ಸಮೀಪವಿರುವ ಗೋಡೆಗಳ ಒಳಗೆ ಇರುವ 'ಮುಖ್ಯ ಸಿಬ್ಬಂದಿ' ಕಟ್ಟಡ, ನಗರದಲ್ಲಿನ ಶಸ್ತ್ರಾಗಾರ ಮತ್ತು ಇತರ ಕಟ್ಟಡಗಳಿಗೆ ಸಣ್ಣ ಕಾವಲುಗಾರರು ಮತ್ತು ವಿವರಗಳನ್ನು ಒದಗಿಸಿತು. ಕಾಕತಾಳೀಯವೆಂಬಂತೆ, ಮೇ 11 ರ ಮುಂಜಾನೆ ಪದಾತಿದಳಗಳು ಪರೇಡ್ ಮಾಡಿದಾಗ, ಅವರ ಅಧಿಕಾರಿಗಳು ವರ್ಷದ ಆರಂಭದಲ್ಲಿ ಬ್ಯಾರಕ್ಪುರದ ಬಳಿ ದಂಗೆಯನ್ನು ಪ್ರಾರಂಭಿಸಲು ಪ್ರಯತ್ನಿಸಿದ ಸಿಪಾಯಿ ಮಂಗಲ್ ಪಾಂಡೆಯ ಮರಣದಂಡನೆ ಮತ್ತು ಅವನ ವಿಸರ್ಜನೆಯನ್ನು ಘೋಷಿಸುವ ಸಾಮಾನ್ಯ ಆದೇಶವನ್ನು ಅವರಿಗೆ ಹೇಳಿದರು. ರೆಜಿಮೆಂಟ್ (34 ನೇ BNI). ಇದು ಶ್ರೇಯಾಂಕದಲ್ಲಿ ಹೆಚ್ಚು ಗೊಣಗಾಟವನ್ನು ಉಂಟುಮಾಡಿತು. ಪದಾತಿದಳದಲ್ಲಿ (34 ನೇ BNI). ಇದು ಗೊಂದಲವನ್ನುಂಟುಮಾಡಿತು.

ನಂತರ ಬೆಳಿಗ್ಗೆ, ಮೀರತ್ನಿಂದ ಬಂಡುಕೋರರು ಅನಿರೀಕ್ಷಿತವಾಗಿ ಆಗಮಿಸಿದರು ಮತ್ತು ಅವರನ್ನು ಮುನ್ನಡೆಸಲು ಚಕ್ರವರ್ತಿಯನ್ನು ಕರೆದರು ಮತ್ತು ಮೂರು ಸ್ಥಳೀಯ ಪದಾತಿ ದಳಗಳ ಸಿಪಾಯಿಗಳು ಮತ್ತು ಚಕ್ರವರ್ತಿಯ ಸ್ವಂತ ಟೋಕನ್ ಪಡೆಗಳು ತಮ್ಮ ಬ್ರಿಟಿಷ್ ಅಧಿಕಾರಿಗಳ ಮೇಲೆ ತಿರುಗಿ ಬೀಳುವಂತೆ ಮಾಡಿದರು. ಸಿಪಾಯಿಗಳು ಬಂಡಾಯವೆದ್ದರು. ಸಿಪಾಯಿಗಳು ಮೊದಲಿಗೆ ಹಿಂಜರಿಕೆಯಿಂದ ಬಂಡಾಯವೆದ್ದರು ಆದರೆ ನಂತರ ಅರಮನೆಯಿಂದಲೇ ಬಂಡಾಯವೆದ್ದವು. ಕೆಲವು ಸಿಪಾಯಿಗಳು ಬ್ರಿಟಿಷರಿಗೆ ಸಹಾಯ ಮಾಡಿದರು, ಅಥವಾ ಬಂಡುಕೋರರ ಕೈಗೆ ಶಸ್ತ್ರಾಸ್ತ್ರಗಳು ಬೀಳದಂತೆ ತಡೆಯಲು ಶಸ್ತ್ರಾಗಾರದಲ್ಲಿರುವ ಬ್ರಿಟಿಷ್ ಅಧಿಕಾರಿಗಳು (ಫಿರಂಗಿ ಮತ್ತು ಬಂದೂಕುಗಳ ದಾಸ್ತಾನುಗಳನ್ನು ಒಳಗೊಂಡಿರುವ) ತಮ್ಮದೇ ಸೈನ್ಯದ ಮೇಲೆ ಗುಂಡು ಹಾರಿಸಿದರು.

ಐದು ಗಂಟೆಗಳ ಕಾಲ ಹತಾಶ ಪ್ರತಿರೋಧದ ನಂತರ, ಶಸ್ತ್ರಾಗಾರವನ್ನು ರಕ್ಷಿಸುವ ಒಂಬತ್ತು ಅಧಿಕಾರಿಗಳು ಅದರ ಸೇನಾ ಉಗ್ರಾಣವನ್ನು ಸ್ಫೋಟಿಸಿದರು, ಹತ್ತಿರದ ಅನೇಕರನ್ನು ಕೊಂದರು. ಆರು ರಕ್ಷಕರು ತಪ್ಪಿಸಿಕೊಂಡರು ಮತ್ತು ಐದು ಜನರು ಪರಾಕ್ರಮಕ್ಕಾಗಿ ನೀಡುವ ಪದಕ "ವಿಕ್ಟೋರಿಯಾ ಕ್ರಾಸ್" ಪಡೆದರು.

ದಂಗೆಕೋರ ಪಡೆಗಳು ಕೆಲವು ಬ್ರಿಟಿಷ್ ನಾಗರಿಕರನ್ನು ಕೊಂದವು ಎಂದು ಹೇಳಲಾಗಿದೆ, ಆದರೆ ಗಲಭೆಕೋರರು ಹೆಚ್ಚು ಜನರನ್ನು ಕೊಂದರು. ದೆಹಲಿಯ ಅರ್ಧದಷ್ಟು ಬ್ರಿಟಿಷ್ ನಾಗರಿಕರು ನಗರದ ಗೋಡೆಗಳ ಉತ್ತರಕ್ಕೆ ತಕ್ಷಣವೇ ತಪ್ಪಿಸಿಕೊಂಡು ಪಲಾಯನ ಮಾಡಲು ಸಾಧ್ಯವಾಯಿತು, ಮೊದಲು ದೆಹಲಿಯ ವಾಯುವ್ಯಕ್ಕೆ ಪರ್ವತದ ಮೇಲಿರುವ ಫ್ಲ್ಯಾಗ್ಸ್ಟಾಫ್ ಟವರ್ಗೆ ಟೆಲಿಗ್ರಾಫ್ ಆಪರೇಟರ್ಗಳು ಇತರ ಬ್ರಿಟಿಷ್ ಸ್ಟೇಷನ್ಗಳನ್ನು ದಂಗೆಯ ಬಗ್ಗೆ ಎಚ್ಚರಿಸಲು ಪ್ರಯತ್ನಿಸುತ್ತಿದ್ದರು. ಮತ್ತು ತರುವಾಯ ಪಶ್ಚಿಮಕ್ಕೆ ಹಲವಾರು ಮೈಲುಗಳಷ್ಟು ದೂರದಲ್ಲಿರುವ ಕರ್ನಾಲ್ಗೆ ಕೂಡ. ದಾರಿಯಲ್ಲಿ ಕೆಲವರಿಗೆ ಗ್ರಾಮಸ್ಥರು ಸಹಾಯ ಮಾಡಿದರು.

ಇತರರು ದರೋಡೆಕೋರರಿಗೆ ಬಲಿಯಾದರು ಬಂಡುಕೋರರು ಬಹದ್ದೂರ್ ಷಾ ಅವರ ಸೇವೆಯಲ್ಲಿ ತಮ್ಮನ್ನು ತಾವು ಘೋಷಿಸಿಕೊಂಡರು. ಅವರು ಘಟನೆಗಳಿಂದ ತುಂಬಿ ತುಳುಕುತ್ತಿದ್ದರು.

ನಗರದ ಆಡಳಿತ ಮತ್ತು ಅದರ ಹೊಸ ಆಕ್ರಮಿತ ಸೈನ್ಯವು ಅಸ್ತವ್ಯಸ್ತವಾಗಿತ್ತು, ಆದರೂ ಅದು ಅವ್ಯವಸ್ಥಿತವಾಗಿಯೇ ಕಾರ್ಯನಿರ್ವಹಿಸುವುದನ್ನು ಮುಂದುವರೆಸಿತು. ಚಕ್ರವರ್ತಿಯು ತನ್ನ ಹಿರಿಯ ಮಗ ಮಿರ್ಜಾ ಮೊಘಲ್ ನನ್ನು ತನ್ನ ಪಡೆಗಳ ಕಮಾಂಡರ್ ಇನ್ ಚೀಫ್ ಆಗಿ ನಾಮನಿರ್ದೇಶನ ಮಾಡಿದನು. ಆದರೆ ಮಿರ್ಜಾ ಮೊಘಲ್ ಗೆ ಮಿಲಿಟರಿ ಅನುಭವ ಕಡಿಮೆ ಇತ್ತು. ಅವರನ್ನು ಸಿಪಾಯಿಗಳು ಕಡಿಮೆ ಗೌರವದಿಂದ ನೋಡಿಕೊಂಡರು .

ಮೀರತ್ ನಲ್ಲಿ ದಂಗೆ ಮತ್ತು ದೆಹಲಿಯ ಸೆರೆಹಿಡಿಯುವಿಕೆಯ ಸುದ್ದಿ ಭಾರತದಾದ್ಯಂತ ವೇಗವಾಗಿ ಹರಡಿತು. ದಂಗೆಕೋರರಿಂದ ವದಂತಿಗಳು ಮತ್ತು ರಾಯಭಾರಿಗಳು ಸುದ್ದಿಗಳನ್ನು ವೇಗವಾಗಿ ಹರಡಿದರು ಮತ್ತು ವ್ಯಾಪಕ ದಂಗೆಗಳನ್ನು ಹುಟ್ಟುಹಾಕಿದರು, ಆದರೆ ಬ್ರಿಟಿಷರಿಗೆ ಈ ದಂಗೆಯ ಬಗ್ಗೆ ಟೆಲಿಗ್ರಾಫ್ ಇರುವುದರಿಂದ ಇನ್ನೂ ಬೇಗನೆ ತಿಳಿಯಿತು. ಹೀಗಾಗಿ ಟೆಲಿಗ್ರಾಫ್ ಗೆ ಧನ್ಯವಾದಗಳನ್ನು ಹೇಳಿದರು. ನಿಲ್ದಾಣಗಳ ಕಮಾಂಡರ್ಗಳು ಶಕ್ತಿಯುತವಾಗಿದ್ದು, ತಮ್ಮ ಸಿಪಾಯಿಗಳ ಮೇಲೆ ಮತ್ತು ಅಪನಂಬಿಕೆಯನ್ನು ಹೊಂದಿದ್ದಲ್ಲಿ, ಅವರು ಕೆಲವು ಅಪಾಯಕಾರಿ ದಂಗೆಗಳನ್ನು ತಡೆಯಲು ಸಮರ್ಥರಾಗಿದ್ದರು.

•••

ಬ್ರಿಟಿಷ್ ಚಲನೆಗಳು

ಹಿಮಾಲಯದ ತಪ್ಪಲಿನಲ್ಲಿರುವ ತಂಪಾದ ಗಿರಿಧಾಮಗಳಲ್ಲಿ ಹಲವಾರು ಬ್ರಿಟಿಷ್ ಘಟಕಗಳು ಲಭ್ಯವಿದ್ದರೂ, ಪುನಃ ವಶಪಡಿಸಿಕೊಳ್ಳಲು ಯಾವುದೇ ಕ್ರಮ ತೆಗೆದುಕೊಳ್ಳುವ ಮೊದಲು ಸಮಯ ಹಿಡಿಯಿತು. ಇದು ಭಾಗಶಃ ಸಾರಿಗೆ ಮತ್ತು ಸರಬರಾಜು ಕೊರತೆಯಿಂದಾಗಿ, ಎರಡನೆಯ ಆಂಗ್ಲೋ-ಸಿಖ್ ಯುದ್ಧದ ನಂತರ, ಆರ್ಥಿಕ ಕ್ರಮವಾಗಿ ಬಂಗಾಳ ಸೇನೆಯ ಸಾರಿಗೆ ಘಟಕಗಳನ್ನು ವಿಸರ್ಜಿಸಲಾಯಿತು ಮತ್ತು ಸಾರಿಗೆಯನ್ನು ಮೊದಲಿನಿಂದಲೂ ಸುಧಾರಿಸಬೇಕಾಯಿತು. ಅಲ್ಲದೆ, ಅನೇಕ ಹಿರಿಯ ಬ್ರಿಟಿಷ್ ಅಧಿಕಾರಿಗಳು ನಿರುಪಯುಕ್ತ ಎಂದು ಪರಿಗಣಿಸಲ್ಪಟ್ಟಿದ್ದರು, ನಿರ್ಣಾಯಕವಾಗಿ ಅಥವಾ ಸಂವೇದನಾಶೀಲವಾಗಿ ಕಾರ್ಯನಿರ್ವಹಿಸಲು ತುಂಬಾ ಹಿರಿಯರಾಗಿದ್ದರು.

ಅದೇನೇ ಇದ್ದರೂ, ಬ್ರಿಟಿಷ್ ಪಡೆಗೆ ಮೇ 17 ರಂದು ಕರ್ನಾಲ್ಗೆ ಬ್ರಿಟೀಷ್ ಪಡೆಗೆ ತೆರಳಲು ಸಾಧ್ಯವಾಯಿತು, ಅಲ್ಲಿ ಬ್ರಿಗೇಡಿಯರ್ ಆರ್ಚ್ ಡೇಲ್ ವಿಲ್ಸನ್ ನೇತೃತ್ವದಲ್ಲಿ ಮೀರತ್ನಿಂದ ಒಂದು ಪಡೆ ಸೇರಿಕೊಂಡಿತು (ಮೇ 11 ರಂದು. ಬಂಡುಕೋರ ಸಿಪಾಯಿಗಳು ದೆಹಲಿಗೆ ಹೋಗುವುದನ್ನು ತಡೆಯಲು ಅವರು ವಿಫಲರಾಗಿದ್ದರು.)

ಬ್ರಿಟಿಷ್ ಕಮಾಂಡರ್-ಇನ್-ಚೀಫ್ ಜನರಲ್ ಅನ್ಸನ್ ಮೇ 27 ರಂದು ಕಾಲರಾದ ಕಮಲ್ ನಲ್ಲಿ ನಿಧನರಾದರು. ಜನರಲ್ ಬರ್ನಾರ್ಡ್ ನೇತೃತ್ವದಲ್ಲಿ, ಬ್ರಿಟಿಷರು ದೆಹಲಿಯಲ್ಲಿ ಮುಂದುವರಿದರು. ಜೂನ್ 8 ರಂದು, ಅವರು ದೆಹಲಿಯ ಪಶ್ಚಿಮಕ್ಕೆ ಆರು ಮೈಲಿ ದೂರದಲ್ಲಿರುವ ಬದ್ಲಿ-ಕಿ-ಸೆರಾಯ್ ಕದನದಲ್ಲಿ ಕ್ಷೇತ್ರದಿಂದ ದೊಡ್ಡ ಆದರೆ ಅಸ್ತವ್ಯಸ್ತವಾಗಿರುವ ಬಂಡಾಯ ಪಡೆಯನ್ನು ಓಡಿಸಿದರು.

ಬ್ರಿಟಿಶ್ ದೆಹಲಿ ಪರ್ವತವನ್ನು ವಶಪಡಿಸಿಕೊಂಡಿತು ಮತ್ತು ಬಂಗಾಳ ಪದಾತಿಸೈನ್ಯದ ಘಟಕಗಳು ಅದರ ಪಶ್ಚಿಮಕ್ಕೆ ಇರುವ ಸೇನಾಗ್ರಹಗಳನ್ನು ವಶಪಡಿಸಿಕೊಂಡವು. ಧಿಕ್ಕಾರ ಮತ್ತು ತಿರಸ್ಕಾರದ ಸೂಚಕವಾಗಿ, ಅವರು ಬ್ಯಾರಕ್ ಗಳಿಗೆ ಬೆಂಕಿ ಹಚ್ಚಿದರು. ಇದು ಪ್ರಜ್ಞಾಶೂನ್ಯ ಕೃತ್ಯವಾಗಿತ್ತು, ಏಕೆಂದರೆ ಇದು ಬ್ರಿಟಿಷರನ್ನು (ಮತ್ತು ಅವರ ಎಲ್ಲ ರೋಗಿಗಳು ಮತ್ತು ಗಾಯಗೊಂಡವರು ಮತ್ತು ಹೋರಾಟಗಾರರಲ್ಲದವರು) ಬಿಸಿ ಹವಾಮಾನ ಮತ್ತು ಮಾನ್ಸೂನ್ ಋತುಗಳಲ್ಲಿಡೇರೆಗಳಲ್ಲಿ ವಾಸಿಸುವುದನ್ನು ತಪ್ಪಿಸಿತು.

ಈ ಪರ್ವತವು ಗಟ್ಟಿಯಾದ ಬಂಡೆಯಾಗಿದ್ದು, ಸುಮಾರು 60 ಅಡಿ ಎತ್ತರವಾಗಿತ್ತು ಮತ್ತು ನಗರದ ಗೋಡೆಗಳ ಮೇಲೆ ಕಾಬೂಲ್ ಗೇಟ್ ನಿಂದ ಪೂರ್ವಕ್ಕೆ ಕೇವಲ 1,200 ಗಜಗಳಷ್ಟು ದೂರದಿಂದ ನಗರದ ಉತ್ತರಕ್ಕೆ ಮೂರು ಮೈಲುಗಳಷ್ಟು ದೂರದಲ್ಲಿತ್ತು. ನಗರದ ಉತ್ತರಕ್ಕೆ ಮೂರು ಮೈಲುಗಳಷ್ಟು ಜುಮ್ನಾ ನದಿಗೆ, ನಗರದ ಗೋಡೆಗಳು. ಅದೃಷ್ಟವಶಾತ್ ಬ್ರಿಟಿಷರಿಗೆ, ಅವರ ಶಿಬಿರದ ಪಶ್ಚಿಮ ಭಾಗದಿಂದ ಜುಮ್ನಾ ಕಾಲುವೆ ಹರಿದಿದ್ದರಿಂದ, ಕುಡಿಯುವ ನೀರು ಮತ್ತು ರಕ್ಷಣೆ ಎರಡೂ ಸಿಗುತ್ತಿತ್ತು.

ಬ್ರಿಟಿಷರು ಕೋಟೆಯ ಮೇಲ್ಭಾಗವನ್ನು ಭದ್ರಪಡಿಸಿಕೊಂಡರು. ಸಿರ್ಮುರ್ ಬೆಟಾಲಿಯನ್ನ ಗೂರ್ಖಾಗಳಿಂದ ರಕ್ಷಿಸಲ್ಪಟ್ಟ ನಗರಕ್ಕೆ ಹತ್ತಿರವಿರುವ ಮತ್ತು ಹೆಚ್ಚು ಬಹಿರಂಗವಾಗಿರುವ 'ಹಿಂದೂ ರಾವ್ ಅವರ ಮನೆ' ಎಂದು ಕರೆಯಲಾಗುತ್ತಿತ್ತು. ಅದರ ದಕ್ಷಿಣಕ್ಕೆ ಹಳ್ಳಿಗಳ ಜಟಿಲ ಮತ್ತು ಗೋಡೆಯ ತೋಟಗಳನ್ನು ಸಬ್ಜಿ ಮುಂಡಿ ಎಂದು ಕರೆಯಲಾಗುತ್ತಿತ್ತು, ಇದರಲ್ಲಿ ಬ್ರಿಟಿಷರ ಬಲಭಾಗದಲ್ಲಿ ದಾಳಿಯನ್ನು ಪ್ರಾರಂಭಿಸುವ ಮೊದಲು ಬಂಡಾಯ ಪಡೆಗಳು ಒಟ್ಟುಗೂಡಬಹುದಾಗಿತ್ತು.

ಮುತ್ತಿಗೆ: ಜೂನ್-ಜುಲೈ

ದೆಹಲಿಯು ತುಂಬಾ ಬಲಶಾಲಿಯಾಗಿತ್ತು ಮತ್ತು ದಂಗೆಗೆ ಬಲಿಯಾಗಲು ಬಲವಾಗಿ ಹಿಡಿದಿತ್ತು ಎಂಬುದು ತ್ವರಿತವಾಗಿ ಸ್ಪಷ್ಟವಾಯಿತು. ಬರ್ನಾರ್ಡ್ ಜೂನ್ 13 ರಂದು ಆಕ್ರಮಣಕ್ಕೆ ಆದೇಶಿಸಿದರು, ಆದರೆ ಆದೇಶಗಳು ಗೊಂದಲಕ್ಕೀಡಾದವು ಮತ್ತು ಸಮಯಕ್ಕೆ ಸರಿಯಾಗಿ ಹೆಚ್ಚಿನ ಅಧಿಕಾರಿಗಳನ್ನು ತಲುಪಲು ವಿಫಲವಾದವು. ಹಲವು ಆರೋಪಗಳ ನಡುವೆ ದಾಳಿಯನ್ನು ಹಿಂಪಡೆಯಬೇಕಾಯಿತು. ಇದರ ನಂತರ, ಮುತ್ತಿಗೆ ಹಾಕುವವರನ್ನು ಬಲಪಡಿಸುವವರೆಗೆ ಯಾವುದೇ ಆಕ್ರಮಣವು ಯಶಸ್ವಿಯಾಗಲು ಅಸಂಭವವೆಂದು ಅದು ಒಪ್ಪಿಕೊಂಡಿತು.

ದಂಗೆಕೋರ ಸಿಪಾಯಿಗಳು ಮತ್ತು ಸ್ವಯಂಸೇವಕರ ದೊಡ್ಡ ತುಕಡಿಗಳು ದೆಹಲಿಗೆ ಆಗಮಿಸುತ್ತಲೇ ಇದ್ದವು. ಅಶ್ವದಳದ ಹತ್ತು ತಂಡಗಳು ಮತ್ತು ಬಂಗಾಳ ಸೈನ್ಯದ ಹದಿನೈದು ಕಾಲಾಳು ಪಡೆಗಳಿಗಿಂತ ಹೆಚ್ಚಿನ ಸಂಖ್ಯೆಯ ಇತರ ಅಕ್ರಮಗಳಗಳು ಬಂಡಾಯವೆದ್ದವು. ಜೂನ್ ಮತ್ತು ಜುಲೈ ಅವಧಿಯಲ್ಲಿ ಹೆಚ್ಚಿನ ಸಂಖ್ಯೆಯ ಇತರ ಪಡೆಗಳೂ ದೆಹಲಿಗೆ ತೆರಳಿದವು.

ಪ್ರತಿ ಹೊಸ ತುಕಡಿಯು ಆಗಮಿಸುತ್ತಿದ್ದಂತೆ, ಬಂಡುಕೋರರು ಹಿಂದೂ ರಾವ್ ಅವರ ಮನೆ ಮತ್ತು ಇತರ ಹೊರ ಠಾಣೆಗಳ ಮೇಲೆ ಸತತ ಹಲವಾರು ದಿನಗಳ ಕಾಲ ದಾಳಿನಡೆಸಿದರು. ಪ್ಲಾಸಿ ಕದನದ ಶತಮಾನೋತ್ಸವವಾದ ಜೂನ್ 23 ರಂದು ಒಂದು ಪ್ರಮುಖ ದಾಳಿಯನ್ನು ಮಾಡಲಾಯಿತು. (ಈ ಘಟನೆಯ ನಂತರ ನೂರು ವರ್ಷಗಳ ನಂತರ ಭಾರತದಲ್ಲಿ ಬ್ರಿಟಿಷ್ ಆಳ್ವಿಕೆಯು ಕೊನೆಗೊಳ್ಳುತ್ತದೆ ಎಂದು ನಂಬಲಾಗಿತ್ತು).

ಈ ಎಲ್ಲಾ ದಾಳಿಗಳನ್ನು ಹೊಡೆದುರುಳಿಸಿದರೂ, ಬ್ರಿಟಿಷರು ಬಳಲಿಕೆ ಮತ್ತು ಕಾಯಿಲೆಯ ಮೂಲಕ ನೆಲಸಮಗೊಂಡರು. ಪರ್ವತದ ಮೇಲೆ ಮತ್ತು ಶಿಬಿರದಲ್ಲಿ ಪರಿಸ್ಥಿತಿಗಳು ಅತ್ಯಂತ ಅನಾರೋಗ್ಯಕರ ಮತ್ತು ಅಹಿತಕರವಾಗಿದ್ದವು. ಜನರಲ್ ಬರ್ನಾರ್ಡ್ ಅವರು ಜುಲೈ 5ರಂದು ಕಾಲರಾದಿಂದ ನಿಧನರಾದರು. ಅವರ ಉತ್ತರಾಧಿಕಾರಿ (ರೀಡ್) ಕೂಡ ಕಾಲರಾದಿಂದ ಬಳಲುತ್ತಿದ್ದರು ಮತ್ತು ಆರ್ಚ್ ಡೇಲ್ ವಿಲ್ಸನ್ ಗೆ (ಬಡ್ತಿ ಪಡೆದ ಮೇಜರ್ ಜನರಲ್) ಅಧಿಕಾರವನ್ನು ಹಸ್ತಾಂತರಿಸುವಂತೆ ಒತ್ತಾಯಿಸಿದರು. ವಿಲ್ಸನ್ ಅವಶೇಷಗಳಿಲ್ಲದ ಶವಗಳನ್ನು ತೆರವುಗೊಳಿಸಲು ಮತ್ತು ಶಿಬಿರ ಮತ್ತು ಶಿಬಿರದಿಂದ ಇತರ ನಿರಾಕರಣೆಗಳನ್ನು ತೆರವುಗೊಳಿಸಲು ಮತ್ತು ಹೊರಠಾಣೆಗಳು ಮತ್ತು ಪರಿಹಾರಗಳನ್ನು ಮರುಸಂಘಟಿಸಲು ಪ್ರಯತ್ನಿಸಿದರೂ, ಅವರು ಸ್ವತಃ ಆಜ್ಞೆಯನ್ನು ಚಲಾಯಿಸುವ ಸಾಮರ್ಥ್ಯ ಹೊಂದಿರಲಿಲ್ಲ, ಮತ್ತು ಪ್ರತಿ ಪತ್ರವನ್ನು ಬರೆಯುವಾಗ, ಅವರು ತಮ್ಮ ಬಳಲಿಕೆ ಮತ್ತು ಅಡ್ಡಬೀಳುವಿಕೆಯ ಬಗ್ಗೆ ದೂರು ನೀಡಿದರು. ಉತ್ತಮ ನಾಯಕತ್ವವನ್ನು ನೀಡಬಹುದಾದ ಕಿರಿಯ ಅಧಿಕಾರಿಯಾಗಿದ್ದ ಬ್ರಿಗೇಡಿಯರ್ ನೆವಿಲ್ಲೆ ಚೇಂಬರ್ಲೇನ್ ಅವರು ಜುಲೈ 14ರಂದು ತೀವ್ರವಾಗಿ ಗಾಯಗೊಂಡಿದ್ದರು.

ಏತನ್ಮಧ್ಯೆ, ದೆಹಲಿಯಲ್ಲಿ, ಮಿರ್ಜಾ ಮೊಘಲ್ ಮತ್ತು ಬಹದ್ದೂರ್ ಷಾ ಅವರ ಸೈನಿಕನಲ್ಲದ ಮೊಮ್ಮಗ ಮಿರ್ಜಾ ಅಬು ಬಕರ್ ಅವರ ವೈಫಲ್ಯಗಳಿಂದಾಗಿ ಸ್ವಲ್ಪ ನೈತಿಕತೆಯ ನಷ್ಟ ಉಂಟಾಯಿತು.

ಕಂಪನಿಯ ಸೇನೆಯ ಅನುಭವಿ ಫಿರಂಗಿ ಅಧಿಕಾರಿ ಬಖ್ತ್ ಖಾನ್ ನೇತೃತ್ವದಲ್ಲಿ ಬಲವರ್ಧನೆಯ ಒಂದು ದೊಡ್ಡ ತಂಡವು ಬರೇಲಿಯಿಂದ ಆಗಮಿಸಿತು. ಅವರು ತಮ್ಮೊಂದಿಗೆ ತಂದ ಲೂಟಿಯಿಂದ ಸಂತೋಷಗೊಂಡ ಬಹದ್ದೂರ್ ಷಾ ಬಖ್ತ್ ಖಾನ್ ಅವರನ್ನು ಹೊಸ ಕಮಾಂಡರ್-ಇನ್-ಚೀಫ್ ಮಾಡಿದ. ಬಖ್ತ್ ಖಾನ್ ಅವರು ಹಣಕಾಸನ್ನು ಪುನರ್ಭರ್ತಿ ಮಾಡಲು ಮತ್ತು ಬಂಡುಕೋರ ಸೈನಿಕರನ್ನು ನವೀಕೃತ ಪ್ರಯತ್ನಗಳಿಗೆ ಪ್ರೇರೇಪಿಸಲು ಸಾಧ್ಯವಾಯಿತು. ಆದಾಗ್ಯೂ, ಬಹದ್ದೂರ್ ಷಾ ಅವರು ನಿರುತ್ಸಾಹಗೊಂಡರು ಮತ್ತು ಇತರ ಬಂಡಾಯ ನಾಯಕರಿಂದ ನೆರವು ನೀಡುವ ಪ್ರಸ್ತಾಪವನ್ನು ತಿರಸ್ಕರಿಸಿದರು.

ಮುತ್ತಿಗೆ: ಆಗಸ್ಟ್-ಸೆಪ್ಟೆಂಬರ್

ಭಾರತದ ಒಂದು ಪ್ರಮುಖ ಪ್ರದೇಶದಲ್ಲಿ, ಪಂಜಾಬ್ (ಎಂಟು ವರ್ಷಗಳ ಹಿಂದೆ ಸ್ವಾಧೀನಪಡಿಸಿಕೊಂಡಿತು), ಬಂಗಾಳದ ಸ್ಥಳೀಯ ಘಟಕಗಳು ಬಂಡಾಯವನ್ನು ತಡೆಗಟ್ಟಲು ತ್ವರಿತವಾಗಿ ನಿಶ್ಯಸ್ತ್ರಗೊಳಿಸಲ್ಪಟ್ಟವು. ಅಥವಾ ಬಂಡಾಯ ಮಾಡಿದಾಗ ಸೋಲಿಸಲ್ಪಟ್ಟವು. ಸಿಖ್ಖರು ಮತ್ತು ಪಖ್ತೂನ್ ಗಳಿಂದ ರೂಪುಗೊಂಡ ಪಂಜಾಬ್ ಅನಿಯಮಿತ ಪಡೆಗಳ ಘಟಕಗಳ ಜೊತೆಗೆ ಲಭ್ಯವಿರುವ ಹೆಚ್ಚಿನ ಬ್ರಿಟೀಷ್ ಘಟಕಗಳನ್ನು ಅಲ್ಲಿ ನೆಲೆಗೊಂಡಿದ್ದವು. ಅವರು ಬಂಗಾಳ ಸ್ಥಳೀಯ ಪದಾತಿಸೈನ್ಯದ ಘಟಕಗಳ ಉನ್ನತ ಜಾತಿಯ ಹಿಂದೂಗಳೊಂದಿಗೆ ಸ್ವಲ್ಪಮಟ್ಟಿಗೆ ಸಾಮ್ಯತೆ ಹೊಂದಿದ್ದರು.

ಪಂಜಾಬ್ ನಲ್ಲಿ ಪರಿಸ್ಥಿತಿ ಸ್ಥಿರವಾಗುತ್ತಿದ್ದಂತೆ, ದೆಹಲಿಯಲ್ಲಿ ಮುತ್ತಿಗೆ ಹಾಕುವವರನ್ನು ಬಲಪಡಿಸಲು ಘಟಕಗಳನ್ನು ರವಾನಿಸಬಹುದಾಗಿತ್ತು. ಮೊದಲು ಆಗಮಿಸಿದ, ಕಾರ್ಪ್ಸ್ ಆಫ್ ಗೈಡ್ಸ್, ವರ್ಷದ ಅತ್ಯಂತ ಬಿಸಿ ಋತುವಿನಲ್ಲಿ ಹಲವಾರು ನೂರು ಮೈಲುಗಳ ಿ್ ಬಲವಂತದ ಮೆರವಣಿಗೆಯನ್ನು ಮಾಡಿದರು, ಇದು ರಂಜಾನ್ ತಿಂಗಳಿಗೆ ಆಗಿದ್ದರಿಂದ, ಈ ಸಮಯದಲ್ಲಿ ಅವರ ಮುಸ್ಲಿಂ ಸೈನಿಕರು ಹಗಲಿನಲ್ಲಿ ತಿನ್ನಲು ಅಥವಾ ಕುಡಿಯಲು ಸಾಧ್ಯವಿಲ್ಲರಲಿಲ್ಲ, ಆದರೂ ಅವರು ಪರ್ವತ ಶ್ರೇಣಿಗೆ ಬಂದಾಗ ತಕ್ಷಣವೇ ಕಾರ್ಯಪ್ರವೃತ್ತರಾದರು.

ಈಗ ಪಂಜಾಬ್ ನಿಂದ ದೆಹಲಿಗೆ ಪ್ರಮುಖ ಪಡೆಗಳು ಬ್ರಿಗೇಡಿಯರ್ ಜಾನ್ ನಿಕೋಲ್ಸನ್ ನೇತೃತ್ವದಲ್ಲಿ 4,200 ಪುರುಷರ 'ತ್ವರಿತ ಸೇನಾವ್ಯೂಹ' ಕಳುಹಿಸಲಾಗಿತ್ತು ಮತ್ತು ಅದು ಆಗಸ್ಟ್ 14 ರಂದು ಆಗಮಿಸಿತು ಮುತ್ತಿಗೆ ರೈಲಿನ ಸನ್ನಿಹಿತ ಆಗಮನದ ಬಗ್ಗೆ ಬಂಡುಕೋರರು ಕೇಳಿದ್ದರು ಮತ್ತು ಅದನ್ನು ತಡೆಯಲು ನಗರದಿಂದ ಒಂದು ಪಡೆಯನ್ನು ಕಳುಹಿಸಿದರು. ಆಗಸ್ಟ್ 25 ರಂದು, ನಿಕೋಲ್ಸನ್ ನಜಾಫ್ಗರ್ ಕದನದಲ್ಲಿ ಅವರ ಸ್ಥಾನದ ವಿರುದ್ಧ ಬಲವನ್ನು ಮುನ್ನಡೆಸಿದರು. ಮಾನ್ಸೂನ್ ಮುರಿದು, ರಸ್ತೆಗಳು ಮತ್ತು ಹೊಲಗಳು ಜಲಾವೃತಗೊಂಡಿದ್ದರೂ, ನಿಕೋಲ್ಸನ್ ತನ್ನ ಪಡೆಗಳನ್ನು ಕ್ಷಿಪ್ರ ಮೆರವಣಿಗೆ ಮಾಡಲು ಓಡಿಸಿದನು ಮತ್ತು ಸುಲಭವಾದ ವಿಜಯವನ್ನು ಗಳಿಸಿದನು, ಬ್ರಿಟಿಷ್ ನೈತಿಕತೆಯನ್ನು ಹೆಚ್ಚಿಸಿದನು ಮತ್ತು ಬಂಡುಕೋರರನ್ನು ಕಡಿಮೆ ಮಾಡಿದನು.

•••

ದೆಹಲಿಯ ಸೆರೆಹಿಡಿಯುವಿಕೆ

ಮುತ್ತಿಗೆ ಹಾಕುವ ರೈಲು ಸೆಪ್ಟೆಂಬರ್ 6 ರಂದು ರೈಲು (60 ಭಾರೀ ಬಂದೂಕುಗಳು ಮತ್ತು ಗಾರೆಗಳು ಮತ್ತು ಸುಮಾರು 600 ಯುದ್ಧ ಸಾಮಗ್ರಿ ಬಂಡಿಗಳು) ಆಗಮಿಸಿತು . ವಿಲ್ಸನ್ ಅವರ ಮುಖ್ಯ ಇಂಜಿನಿಯರ್ ಅಧಿಕಾರಿ ರಿಚರ್ಡ್ ಬೈರ್ಡ್ ಸ್ಮಿತ್ ಅವರು ನಗರದ ಗೋಡೆಗಳನ್ನು ಭೇದಿಸಲು ಮತ್ತು ಆಕ್ರಮಣ ಮಾಡಲು ಯೋಜನೆಯನ್ನು ರೂಪಿಸಿದ್ದರು. ವಿಲ್ಸನ್ಗೆ ಯಾವುದೇ ದಾಳಿಯನ್ನು ಅಪಾಯಕ್ಕೆ ತೆಗೆದುಕೊಳ್ಳಲು ಇಷ್ಟವಿರಲಿಲ್ಲ, ಆದರೆ ಬೈರ್ಡ್ ಸ್ಮಿತ್ ಅವರ ಯೋಜನೆಯನ್ನು ಒಪ್ಪಿಕೊಳ್ಳುವಂತೆ ನಿಕೋಲ್ಸನ್ ಅವರನ್ನು ಒತ್ತಾಯಿಸಲಾಯಿತು. (ದಾಳಿಯನ್ನು ಮಾಡಲು ಒಪ್ಪದಿದ್ದಲ್ಲಿ ವಿಲ್ಸನ್ ಅವರನ್ನು ಕಮಾಂಡರ್ ಆಗಿ ಬದಲಾಯಿಸಲು ನಿಕೋಲ್ಸನ್ ಪ್ರಮುಖರಾಗಿದ್ದ ಬ್ರಿಟಿಷ್ ಅಧಿಕಾರಿಗಳಲ್ಲಿ ಯೋಜನೆಗಳು ನಡೆದವು.) ಸೆಪ್ಟೆಂಬರ್ 7 ರಂದು, ಸಿವಿಲ್ ಲೈನ್ಸ್ ನಲ್ಲಿ 'ಲುಡ್ಲೋ ಕ್ಯಾಸಲ್' ಎಂದು ಕರೆಯಲ್ಪಡುವ ಅಲಂಕಾರಿಕವಾಗಿ ವಿನ್ಯಾಸಗೊಳಿಸಲಾದ ಮನೆಯ ಬಳಿ ಮೊದಲ ಬ್ಯಾಟರಿಯನ್ನು ಸ್ಥಾಪಿಸಲಾಯಿತು. ಸುದೀರ್ಘ ದ್ವಂದ್ವಯುದ್ಧದ ನಂತರ, ಇದು ಮೋರಿ ಗೇಟ್ ನಲ್ಲಿ ಬಂಡುಕೋರರ ಬಂದೂಕುಗಳನ್ನು ಮೌನಗೊಳಿಸಿತು.

ಸೆಪ್ಟೆಂಬರ್ 11ರಂದು ಎರಡನೇ ಬ್ಯಾಟರಿ ಕಾಬೂಲ್ ವಿರುದ್ಧ ಗುಂಡು ಹಾರಿಸಿತು. ಮೂರನೇ ಬ್ಯಾಟರಿ ಮರುದಿನ ನಗರದ ಗೋಡೆಗಳಿಂದ 200 ಗಜಗಳಿಗಿಂತ ಕಡಿಮೆ ದೂರದಿಂದ ಗುಂಡು ಹಾರಿಸಿತು., ಎರಡನೇ ಮತ್ತು ನಂತರದ ಬ್ಯಾಟರಿಗಳನ್ನು ನಿರ್ಮಿಸುವ ಮತ್ತು ಬಂದೂಕುಗಳನ್ನು ಸ್ಥಾನಕ್ಕೆ ಸ್ಥಳಾಂತರಿಸುವ ಕಾರ್ಯವನ್ನು ನಿರ್ವಹಿಸಿದ ಭಾರತೀಯ ರಸ್ತೆ ನಿರ್ಮಿಸುವವರು ಮತ್ತು ಪ್ರವರ್ತಕರು ಭಾರೀ ಸಾವು ನೋವುಗಳನ್ನು ಅನುಭವಿಸಿದರು, ಆದರೆ ಬ್ಯಾಟರಿಗಳು ತ್ವರಿತವಾಗಿ ಕೋಟೆಗಳು ಮತ್ತು ಗೋಡೆಗಳಲ್ಲಿ ಉಲ್ಲಂಘನೆಗಳನ್ನು ಮಾಡಿದವು.

ಮುತ್ತಿಗೆಯ ಈ ಹಂತದ ಪ್ರಾರಂಭವು ಬಂಡುಕೋರರು ಸೇನಾ ಉಗ್ರಾಣದಿಂದ ವಶಪಡಿಸಿಕೊಂಡ ಮದ್ದುಗುಂಡುಗಳ ಬಳಲಿಕೆಯೊಂದಿಗೆ ಹೊಂದಿಕೆಯಾಗಿದೆ ಎಂದು ತೋರುತ್ತದೆ, ಏಕೆಂದರೆ ಬಂಡಾಯದ ಬೆಂಕಿಯು ಇದ್ದಕ್ಕಿದ್ದಂತೆ ಕಡಿಮೆ ಆಗತೊಡಗಿದವು. ಈ ಹೊತ್ತಿಗೆ, ಬಂಡುಕೋರರು ಸರಬರಾಜು ಮತ್ತು ಹಣದ ಕೊರತೆಯಿಂದ ಖಿನ್ನತೆಗೆ ಒಳಗಾಗಿದ್ದರು. ಮತ್ತು ವಿಲಿಯಂ ಹಾಡ್ಸನ್ ಆಯೋಜಿಸಿದ ಏಜೆಂಟರು ಮತ್ತು ಗೂಢಚಾರರು ಹರಡಿದ ದೇಶದ್ರೋಹ ಮತ್ತು ಸೋಲಿನ ವದಂತಿಗಳಿಂದ ಖಿನ್ನತೆಗೆ ಒಳಗಾಗಿದ್ದರು.

ದಾಳಿಗೆ ತಯಾರಿ

ಸೆಪ್ಟೆಂಬರ್ 14 ರಂದು ಮುಂಜಾನೆ 3 ಗಂಟೆಗೆ ದಾಳಿಯನ್ನು ನಿಗದಿಪಡಿಸಲಾಗಿತ್ತು. ಸೆಪ್ಟೆಂಬರ್ 13 ರ ರಾತ್ರಿಯಲ್ಲಿ ಬ್ರಿಟೀಷ್ ಬಿರುಗಾಳಿ ಅಂಕಣಗಳು ಸ್ಥಾನಕ್ಕೆ ಸ್ಥಳಾಂತರಗೊಂಡವು. ಭವಿಷ್ಯದ ಫೀಲ್ಡ್ ಮಾರ್ಷಲ್ ಲಾರ್ಡ್ ರಾಬರ್ಟ್ಸ್, ಆಗ ಕಿರಿಯ ಸಿಬ್ಬಂದಿ ಅಧಿಕಾರಿ, ಅವರ ಸಂಯೋಜನೆಯನ್ನು ದಾಖಲಿಸಿದರು.

ಒಬ್ಬ ಅಧಿಕಾರಿ (ಕ್ಯಾಪ್ಟನ್ ರಿಚರ್ಡ್ ಬಾರ್ಟರ್, 75 ನೇ ಪಾದದ ಸಹಾಯಕ) ಮನೆಗೆ ಒಂದು ಪತ್ರದಲ್ಲಿ ಬರೆದಿದ್ದಾರೆ:

> *"ಸಂಜೆ, ಸೆಪ್ಟೆಂಬರ್ 14 ರಂದು ಬೆಳಿಗ್ಗೆ ಬೆಳಗಿನ ಮುಂಚೆಯೇ ದೆಹಲಿಯ ಮೇಲೆ ದಾಳಿ ಮಾಡುವ ಆದೇಶವನ್ನು ಪ್ರಕಟಿಸಲಾಗಿದೆ. ಮತ್ತು ನಾವು ಪ್ರತಿಯೊಬ್ಬರೂ ಎಚ್ಚರಿಕೆಯಿಂದ ಇರಬೇಕು, ನಮ್ಮ ಪಿಸ್ತೂಲ್ಗಳನ್ನು ಮರುಲೋಡ್ ಮಾಡಲು, ಫ್ಲಾಸ್ಕ್ಗಳನ್ನು ತುಂಬಲು ಮತ್ತು ನಮ್ಮ ತಲೆಗಳಿಗೆ ಸಾಧ್ಯವಾದಷ್ಟು ಉತ್ತಮ ರಕ್ಷಣೆಯನ್ನು ಪಡೆದುಕೊಳ್ಳಬೇಕು. ಮೇಲಿನಿಂದ ಬೀಳುವ ಗುಂಡುಗಳು ಭಾರಿ ಪ್ರಮಾಣದಲ್ಲಿ ಅಪಾಯಕಾರಿ ಆಗಿರಬಹುದು ನಾನು ಮೇವಿನ ಕ್ಯಾಪ್ ನ ಮೇಲ್ಗಡೆ ಎರಡು ಪಗಡೆ ಅಥವಾ ಪೇಟವನ್ನು ಕಟ್ಟಿಕೊಳ್ಳುತ್ತೇನೆ.*
>
> *ಮುನ್ನೆಚ್ಚರಿಕೆಯಾಗಿ ಬೆಟ್ಟದ ಮೇಲೆ ಬಂದು ರಕ್ಷಣೆ ಪಡೆಯುತ್ತಿದ್ದೇನೆ. ಆ ರಾತ್ರಿ ನಮ್ಮ ಶಿಬಿರದಲ್ಲಿ ಹೆಚ್ಚು ನಿದ್ರೆ ಇರಲಿಲ್ಲ ನಾನು ಆಗೊಮ್ಮೆ ಈಗೊಮ್ಮೆ ಎಚ್ಚರವಾದಾಗ ನೋಡಿದರೆ ಒಂದಕ್ಕಿಂತ ಹೆಚ್ಚು ಅಧಿಕಾರಿಗಳ ಟೆಂಟ್ ಗಳಲ್ಲಿ ಬೆಳಕು ಮತ್ತು ಪುರುಷರು ಪಿಸುಧಾಣಿಯಲ್ಲಿ ಮಾತನಾಡುತ್ತಿರುವುದು ಬೀಗವನ್ನು ತೆಗೆಯುತ್ತಿರುವುದು ಅಥವಾ ಸಲಾಕೆಯ ಶಬ್ದವು ನಿಶ್ಚಲವಾದ ಗಾಳಿಯಲ್ಲಿ ದೂರದಲ್ಲಿ ಸದ್ದು ಮಾಡುತ್ತಿತ್ತು ಇವೆಲ್ಲವೂ ಮುಂಬರುವ ಕಲಹದ ಸಿದ್ಧತೆಯನ್ನ ಹೇಳುತ್ತಿತ್ತು ಮಧ್ಯರಾತ್ರಿಯ ನಂತರ ಸ್ವಲ್ಪ ಸಮಯ ನಾವು ನಿದ್ರೆ ಮಾಡಿದವು ಮತ್ತು ಲ್ಯಾಟಿನ್ ಬೆಳಕಿನಲ್ಲಿ ದಾಳಿಯ ಆದೇಶಗಳನ್ನು ಎಲ್ಲರಿಗೂ ಓದಿ ಹೇಳಲಾಯಿತು.*

ಅವರು ಈ ಕೆಳಗಿನ ಉದ್ದೇಶವನ್ನು ಹೊಂದಿದ್ದರು: ಗಾಯಗೊಂಡಿರುವ ಯಾವುದೇ ವ್ಯಕ್ತಿಯನ್ನು ಅವನು ಬಿದ್ದ ಸ್ಥಳದಲ್ಲಿ ಬಿಡಬೇಕು; ಯಾರೂ ಅವನಿಗೆ ಸಹಾಯ ಮಾಡಲು ಶ್ರೇಣಿಯಿಂದ ಹೆಜ್ಜೆ ಹಾಕುವಂತಿಲ್ಲ. ಏಕೆಂದರೆ ಅದನ್ನು ಮಾಡಲು ಯಾವುದೇ ಪುರುಷರು ಇರಲಿಲ್ಲ. ಆಕ್ರಮಣವು ಯಶಸ್ವಿಯಾದರೆ, ಅವನನ್ನು ಡೂಲಿಗಳು ಅಥವಾ ಕಸಗಳಲ್ಲಿ ತೆಗೆದುಕೊಂಡು ಹೋಗಲಾಗುತ್ತದೆ ಮತ್ತು ಹಿಂಭಾಗಕ್ಕೆ ಕೊಂಡೊಯ್ಯಲಾಗುತ್ತದೆ, ಅಥವಾ ಅವನು ಎಲ್ಲಿ ಉತ್ತಮ ವೈದ್ಯಕೀಯ ನೆರವು ಪಡೆಯಬಹುದೊ ಅಲ್ಲಿ ಹೋಗಬಹುದು. ನಾವು ವಿಫಲವಾದರೆ, ಗಾಯಗೊಂಡವರು ಮತ್ತು ಕೆಟ್ಟದ್ದನ್ನು ಸಹಿಸಿಕೊಳ್ಳಲು ಧ್ವನಿ ಸಿದ್ಧರಾಗಿರಬೇಕು. ಯಾವುದೇ ಲೂಟಿ ಮಾಡಬಾರದು, ಆದರೆ ತೆಗೆದುಕೊಂಡ ಎಲ್ಲಾ ಬಹುಮಾನಗಳನ್ನು ಎಲ್ಲಾ ಮುಗಿದ ನಂತರ ನ್ಯಾಯೋಚಿತ ವಿಭಾಗಕ್ಕಾಗಿ ಸಾಮಾನ್ಯ ಸ್ಟಾಕ್ಗೆ ಹಾಕಲಾಯಿತು. ಯಾರನ್ನೂ

ಕೈದಿಗಳನ್ನು ಮಾಡಬಾರದು, ಏಕೆಂದರೆ ಅವರ ಕಾಯಲು ನಮ್ಮ ಬಳಿ ಯಾರೂ ಇಲ್ಲ, ಮತ್ತು ಯಾವುದೇ ಮಹಿಳೆಯರು ಅಥವಾ ಮಕ್ಕಳಿಗೆ ಗಾಯವಾಗದಂತೆ ಎಚ್ಚರಿಕೆ ವಹಿಸಬೇಕು. . ಇದಕ್ಕೆ ಆ ವ್ಯಕ್ತಿಗಳು ಒಮ್ಮೆಗೇ "ಭಯವಿಲ್ಲ ಸರ್..." ಎಂದು ಉತ್ತರಿಸಿದರು, ಈ ಆದೇಶಗಳನ್ನು ಪಾಲಿಸಲು ಅಧಿಕಾರಿಗಳು ತಮ್ಮ ಗೌರವಯುತವಾದ ತಮ್ಮ ಕತ್ತಿಗಳ ಮೇಲೆ ವಾಗ್ದಾನ ಮಾಡಿದರು ಮತ್ತು ಪುರುಷರು ಅವರ ಮಾದರಿಯನ್ನು ಅನುಸರಿಸುವುದಾಗಿ ಭರವಸೆ ನೀಡಿದರು. ಈ ಕ್ಷಣದಲ್ಲಿ, ಕೇವಲ ಸೇನಾಪಡೆ ಮೆರವಣಿಗೆ ಹೊರಟಿತು. ಫಾದರ್ ಬರ್ಟ್ರಾಂಡ್ ತನ್ನ ಉಡುಪನ್ನು ಧರಿಸಿ ಬಂದು, ಕರ್ನಲ್ ಅನ್ನು ಉದ್ದೇಶಿಸಿ, ಸೇನಾಪಡೆ ಅನ್ನು ಆಶೀರ್ವದಿಸಲು ಅನುಮತಿಯನ್ನು ಬೇಡಿಕೊಂಡರು. 'ಧರ್ಮದ ವಿಷಯಗಳಲ್ಲಿ ನಮ್ಮಲ್ಲಿ ಕೆಲವರಿಗೆ ನಾವು ಭಿನ್ನವಾಗಿರಬಹುದು, ಆದರೆ ವಯಸ್ಸಾದ ವ್ಯಕ್ತಿಯ ಆಶೀರ್ವಾದ, ಮತ್ತು ಒಬ್ಬ ಪಾದ್ರಿ, ಒಳ್ಳೆಯದನ್ನು ಹೊರತುಪಡಿಸಿ ಏನನ್ನೂ ಮಾಡಲಾರರು.' ಎಂದ ಕೂಡಲೇ ಕರ್ನಲ್ ಸಮ್ಮತಿಸಿದರು. ಮತ್ತು ಫಾದರ್ ಬರ್ಟ್ರಾಂಡ್, ತನ್ನ ಕೈಗಳನ್ನು ಮೇಲಕ್ಕೆ ಎತ್ತಿ, ಸೇನಾಪಡೆ ಅನ್ನು ಅತ್ಯಂತ ಪ್ರಭಾವಶಾಲಿ ರೀತಿಯಲ್ಲಿ ಆಶೀರ್ವದಿಸಿದರು, ಅದೇ ಸಮಯದಲ್ಲಿ ಯಶಸ್ಸಿಗೆ ಪ್ರಾರ್ಥನೆ ಸಲ್ಲಿಸಿದರು ಮತ್ತು ಶೀಘ್ರದಲ್ಲೇ ಸಾಯುವವರ ಆತ್ಮಗಳಿಗೆ ಕರುಣೆಯನ್ನು ನೀಡಿದರು.

•••

ಆಕ್ರಮಣ

ಮೊದಲ ಮೂರು ಸೇನೆಯ ತಂಡವು ನಿಕೋಲ್ಸನ್ ರವರ ಆಜ್ಞೆಯ ಅಡಿಯಲ್ಲಿ ಮೊಘಲ್ ರಾಜರ ಹಿಂದಿನ ಬೇಸಿಗೆ ನಿವಾಸವಾದ ಕುಡ್ಸಿಯಾ ಭಾಗ್ ಎಂದು ಕರೆಯಲ್ಪಡುವ ಕಟ್ಟಡದಲ್ಲಿ ಮತ್ತು ಹಿಂದೆ ಉತ್ತರ ಗೋಡೆಗಳಿಂದ ಕಾಲು ಮೈಲಿಗಳಷ್ಟು ದೂರದಲ್ಲಿ ಒಟ್ಟುಗೂಡಿದರು. ನಾಲ್ಕನೇ ಸೇನಾ ಪಡೆಯು ಕಾಲಂ ನಗರದ ಗೋಡೆಗಳ ಪಶ್ಚಿಮದಲ್ಲಿ ಕಾಬುಲ್ ಗೇಟ್ ಅನ್ನು ತೆಗೆದಾಗ ಮಾತ್ರ ದಾಳಿ ಮಾಡುವ ಉದ್ದೇಶವನ್ನು ಇಟ್ಟುಕೊಂಡು ಕಾಯುತ್ತಿತ್ತು. ಅಶ್ವ ಸೈನ್ಯದೊಂದಿಗೆ 5ನೇ ಮೀಸಲು ಸೇನಾ ಪಡೆ ಇತ್ತು

ದಾಳಿಯನ್ನು ಮುಂಜಾನೆ ಪ್ರಾರಂಭಿಸಬೇಕಾಗಿತ್ತು. ಆದರೆ ರಕ್ಷಕರು ರಾತ್ರಿ ಇಡೀ ಕೆಲವು ಉಲ್ಲಂಘನೆಗಳನ್ನು ಸರಿಪಡಿಸಿದ್ದರು ಮತ್ತು ಮತ್ತಷ್ಟು ಬಾಂಬ್ ಗಳನ್ನು ಸಿದ್ಧಪಡಿಸಿಕೊಂಡರು, ಅಂತಿಮವಾಗಿ ನಿಕೋಲ್ಸನ್ ಸಂಕೇತವನ್ನು ನೀಡಿದರು ಮತ್ತು ದಾಳಿ ಕೋರರು ದಾಳಿಯನ್ನು ಮಾಡಲು ಶುರು ಮಾಡಿದರು. ಮೊದಲ ಸೇನಾಪಡೆಯು ಕಾಶ್ಮೀರದ ಭದ್ರಕೋಟೆಯ ಬಳಿ ಯುದ್ಧವನ್ನು ಆರಂಭಿಸಿದರೆ ಎರಡನೆಯದು ಜಿಮ್ನಾ ನದಿಯ ನೀರಿನ ಮೂಲಕ ಆರಂಭಿಸಿದರು.

ಮೂರನೇ ಅಂಕಣವು ಉತ್ತರ ಗೋಡೆಯ ಮೇಲೆ ಕಾಶ್ಮೀರ ಗೇಟ್ ಮೇಲೆ ದಾಳಿ ಮಾಡಿತು. ಲೆಫ್ಟಿನೆಂಟ್ಸ್ ಹೋಮ್ ಮತ್ತು ಸಾಲ್ಕೆಲ್ಡ್ (ಇಬ್ಬರೂ ನಂತರ ವಿಕ್ಟೋರಿಯಾ ಕ್ರಾಸ್ ಗೆದ್ದರು) ಎಂಬ ಇಬ್ಬರು ಸೇಪರ್ ಅಧಿಕಾರಿಗಳು ಬ್ರಿಟಿಷ್ ಮತ್ತು ಭಾರತೀಯ ಸೇಪರ್ ಗಳ ಪಕ್ಷವನ್ನು ಮುನ್ನಡೆಸಿದರು, ಅವರು ಗನ್ ಪೌಡರ್ ಚಾರ್ಜ್ ಗಳು ಮತ್ತು ಸ್ಯಾಂಡ್ ಬ್ಯಾಗ್ ಗಳನ್ನು ಗೇಟ್ ಗೆ ಬೆಂಕಿ ಹಚ್ಚಿದರು. ಸ್ಫೋಟವು ಗೇಟ್ ನ ಭಾಗವನ್ನು ಕೆಡವಲಾಯಿತು ಮತ್ತು ಮೂರನೇ ಸೇನಾಪಡೆ ದಾಳಿ ಶುರುಮಾಡಿತು

ಇತನ್ಮಧ್ಯೆ ಇತರ ಸೇನೆಗಳು ದಾಳಿ ಮಾಡುವ ಮೊದಲು ನಾಲ್ಕನೇ ಸೇನಾ ಪಡೆಯು ಕಾಬುಲ್ ಗೇಟ್ ನ ಹೊರಗಿನ ಕಿಶನ್ ಗುಂಜನ ಉಪನಗರದಲ್ಲಿ ಬಂಡಾಯ ಪಡೆಯನ್ನ ಎದುರಿಸಬೇಕಾಗಿ ಬಂತು. ಇದರಿಂದ ಸೇನೆಯು ಅಸ್ತವ್ಯಸ್ತಗೊಂಡಿತು ಅದರ ಕಮಾಂಡರ್ ಮೇಜರ್ ರೀಡ್ ಕೊಲ್ಲಲ್ಪಟ್ಟರು, ಇದರಿಂದ ಆಸೇನಾ ಪಡೆಯು ವಿಸರ್ಜನೆ ಆಯಿತು, ಆದರೆ ಬಂಡುಕೋರರು ಇವರನ್ನ ಹಿಂಬಾಲಿಸಿ ನಾಲ್ಕು ಬಂದೂಕುಗಳನ್ನ ವಶಪಡಿಸಿಕೊಂಡರು ಮತ್ತು ಬ್ರಿಟಿಷರ ಶಿಬಿರದ ಮೇಲೆ ದಾಳಿ ಮಾಡುವುದಾಗಿ ಬೆದರಿಕೆ ಹಾಕಿದರು.

ಆಕ್ರಮಣ ಬಲವನ್ನು ರೂಪಿಸಲು ಕಾವಲುಗಾರರು, ಹಿಂದೂ ರಾವ್ಸ್ನ್ ನಲ್ಲಿ (ಡೂಲಿಯಿಂದ ಚೇಂಬರ್ಲೇನ್ ನಿರ್ದೇಶಿಸಿದ) ಫಿರಂಗಿ ಬ್ಯಾಟರಿಗಳು ಹೋಪ್ ಗ್ರಾಂಟ್ ನ ಅಶ್ವದಳವು ರೀಡ್ ನ ಸೇನೆಯನ್ನು ಬದಲಿಸುವವರೆಗೆ ಅವುಗಳನ್ನು ನಿಲ್ಲಿಸಿದವು. ಅಶ್ವಸೈನ್ಯವು ಬಂದೂಕುಗಳಿಂದ ಬೆಂಕಿಯ ಅಡಿಯಲ್ಲಿ ಉಳಿಯಿತು. ಕಾಬೂಲ್ ಗೇಟ್ ಮತ್ತು ಕಾಲಾಳುಪಡೆಗಳಿಂದ ಮುಕ್ತವಾಗುವವರೆಗೆ ಭಾರೀ ಸಾವುನೋವುಗಳನ್ನು ಅನುಭವಿಸಿತು.

ಈ ಹಿಮ್ಮುಖದ ಹೊರತಾಗಿಯೂ, ನಿಕೋಲ್ಸನ್ ನಗರದೊಳಗೆ ಬರಲು ಉತ್ಸುಕನಾಗಿದ್ದನು. ಅವರು ಕಾಬೂಲ್ ಗೇಟ್ನ ಉತ್ತರಕ್ಕೆ ಗೋಡೆಗಳ ಮೇಲೆ ಬರ್ನ್ ಬಾಸ್ಟನ್ ಅನ್ನು ಸೆರೆಹಿಡಿಯಲು ಕಿರಿದಾದ ಲೇನ್ನಲ್ಲಿ ಬೇರ್ಪಡುವಿಕೆಯನ್ನು ನಡೆಸಿದರು. ಬಂಡಾಯ ಸೈನಿಕರು ಬಹುತೇಕ ಸಮತಟ್ಟಾದ ಮೇಲ್ಛಾವಣಿಗಳನ್ನು ಹೊಂದಿದ್ದರು ಮತ್ತು ಕೋಟೆಯ ಮೇಲೆ ಅಳವಡಿಸಲಾದ ಬಂದೂಕುಗಳು ಮನೆಗಳ ನಡುವಿನ ಗಲ್ಲಿಗಳ ಕೆಳಗೆ ಚದುರು ಗುಂಡನ್ನು ಹಾರಿಸಿದವು. ಭಾರಿ ಸಾವುನೋವುಗಳೊಂದಿಗೆ ಎರಡು ನುಗ್ಗುವಿಕೆಗಳನ್ನು ನಿಲ್ಲಿಸಿದ ನಂತರ, ನಿಕೋಲ್ಸನ್ ಮೂರನೇ ಚಾರ್ಜ್ ಅನ್ನು ಮುನ್ನಡೆಸಿದರು ಮತ್ತು ಎಲ್ಲರೂ ಮಾರಣಾಂತಿಕವಾಗಿ ಗಾಯಗೊಂಡರು.

ತಾತ್ಕಾಲಿಕವಾಗಿ ಹಿಮ್ಮೆಟ್ಟಿದ ಬ್ರಿಟಿಷರು ಈಗ ಕಾಶ್ಮೀರ ಕೋಟೆಯ ಗೋಡೆಗಳ ಒಳಗೆ ಸೇಂಟ್ ಜೇಮ್ಸ್ ಚರ್ಚ್ ಗೆ ತೆರಳಿದರು. ದಾಳಿಯಲ್ಲಿ ಅವರು 1,170 ಸಾವುನೋವುಗಳನ್ನು ಅನುಭವಿಸಿದ್ದರು .ಆರ್ಚ್ ಡೇಲ್ ವಿಲ್ಸನ್ ಚರ್ಚ್ ಗೆ ತೆರಳಿದರು

ಮತ್ತು ಯುದ್ಧವನ್ನು ಹಿಂತೆಗೆದುಕೊಳ್ಳುವಂತೆ ಆದೇಶಿಸಿದರು . ವಿಲ್ಸನ್ ಅವರ ನಿರ್ದಾಕ್ಷಿಣ್ಯತೆಯ ಬಗ್ಗೆ ಕೇಳಿದಾಗ, ಸಾಯುತ್ತಿರುವ ನಿಕೋಲ್ಸನ್ ಅವರನ್ನು ಗುಂಡಿಕ್ಕಿ ಕೊಲ್ಲುವುದಾಗಿ ಬೆದರಿಕೆ ಹಾಕಿದರು. ಅಂತಿಮವಾಗಿ, ಬಿಯರ್ಡ್ ಸ್ಮಿತ್, ಚೇಂಬರ್ಲೇನ್ ಮತ್ತು ಇತರ ಅಧಿಕಾರಿಗಳು ವಿಲ್ಸನ್ ಅವರನ್ನು ಬ್ರಿಟಿಷ್ ಲಾಭಗಳಿಗೆ ತಕ್ಕಂತೆ ಮನವೊಲಿಸಿದರು.

ನಗರದ ಸೆರೆಹಿಡಿಯುವಿಕೆ

ಬಂಡುಕೋರರು ನಿರುತ್ಸಾಹಗೊಂಡರು ಮತ್ತು ಅಸ್ತವ್ಯಸ್ತರಾಗಿದ್ದರು, ಇದು ಮುತ್ತಿಗೆ ಹಾಕುವವರಿಗೂ ಚೆನ್ನಾಗಿತ್ತು. ಅನೇಕ ಬ್ರಿಟಿಷ್ ಅಧಿಕಾರಿಗಳು ಕೊಲ್ಲಲ್ಪಟ್ಟರು ಅಥವಾ ಗಾಯಗೊಂಡರು, ಮತ್ತು ಅವರ ಘಟಕಗಳು ಈಗ ಗೊಂದಲದಲ್ಲಿದ್ದವು. ಬ್ರಿಟಿಷರು ಅನೇಕ ಮದ್ಯದಂಗಡಿಗಳನ್ನು ಒಳಗೊಂಡಿತ್ತು. ನಂತರದ ಎರಡು ದಿನಗಳಲ್ಲಿ, ಅನೇಕ ಬ್ರಿಟಿಷ್ ಸೈನಿಕರು ಕುಡಿದು ಲೂಟಿ ಮಾಡಿ ಸುಸ್ತಾಗಿದ್ದರು. ವಿಲ್ಸನ್ ಅಂತಿಮವಾಗಿ ಎಲ್ಲಾ ಮದ್ಯವನ್ನು ನಾಶಪಡಿಸುವಂತೆ ಆದೇಶಿಸಿದರು ಮತ್ತು ಶಿಸ್ತನ್ನು ಪುನಃಸ್ಥಾಪಿಸಲಾಯಿತು. ನಿಧಾನವಾಗಿ, ದಾಳಿಕೋರರು ನಗರದಿಂದ ಬಂಡುಕೋರರನ್ನು ತೆರವುಗೊಳಿಸಲು ಪ್ರಾರಂಭಿಸಿದರು. ಅವರು ಸೆಪ್ಟೆಂಬರ್ 16 ರಂದು ಸೇನಾ ಉಗ್ರಾಣವನ್ನು ವಶಪಡಿಸಿಕೊಂಡರು. ಬಹದ್ದೂರ್ ಷಾ ಮತ್ತು ಅವರ ಪರಿವಾರದವರು ಸೆಪ್ಟೆಂಬರ್ 18 ರಂದು ಅರಮನೆಯನ್ನು ತ್ಯಜಿಸಿದರು. ಬ್ರಿಟಿಷ್ ಪಡೆ ಮರುದಿನ ಮಹಾನ್ ಮಸೀದಿ, ಜಾಮಾ ಮಸೀದಿ ಮತ್ತು ಪರಿತ್ಯಕ್ತ ಅರಮನೆಯನ್ನು ವಶಪಡಿಸಿಕೊಂಡಿತು. ಅವರು ಅರಮನೆಗೆ ಹೊಂದಿಕೊಂಡಂತೆ ಮತ್ತು ಜುಮ್ನಾ ನದಿಯ ಮೇಲೆ ದೋಣಿಗಳ ಸೇತುವೆಯ ಮೇಲೆ ಪ್ರಾಬಲ್ಯ ಹೊಂದಿದ್ದ ಸಲೀಂಘರ್ ಕೋಟೆಯನ್ನು ವಶಪಡಿಸಿಕೊಂಡರು. ಈಗಾಗಲೇ ನಗರವನ್ನು ತೊರೆದಿರದ ಹೆಚ್ಚಿನ ಬಂಡುಕೋರರು ಬ್ರಿಟಿಷರು ಎಲ್ಲಾ ಗೇಟ್ಗಳನ್ನು ವಶಪಡಿಸಿಕೊಂಡಿದ್ದನ್ನು ನೋಡಿ, ಸಿಕ್ಕಿಹಾಕಿಕೊಳ್ಳುವ ಮೊದಲು ನಗರವನ್ನು ತೊರೆದರು.

ಅಂತಿಮವಾಗಿ ನಗರವನ್ನು ಸೆಪ್ಟೆಂಬರ್ 21 ನಲ್ಲಿ ವಶಪಡಿಸಿಕೊಳ್ಳಲಾಗಿದೆ ಎಂದು ಘೋಷಿಸಲಾಯಿತು ಜಾನ್ ನಿಕೋಲ್ಸನ್ ಮರುದಿನ ನಿಧನರಾದರು.

ಪರಿಣಾಮ

ದೆಹಲಿಯಲ್ಲಿ ನಡೆದ ಹೋರಾಟದಲ್ಲಿ ಎಷ್ಟು ನಾಗರಿಕರು ಸಾವನ್ನಪ್ಪಿದ್ದಾರೆ ಎಂದು ಅಂದಾಜು ಮಾಡುವುದು ಅಸಾಧ್ಯ. ತರುವಾಯ ಅನೇಕರನ್ನು ನಗರದಿಂದ ಹೊರಹಾಕಲಾಯಿತು, ಏಕೆಂದರೆ ಇಡೀ ಪ್ರದೇಶಕ್ಕೆ ಆದೇಶವನ್ನು ಪುನಃಸ್ಥಾಪಿಸುವವರೆಗೆ ಅವರಿಗೆ ಆಹಾರವನ್ನು ನೀಡುವ ಮಾರ್ಗವಿರಲಿಲ್ಲ. ಬ್ರಿಟಿಷರು, ಸಿಖ್ಖರು ಮತ್ತು ಪಖ್ತೂನ್ ಸೈನಿಕರು ಜೀವನಕ್ಕೆ ಸಂಬಂಧಿಸಿದಂತೆ ಸಾಕಷ್ಟು ನಿಷ್ಠುರರಾಗಿದ್ದರು. ಅನೇಕ ಬ್ರಿಟಿಷ್ ಸೈನಿಕರು ವಸ್ತು ಆಸ್ತಿಗಿಂತ ಮದ್ಯದಲ್ಲಿ ಹೆಚ್ಚು ಆಸಕ್ತಿ ಹೊಂದಿದ್ದರೂ ವ್ಯಾಪಕ ಲೂಟಿ ನಡೆಯಿತು. ಬಹುಮಾನದ ಏಜೆಂಟ್ಗಳು ನಂತರ ಸೈನ್ಯದ ಹಿಂದೆ ನಗರಕ್ಕೆ ತೆರಳಿದರು ಮತ್ತು ಹೆಚ್ಚು ವ್ಯವಸ್ಥಿತ ಆಧಾರದ ಮೇಲೆ ಗುಪ್ತ ನಿಧಿಯ ಹುಡುಕಾಟವನ್ನು ಆಯೋಜಿಸಿದರು.

ನೂರಾರು ಶಂಕಿತ ಬಂಡುಕೋರರು ಮತ್ತು ಸಹಾನುಭೂತಿಗಾರರನ್ನು ತರುವಾಯ ಹೆಚ್ಚು ಕಾನೂನು ಪ್ರಕ್ರಿಯೆಯಿಲ್ಲದೆ ಗಲ್ಲಿಗೇರಿಸಲಾಯಿತು. ಅನೇಕ ಸಂದರ್ಭಗಳಲ್ಲಿ, ಸೈನ್ಯದ ಅಧಿಕಾರಿಗಳು ಮೃದುವಾಗಿರಲು ಒಲವು ತೋರಿದ್ದರು, ಆದರೆ ಮೇ 11ರಂದು ಬಂಡುಕೋರರಿಂದ ಸಂಕುಚಿತವಾಗಿ ತಪ್ಪಿಸಿಕೊಂಡ ಥಿಯೋಫಿಲಸ್ ಮೆಟ್ಕಾಫ್ ನಂತಹ ಈಸ್ಟ್ ಇಂಡಿಯಾ ಕಂಪನಿಯ ಅಧಿಕಾರಿಗಳು ಹೆಚ್ಚು ಪ್ರತೀಕಾರ ತೀರಿಸಿಕೊಂಡರು.

ಬಹದ್ದೂರ್ ಎಸ್ಹಾ ಮತ್ತು ಅವರ ಮೂವರು ಪುತ್ರರು ದೆಹಲಿಯ ದಕ್ಷಿಣಕ್ಕೆ ಆರು ಮೈಲಿ ದೂರದಲ್ಲಿರುವ ಹುಮಾಯೂನ್ ಸಮಾಧಿಯಲ್ಲಿ ಆಶ್ರಯ ಪಡೆದಿದ್ದರು. ಬಖ್ತ್ ಖಾನ್ ಅವರೊಂದಿಗೆ ಮತ್ತು ಹೆಚ್ಚಿನ ಪಡೆಗಳನ್ನು ಒಟ್ಟುಗೂಡಿಸುವಂತೆ ಒತ್ತಾಯಿಸಿದರೂ, ಬ್ರಿಟಿಶರು ದಂಗೆಕೋರರು ಎಂದು ಪರಿಗಣಿಸಿದ ಸಿಪಾಯಿಗಳ ವಿರುದ್ಧ ಮಾತ್ರ ಪ್ರತೀಕಾರ ತೀರಿಸಿಕೊಳ್ಳುತ್ತಿದ್ದಾರೆ ಮತ್ತು ಅವರನ್ನು ಉಳಿಸಲಾಗುವುದು ಎಂದು ವೃದ್ಧ ರಾಜ ಮನವೊಲಿಸಿದರು. ಸೆಪ್ಟೆಂಬರ್ 20 ರಂದು, ವಿಲಿಯಂ ಹಡ್ಸನ್ ನೇತೃತ್ವದ ಪಕ್ಷವು ಕ್ಷಮಾದಾನದ ಭರವಸೆಯ ಮೇರೆಗೆ ಆತನನ್ನು ವಶಕ್ಕೆ ತೆಗೆದುಕೊಂಡು ಮತ್ತೆ ನಗರಕ್ಕೆ ಕರೆತಂದಿತು. ಮರುದಿನ, ಹಡ್ಸನ್ ಖೈದಿ ಬಹದ್ದೂರ್ ಷಾ ಅವರ ಪುತ್ರರನ್ನು ಕರೆದೊಯ್ದರು, ಆದರೆ ಯಾವುದೇ ರೀತಿಯ ಖಾತರಿಯಿಲ್ಲ. ಜನಸಮೂಹವು ಅವರನ್ನು ಬಿಡುಗಡೆ ಮಾಡಲಿದೆ ಎಂಬ ನೆಪದಲ್ಲಿ, ಹಡ್ಸನ್ ಮೂವರು ರಾಜಕುಮಾರರನ್ನು ಗಲ್ಲಿಗೇರಿಸಿದರು. ನಂತರ ಅವರ ತಲೆಗಳನ್ನು ಬಹದ್ದೂರ್ ಶಾ ಎದುರಿಗೆ ಇಡಲಾಗಿತ್ತು.

ಕೌನ್ಪೋರ್ನ ಮುತ್ತಿಗೆ

1857ರ ಭಾರತೀಯ ದಂಗೆಯಲ್ಲಿ ಕೌನ್ಪೋರ್ನ ಮುತ್ತಿಗೆ (ಈಗ ಕಾನ್ಪುರ್) ಪ್ರಮುಖ ಪ್ರಸಂಗವಾಗಿತ್ತು. ಕಾನ್ಪುರದಲ್ಲಿ ಮುತ್ತಿಗೆ ಹಾಕಿದ ಬ್ರಿಟಿಷರು ವಿಸ್ತೃತ ಮುತ್ತಿಗೆಗೆ ಸಿದ್ಧರಾಗಿರಲಿಲ್ಲ ಮತ್ತು ನಾನಾ ಸಾಹಿಬ್ ನೇತೃತ್ವದಲ್ಲಿ ಬಂಡುಕೋರ ಭಾರತೀಯ ಪಡೆಗಳಿಗೆ ಶರಣಾದರು, ಅಲಹಾಬಾದ್ ಗೆ ಸುರಕ್ಷಿತ ಮಾರ್ಗಕ್ಕಾಗಿ. ಆದಾಗ್ಯೂ, ಅಸ್ಪಷ್ಟ ಸಂದರ್ಭಗಳಲ್ಲಿ, ಕಾನ್ಪುರದಿಂದ ಅವರನ್ನು ಸ್ಥಳಾಂತರಿಸುವುದು ಯುದ್ಧವಾಗಿ ಮಾರ್ಪಟ್ಟಿತು ಮತ್ತು ಅವರಲ್ಲಿ ಹೆಚ್ಚಿನವರು ಕೊಲ್ಲಲ್ಪಟ್ಟರು ಅಥವಾ ಸೆರೆಹಿಡಿಯಲ್ಪಟ್ಟರು. ಅಲಹಾಬಾದ್ನಿಂದ ಈಸ್ಟ್ ಇಂಡಿಯಾ ಕಂಪನಿಯ ಪಾರುಗಾಣಿಕಾ ಪಡೆ ಕಾನ್ಪೋರ್ ಅನ್ನು ಸಮೀಪಿಸುತ್ತಿದ್ದಂತೆ ಸೆರೆಹಿಡಿದವರನ್ನು ನಂತರ ಗಲ್ಲಿಗೇರಿಸಲಾಯಿತು. ದಂಗೆಕೋರ ಭಾರತೀಯ ಸೈನಿಕರು ಮತ್ತು ನಾಗರಿಕರ ವಿರುದ್ಧ ಬ್ರಿಟಿಷ್ ಪಡೆಗಳ ಹಿಂಸಾತ್ಮಕ ಪ್ರತೀಕಾರದ ದಾಳಿಗಳ ನಂತರ ಕಾನ್ಪೋರ್ ಅನ್ನು ಮರು ವಶಪಡಿಸಿಕೊಳ್ಳಲಾಯಿತು.

ಈಸ್ಟ್ ಇಂಡಿಯಾ ಕಂಪನಿ ಪಡೆಗಳಿಗೆ ಕಾನ್ಪೋರ್ ಪ್ರಮುಖ ದಂಡಿನ ಪಟ್ಟಣವಾಗಿತ್ತು. ಗ್ರ್ಯಾಂಡ್ ಟ್ರಂಕ್ ರಸ್ತೆಯರುವ, ಇದು ಸಿಂಧ್, ಪಂಜಾಬ್ ಮತ್ತು ಔಧ್ ಮಾರ್ಗಗಳಲ್ಲಿದೆ.

ಜೂನ್ 1857 ರೊಳಗೆ, ಭಾರತೀಯ ದಂಗೆಕೋರರು ಕಾನ್ಪುರದ ಸಮೀಪದ ಪ್ರದೇಶಗಳಾದ ಮೀರತ್, ಆಗ್ರಾ, ಮಥುರಾ, ಮತ್ತು ಲಕ್ನೋಗೆ ತೆರಳುತ್ತಾರೆ. ಆದಾಗ್ಯೂ, ಭಾರತೀಯ ಸಿಪಾಯಿಗಳು ಕಾನ್ಪೋರ್ದಲ್ಲಿ ಮೊದಲು ನಿಷ್ಠಾವಂತರಾಗಿ ಉಳಿದರು. ಕಾನ್ಪೋರ್ದಲ್ಲಿರುವ ಬ್ರಿಟಿಷ್ ಜನರಲ್ ಹಗ್ ವೀಲರ್, ಸ್ಥಳೀಯ ಭಾಷೆಯನ್ನು ತಿಳಿದಿದ್ದರು, ಸ್ಥಳೀಯ ಪದ್ಧತಿಗಳನ್ನು ಅಳವಡಿಸಿಕೊಂಡಿದ್ದರು ಮತ್ತು ಭಾರತೀಯ ಮಹಿಳೆಯನ್ನೇ ವಿವಾಹವಾದರು. ಕಾನ್ಪೋರ್ ನಲ್ಲಿನ ಸಿಪಾಯಿಗಳು ತನಗೆ ನಿಷ್ಠರಾಗಿ ಉಳಿಯುತ್ತಾರೆ ಎಂದು ಅವರು ನಂಬಿದ್ದರು ಮತ್ತು ಎರಡು ಬ್ರಿಟಿಷ್ ಕಂಪನಿಗಳನ್ನು (ತಲಾ 84 ಮತ್ತು32 ನೇದಳಗಳಲ್ಲಿ ಒಂದನ್ನು) ಲಕ್ನಾವ್ ಗೆ ಮುತ್ತಿಗೆ ಹಾಕಲು ಕಳುಹಿಸಿದರು.

ಕಾನ್ಪುರದ ಬ್ರಿಟಿಷ್ ತಂಡವು ಸುಮಾರು ಮುನ್ನೂರು ಮಿಲಿಟರಿ ಪುರುಷರು, ಸುಮಾರು ಮುನ್ನೂರು ಮಹಿಳೆಯರು ಮತ್ತು ಮಕ್ಕಳು ಮತ್ತು ಸುಮಾರು ನೂರ ಐವತ್ತು ವ್ಯಾಪಾರಿಗಳು, ವ್ಯಾಪಾರ ಮಾಲೀಕರು, ಡ್ರಮ್ಮರ್ ಗಳು, ಎಂಜಿನಿಯರ್ ಗಳು ಮತ್ತು ಇತರರು ಸೇರಿದಂತೆ ಸುಮಾರು 900 ಜನರನ್ನು ಒಳಗೊಂಡಿತ್ತು. ಉಳಿದವರು ಸ್ಥಳೀಯ ಸರ್ವಾಧಿಕಾರಿಗಳಾಗಿದ್ದರು, ಅವರು ಮುತ್ತಿಗೆಯ ಆರಂಭದ ನಂತರ ಶೀಘ್ರದಲ್ಲೇ ಹೊರಟುಹೋದರು.

ಕಾನ್ ಪುರದಲ್ಲಿ ಸಿಪಾಯಿಗಳ ದಂಗೆಯ ಸಂದರ್ಭದಲ್ಲಿ, ಬ್ರಿಟಿಷ್ ಗೆ ಅತ್ಯಂತ ಸೂಕ್ತವಾದ ರಕ್ಷಣಾತ್ಮಕ ಸ್ಥಳವೆಂದರೆ ನಗರದ ಉತ್ತರ ಭಾಗದಲ್ಲಿರುವ ಸೇನಾ ಉಗ್ರಾಣ. ಇದು ದಟ್ಟವಾದ ಗೋಡೆಗಳು, ಸಾಕಷ್ಟು ಮದ್ದುಗುಂಡುಗಳು ಮತ್ತು ಮಳಿಗೆಗಳನ್ನು ಹೊಂದಿತ್ತು ಮತ್ತು ಸ್ಥಳೀಯ ಖಜಾನೆಯನ್ನು ಸಹ ಆಯೋಜಿಸಿತ್ತು. ಆದಾಗ್ಯೂ, ಜನರಲ್ ವೀಲರ್ ಅವರು ನಗರದ ದಕ್ಷಿಣಕ್ಕೆ ಆಶ್ರಯ ಪಡೆಯಲು ನಿರ್ಧರಿಸಿದರು, ಮಣ್ಣಿನ ಗೋಡೆಯಿಂದ ಸುತ್ತುವರೆದಿರುವ ಎರಡು ಸೇನಾಪಾಳ್ಯ ಗಳಿಂದ ಕೂಡಿದ ಒಂದು ಪ್ರವೇಶದ್ವಾರದಲ್ಲಿ, ಕಾನ್ಪುರದ ದಕ್ಷಿಣಕ್ಕೆ ಮಿಲಿಟರಿ ಕಟ್ಟಡದ ಸ್ಥಳವಿತ್ತು, ಅಲ್ಲಿ ಡ್ರ್ಯಾಗೋನ್ ಸೇನಾಪಾಳ್ಯ ಬಿರುಕು ಬಿಟ್ಟಿದ್ದವು. ಬ್ರಿಟಿಷ್ ಸೈನಿಕರಿಗೆ ಬೇಸಿಗೆಯ ಬಿಸಿಯಾಗಿರುವುದರಿಂದ ಆಳವಾದ ಕಂದಕಗಳನ್ನು ಉಳಿಯುವುದು ಕಷ್ಟವಾಗಿತ್ತು, ಮತ್ತು ಈ ಪ್ರದೇಶವು ಉತ್ತಮ ನೈರ್ಮಲ್ಯ ಸೌಲಭ್ಯಗಳ ಕೊರತೆಯನ್ನು ಹೊಂದಿತ್ತು .

ಒಂದು ಬಾವಿ ಮತ್ತು ಅದು ದಾಳಿಯ ಸಂದರ್ಭದಲ್ಲಿ ಶತ್ರುಗಳ ಬೆಂಕಿಗೆ ಒಡ್ಡಿಕೊಳ್ಳುತ್ತದೆ. ಅಲ್ಲದೆ, ದಾಳಿಕೋರರಿಗೆ ರಕ್ಷಣೆಯನ್ನು ಒದಗಿಸುವ, ರಕ್ಷಕರ ಮೇಲೆ ಸುಲಭವಾಗಿ ಗುಂಡು ಹಾರಿಸಲು ಅನುವು ಮಾಡಿಕೊಡುವ ಹಲವಾರು ಕಟ್ಟಡಗಳು ಅಲ್ಲಿದ್ದವು.

ಕಾನ್ಪುರದಲ್ಲಿ ತುಲನಾತ್ಮಕವಾಗಿ ಸುರಕ್ಷಿತ ಮತ್ತು ಹೆಚ್ಚು ರಕ್ಷಣಾತ್ಮಕ ಸ್ಥಳಗಳ ಲಭ್ಯತೆಯನ್ನು ಗಮನದಲ್ಲಿಟ್ಟುಕೊಂಡು, ಜನರಲ್ ವೀಲರ್ನ ನಿಲುವು ಮಾಡಲು ಈ ಸ್ಥಳದ ಆಯ್ಕೆಯು ವಿವಾದಾತ್ಮಕವಾಗಿಯೇ ಉಳಿದಿದೆ. ಜನರಲ್ ವೀಲರ್ ಅವರು ನಗರದ ದಕ್ಷಿಣಭಾದಿಂದ ಬಲವರ್ಧನೆಗಳು ಬರಲಿವೆ ಎಂದು ನಿರೀಕ್ಷಿಸುತ್ತಿದ್ದರು ಎಂದು ನಂಬಲಾಗಿದೆ. ದಂಗೆಯ ಸಂದರ್ಭದಲ್ಲಿ, ಭಾರತೀಯ ಪಡೆಗಳು ಬಹುಶಃ ಶಸ್ತ್ರಾಸ್ತ್ರಗಳು, ಮದ್ದುಗುಂಡುಗಳು ಮತ್ತು ಹಣವನ್ನು ಸಂಗ್ರಹಿಸಬಹುದು ಮತ್ತು ದೆಹಲಿಗೆ ಹೋಗಬಹುದು ಆದ್ದರಿಂದ ಅವರು ದೀರ್ಘ ಮುತ್ತಿಗೆಯನ್ನು ನಿರೀಕ್ಷಿಸಲಿಲ್ಲ ಎಂದು ಅವರು ಊಹಿಸಿದರು. ವೀಲರ್ ಈ ಸ್ಥಳವನ್ನು ಆ ಸಮಯದಲ್ಲಿ ತನ್ನ ವೈಯಕ್ತಿಕ ನಿವಾಸಕ್ಕೆ ಹತ್ತಿರವಾಗಿದ್ದರಿಂದ ಸರಳವಾಗಿ ಆಯ್ಕೆಮಾಡಿದನೆಂಬ ಇನ್ನೊಂದು ಸಿದ್ಧಾಂತವೂ ಇದೆ.

•••

ಫತೇಘರ್ ನಲ್ಲಿ ದಂಗೆ

ಕಾನ್ ಪುರದಲ್ಲಿ ದಂಗೆಯ ಮೊದಲ ಚಿಹ್ನೆಯು ಗಂಗಾ ತೀರದಲ್ಲಿರುವ ಮಿಲಿಟರಿ ಕೇಂದ್ರವಾದ ಫತೇಘರ್ ನಲ್ಲಿ ದಂಗೆಯ ರೂಪದಲ್ಲಿ ಬಂದಿತು. ಇದು ಎಂಜೆಸ್ ದಂಡೆಯಲ್ಲಿರುವ ಮಿಲಿಟರಿ ನಿಲ್ದಾಣವಾಗಿದೆ. ಭಾರತೀಯ ಪಡೆಗಳನ್ನು ಕಾನ್ಪೋರ್ನಿಂದ ದೂರಕ್ಕೆ ಚದುರಿಸಲು ಮತ್ತು ದಂಗೆಯ ಸಾಧ್ಯತೆಯನ್ನು ಕಡಿಮೆ ಮಾಡಲು, ಜನರಲ್ ವೀಲರ್ ಅವರನ್ನು ವಿವಿಧ 'ಮಿಷನ್'ಗಳಿಗೆ ಕಳುಹಿಸಲು ನಿರ್ಧರಿಸಿದರು. ಅಂತಹ ಒಂದು ಕಾರ್ಯಾಚರಣೆಯಲ್ಲಿ, ಅವರು 2 ನೇ ಔಧ್ ಅಕ್ರಮಗಳನ್ನು ಫತೇಘರ್ಗೆ ಕಳುಹಿಸಿದರು. ಫತೇಘರ್ಗೆ ಹೋಗುವ ದಾರಿಯಲ್ಲಿ, ಫ್ಲೆಚರ್ ಹೇಯ್ಸ್ ಮತ್ತು ಲೆಫ್ಟಿನೆಂಟ್ ಬಾರ್ಬರ್ ಅವರ ನೇತೃತ್ವದಲ್ಲಿ ಜನರಲ್ ವೀಲರ್ನ ಪಡೆಗಳು ಫೈರರ್ ಮತ್ತು ಕ್ಯಾರಿ ಎಂಬ ಇಬ್ಬರು ಇಂಗ್ಲಿಷ್ರನ್ನು ಭೇಟಿಯಾದರು.

ಮೇ 31, 1857 ರ ರಾತ್ರಿ, ಹೇಯ್ಸ್ ಮತ್ತು ಕ್ಯಾರಿ ಸ್ಥಳೀಯ ಮ್ಯಾಜಿಸ್ಟ್ರೇಟ್ ಗೆ ಸಮಾಲೋಚಿಸಲು ಹತ್ತಿರದ ಪಟ್ಟಣಕ್ಕೆ ತೆರಳಿದರು. ಅವರ ನಿರ್ಗಮನದ ನಂತರ, ಭಾರತೀಯ ಪಡೆಗಳು ದಂಗೆಯೆದ್ದವು ಮತ್ತು ಫೈರರ್ನ ಶಿರಚ್ಛೇದ ಮಾಡಿದರು. ತಪ್ಪಿಸಿಕೊಳ್ಳಲು ಪ್ರಯತ್ನಿಸಿದಾಗ ಬಾರ್ಬರ್ ಕೂಡ ಕೊಲ್ಲಲ್ಪಟ್ಟರು. 'ಮರುದಿನ ಬೆಳಿಗ್ಗೆ ಹೇಯ್ಸ್ ಮತ್ತು ಕ್ಯಾರಿ ಮರಳಿ ಬಂದರು, ಹಿರಿಯ ಇಂಡಿಯನ್ ಅಧಿಕಾರಿಯೊಬ್ಬರು ಅವರ ಕಡೆಗೆ ಧಾವಿಸಿ ಓಡಿಹೋಗುವಂತೆ ಕೇಳಿಕೊಂಡರು. ಆದಾಗ್ಯೂ, ಭಾರತೀಯ ಅಧಿಕಾರಿ ಪರಿಸ್ಥಿತಿಯನ್ನು ಅವರಿಗೆ ವಿವರಿಸುತ್ತಿದ್ದಂತೆ, ಬಂಡಾಯದ ಭಾರತೀಯ ಸೈನಿಕರು (ಅಶ್ವದಳದ ಸೈನಿಕರು) ಅವರ ಕಡೆಗೆ ಓಡಿಹೋದರು. ಹೇಯ್ಸ್ ಸವಾರಿ ಮಾಡಲು ಪ್ರಯತ್ನಿಸುತ್ತಿದ್ದಾಗ ಕೊಲ್ಲಲ್ಪಟ್ಟರು, ಆದರೆ ಕ್ಯಾರಿ ಸುರಕ್ಷಿತವಾಗಿ ತಪ್ಪಿಸಿಕೊಂಡರು.

ಕಾನ್ಪುರದಲ್ಲಿನ ಏಕಾಏಕಿ ದಂಗೆ

ಕಾನ್ಪೋರ್ ನಲ್ಲಿ ನಾಲ್ಕು ಭಾರತೀಯ ಸೇನೆ ಗಳಿದ್ದವು: 53 ಮತ್ತು 56 ನೇ ಸ್ಥಳೀಯ ಪದಾತಿ ದಳ, ಮತ್ತು 2 ನೇ ಬಂಗಾಳ ಅಶ್ವದಳ.

ಕಾನ್ಪೋರ್ನಲ್ಲಿ ಸಿಪಾಯಿಗಳು ಬಂಡಾಯವೆದ್ದಿಲ್ಲವಾದರೂ, ಹತ್ತಿರದ ಪ್ರದೇಶಗಳಲ್ಲಿ ದಂಗೆಯ ಸುದ್ದಿ ಅವರಿಗೆ ತಲುಪುತ್ತಿದ್ದಂತೆ ಯುರೋಪಿಯನ್ ಕುಟುಂಬಗಳು ಬೇರೂರಲು ಪ್ರಾರಂಭಿಸಿದವು. ಪ್ರವೇಶವನ್ನು ಬಲಪಡಿಸಲಾಯಿತು, ಮತ್ತು ಶಸ್ತ್ರಸಜ್ಜಿತ ಜನಸಮೂಹವನ್ನು ತಪ್ಪಿಸಲು ಭಾರತೀಯ ಸಿಪಾಯಿಗಳು ತಮ್ಮ ವೇತನವನ್ನು ಒಬ್ಬೊಬ್ಬರಾಗಿ ಬಂದು ಸಂಗ್ರಹಿಸಲು ಕೇಳಲಾಯಿತು.

ಭಾರತೀಯ ಸೈನಿಕರು ಕೋಟೆಯನ್ನು ಪರಿಗಣಿಸಿದರು, ಮತ್ತು ಫಿರಂಗಿ ಬಂದೂಕುಗಳನ್ನು ಪ್ರಾಥಮಿಕವಾಗಿ ಮತ್ತು ಅವುಗಳನ್ನು ಗುರಿಯಾಗಿಟ್ಟುಕೊಂಡು, ಅವಮಾನಕರ ಮತ್ತು ಬೆದರಿಕೆ ಎಂದು ಪರಿಗಣಿಸಿದರು. ಜೂನ್ 2, 1857ರ ರಾತ್ರಿ, ಲೆಫ್ಟಿನೆಂಟ್ ಕಾಕ್ಸ್ ಎಂಬ ಬ್ರಿಟಿಷ್ ಅಧಿಕಾರಿಯೊಬ್ಬರು ಕುಡಿದ ಅಮಲಿನಲ್ಲಿ ತನ್ನ ಭಾರತೀಯ ಸಿಬ್ಬಂದಿಯ ಮೇಲೆ ಗುಂಡು ಹಾರಿಸಿದರು. ಕಾಕ್ಸ್ ಗುರಿ ತಪ್ಪಿತ್ತು, ಮತ್ತು ಒಂದು ರಾತ್ರಿ ಜೈಲಿಗೆ ಎಸೆಯಲ್ಪಟ್ಟನು. ಮರುದಿನವೇ, ಆತುರದಿಂದ ಕರೆಯಲಾದ ನ್ಯಾಯಾಲಯವು ಅವರನ್ನು ವಿಚಾರಣೆಗೆ ಒಳಪಡಿಸಿತು, ಇದು ಭಾರತೀಯರಲ್ಲಿ ಅಸಮಾಧಾನ ವನ್ನುಂಟುಮಾಡಿತು. ಭಾರತೀಯ ಪಡೆಗಳನ್ನು ಮೆರವಣಿಗೆಗೆ ಕರೆಸಲಾಗುವುದು, ಅಲ್ಲಿ ಅವರನ್ನು ಕಗ್ಗೊಲೆ ಮಾಡಲಾಗುವುದು ಎಂಬ ವದಂತಿಯೂ ಇತ್ತು. ಈ ಎಲ್ಲಾ ಅಂಶಗಳು ಅವರನ್ನು ಈಸ್ಟ್ ಇಂಡಿಯಾ ಕಂಪನಿ ಆಡಳಿತದ ವಿರುದ್ಧ ಬಂಡಾಯವೆಬ್ಬಿಸಲು ಪ್ರೇರೇಪಿಸಿತು.

ದಂಗೆಯು ಜೂನ್ 5, 1857 ರಂದು 1:30 ಕ್ಕೆ ಪ್ರಾರಂಭವಾಯಿತು, 2 ನೇ ಅಶ್ವದಳ ಬಂಡಾಯ ಸೈನಿಕರಿಂದ ಮೂರು ಪಿಸ್ತೂಲ್ ಹೊಡೆತಗಳು ಬಿದ್ದವು . ಪ್ರಾದೇಶಿಕ ಬಣ್ಣಗಳನ್ನು ಹಸ್ತಾಂತರಿಸಲು ಮತ್ತು ಬಂಡಾಯ ಸಿಪಾಯಿಗಳನ್ನು ಸೇರಲು ನಿರಾಕರಿಸಿದ ಹಿರಿಯ ರಿಸಾಲ್ದಾರ್-ಮೇಜರ್ ಭವಾನಿ ಸಿಂಗ್ ಕೊಲ್ಲಲ್ಪಟ್ಟರು. 53 ಮತ್ತು 56 ನೇ ಸ್ಥಳೀಯ ಪದಾತಿ ದಳಗಳು ಅತ್ಯಂತ ನಿಷ್ಠಾವಂತವಾಗಿದ್ದವು.

ಗುಂಡಿನ ದಾಳಿಯಿಂದ ಆ ಪ್ರದೇಶದ ಘಟಕಗಳು ಎಚ್ಚೆತ್ತುಕೊಂಡವು. 56 ನೇ ಸ್ಥಳೀಯ ಪದಾತಿದಳದ ಕೆಲವು ಸೈನಿಕರು ಭಯಭೀತರಾದರು ಮತ್ತು ನಗರಕ್ಕೆ ಓಡಿಹೋಗಲು ಪ್ರಾರಂಭಿಸಿದರು .ಯುರೋಪಿಯನ್ ಫಿರಂಗಿ ದಳವು ತಾವು ಕೂಡ ಬಂಡಾಯಗಾರರೆಂದು ಭಾವಿಸಿ, ಅವರ ಮೇಲೆ ಗುಂಡು ಹಾರಿಸಿತು. 53ನೇ ಪದಾತಿದಳದ ಸೈನಿಕರು ಗುಂಡಿನ ಚಕಮಕಿಯಲ್ಲಿ ಸಿಲುಕಿದ್ದರು.

1 ನೇ ಎನ್.ಐ ದಂಗೆ ಎದ್ದರು ಮತ್ತು ಜೂನ್ 6, 1857 ರಂದು ಮುಂಜಾನೆ ಹೊರಟುಹೋದರು. ಅದೇ ದಿನ, 53 ನೇ ಎನ್.ಐ. ಕೂಡ ಹೊರಟರು, ತಮ್ಮೊಂದಿಗೆ ಸೇನಾ ನಿಧಿ ಮತ್ತು ಅವರು ಸಾಗಿಸಬಹುದಾದಷ್ಟು ಮದ್ದುಗುಂಡುಗಳನ್ನು ತೆಗೆದುಕೊಂಡು ಹೋದರು. ಸುಮಾರು 150 ಸಿಪಾಯಿಗಳು ಜನರಲ್ ವೀಲರ್ ಗೆ ನಿಷ್ಠರಾಗಿದ್ದರು.

ಶಸ್ತ್ರಾಸ್ತ್ರಗಳು, ಮದ್ದುಗುಂಡುಗಳು ಮತ್ತು ಹಣವನ್ನು ಪಡೆದ ನಂತರ, ಬಂಡಾಯದ ಪಡೆಗಳು ಪಾದ್ ಶಾಹ್ -ಇ-ಹಿಂದ್ (ಭಾರತದ ಚಕ್ರವರ್ತಿ) ಎಂದು ಘೋಷಿಸಲ್ಪಟ್ಟಿದ್ದ ಎರಡನೇ ಬಹದ್ದೂರ್ ಷಾ ಅವರಿಂದ ಹೆಚ್ಚಿನ ಆದೇಶಗಳನ್ನು ಪಡೆಯಲು ದೆಹಲಿಯ ಕಡೆಗೆ ಮೆರವಣಿಗೆ ಆರಂಭಿಸಿದವು. ಬ್ರಿಟಿಷ್ ಅಧಿಕಾರಿಗಳು ಸುದೀರ್ಘ ಮುತ್ತಿಗೆಯನ್ನು ಎದುರಿಸುವುದಿಲ್ಲ ಎಂದು ಸಮಾಧಾನಪಟ್ಟರು.

•••

ನಾನಾ ಸಾಹಿಬ್ ಅವರ ಒಳಗೊಳ್ಳುವಿಕೆ

ನಾನಾ ಸಾಹಿಬ್ ಮರಾಠಾ ಒಕ್ಕೂಟದ ಮಾಜಿ ಪೇಶ್ವೆಯಾದ ಬಾಜಿ ರಾವ್ II ರದತ್ತು ಪಡೆದ ಉತ್ತರಾಧಿಕಾರಿಯಾಗಿದ್ದರು. ಪಿಂಚಣಿ ಮತ್ತು ಗೌರವಗಳನ್ನು ನೀಡಲು ಈಸ್ಟ್ ಇಂಡಿಯಾ ಕಂಪನಿ ನಿರಾಕರಿಸಿತು. ಅವರು ಸ್ವಾಭಾವಿಕವಾಗಿ ಹುಟ್ಟಿದ ಉತ್ತರಾಧಿಕಾರಿಯಲ್ಲದ ಕಾರಣ ವಂಶಾವಳಿಯನ್ನು ನಾನಾ ಸಾಹಿಬ್ ಗೆ ವರ್ಗಾಯಿಸಲಾಗುವುದಿಲ್ಲ ಎಂದು ಹೇಳಿದ್ದರು. ಕಂಪನಿಯ ನಿರ್ಧಾರದ ವಿರುದ್ಧ ರಾಣಿಗೆ ಮನವಿ ಸಲ್ಲಿಸಲು ನಾನಾ ಸಾಹಿಬ್ ತಮ್ಮ ರಾಯಭಾರಿ ದಿವಾನ್ ಅಜೀಮುಲ್ಲಾ ಖಾನ್ ಅವರನ್ನು ಲಂಡನ್ ಗೆ ಕಳುಹಿಸಿದರು. ಆದರೆ ಯಾವುದೇ ಅನುಕೂಲಕರ ಪ್ರತಿಕ್ರಿಯೆ ಸಿಗಲಿಲ್ಲ.

ಕಾನ್ಪುರದ ಅವ್ಯವಸ್ಥೆಯ ಮಧ್ಯೆ, ನಾನಾ ಸಾಹಿಬ್ ತಮ್ಮ ಸೇನೆಯೊಂದಿಗೆ ಬ್ರಿಟಿಷ್ ಸೇನಾ ಉಗ್ರಾಣಕ್ಕೆ ಪ್ರವೇಶಿಸಿದರು. ಸೇನಾ ಉಗ್ರಾಣದ ಕಾವಲುಗಾರರಾಗಿದ್ದ 53ನೇ ಸ್ಥಳೀಯ ಪದಾತಿಸೈನ್ಯದ ಸೈನಿಕರಿಗೆ

ನಗರದ ಉಳಿದ ಭಾಗಗಳ ಪರಿಸ್ಥಿತಿಯ ಬಗ್ಗೆ ಸಂಪೂರ್ಣ ಅರಿವು ಇರಲಿಲ್ಲ. ನಾನಾ ಸಾಹಿಬ್ ಬ್ರಿಟಿಷರ ಪರವಾಗಿ ಸೇನಾ ಉಗ್ರಾಣದ ಕಾವಲು ಕಾಯಲು ಬಂದಿದ್ದರು ಎಂದು ಅವರು ಭಾವಿಸಿದರು, ಏಕೆಂದರೆ ಅವರು ಬ್ರಿಟಿಷರಿಗೆ ತಮ್ಮ ನಿಷ್ಠೆಯನ್ನು ಘೋಷಿಸಿದರು ಮತ್ತು ಕೆಲವು ಸ್ವಯಂಸೇವಕರನ್ನು 'ಜೆನೆರಾ ಎಲ್ ವೀಲರ್ ನ ವಿಲೇವಾರಿ' ಎಂದು ಕಳುಹಿಸಿದ್ದರು . ಆದಾಗ್ಯೂ, ನಾನಾ ಸಾಹಿಬ್ ಒಮ್ಮೆ ಸೈನ್ಯದಲ್ಲಿ ಇದ್ದಾಗ, ಬಂಡುಕೋರರ ಒತ್ತಾಯದ ಮೇರೆಗೆ, ಅವರು ಬ್ರಿಟಿಷರ ವಿರುದ್ಧದ ದಂಗೆಯಲ್ಲಿ ಪಾಲುಗಾರನೆಂದು ಘೋಷಿಸಿದರು ಮತ್ತು ಬಹದ್ದೂರ್ ಷಾ II ರ ಸಾಮಂತರಾಗಲು ಉದ್ದೇಶಿಸಿದ್ದರು.

ಕಂಪನಿಯ ಖಜಾನೆಯನ್ನು ಸ್ವಾಧೀನಪಡಿಸಿಕೊಂಡ ನಂತರ, ನಾನಾ ಸಾಹಿಬ್ ಗ್ರ್ಯಾಂಡ್ ಟ್ರಂಕ್ ರಸ್ತೆಯಲ್ಲಿ ಮುಂದುವರೆದರು. ಅವರ ಗುರಿಯು ಮರಾಠಾ ಒಕ್ಕೂಟವನ್ನು ಪುನಃಸ್ಥಾಪಿಸುವುದು ಮತ್ತು ಪೇಶ್ವಾ ಸಂಪ್ರದಾಯವನ್ನು ಪುನಃಸ್ಥಾಪಿಸುವುದು, ಮತ್ತು ಕಾನ್ಪೋರ್ ಅನ್ನು ವಶಪಡಿಸಿಕೊಳ್ಳಲು ನಿರ್ಧರಿಸಿದರು. ದಾರಿಯಲ್ಲಿ ಕಲ್ಯಾಣಪುರದಲ್ಲಿ ನಾನಾ ಸಾಹಿಬ್ ಬಂಡಾಯ ಸೈನಿಕರನ್ನು ಭೇಟಿಯಾದರು. ಸೈನಿಕರು ಬಹದ್ದೂರ್ ಷಾ ಅವರನ್ನು ಭೇಟಿಯಾಗಲು ದೆಹಲಿಗೆ ತೆರಳುತ್ತಿದ್ದರು. ನಾನಾ ಸಾಹಿಬ್ ಅವರು ಕಾನ್ಪೋರ್ ಗೆ ಹಿಂತಿರುಗಬೇಕು ಮತ್ತು ಬ್ರಿಟಿಷರನ್ನು ಸೋಲಿಸಲು ಅವರಿಗೆ ಸಹಾಯ ಮಾಡಬೇಕು ಎಂದು ಬಯಸಿದ್ದರು. ದಂಗೆಕೋರರು ಮೊದಲಿಗೆ ಹಿಂಜರಿಯುತ್ತಿದ್ದರು, ಆದರೆ ನಾನಾ ಸಾಹಿಬ್ ಗೆ ನಂತರ ಸೇರಲು ನಿರ್ಧರಿಸಿದರು, ಅವರು ಬ್ರಿಟಿಷ ಪ್ರದೇಶವನ್ನು ನಾಶಡಿದರೆ, ಅವರ ವೇತನವನ್ನು ದ್ವಿಗುಣಗೊಳಿಸುವುದಾಗಿ ಮತ್ತು ಅವರಿಗೆ ಚಿನ್ನವನ್ನು ಬಹುಮಾನವಾಗಿ ನೀಡುವುದಾಗಿ ಭರವಸೆ ನೀಡಿದರು.

ವೀಲರ್ಸ್ನ್ ನ ಭದ್ರಕೋಟೆಯ ಮೇಲೆ ದಾಳಿ

ಜೂನ್ 5, 1857 ರಂದು, ನಾನಾ ಸಾಹಿಬ್ ಜನರಲ್ ವೀಲರ್ ಗೆ ಸಭ್ಯ ಸೂಚನೆಯನ್ನು ಕಳುಹಿಸಿ, ಮರುದಿನ ಬೆಳಿಗ್ಗೆ, ಬೆಳಿಗ್ಗೆ 10 ಗಂಟೆಗೆ ದಾಳಿ ಮಾಡಲು ಉದ್ದೇಶಿಸಿರುವುದಾಗಿ ತಿಳಿಸಿ, ಜೂನ್ 6 ರಂದು, ನಾನಾ ಸಾಹಿಬ್ ನ ಪಡೆಗಳು (ಬಂಡುಕೋರ ಸೈನಿಕರನ್ನುಒಳಗೊಂಡಂತೆ) ಬ್ರಿಟಿಷ್ ಸೇನೆಯ ಮೇಲೆ 10.30 ಕ್ಕೆ ದಾಳಿ ನಡೆಸಿದವು. ಬ್ರಿಟಿಷರು ದಾಳಿಗೆ ಸಮರ್ಪಕವಾಗಿ ಸಿದ್ಧರಾಗಿರಲಿಲ್ಲ, ಆದರೆ ದೀರ್ಘಕಾಲದ ತನಕ ತಮ್ಮನ್ನು ತಾವು ರಕ್ಷಿಸಿಕೊಳ್ಳುವಲ್ಲಿ ಯಶಸ್ವಿಯಾದರು. ಏಕೆಂದರೆ, ದಾಳಿಗೊಳಗಾದ ಪಡೆಗಳು ನಾನಾ ಸಾಹಿಬ್ ನ ಪಡೆಗಳನ್ನು ಪ್ರವೇಶಿಸಲು ಹಿಂಜರಿಯುತ್ತಿದ್ದವು. ಪ್ರವೇಶವು ಗನ್ ಪೌಡರ್ ತುಂಬಿದ ಕಂದಕಗಳನ್ನು ಹೊಂದಿದ್ದು, ಅವು ಹತ್ತಿರಕ್ಕೆ ಬಂದರೆ ಸ್ಫೋಟಗೊಳ್ಳುತ್ತವೆ ಎಂದು ತಪ್ಪಾಗಿ ಭಾವಿಸಲಾಗಿತ್ತು.

ಚಿತ್ರ ನಾನಾ ಸಾಹಿಬ್ ಅವರ ಒಳಗೊಳ್ಳುವಿಕೆ 1

ಬ್ರಿಟಿಷ್ ಗ್ಯಾರಿಸನ್ ಮೇಲೆ ನಾನಾ ಸಾಹಿಬ್ ಅವರ ಪ್ರಗತಿಯ ಸುದ್ದಿ ಹರಡುತ್ತಿದ್ದಂತೆ, ಬಂಡುಕೋರ ಸಿಪಾಯಿಗಳು ಅವನೊಂದಿಗೆ ಸೇರಿಕೊಂಡರು.

ಜೂನ್ 10 ರ ಹೊತ್ತಿಗೆ, ಅವರು ಸುಮಾರು ಹನ್ನೆರಡರಿಂದ ಹದಿನೈದು ಸಾವಿರ ಭಾರತೀಯ ಸೈನಿಕರನ್ನು ಮುನ್ನಡೆಸುತ್ತಾರೆ ಎಂದು ನಂಬಲಾಗಿತ್ತು.

ಬ್ರಿಟಿಷರು ತಮ್ಮ ತಾತ್ಕಾಲಿಕ ಕೋಟೆಯಲ್ಲಿ ಕಡಿಮೆ ನೀರು ಮತ್ತು ಆಹಾರ ಸರಬರಾಜುಗಳೊಂದಿಗೆ ಮೂರು ವಾರಗಳ ಕಾಲ ಕಳೆದರು. ಬಿಸಿಲ ತಾಪ ಮತ್ತು ನೀರಿನ ಕೊರತೆಯಿಂದಾಗಿ ಅನೇಕರು ಸಾವನ್ನಪ್ಪಿದ್ದಾರೆ. ಸಮಾಧಿಗಳನ್ನು ಅಗೆಯಲು ತುಂಬಾ ಕಷ್ಟವಾಗಿದ್ದರಿಂದ, ಬ್ರಿಟೀಷರು ತಮ್ಮ ಕೊಲ್ಲಲ್ಪಟ್ಟವರ ಮೃತದೇಹಗಳನ್ನು ಕಟ್ಟಡಗಳ ಹೊರಗೆ ರಾಶಿ ಹಾಕುತ್ತಿದ್ದರು ಮತ್ತು ರಾತ್ರಿಯ ಸಮಯದಲ್ಲಿ ಅವುಗಳನ್ನು ಒಣಗಿದ ಬಾವಿಯೊಳಗೆ ಎಳೆದು ಎಸೆಯುತ್ತಿದ್ದರು. ನೈರ್ಮಲ್ಯ ಸೌಲಭ್ಯಗಳ ಕೊರತೆಯು ಅತಿಸಾರ ಮತ್ತು ಕಾಲರಾದಂತಹ ರೋಗಗಳ ಹರಡುವಿಕೆಗೆ ಕಾರಣವಾಯಿತು, ಇದು ರಕ್ಷಕರನ್ನು ಮತ್ತಷ್ಟು ದುರ್ಬಲಗೊಳಿಸಿತು!. ಇದು ತುಲನಾತ್ಮಕವಾಗಿ ಸೀಮಿತವಾಗಿದ್ದರೂ ಸಿಡುಬಿನ ಸಣ್ಣ ಪ್ರಮಾಣ ಏಕಾಏಕಿ ಸಂಭವಿಸಿತು.

ಮುತ್ತಿಗೆಯ ಮೊದಲ ವಾರದಲ್ಲಿ, ನಾನಾ ಸಾಹಿಬ್ ನ ಪಡೆಗಳು ಪ್ರವೇಶವನ್ನು ಸುತ್ತುವರಿದವು, ಲೋಪದೋಷಗಳನ್ನು ಸೃಷ್ಟಿಸಿದವು ಮತ್ತು ಸುತ್ತಮುತ್ತಲಿನ ಕಟ್ಟಡಗಳಿಂದ ಗುಂಡಿನ ಸ್ಥಾನಗಳನ್ನು ಸ್ಥಾಪಿಸಿದವು. 32ನೇ ಕಾರ್ನ್ ವಾಲ್ ಲಘು ಪದಾತಿಸೈನ್ಯದ ಬ್ರಿಟಿಷ್ ಸೈನ್ಯದ ಕ್ಯಾಪ್ಟನ್ ಜಾನ್ ಮೂರ್‌ರನ್ನು ಎದುರಿಸಿದರು. ರಾತ್ರಿ-ಸಮಯದ ವಿಹಾರಗಳನ್ನು ಪ್ರಾರಂಭಿಸಿದರು, ನಾನಾ ಸಾಹಿಬ್ ತನ್ನ ಪ್ರಧಾನ ಕಚೇರಿಯನ್ನು ಸವದ ಕೋಠಿಗೆ ಕರೆತಂದರು, ಅದು ಸುಮಾರು ಎರಡು ಮೈಲುಗಳಷ್ಟು ದೂರದಲ್ಲಿತ್ತು. ಮೂರ್ ಅವರ ಕ್ರಮಗಳಿಗೆ ಪ್ರತಿಕ್ರಿಯೆಯಾಗಿ, ನಾನಾ ಸಾಹಿಬ್ ಬ್ರಿಟಿಷ್ ಸೇನೆಯ ಮೇಲೆ ನೇರ ಆಕ್ರಮಣವನ್ನು ಪ್ರಯತ್ನಿಸಲು ನಿರ್ಧರಿಸಿದರು, ಆದರೆ ಬಂಡಾಯದ ಸೈನಿಕರು ಸ್ವಲ್ಪ ನಿರುತ್ಸಾಹದಾಯಕವಾಗಿದ್ದರು.

ಜೂನ್ 11ರಂದು ನಾನಾ ಸಾಹಿಬ್ ಅವರ ಪಡೆಗಳು ತಮ್ಮ ತಂತ್ರಗಳನ್ನು ಬದಲಾಯಿಸಿದವು. ಅವರು ನಿರ್ದಿಷ್ಟ ಕಟ್ಟಡಗಳ ಮೇಲೆ ಕೇಂದ್ರೀಕೃತ ಗುಂಡಿನ ದಾಳಿ ಪ್ರಾರಂಭಿಸಿದರು, ಸುತ್ತಿನ ಹೊಡೆತದ ಅಂತ್ಯ ವಿಲ್ಲದ ಗುಂಡಿನ ಸುರಿಮಳೆಗೆ ಭದ್ರಕೋಟೆಯು ನಡುಗಿತು. ಕಟ್ಟಡಗಳನ್ನು ಯಶಸ್ವಿಯಾಗಿ ಹಾನಿಗೊಳಿಸಿದರು, ಮತ್ತು ಕಟ್ಟಡಗಳಿಗೆ ಬೆಂಕಿ ಹಚ್ಚಲು ಪ್ರಯತ್ನಿಸಿದರು.

ನಾನಾ ಸಾಹಿಬ್ ಕಡೆಯಿಂದ ಮೊದಲ ಪ್ರಮುಖ ದಾಳಿ ಜೂನ್ 12 ರ ಸಂಜೆ ನಡೆಯಿತು. ಆದಾಗ್ಯೂ, ಆಕ್ರಮಣಕಾರಿ ಸೈನಿಕರು ಬ್ರಿಟಿಷರು ಗನ್ಪೌಡರ್ ತುಂಬಿದ ಕಂದಕಗಳನ್ನು ಹಾಕಿದ್ದಾರೆ ಎಂದು ನಂಬಿದ್ದರು. ಮತ್ತು ಆ ಪ್ರದೇಶವನ್ನು ಪ್ರವೇಶಿಸಲಿಲ್ಲ ಜೂನ್ 13 ರಂದು, ಬ್ರಿಟಿಷರು ತಮ್ಮ ಆಸ್ಪತ್ರೆ ಕಟ್ಟಡವನ್ನು ಬೆಂಕಿಗೆ ಕಳೆದುಕೊಂಡರು, ಇದು ಅವರ ಹೆಚ್ಚಿನ ವೈದ್ಯಕೀಯ ಸಾಮಗ್ರಿಗಳನ್ನು ನಾಶಪಡಿಸಿತು ಮತ್ತು ನರಕದಲ್ಲಿ ಜೀವಂತವಾಗಿ ಸುಟ್ಟುಹೋದ ಹಲವಾರು ಗಾಯಗೊಂಡ ಮತ್ತು ಅನಾರೋಗ್ಯದ ಫಿರಂಗಿಗಳ ಸಾವಿಗೆ ಕಾರಣವಾಯಿತು. ಜೂನ್ 13 ರಂದು ಬೆಂಕಿಗೆ ಆಹುತಿಯಾದ ಘಟನೆಯು ರಕ್ಷಕರಿಗೆ ದೊಡ್ಡ ಹೊಡೆತವಾಗಿತ್ತು. ನಾನಾ ಸಾಹಿಬ್ ನ ಪಡೆಗಳು ಆಕ್ರಮಣಕ್ಕಾಗಿ ಒಟ್ಟುಗೂಡಿದವು,

ಲೆಫ್ಟಿನೆಂಟ್ ಜಾರ್ಜ್ ಆಶ್ ಅವರ ನೇತೃತ್ವದಲ್ಲಿ ಫಿರಂಗಿದಳದಿಂದ ಡಬ್ಬಿ ಹೊಡೆತಗಳ ಮೂಲಕ ಅವರನ್ನು ಹಿಮ್ಮೆಟ್ಟಿಸಲಾಯಿತು. ಜೂನ್ 21 ರ ಹೊತ್ತಿಗೆ, ಬ್ರಿಟಿಷರು ತಮ್ಮ ಸಂಖ್ಯೆಯಲ್ಲಿ ಮೂರನೇ ಒಂದು ಭಾಗವನ್ನು ಕಳೆದುಕೊಂಡಿದ್ದರು.

ಲಕ್ನೋದಲ್ಲಿನ ಕಮಾಂಡಿಂಗ್ ಆಫೀಸರ್ ಹೆನ್ರಿ ಲಾರೆನ್ಸ್ಗ ವೀಲರ್ನ ಪುನರಾವರ್ತಿತ ಸಂದೇಶಗಳಿಗೆ ಉತ್ತರಿಸಲಾಗಲಿಲ್ಲ ಏಕೆಂದರೆ ಆ ಗ್ಯಾರಿಸನ್ ಸ್ವತಃ ಮುತ್ತಿಗೆಗೆ ಒಳಗಾಗಿತ್ತು.

ಜೂನ್ 23ರಂದು ದಾಳಿ

ಸ್ನೈಪರ್ ಬೆಂಕಿ ಮತ್ತು ಬಾಂಬ್ ದಾಳಿಯು ಪ್ಲಾಸ್ ಸೇ ಯುದ್ಧದ 100 ನೇ ವಾರ್ಷಿಕೋತ್ಸವವಾದ ಜೂನ್ 23, 1857 ರವರೆಗೆ ಮುಂದುವರೆಯಿತು. ಜೂನ್ 23, 1757 ರಂದು ನಡೆದ ಪ್ಲಾಸಿ ಕದನವು ಭಾರತದಲ್ಲಿ ಬ್ರಿಟಿಷ್ ಆಳ್ವಿಕೆಯನ್ನು ವಿಸ್ತರಿಸಲು ಕಾರಣವಾದ ಪ್ರಮುಖ ಯುದ್ಧಗಳಲ್ಲಿ ಒಂದಾಗಿದೆ, ಪ್ಲಾಸ್ಸಿ ಯುದ್ಧದ ನಿಖರವಾಗಿ ನೂರು ವರ್ಷಗಳ ನಂತರ ಭಾರತದಲ್ಲಿ ಈಸ್ಟ್ ಇಂಡಿಯಾ ಕಂಪನಿ ಆಳ್ವಿಕೆಯ ಅವನತಿಯನ್ನು ಮುನ್ಸೂಚಿಸಿದ ಭವಿಷ್ಯವಾಣಿಯಾಗಿತ್ತು. ಇದು ನಾನಾ ಸಾಹಿಬ್ ನೇತೃತ್ವದ ಬಂಡುಕೋರ ಸೈನಿಕರನ್ನು ಜೂನ್ 23, 1857 ರಂದು ಬ್ರಿಟಿಷ್ ಸೇನೆಯಮೇಲೆ ಪ್ರಮುಖ ದಾಳಿಯನ್ನು ಪ್ರಾರಂಭಿಸಲು ಪ್ರೇರೇಪಿಸಿತು.

2ನೇ ಬಂಗಾಳ ಅಶ್ವದಳದ ಬಂಡುಕೋರ ಸೈನಿಕರು ಚಾರ್ಜ್ ಗೆ ನೇತೃತ್ವ ವಹಿಸಿದರು. ಆದರೆ ಅವರು ಬ್ರಿಟಿಷರ ನೆಲೆಯಿಂದ 50 ಗಜಗಳ ಒಳಗೆ ಸಮೀಪಿಸಿದಾಗ ಡಬ್ಬಿಯ ಹೊಡೆತದಿಂದ ಹಿಮ್ಮೆಟ್ಟಿಸಿದರು. ಅಶ್ವಸೈನ್ಯದ ಆಕ್ರಮಣದ ನಂತರ 1 ನೇ ಸ್ಥಳೀಯ ಪದಾತಿದಳದ ಸೈನಿಕರು ಬ್ರಿಟಿಷರ ಮೇಲೆ ದಾಳಿಯನ್ನು ಪ್ರಾರಂಭಿಸಿದರು, ಹತ್ತಿ ಬೇಲ್ಗಳು ಮತ್ತು ಪ್ಯಾರಪೆಟ್ಗಳ ಹಿಂದೆ ಮುನ್ನಡೆದರು .

ಬ್ರಿಟಿಷರ ಆರಂಭಿಕ ಕ್ಷಿಪಣಿಗಳ ಸುರಿಮಳೆಗೆಅವರು ತಮ್ಮ ಕಮಾಂಡಿಂಗ್ ಆಫೀಸರ್ ರಾಧಾಯ್ ಸಿಂಗ್ ಅವರನ್ನು ಕಳೆದುಕೊಂಡರು. ಹತ್ತಿ ಬೇಲ್ ಗಳಿಂದ ರಕ್ಷಣೆ ಪಡೆಯಲು ಅವರು ಆಶಿಸಿದ್ದರು; ಆದಾಗಿಯೂ ಕಾಟನ್ ಬೇಲ್ ಗಳಿಗೆ ಬೆಂಕಿ ಹತ್ತಿಕೊಂಡು ಅಪಾಯವನ್ನುಂಟುಮಾಡಿತು. ಕೋಟೆಯ ಇನ್ನೊಂದು ಬದಿಯಲ್ಲಿ, ಕೆಲವು ಬಂಡಾಯ ಸೈನಿಕರು ಲೆಫ್ಟಿನೆಂಟ್ ಮೌಬ್ರೇ ಥಾಮ್ಸನ್ ನೇತೃತ್ವದ 17 ಬ್ರಿಟಿಷ್ ಪುರುಷರ ವಿರುದ್ಧ ಕೈ ಯುದ್ಧದಲ್ಲಿ ತೊಡಗಿದ್ದರು. ದಿನದ ಅಂತ್ಯದ ವೇಳೆಗೆ, ಆಕ್ರಮಣಕಾರರಿಗೆ ಪ್ರವೇಶವನ್ನು ಪಡೆಯಲು ಸಾಧ್ಯವಾಗಲಿಲ್ಲ. ಈ ದಾಳಿಯಲ್ಲಿ 25 ಬಂಡುಕೋರ ಸೈನಿಕರು ಸತ್ತರು, ಬ್ರಿಟಿಷರ ಕಡೆಯಿಂದ ಕೆಲವೇ ಸಾವುನೋವುಗಳು ಸಂಭವಿಸಿದವು.

•••

ಬ್ರಿಟಿಷ್ ಪಡೆಯ ಶರಣಾಗತಿ

ಸತತ ಬಾಂಬ್ ದಾಳಿಗಳು, ಸ್ನೈಪರ್ ಬೆಂಕಿ ಮತ್ತುಆಕ್ರಮಣಗಳ ಪರಿಣಾಮವಾಗಿ ಬ್ರಿಟಿಷ್ ದಂಡಿನ ಪಟ್ಟಣವು ಭಾರೀ ಭಾರೀ ನಷ್ಟವನ್ನು ಅನುಭವಿಸಿತು. ಜನರು ಕಾಯಿಲೆಯಿಂದ ಬಳಲುತ್ತಿದ್ದರು ಮತ್ತು ಆಹಾರ, ನೀರು ಮತ್ತು ಔಷಧಿಗಳ ಪೂರೈಕೆ ಕಡಿಮೆಯಾಗಿತ್ತು. ಜನರಲ್ ವೀಲರ್ ಅವರ ಮಗ ಲೆಫ್ಟಿನೆಂಟ್ ಗಾರ್ಡನ್ ವೀಲರ್ ರೌಂಡ್ಶಾಟ್ನಿಂದ ಶಿರಚ್ಛೇದ ಮಾಡಿದ ನಂತರ ಅವರ ವೈಯಕ್ತಿಕ ನೈತಿಕತೆಯು ಕಡಿಮೆಯಾಗಿತ್ತು. ಜನರಲ್ ವೀಲರ್ ಅವರ ಅನುಮೋದನೆಯೊಂದಿಗೆ, ಜೋನಾ ಶೆಫರ್ಡ್ ಎಂಬ ಬ್ರಿಟಿಷ್ ಸೇವಕ ನಾನಾ ಸಾಹಿಬ್ ಅವರ ಪಡೆಗಳ ಸ್ಥಿತಿಯನ್ನು ಖಚಿತಪಡಿಸಿಕೊಳ್ಳಲು ಮಾರುವೇಷದಲ್ಲಿ ಹೊರಬಂದರು. ದಂಗೆಕೋರ ಸೈನಿಕರಿಂದ ಅವನನ್ನು ಶೀಘ್ರವಾಗಿ ಬಂಧಿಸಲಾಯಿತು.

ಅದೇ ಸಮಯದಲ್ಲಿ, ನಾನಾ ಸಾಹಿಬ್ ನ ಪಡೆಗಳು ಗನ್ ಪೌಡರ್ ತುಂಬಿದ ಕಂದಕಗಳನ್ನು ಹೊಂದಿದ್ದವು ಎಂದು ನಂಬಿದ್ದರಿಂದ ಪ್ರವೇಶಿಸಲು ಜಾಗರೂಕರಾಗಿದ್ದರು. ನಾನಾ ಸಾಹಿಬ್ ಮತ್ತು ಅವರ ಸಲಹೆಗಾರರು ಬಿಕ್ಕಟ್ಟನ್ನು ಕೊನೆಗೊಳಿಸುವ ಯೋಜನೆಯನ್ನು ರೂಪಿಸಿದರು . ಜೂನ್ 24 ರಂದು, ಅವರು ಶ್ರೀಮತಿ ರೋಸ್ ಗ್ರೀನ್ ವೇ ಎಂಬ ಮಹಿಳಾ ಯುರೋಪಿಯನ್ ಖೈದಿಯನ್ನು ಭದ್ರಕೋಟೆಯ ಒಳಗೆ ಕಳುಹಿಸಿದರು ಮತ್ತು ತಮ್ಮ ಸಂದೇಶವನ್ನು ತಿಳಿಸಿದರು. ಶರಣಾಗತಿಗೆ ಪ್ರತಿಯಾಗಿ, ನಾನ್ ಸಾಹಿಬ್ ಬ್ರಿಟಿಷರನ್ನು ಸತಿಚೌರಾ ಘಾಟ್ ಗೆ ಸುರಕ್ಷಿತವಾಗಿ ಸಾಗಿಸುವುದಾಗಿ ಭರವಸೆ ನೀಡಿದ್ದರು. ಅವರು ಅಲಹಾಬಾದ್ ಗೆ ತೆರಳಬಹುದಾದ ಗಂಗಾ ನದಿಯ ಹಡಗುಕಟ್ಟೆ ಇದಾಗಿದೆ. ನಾನಾ ಸಾಹಿಬ್ ಸ್ವತಃ ಈ ಪ್ರಸ್ತಾಪಕ್ಕೆ ಸಹಿ ಹಾಕದ ಕಾರಣ ಅದನ್ನು ಜನರಲ್ ವೀಲರ್ ತಿರಸ್ಕರಿಸಿದರು ಮತ್ತು ಈ ಪ್ರಸ್ತಾಪವನ್ನು ನಾನಾ ಸಾಹಿಬ್ ಸ್ವತಃ ಮಾಡಿದ್ದಾರೆ ಎಂಬುದಕ್ಕೆ ಯಾವುದೇ ಗ್ಯಾರಂಟಿ ಇರಲಿಲ್ಲ.

ಮರುದಿನ, ಜೂನ್ 25 ರಂದು, ನಾನಾ ಸಾಹಿಬ್ ಮತ್ತೊಬ್ಬ ಹಿರಿಯ ಮಹಿಳಾ ಕೈದಿ ಶ್ರೀಮತಿ ಜಾಕೋಬಿ ಮೂಲಕ ಸ್ವತಃ ಸಹಿ ಮಾಡಿದ ಎರಡನೇ ಟಿಪ್ಪಣಿಯನ್ನು ಕಳುಹಿಸಿದರು. ಬ್ರಿಟಿಷ್ ಶಿಬಿರವು ವಿಭಿನ್ನ ಅಭಿಪ್ರಾಯಗಳೊಂದಿಗೆ ಎರಡು ಗುಂಪುಗಳಾಗಿ ವಿಭಜಿಸಲ್ಪಟ್ಟಿತು -ಒಂದು ಗುಂಪು ರಕ್ಷಣೆಯನ್ನು ಮುಂದುವರಿಸಲು ಒಲವು ತೋರಿತು,

ಎರಡನೇ ಗುಂಪು ನಾನಾ ಸಾಹಿಬ್ ಅವರನ್ನು ನಂಬಲು ಸಿದ್ಧವಿತ್ತು. ಮುಂದಿನ 24 ಗಂಟೆಗಳಲ್ಲಿ, ನಾನಾ ಸಾಹಿಬ್ ಪಡೆಗಳಿಂದ ಯಾವುದೇ ಬಾಂಬ್ ದಾಳಿ ನಡೆದಿರಲಿಲ್ಲ. ಅಂತಿಮವಾಗಿ, ಜನರಲ್ ವೀಲರ್ ಅಲಹಾಬಾದ್ ಗೆ ಸುರಕ್ಷಿತ ಮಾರ್ಗಕ್ಕೆ ಪ್ರತಿಯಾಗಿ ಶರಣಾಗಲು ನಿರ್ಧರಿಸಿದರು. ಒಂದು ದಿನದ ಸಿದ್ಧತೆಯ ನಂತರ, ಮತ್ತು ಸತ್ತವರನ್ನು ಸಮಾಧಿ ಮಾಡಿದ ನಂತರ, 1857 ರ ಜೂನ್ 27 ರ ಬೆಳಿಗ್ಗೆ ಬ್ರಿಟಿಷರು ದೇಶವನ್ನು ತೊರೆಯಲು ನಿರ್ಧರಿಸಿದರು.

•••

ಸತಿಚೌರಾ ಘಾಟ್ ಹತ್ಯಾಕಾಂಡ

ಜೂನ್ 27 ರ ಬೆಳಿಗ್ಗೆ,ಜನರಲ್ ವೀಲರ್ ನೇತೃತ್ವದ ದೊಡ್ಡ ಬ್ರಿಟಿಷ್ ಸೇನೆಯು ಭದ್ರಕೋಟೆಯಿಂದ ಹೊರಬಂದಿತು . ಮಹಿಳೆಯರು, ಮಕ್ಕಳು ಮತ್ತು ರೋಗಿಗಳನ್ನು ನದಿ ದಡಕ್ಕೆ ಹೋಗಲು ಅನುವು ಮಾಡಿಕೊಡಲು ನಾನಾ ಸಾಹಿಬ್ ಹಲವಾರು ಬಂಡಿಗಳು, ಡೋಲಿಗಳು ಮತ್ತು ಆನೆಗಳನ್ನು ಕಳುಹಿಸಿದರು. ಬ್ರಿಟಿಷ್ ಅಧಿಕಾರಿಗಳು ಮತ್ತು ಅನಾರೋಗ್ಯದ ಪುರುಷರಿಗೆ ತಮ್ಮ ಶಸ್ತ್ರಾಸ್ತ್ರ ಮತ್ತು ಮದ್ದುಗುಂಡುಗಳನ್ನು ತಮ್ಮೊಂದಿಗೆ ತೆಗೆದುಕೊಳ್ಳಲು ಅವಕಾಶ ನೀಡಲಾಯಿತು. ಮತ್ತು ಅವರನ್ನು ಸುಮಾರು ಇಡೀ ಬಂಡಾಯ ಸೈನ್ಯವು ಬೆಂಗಾವಲು ಮಾಡಿತು. ಬ್ರಿಟಿಷರು ಬೆಳಿಗ್ಗೆ 8 ಗಂಟೆಗೆ ಸತಿಚೌರಾ ಘಾಟ್ ತಲುಪಿದರು. ನಾನಾ ಸಾಹಿಬ್ ಸುಮಾರು 40 ದೋಣಿಗಳನ್ನು ವ್ಯವಸ್ಥೆಗೊಳಿಸಿದ್ದರು.

ಸತಿಚೌರಾ ಘಾಟ್ ನಲ್ಲಿ ಗಂಗಾ ನದಿ ಅಸಾಧಾರಣವಾಗಿ ಬತ್ತಿಹೋಗಿತ್ತು. ಬ್ರಿಟಿಷರಿಗೆ ದೋಣಿಗಳನ್ನು ಸಾಗಿಸಲು ಕಷ್ಟವಾಗುತ್ತಿತ್ತು. ಜನರಲ್ ವೀಲರ್ ಮತ್ತು ಅವರ ಪಕ್ಷವು ಹಡಗಿನಲ್ಲಿ ಮೊದಲಿಗರು ಮತ್ತು ತಮ್ಮ ದೋಣಿಯನ್ನು ಸಾಗಿಸಲುವಲ್ಲಿ ಯಶಸ್ವಿಯಾದರು. ಭಾರತೀಯ ಬೋಟ್ಮೆನ್ಗಳು ದಡದಿಂದ ಬಗಲ್ಗಳನ್ನು ಕೇಳಿದ ನಂತರ ಮೇಲಕ್ಕೆ ಹಾರಿ, ದಡದ ಕಡೆಗೆ ಈಜಲು ಪ್ರಾರಂಭಿಸಿದಾಗ ಸ್ವಲ್ಪ ಗೊಂದಲ ಉಂಟಾಯಿತು. ಅವರು ಜಿಗಿಯುತ್ತಿದ್ದಂತೆ, ದೋಣಿಗಳ ಮೇಲೆ ಕೆಲವು ಬೆಂಕಿ ತಟ್ಟಿತು, ಕೆಲವು ದೋಣಿಗಳು ಸುಟ್ಟುಹೋದವು.

ಸತಿಚೌರಾ ಘಾಟ್ ನಲ್ಲಿ ಮುಂದೆ ನಿಖರವಾಗಿ ಏನಾಯಿತು ಮತ್ತು ಯಾರು ಮೊದಲ ಬಾರಿಗೆ ಗುಂಡು ಹಾರಿಸಿದರು ಎಂಬುದು ವಿವಾದದ ಮೂಲವಾಗಿದ್ದರೂ, ಶೀಘ್ರದಲ್ಲೇ, ನಿರ್ಗಮಿಸಿದ ಬ್ರಿಟಿಷರು ಬಂಡಾಯ ಸಿಪಾಯಿಗಳ ಮೇಲೆ ದಾಳಿ ನಡೆಸಿದರು ಮತ್ತು ಕೊಲ್ಲಲ್ಪಟ್ಟರು ಅಥವಾ ಸೆರೆಹಿಡಿಯಲ್ಪಟ್ಟರು ಎಂದು ತಿಳಿದುಬಂದಿದೆ.

ಕೆಲವು ಬ್ರಿಟಿಷ್ ಅಧಿಕಾರಿಗಳು, ನಂತರ ಬಂಡುಕೋರರು ವಿಳಂಬವನ್ನು ಉಂಟುಮಾಡುವ ಉದ್ದೇಶದಿಂದ ದೋಣಿಗಳನ್ನು ಸಾಧ್ಯವಾದಷ್ಟು ಕೆಸರಿನಲ್ಲಿ ಇರಿಸಿದ್ದಾರೆ ಎಂದು ಹೇಳಿಕೊಂಡರು.

ದಂಗೆಕೋರರು ಎಲ್ಲಾ ಇಂಗ್ಲೀಷರ ಮೇಲೆ ಗುಂಡು ಹಾರಿಸಿ ಕೊಲ್ಲಲು ನಾನಾ ಸಾಹಿಬ್ನ ಶಿಬಿರವು ಹಿಂದೆ ವ್ಯವಸ್ಥೆ ಮಾಡಿತ್ತು ಎಂದು ಅವರು ಹೇಳಿದ್ದಾರೆ. ಈಸ್ಟ್ ಇಂಡಿಯಾ ಕಂಪನಿಯು ನಂತರ ನಾನಾ ಸಾಹಿಬ್ ಮುಗ್ಧ ಜನರ ದ್ರೋಹ ಮತ್ತು ಕೊಲೆ ಎಂದು ಆರೋಪಿಸಿದರೂ, ನಾನಾ ಸಾಹಿಬ್ ಹತ್ಯಾಕಾಂಡವನ್ನು ಮೊದಲೇ ಯೋಜಿಸಿ ಅಥವಾ ಆದೇಶಿಸಿದ್ದಾನೆ ಎಂದು ಸಾಬೀತುಪಡಿಸಲು ಯಾವುದೇ ಪುರಾವೆಗಳು ಕಂಡುಬಂದಿಲ್ಲ. ಸತಿಚೌರಾ ಘಾಟ್ ಹತ್ಯಾಕಾಂಡವು ಗೊಂದಲದ ಫಲಿತಾಂಶವಾಗಿದೆ ಮತ್ತು ನಾನಾ ಸಾಹಿಬ್ ಮತ್ತು ಅವರ ಸಹಚರರು ಜಾರಿಗೆ ತಂದ ಯಾವುದೇ ಯೋಜನೆಯಲ್ಲ ಎಂದು ಕೆಲವು ಇತಿಹಾಸಕಾರರು ನಂಬಿದ್ದಾರೆ. ಹತ್ಯಾಕಾಂಡದ ಬದುಕುಳಿದ ನಾಲ್ವರು ಪುರುಷರಲ್ಲಿ ಒಬ್ಬರಾದ ಲೆಫ್ಟಿನೆಂಟ್ ಮೌಬ್ರೇಥಾಮ್ಸನ್, ತನ್ನೊಂದಿಗೆ ಮಾತನಾಡಿದ ಸಿಪಾಯಿಗಳಿಗೆ ಬರಲಿರುವ ಹತ್ಯೆಯ ಬಗ್ಗೆ ತಿಳಿದಿಲ್ಲ ಎಂದು ನಂಬಿದ್ದರು.

ಘರ್ಷಣೆ ಪ್ರಾರಂಭವಾದ ನಂತರ, ನಾನಾ ಸಾಹಿಬ್ನ ಜನರಲ್ ತಾಂತ್ಯ ಟೋಪೆ 2 ನೇ ಬಂಗಾಳದ ಅಶ್ವದಳದ ಘಟಕ ಮತ್ತು ಕೆಲವು ಫಿರಂಗಿ ಘಟಕಗಳಿಗೆ ಬ್ರಿಟಿಷರ ಮೇಲೆ ಗುಂಡು ಹಾರಿಸಲು ಆದೇಶಿಸಿದನು. ಬ್ರಿಟಿಷರ ಮೇಲೆ ಗುಂಡು ಹಾರಿಸಿದರು. ಉಳಿದ ಬ್ರಿಟಿಷ್ ಸೈನಿಕರನ್ನು ಕತ್ತಿಗಳು ಮತ್ತು ಪಿಸ್ತೂಲ್ ಗಳಿಂದ ಕೊಲ್ಲಲು ಬಂಡುಕೋರ ಅಶ್ವದಳದ ಸೈನಿಕರು ನೀರಿನೊಳಗೆ ತೆರಳಿದರು. ಬದುಕುಳಿದ ಪುರುಷರು ಕೊಲ್ಲಲ್ಪಟ್ಟರು, ಮಹಿಳೆಯರು ಮತ್ತು ಮಕ್ಕಳನ್ನು ಸೆರೆಯಲ್ಲಿ ಕರೆದೊಯ್ಯಲಾಯಿತು, ಏಕೆಂದರೆ ನಾನಾ ಸಾಹಿಬ್ ಅವರ ಹತ್ಯೆಯನ್ನು ಅನುಮೋದಿಸಲಿಲ್ಲ. ಸುಮಾರು 120 ಮಹಿಳೆಯರು ಮತ್ತು ಮಕ್ಕಳನ್ನು ಸೆರೆಹಿಡಿದು ನಾನಾ ಸಾಹಿಬ್ ಅವರ ಪ್ರಧಾನ ಕಚೇರಿಯಾದ ಸವಾಡ ಕೋತಿಗೆ ಕರೆದೊಯ್ಯಲಾಯಿತು .

ಈ ಹೊತ್ತಿಗೆ, ಎರಡು ದೋಣಿಗಳು ಜನರಲ್ ವೀಲರ್ನ ದೋಣಿಯಿಂದ ದೂರಕ್ಕೆ ತೇಲಿಹೋಗಲು ಸಾಧ್ಯವಾಯಿತು, ಮತ್ತು ಎರಡನೇ ದೋಣಿಯು ದಡದಿಂದ ಒಂದು ಸುತ್ತಿನ ಗುಂಡು ಹಾರಿಸುವುದರೊಂದಿಗೆ ವಾಟರ್ಲೈನ್ನ ಕೆಳಗೆ ತೂರಿಕೊಂಡಿತು. ಎರಡನೇ ದೋಣಿಯಲ್ಲಿದ್ದ ಬ್ರಿಟಿಷ್ ಜನರು ಭಯಭೀತರಾದರು ಮತ್ತು ಜನರಲ್ ವೀಲರ್ ಅವರ ದೋಣಿಗೆ ಹೋಗಲು ಪ್ರಯತ್ನಿಸಿದರು, ಅದು ನಿಧಾನವಾಗಿ ಸುರಕ್ಷಿತವಾಗಿ ನೀರಿನಲ್ಲಿ ಚಲಿಸುತ್ತಿತ್ತು.

ಜನರಲ್ ವೀಲರ್ ಅವರ ದೋಣಿಯಲ್ಲಿ ಸುಮಾರು 60 ಜನರು ಇದ್ದರು ಮತ್ತು ಬಂಡಾಯದ ಸೈನಿಕರು ನದಿಯ ದಡದಲ್ಲಿ ಹಿಂಬಾಲಿಸುತ್ತಿದ್ದರು. ದೋಣಿ ಆಗಾಗ್ಗೆ ಮರಳು ದಿಬ್ಬಗಳ ಮೇಲೆ ನೆಲಕ್ಕುರುಳುತ್ತಿತ್ತು. ಅಂತಹ ಒಂದು ಮರಳು ದಂಡೆಯಲ್ಲಿ, ಲೆಫ್ಟಿನೆಂಟ್ ಥಾಮ್ಸನ್ ಬಂಡಾಯ ಸೈನಿಕರ ವಿರುದ್ಧ ಆರೋಪ ಹೊರಿಸಿದರು, ಮತ್ತು ಕೆಲವು ಮದ್ದುಗುಂಡುಗಳನ್ನು ಸೆರೆಹಿಡಿಯಲು ಸಾಧ್ಯವಾಯಿತು. ಮರುದಿನ ಬೆಳಿಗ್ಗೆ, ದೋಣಿ ಮತ್ತೆ ಮರಳು ದಂಡೆಯಲ್ಲಿ ಸಿಲುಕಿಕೊಂಡಿತು, ಇದರ ಪರಿಣಾಮವಾಗಿ ಥಾಮ್ಸನ್ ಮತ್ತು 11 ಬ್ರಿಟಿಷ್ ಸೈನಿಕರು ಮತ್ತೊಂದು ಆರೋಪ ಮಾಡಿದರು. ನೆಲದ ಮೇಲೆ ತೀವ್ರವಾದ ಜಗಳದ ನಂತರ, ಥಾಮ್ಸನ್ ಮತ್ತು ಅವನ ಜನರು ದೋಣಿಗೆ ಮರಳಲು ನಿರ್ಧರಿಸಿದರು, ಆದರೆ ಅವರು ಅದನ್ನು ಹುಡುಕಲು ನಿರೀಕ್ಷಿಸಿದ ದೋಣಿಯನ್ನು ಕಂಡುಹಿಡಿಯಲಿಲ್ಲ.

ಏತನ್ಮಧ್ಯೆ, ಬಂಡುಕೋರರು ವಿರುದ್ಧ ದಂಡೆಯಿಂದ ದೋಣಿಯ ಮೇಲೆ ದಾಳಿ ನಡೆಸಿದ್ದರು. ಸ್ವಲ್ಪ ಗುಂಡು ಹಾರಿಸಿದ ನಂತರ, ದೋಣಿಯಲ್ಲಿದ್ದ ಬ್ರಿಟಿಷರು ಬಿಳಿ ಧ್ವಜವನ್ನು ಹಾರಿಸಲು ನಿರ್ಧರಿಸಿದರು. ಅವರನ್ನು ದೋಣಿಯಿಂದ ಬೆಂಗಾವಲಾಗಿ ಸವದಾ ಕೋಠಿಗೆ ಕರೆದೊಯ್ಯಲಾಯಿತು. ನಾನಾ ಸಾಹಿಬ್ ಅವರ ಸೈನಿಕರು ಅವರ ಮೇಲೆ ಗುಂಡು ಹಾರಿಸಲು ಸಿದ್ಧರಾಗಿದ್ದರಿಂದ ಬದುಕುಳಿದ ಬ್ರಿಟಿಷ್ ಪುರುಷರು ನೆಲದ ಮೇಲೆ ಕುಳಿತಿದ್ದರು. ಮಹಿಳೆಯರು ತಮ್ಮ ಗಂಡನೊಂದಿಗೆ ಸಾಯುತ್ತೇವೆ ಎಂದು ಒತ್ತಾಯಿಸಿದರು, ಆದರೆ ಅವರನ್ನು ದೂರವಿಡಲಾಯಿತು. ನಾನಾ ಸಾಹಿಬ್ ಅವರು ಸಾಯುವ ಮೊದಲು ಪ್ರಾರ್ಥನೆಗಳನ್ನು ಓದಲು ಬ್ರಿಟಿಷ್ ಚಾಪ್ಲಿನ್ ಮೊಂಕ್ರಿಫ್ ಅವರ ಕೋರಿಕೆಯನ್ನು ಮಂಜೂರು ಮಾಡಿದರು. ಬ್ರಿಟೀಷರು ಆರಂಭದಲ್ಲಿ ಬಂದೂಕುಗಳಿಂದ ಗಾಯಗೊಂಡರು, ನಂತರ ಕತ್ತಿಗಳಿಂದ ಕೊಲ್ಲಲ್ಪಟ್ಟರು. ಮಹಿಳೆಯರು ಮತ್ತು ಮಕ್ಕಳನ್ನು ಸವದಾ ಕೋಠಿಗೆ ಸೀಮಿತಗೊಳಿಸಲಾಯಿತು, ನಂತರ ಬೀಬಿಘರ್ನಲ್ಲಿ ಹಿಂದೆ ಸೆರೆಹಿಡಿಯಲ್ಪಟ್ಟ ತಮ್ಮ ಉಳಿದ ಸಹೋದ್ಯೋಗಿಗಳೊಂದಿಗೆ ಮತ್ತೆ ಸೇರುತ್ತಾರೆ.

ದೋಣಿಯನ್ನು ಹುಡುಕಲು ಸಾಧ್ಯವಾಗದ ಕಾರಣ, ಬಂಡಾಯದ ಸೈನಿಕರನ್ನು ತಪ್ಪಿಸಲು ಥಾಮ್ಸನ್ ಪಕ್ಷವು ಬರಿಗಾಲಿನಲ್ಲಿ ಓಡಲು ನಿರ್ಧರಿಸಿತು. ಪಕ್ಷವು ಸಣ್ಣ ದೇವಾಲಯದಲ್ಲಿ ಆಶ್ರಯ ಪಡೆದುಕೊಂಡಿತು, ಅಲ್ಲಿ ಥಾಮ್ಸನ್ ಕೊನೆಯ ಅಧಿಕಾರವನ್ನು ನಡೆಸಿದರು. ಕೊನೆಯಲ್ಲಿ, ಆರು ಬ್ರಿಟಿಷ್ ಸೈನಿಕರು ಸಾವನ್ನಪ್ಪಿದರು, ಉಳಿದವರು ನದಿ ದಂಡೆಗೆ ತಪ್ಪಿಸಿಕೊಳ್ಳುವಲ್ಲಿ ಯಶಸ್ವಿಯಾದರು. ನದಿಗೆ ಹಾರಿ ಸುರಕ್ಷತೆಗೆ ಈಜುವ ಮೂಲಕ ತಪ್ಪಿಸಿಕೊಳ್ಳಲು ಪ್ರಯತ್ನಿಸಿದರು. ಆದಾಗ್ಯೂ, ಹಳ್ಳಿಯ ಬಂಡಾಯಗಾರರ ಗುಂಪು ದಂಡೆಯನ್ನು ತಲುಪುತ್ತಿದ್ದಂತೆ ಅವರನ್ನು ಒಟ್ಟುಗೂಡಿಸಲು ಪ್ರಾರಂಭಿಸಿತು. ಸೈನಿಕರಲ್ಲಿ ಒಬ್ಬರು ಸತ್ತರೆ, ಉಳಿದ ನಾಲ್ವರು,

ಥಾಮ್ಸನ್ ಸೇರಿದಂತೆ, ನದಿಯ ಮಧ್ಯಭಾಗಕ್ಕೆ ಹಿಂತಿರುಗಿ. ಕೆಲವು ಗಂಟೆಗಳ ಕಾಲ ಕೆಳಗೆ ಈಜಿದ ನಂತರ, ಅವರು ತೀರವನ್ನು ತಲುಪಿದರು, ಅಲ್ಲಿ ಬ್ರಿಟಿಷ್ ನಿಷ್ಠಾವಂತ ರಾಜಾ ದಿರಿಗಿಬಿಜಾ ಸಿಂಗ್ ಗಾಗಿ ಕೆಲಸ ಮಾಡಿದ ಕೆಲವು ರಜಪೂತ್ ಮ್ಯಾಚ್ ಲಾಕ್ ಮೆನ್ ಗಳು ಅವರನ್ನು ಪತ್ತೆಹಚ್ಚಿದರು . ಅವರು ಬ್ರಿಟಿಷ್ ಸೈನಿಕರನ್ನು ರಾಜನ ಅರಮನೆಗೆ ಕರೆದೊಯ್ದರು. ಈ ನಾಲ್ವರು ಬ್ರಿಟಿಷರು ಜೋನಾ ಶೆಫರ್ಡ್ (ಶರಣಾಗತಿಯ ಮೊದಲು ನಾನಾ ಸಾಹಿಬ್ ವಶಪಡಿಸಿಕೊಂಡಿದ್ದರು) ಹೊರತುಪಡಿಸಿ, ಬ್ರಿಟಿಷರ ಕಡೆಯಿಂದ ಬದುಕುಳಿದ ಏಕೈಕ ಪುರುಷರಾಗಿದ್ದರು. ನಾಲ್ವರು ವ್ಯಕ್ತಿಗಳಲ್ಲಿ ಮರ್ಫಿ ಮತ್ತು ಸುಲ್ಲಿವಾನ್, ಲೆಫ್ಟಿನೆಂಟ್ ಡೆಲಾಫೊಸ್ಸೆ ಮತ್ತು ಲೆಫ್ಟಿನೆಂಟ್ (ನಂತರ ಕ್ಯಾಪ್ಟನ್) ಮೌಬ್ರೇ ಥಾಮ್ಸನ್ ಎಂಬ ಇಬ್ಬರು ಖಾಸಗಿ ವ್ಯಕ್ತಿಗಳು ಸೇರಿದ್ದಾರೆ. ಪುರುಷರು ಚೇತರಿಸಿಕೊಳ್ಳಲು ಹಲವಾರು ವಾರಗಳ ಕಾಲ ಕಳೆದರು, ಅಂತಿಮವಾಗಿ ಕಾನ್ಪೋರ್ ಗೆ ಹಿಂದಿರುಗಿದರು, ಅದು ಆ ಹೊತ್ತಿಗೆ ಬ್ರಿಟಿಷ್ ನಿಯಂತ್ರಣದಲ್ಲಿತ್ತು. ಕಾಲರಾದಿಂದ ಸ್ವಲ್ಪ ಸಮಯದ ನಂತರ ಮರ್ಫಿ ಮತ್ತು ಸಲಿವನ್ ಇಬ್ಬರೂ ನಿಧನರಾದರು, ಡೆಲಾಫೊಸ್ಸೆ ವ್ಯಂಗ್ಯವಾಗಿ ಲಕ್ನೋದ ಮುತ್ತಿಗೆಯ ಸಮಯದಲ್ಲಿ ಹಾಲಿ ಗ್ಯಾರಿಸನ್ಗೆ ಸೇರಲು ಹೋದರು ಮತ್ತು ಥಾಮ್ಸನ್ ಜನರಲ್ ವಿಂಡ್ಯಾಮ್ ಅಡಿಯಲ್ಲಿ ಎರಡನೇ ಬಾರಿಗೆ ಪುನರ್ನಿರ್ಮಾಣ ಮತ್ತು ರಕ್ಷಣೆಯಲ್ಲಿ ಭಾಗವಹಿಸಿದರು. ಅಂತಿಮವಾಗಿ ಅವರ ಅನುಭವಗಳ ಬಗ್ಗೆ 'ದಿ ಸ್ಟೋರಿ ಆಫ್ ಕಾನ್ ಪುರ್' (ಲಂಡನ್, 1859) ಎಂಬ ಶೀರ್ಷಿಕೆಯಡಿ ಒಂದು ಪುಸ್ತಕವನ್ನು ಬರೆದರು.

ಸತಿಚೌರಾ ಘಾಟ್ ಹತ್ಯಾಕಾಂಡದ ಇನ್ನೊಬ್ಬ ಬದುಕುಳಿದವರು 17 ವರ್ಷದ ಆಮಿ ಹಾರ್ನೆ. ಅವಳು ತನ್ನ ದೋಣಿಯಿಂದ ಬಿದ್ದು ನದಿ ತೀರದ ಹತ್ಯಾಕಾಂಡದ ಸಮಯದಲ್ಲಿ ಕೆಳಕ್ಕೆ ತಳ್ಳಲ್ಪಟ್ಟಿದ್ದಳು. ತೀರವನ್ನು ಸ್ಕ್ರಾಂಬ್ಲಿಂಗ್ ಮಾಡಿದ ಕೂಡಲೇ ಅವರು ವೀಲರ್ ಅವರ ಕಿರಿಯ ಮಗಳು ಮಾರ್ಗರೇಟ್ ಅವರನ್ನು ಭೇಟಿಯಾದರು. ಇಬ್ಬರು ಬಾಲಕಿಯರು ಬಂಡುಕೋರರ ಗುಂಪಿನಿಂದ ಪತ್ತೆಯಾಗುವವರೆಗೆ ಹಲವಾರು ಗಂಟೆಗಳ ಕಾಲ ಬುಡದಲ್ಲಿ ಅಡಗಿಕೊಂಡರು. ಮಾರ್ಗರೇಟ್ ಅವರನ್ನು ಕುದುರೆಯ ಮೇಲೆ ಕರೆದೊಯ್ಯಲಾಯಿತು, ಮತ್ತೆ ಎಂದಿಗೂ ಕಾಣಲಿಲ್ಲ, ಮತ್ತು ಆಮಿಯನ್ನು ಹತ್ತಿರದ ಹಳ್ಳಿಗೆ ಕರೆದೊಯ್ಯಲಾಯಿತು, ಅಲ್ಲಿ ಇಸ್ಲಾಂಗೆ ಸಹಕರಿಸಿದ್ದಕ್ಕಾಗಿ ಮುಸ್ಲಿಂ ಬಂಡಾಯಗಾರನ ರಕ್ಷಣೆಯಲ್ಲಿ ಅವಳನ್ನು ಕರೆದೊಯ್ಯಲಾಯಿತು. ಕೇವಲ ಆರು ತಿಂಗಳ ನಂತರ, ಆಕೆಯನ್ನು ಸರ್ ಕಾಲಿನ್ ಕ್ಯಾಂಪ್ ಬೆಲ್ ನಿಂದ ಹೈಲ್ಯಾಂಡರ್ಸ್ ರಕ್ಷಿಸಿದರು; ಜನರಲ್ ವೀಲರ್ ಅವರ ಕಿರಿಯ ಮಗಳು ಹತ್ಯಾಕಾಂಡದಿಂದ ಬದುಕುಳಿದರು ಮತ್ತು ಮುಸ್ಲಿಂ ಸೈನಿಕನನ್ನು ವಿವಾಹವಾದರು ಎಂದು ವದಂತಿಗಳಿವೆ. ತನ್ನ ಮರಣಶಯ್ಯೆಯಲ್ಲಿ, ಅವಳು ಜನರಲ್ ವೀಲರ್ನ ಮಗಳು ಎಂದು ಕ್ರಿಶ್ಚಿಯನ್ ಪಾದ್ರಿಗೆ ಒಪ್ಪಿಕೊಂಡಳು.

•••

ಬಿಬಿಗರ್ ಹತ್ಯಾಕಾಂಡ

ಉಳಿದಿರುವ ಬದುಕುಳಿದ ಬ್ರಿಟಿಷ್ ಮಹಿಳೆಯರು ಮತ್ತು ಮಕ್ಕಳನ್ನು ಕಾನ್ಪುರದ ವಿಲ್ಲಾ ಮಾದರಿಯ ಮನೆಯಾದ ಸವಾಡ ಕೋಠಿಯಿಂದ ಬಿಬಿಘರ್ ಗೆ (ಮಹಿಳೆಯರ ಮನೆ) ಸ್ಥಳಾಂತರಿಸಲಾಯಿತು. ಆರಂಭದಲ್ಲಿ, ಸುಮಾರು 120 ಮಹಿಳೆಯರು ಮತ್ತು ಮಕ್ಕಳನ್ನು ಬಿಬಿಘರ್ ನಲ್ಲಿ ಇಟ್ಟುಕೊಳ್ಳಲಾಯಿತು. ಜನರಲ್ ವೀಲರ್ನ ದೋಣಿಯಿಂದ ಬದುಕುಳಿದ ಕೆಲವು ಮಹಿಳೆಯರು ಮತ್ತು ಮಕ್ಕಳು ನಂತರ ಅವರನ್ನು ಸೇರಿಕೊಂಡರು. ಫತೇಘರ್ ನ ಬ್ರಿಟಿಷ್ ಮಹಿಳೆಯರು ಮತ್ತು ಮಕ್ಕಳ ಮತ್ತೊಂದು ಗುಂಪು ಮತ್ತು ಇತರ ಕೆಲವು ಸೆರೆಯಾದ ಯುರೋಪಿಯನ್ ಮಹಿಳೆಯರನ್ನು ಸಹ ಬಿಬಿಘರ್ ಗೆ ಸೀಮಿತಗೊಳಿಸಲಾಯಿತು. ಒಟ್ಟಾರೆಯಾಗಿ, ಬಿಬಿಘರ್ ನಲ್ಲಿ ಸುಮಾರು 200 ಮಹಿಳೆಯರು ಮತ್ತು ಮಕ್ಕಳು ಇದ್ದರು.

ನಾನಾ ಸಾಹಿಬ್ ಈ ಬದುಕುಳಿದವರ ಆರೈಕೆಯನ್ನು ಹುಸೇನಿ ಖಾನಮ್ (ಹುಸೇನಿ ಬೇಗಂ ಎಂದೂ ಕರೆಯುತ್ತಾರೆ) ಎಂಬ ವೇಶ್ಯೆಯ ಅಡಿಯಲ್ಲಿ ಇರಿಸಿದರು. ಅವಳು ಚಪಾತಿಗಾಗಿ ಧಾನ್ಯವನ್ನು ಪುಡಿಮಾಡಲು ಸೆರೆಯಾಳುಗಳನ್ನು ಇರಿಸಿದಳು. ಬಿಬಿಘರ್ ನಲ್ಲಿನ ಕಳಪೆ ನೈರ್ಮಲ್ಯ ಪರಿಸ್ಥಿತಿಗಳು ಕಾಲರಾ ಮತ್ತು ಅತಿಸಾರದಿಂದ ಸಾವಿಗೆ ಕಾರಣವಾಯಿತು.

ನಾನಾ ಸಾಹಿಬ್ ಈ ಕೈದಿಗಳನ್ನು ಈಸ್ಟ್ ಇಂಡಿಯಾ ಕಂಪನಿಯೊಂದಿಗೆ ಚೌಕಾಶಿ ಮಾಡಲು ಬಳಸಲು ನಿರ್ಧರಿಸಿದರು. ಕಾನ್ಪುರ ಮತ್ತು ಲಕ್ನೋವನ್ನು ವಶಪಡಿಸಿಕೊಳ್ಳಲು ಜನರಲ್ ಹೆನ್ರಿ ಹ್ಯಾವ್ಲಾಕ್ ಅವರ ನೇತೃತ್ವದಲ್ಲಿ ಸುಮಾರು 1000 ಬ್ರಿಟಿಷರು, 150 ಸಿಖ್ ಜನರು ಮತ್ತು 30 ಅನಿಯಮಿತ ಅಶ್ವದಳವನ್ನು ಒಳಗೊಂಡ ಕಂಪನಿ ಪಡೆಗಳು ಅಲಹಾಬಾದ್ ನಿಂದ ಹೊರಟಿದ್ದವು. ಮದ್ರಾಸಿನಿಂದ 78ನೇ ಹೈಲ್ಯಾಂಡರ್ಸ್ (ಆಂಗ್ಲೋ-ಪರ್ಷಿಯನ್ ಯುದ್ಧದಿಂದ ಮರಳಿ ತರಲಾಗಿದೆ), ದಿಕ್ಕುತಪ್ಪಿದ ಚೀನಾ ದಂಡಯಾತ್ರೆಯ ಮೊದಲ ಆಗಮನ, 5ನೇ ಫ್ಯುಸಿಲಿಯರ್ಸ್, 90ನೇ ಲಘು ಸೇನೆ (ಏಳು ಕಂಪನಿಗಳು), ಬರ್ಮಾದಿಂದ 84ನೇ ಮತ್ತು ಇಐಸಿ ಮದ್ರಾಸ್ ಯುರೋಪಿಯನ್ ಫ್ಯೂಸಿಲಿಯರ್ಸ್, ಕಲ್ಕತ್ತಾಕ್ಕೆ ತರಲಾಯಿತು. ಹ್ಯಾವ್ಲಾಕ್ನ ಆರಂಭಿಕ ಪಡೆಗಳನ್ನು ನಂತರ ಮೇಜರ್ ರೆನಾಡ್ ಮತ್ತು ನೇತೃತ್ವದಲ್ಲಿ ಪಡೆಗಳು ಸೇರಿಕೊಂಡವು.

ಮತ್ತು ಕಲ್ಕತ್ತಾದಿಂದ ಅಲಹಾಬಾದ್ ಗೆ ಜೂನ್ 11ರಂದು ಆಗಮಿಸಿದ್ದ ಕರ್ನಲ್ ಜೇಮ್ಸ್ ನೀಲ್. ಜನರಲ್ ಹ್ಯಾವ್ಲಾಕ್ ಮತ್ತು ಕರ್ನಲ್ ನೀಲ್ ನೇತೃತ್ವದ ಈಸ್ಟ್ ಇಂಡಿಯಾ ಕಂಪನಿ ಪಡೆಗಳು ಅಲಹಾಬಾದ್ಗೆ ಹಿಂತಿರುಗಬೇಕೆಂದು ನಾನಾ ಸಾಹಿಬ್ ಒತ್ತಾಯಿಸಿದರು. ಆದಾಗ್ಯೂ, ಕಂಪನಿಯ ಪಡೆಗಳು ಕಾನ್ಪುರದ ಕಡೆಗೆ ಪಟ್ಟುಬಿಡದೆ ಮುನ್ನಡೆದವು. ನಾನಾ ಸಾಹಿಬ್ ಮುಂಗಡವಾಗಿ ಪರಿಶೀಲಿಸಲು ಸೈನ್ಯವನ್ನು ಕಳುಹಿಸಿದರು. ಜುಲೈ 12ರಂದು ಫತೇಪುರ್ ನಲ್ಲಿ ಉಭಯ ಸೇನೆಗಳು ಭೇಟಿಯಾದವು. ಅಲ್ಲಿ ಜನರಲ್ ಹ್ಯಾವ್ಲಾಕ್ ನ ಪಡೆಗಳು ವಿಜಯಶಾಲಿಯಾಗಿ ಪಟ್ಟಣವನ್ನು ವಶಪಡಿಸಿಕೊಂಡವು.

ನಂತರ ನಾನಾ ಸಾಹಿಬ್ ತಮ್ಮ ಸಹೋದರ ಬಾಲ ರಾವ್ ಅವರ ನೇತೃತ್ವದಲ್ಲಿ ಮತ್ತೊಂದು ಸೈನ್ಯವನ್ನು ಕಳುಹಿಸಿದರು. ಜುಲೈ 15 ರಂದು, ಜನರಲ್ ಹ್ಯಾವ್ಲಾಕ್ ನೇತೃತ್ವದ ಬ್ರಿಟಿಷ್ ಪಡೆಗಳು ಆಂಗ್ ಗ್ರಾಮದ ಹೊರಭಾಗದಲ್ಲಿ ಆಂಗ್ ಕದನದಲ್ಲಿ ಬಾಲ ರಾವ್ ಅವರ ಸೈನ್ಯವನ್ನು ಸೋಲಿಸಿದರು.! ಜುಲೈ 16 ರಂದು, ಹ್ಯಾವ್ ಲಾಕ್ ನ ಪಡೆಗಳು ಕಾನ್ಪುರಕ್ಕೆ ತೆರಳಲು ಪ್ರಾರಂಭಿಸಿದವು. ಆಂಗ್ ಕದನದ ಸಮಯದಲ್ಲಿ, ಹ್ಯಾವ್ಲಾಕ್ ಕೆಲವು ಬಂಡಾಯ ಸೈನಿಕರನ್ನು ಸೆರೆಹಿಡಿಯಲು ಸಾಧ್ಯವಾಯಿತು, ಅವರು ರಸ್ತೆಯ ಮುಂದೆ 8 ಫಿರಂಗಿ ತುಣುಕುಗಳೊಂದಿಗೆ 5,000 ಬಂಡಾಯ ಸೈನಿಕರ ಸೈನ್ಯವಿದೆ ಎಂದು ತಿಳಿಸಿದರು. ಹ್ಯಾವ್ಲಾಕ್ ಈ ಸೇನೆಯ ಮೇಲೆ ಪಾರ್ಶ್ವದ ದಾಳಿ ನಡೆಸಲು ನಿರ್ಧರಿಸಿದರು, ಆದರೆ ಬಂಡಾಯ ಸೈನಿಕರು ಪಾರ್ಶ್ವದ ಕುಶಲತೆಯನ್ನು ಗುರುತಿಸಿ ಗುಂಡು ಹಾರಿಸಿದರು. ಯುದ್ಧವು ಎರಡೂ ಕಡೆಗಳಲ್ಲಿ ಭಾರೀ ಸಾವುನೋವುಗಳಿಗೆ ಕಾರಣವಾಯಿತು, ಆದರೆ ಬ್ರಿಟಿಷರಿಗೆ ಕಾನ್ಪುರದ ರಸ್ತೆಯನ್ನು ತೆರವುಗೊಳಿಸಿತು.

ಈ ವೇಳೆಗೆ, ಕಂಪನಿ ಪಡೆಗಳು ಕಾನ್ಪುರವನ್ನು ಸಮೀಪಿಸುತ್ತಿರುವುದು ಸ್ಪಷ್ಟವಾಯಿತು ಮತ್ತು ನಾನಾ ಸಾಹಿಬ್ನ ಚೌಕಾಶಿ ಪ್ರಯತ್ನಗಳು ವಿಫಲವಾದವು. ಹಾವ್ಲೋಕ್ ಮತ್ತು ನೀಲ್ ನೇತೃತ್ವದ ಬ್ರಿಟಿಷ್ ಪಡೆಗಳು ಭಾರತೀಯ ಗ್ರಾಮಸ್ಥರ ವಿರುದ್ಧ ಹಿಂಸಾಚಾರದಲ್ಲಿ ತೊಡಗಿವೆ ಎಂದು ನಾನಾ ಸಾಹಿಬ್ಗೆ ತಿಳಿಸಲಾಯಿತು. ಪ್ರಮೋದ್ ನಾಯರ್ ಅವರಂತಹ ಕೆಲವು ಇತಿಹಾಸಕಾರರು, ಮುಂಬರುವ ಬಿಬಿಘರ್ ಹತ್ಯಾಕಾಂಡವು ಮುಂದುವರೆಯುತ್ತಿರುವ ಬ್ರಿಟಿಷ್ ಪಡೆಗಳಿಂದ ಹಿಂಸಾಚಾರದ ಸುದ್ದಿಗೆ ಪ್ರತಿಕ್ರಿಯೆಯಾಗಿದೆ ಎಂದು ನಂಬುತ್ತಾರೆ.

ನಾನಾ ಸಾಹಿಬ್ ಮತ್ತು ತಾಂತ್ಯ ಟೋಪೆ ಮತ್ತು ಅಜೀಮುಲ್ಲಾ ಖಾನ್ ಸೇರಿದಂತೆ ಅವರ ಸಹಚರರು ಬೀಬಿಘರ್ನಲ್ಲಿ ಬಂಧಿತರನ್ನು ಏನು ಮಾಡಬೇಕೆಂದು ಚರ್ಚಿಸಿದರು. ನಾನಾ ಸಾಹಿಬ್ ನ ಕೆಲವು ಸಲಹೆಗಾರರು, ಮುಂದುವರಿದ ಬ್ರಿಟಿಷ್ ಪಡೆಗಳಿಂದ ಭಾರತೀಯರ ಕೊಲೆಗಳಿಗೆ ಪ್ರತೀಕಾರವಾಗಿ ಬಿಬಿಘರ್ ನಲ್ಲಿ ಸೆರೆಯಾಳುಗಳನ್ನು ಕೊಲ್ಲಲು ಈಗಾಗಲೇ ನಿರ್ಧರಿಸಿದ್ದರು. ನಾನಾ ಸಾಹಿಬ್ ಅವರ ಮನೆಯ ಮಹಿಳೆಯರು ಈ ನಿರ್ಧಾರವನ್ನು ವಿರೋಧಿಸಿ ಉಪವಾಸ ಸತ್ಯಾಗ್ರಹ ನಡೆಸಿದರು, ಆದರೆ ಅವರಪ್ರಯತ್ನಗಳು ವ್ಯರ್ಥವಾಗುತ್ತವೆ. ಅಂತಿಮವಾಗಿ, ಬಲವಾದ ಆಕ್ಷೇಪಣೆಯ ಹೊರತಾಗಿಯೂ, ಜುಲೈ 15 ರಂದು, ಬಿಬಿಘರ್ ನಲ್ಲಿ ಬಂಧನಕ್ಕೊಳಗಾದ ಮಹಿಳೆಯರು ಮತ್ತು ಮಕ್ಕಳನ್ನು ಕೊಲ್ಲಲು ಆದೇಶ ನೀಡಲಾಯಿತು.

ನಾನಾ ಸಾಹಿಬ್ ನಿಂದ, ಹತ್ಯಾಕಾಂಡಕ್ಕೆ ಆದೇಶಿಸಿದಂತಹ ಘಟನೆಯ ವಿವರಗಳು ಸ್ಪಷ್ಟವಾಗಿಲ್ಲ.

ಬಂಡುಕೋರ ಸಿಪಾಯಿಗಳು ಫತೇಘರ್ ನಿಂದ ಬದುಕುಳಿದ ನಾಲ್ಕು ಪುರುಷ ಒತ್ತೆಯಾಳುಗಳನ್ನು ಗಲ್ಲಿಗೇರಿಸಿದರು, ಅವರಲ್ಲಿ ಒಬ್ಬರು 14 ವರ್ಷದ ಹುಡುಗ. ಆದರೆ ಮಹಿಳೆಯರು ಮತ್ತು ಇತರ ಮಕ್ಕಳನ್ನು ಕೊಲ್ಲುವ ಆದೇಶವನ್ನು ಪಾಲಿಸಲು ಅವರು ನಿರಾಕರಿಸಿದರು. ಕೆಲವು ಸಿಪಾಯಿಗಳು ಮಹಿಳೆಯರು ಮತ್ತು ಮಕ್ಕಳನ್ನು ಅಂಗಳದಿಂದ ತೆಗೆದುಹಾಕಲು ಒಪ್ಪಿಕೊಂಡರು, ತಾಂತ್ಯ ಟೋಪೆ ಅವರನ್ನು ಗಲ್ಲಿಗೇರಿಸುವುದಾಗಿ ಬೆದರಿಕೆ ಹಾಕಿದಾಗ ಕರ್ತವ್ಯದ ಅಪನಗದೀಕರಣಕ್ಕಾಗಿ ನಾನಾ ಸಾಹಿಬ್ ಅವರು ಹತ್ಯಾಕಾಂಡಕ್ಕೆ ಸಾಕ್ಷಿಯಾಗಲು ಬಯಸದ ಕಾರಣ ಕಟ್ಟಡವನ್ನು ತೊರೆದರು.

ಬ್ರಿಟಿಷ್ ಮಹಿಳೆಯರು ಮತ್ತು ಮಕ್ಕಳನ್ನು ಅಸೆಂಬ್ಲಿ ಕೊಠಡಿಗಳಿಂದ ಹೊರಬರಲು ಆದೇಶಿಸಲಾಯಿತು, ಆದರೆ ಅವರು ಹಾಗೆ ಮಾಡಲು ನಿರಾಕರಿಸಿದರು ಮತ್ತು ಪರಸ್ಪರ ಅಂಟಿಕೊಂಡರು. ಅವರು ತಮ್ಮನ್ನು ಬ್ಯಾರಿಕೇಡ್ ಮಾಡಿಕೊಂಡರು, ಬಾಗಿಲನ್ನು ಬಟ್ಟೆಗಳಿಂದ ಕಟ್ಟಿದರು. ಮೊದಲಿಗೆ, ಸುಮಾರು ಇಪ್ಪತ್ತು ಬಂಡಾಯ ಸೈನಿಕರು ಬಿಬಿಘರ್ ನ ಹೊರಭಾಗದಲ್ಲಿ ಗುಂಡು ಹಾರಿಸಿದರು. ಬೋರ್ಡಿಂಗ್ ಕಿಟಕಿಗಳಲ್ಲಿರುವ ರಂಧ್ರಗಳ ಮೂಲಕ ಗುಂಡು ಹಾರಿಸಿದರು. ಮುಂದಿನ ಸುತ್ತಿನಲ್ಲಿ ಗುಂಡು ಹಾರಿಸಬೇಕಿದ್ದ ಸ್ಕ್ವಾಡ್ ನ ಸೈನಿಕರು ಘಟನೆಯಿಂದ ತೊಂದರೆಗೀಡಾದರು ಮತ್ತು ತಮ್ಮ ಹೊಡೆತಗಳನ್ನು ಗಾಳಿಯಲ್ಲಿ ಬಿಡುಗಡೆ ಮಾಡಿದರು. ಒಳಗೆ ಕಿರುಚಾಟ ಕೇಳಿದ ಕೂಡಲೇ, ಬಂಡಾಯದ ಸೈನಿಕರು ತಾವು ಯಾವುದೇ ಮಹಿಳೆಯರು ಮತ್ತು ಮಕ್ಕಳನ್ನು ಕೊಲ್ಲುವುದಿಲ್ಲ ಎಂದು ಘೋಷಿಸಿದರು.

ಕೋಪಗೊಂಡ ಬೇಗಂ ಹುಸೇನಿ ಖಾನೂಮ್ ಅವರು ಸಿಪಾಯಿಗಳ ಕೃತ್ಯವನ್ನು ಹೇಡಿತನ ಎಂದು ಕರೆದರು ಮತ್ತು ಕೆಲಸವನ್ನು ಪೂರ್ಣಗೊಳಿಸಲು ತನ್ನ ಪ್ರೇಮಿ ಸರ್ವರ್ ಖಾನ್ ಅವರನ್ನು ಕೇಳಿಕೊಂಡರು .

ಸೆರೆಯಾಳುಗಳನ್ನು ಕೊಲ್ಲಲು. ಸರ್ವರ್ ಖಾನ್ ಕೆಲವು ಕಟುಕರನ್ನು ನೇಮಿಸಿಕೊಂಡರು, ಅವರು ಬದುಕುಳಿದ ಮಹಿಳೆಯರು ಮತ್ತು ಮಕ್ಕಳನ್ನು ಸೀಳಿ ಕೊಲೆ ಮಾಡಿದರು. ಎಲ್ಲಾ ಸೆರೆಯಾಳುಗಳನ್ನು ಹೊಡೆದುರುಳಿಸಲಾಗಿದೆ ಎಂದು ಖಚಿತಪಡಿಸಿಕೊಂಡು ಕಟುಕರು ಹೊರಟುಹೋದರು. ಆದಾಗ್ಯೂ, ಕೆಲವು ಮಹಿಳೆಯರು ಮತ್ತು ಮಕ್ಕಳು ಇತರ ಮೃತ ದೇಹಗಳ ಅಡಿಯಲ್ಲಿ ಅಡಗಿಕೊಂಡು ಬದುಕುಳಿಯುವಲ್ಲಿ ಯಶಸ್ವಿಯಾಗಿದ್ದರು. ಕೆಲವು ಕೆಲಸಗಾರರು ಸಂತ್ರಸ್ತರ ಶವಗಳನ್ನು ಒಣಗಿದ ಬಾವಿಗೆ ಎಸೆಯಲು ಒಪ್ಪಿದರು .ಮರುದಿನ ಬೆಳಿಗ್ಗೆ; ಬಂಡುಕೋರರು ಶವಗಳನ್ನು ಹೊರಹಾಕಲು ಬಂದಾಗ, ನಾಲ್ಕು ಮತ್ತು ಏಳು ವರ್ಷದೊಳಗಿನ ಮೂವರು ಮಕ್ಕಳು ಮತ್ತು ಮೂವರು ಮಹಿಳೆಯರು ಇನ್ನೂ ಜೀವಂತವಾಗಿದ್ದಾರೆ ಎಂದು ಅವರು ಕಂಡುಕೊಂಡರು. ಬದುಕುಳಿದ ಮಹಿಳೆಯರನ್ನು ಬಾವಿಗೆ ಎಸೆಯಲಾಯಿತು. ಕೊಲೆಗೀಡಾದವರ ಶವಗಳನ್ನು ಹೊರತೆಗೆಯುವಂತೆ ಕೆಲಸಗಾರರಿಗೆ ತಿಳಿಸಲಾಗಿತ್ತು. ನಂತರ ಅವರು ಮೂವರು ಚಿಕ್ಕ ಹುಡುಗರನ್ನು ಬಾವಿಗೆ ಎಸೆದರು. ಆದ್ದರಿಂದ ಕೆಲವು ಬಲಿಪಶುಗಳು, ಅವರಲ್ಲಿ ಚಿಕ್ಕ ಮಕ್ಕಳು ಸತ್ತ ಶವಗಳ ರಾಶಿಯಲ್ಲಿ ಜೀವಂತವಾಗಿ ಹೂಳಲ್ಪಟ್ಟರು.

•••

ಬ್ರಿಟಿಷ್ ಸೈನಿಕರಿಂದ
ಮರುಪಡೆದುಕೊಳ್ಳುವಿಕೆ ಮತ್ತು ಹಿಂಸಾಚಾರ

ಅವರು ಜುಲೈ 16 ರಂದು ಕಾನ್ಪುರವನ್ನು ತಲುಪಿದರು ಮತ್ತು ನಗರವನ್ನು ವಶಪಡಿಸಿಕೊಂಡರು. ಬಂಧಿತರನ್ನು ರಕ್ಷಿಸಲು ಬ್ರಿಟಿಷ್ ಅಧಿಕಾರಿಗಳು ಮತ್ತು ಸೈನಿಕರ ಗುಂಪು ಅವರು ಇನ್ನೂ ಜೀವಂತವಾಗಿದ್ದಾರೆ ಎಂದು ಭಾವಿಸಿ ಬಿಬಿಘರ್ ಗೆ ಹೊರಟಿತು. ಆದಾಗ್ಯೂ, ಅವರು ಸ್ಥಳಕ್ಕೆ ತಲುಪಿದಾಗ, ಬ್ರಿಟಿಷ್ ಮಹಿಳೆಯರು ಮತ್ತು ಮಕ್ಕಳ ಮೃತ ದೇಹಗಳನ್ನು ಮಾತ್ರ ಅವರು ಕಂಡುಕೊಂಡರು.

ಕಾನ್ಪುರವನ್ನು ವಶಕ್ಕೆ ತೆಗೆದುಕೊಂಡ ಬ್ರಿಗೇಡಿಯರ್ ಜನರಲ್ ನೀಲ್, ಬಂಧಿತ ಬಂಡುಕೋರರಿಗೆ ತಕ್ಷಣವೇ ಶಿಕ್ಷೆ ವಿಧಿಸಲು ನಿರ್ಧರಿಸಿದರು. ಬಿಬಿಘರ್ ನ ನೆಲದಲ್ಲಿ ಚೆಲ್ಲಿರುವ ರಕ್ತವನ್ನು ಸ್ವಚ್ಛಗೊಳಿಸಲು ಅವರನ್ನು ಬಲವಂತಪಡಿಸಲಾಯಿತು.

ನಂತರ, ಅವರನ್ನು ಗೋಮಾಂಸವನ್ನು (ಹಿಂದೂ ಆಗಿದ್ದರೆ) ಅಥವಾ ಹಂದಿಮಾಂಸವನ್ನು (ಮುಸ್ಲಿಮರಾಗಿದ್ದರೆ) ತಿನ್ನಲು ಒತ್ತಾಯಿಸಲಾಯಿತು ಅವರು ಅದನ್ನು ಅಪವಿತ್ರವೆಂದು ಪರಿಗಣಿಸಿದರು. ಕೆಲವು ಮುಸ್ಲಿಂ ಸಿಪಾಯಿಗಳನ್ನು ನೇತು ಹಾಕಿ ಹಂದಿ ಚರ್ಮದಲ್ಲಿ ಅದ್ದಿ ತೆಗೆಯಲಾಯಿತು. ನಂತರ ಅವರನ್ನು ನೇಣಿಗೇರಿಸಲಾಯಿತು. ಉನ್ನತ ಜಾತಿಯ ಬ್ರಾಹ್ಮಣ ಬಂಡುಕೋರರನ್ನು ನೋಡಿಕೊಳ್ಳಲು, ಕಸ ಗುಡಿಸುವವರನ್ನು ನೇಮಿಸಲಾಯಿತು. ಧಾರ್ಮಿಕ ಬಾವನೆಗಳನ್ನು ಅವಮಾನಿಸುವುದು ಮತ್ತು ಮರಣಾ ನಂತರದ ಜೀವನದಲ್ಲಿ ಅವರು ನಿರೀಕ್ಷಿಸಿದ ಯಾವುದೇ ಪ್ರತಿಫಲವನ್ನು ಸಿಗದ ಹಾಗೆ ಮಾಡುವುದು ಇದರ ಉದ್ದೇಶವಾಗಿತ್ತು. ಅದರ ನಂತರ, ಬಂಡುಕೋರರನ್ನು ಗಲ್ಲಿಗೇರಿಸಲಾಗುತ್ತದೆ ಮತ್ತು ರಸ್ತೆಯ ಬದಿಯಲ್ಲಿರುವ ಕಂದಕದಲ್ಲಿ ಹೂಳಲಾಗುತ್ತದೆ. ಬಿಬಿಘರ್ನಲ್ಲಿನ ಬಾವಿಯ ಪಕ್ಕದಲ್ಲಿ ಕುಣಿಕೆಗಳ ಜೋಡುಗಳನ್ನು ಸ್ಥಾಪಿಸಲಾಯಿತು, ಕೆಲವು ದಂಗೆಕೋರರನ್ನು ಫಿರಂಗಿ ಬಾಯಿಗೆ ಅಡ್ಡಲಾಗಿ ಕಟ್ಟಿಹಾಕಲಾಯಿತು, ನಂತರ ಅದನ್ನು ಹಾರಿಸಲಾಯಿತು; ಆರಂಭದಲ್ಲಿ ಬಂಡುಕೋರರು ಮತ್ತು ಹಿಂದಿನ ಭಾರತೀಯ ಶಕ್ತಿಗಳಾದ ಮರಾಠರು ಮತ್ತು ಮೊಘಲರು ಬಳಸಿದ ಮರಣದಂಡನೆ ವಿಧಾನ ಇದಾಗಿತ್ತು.

ಹತ್ಯಾಕಾಂಡದ ಬಗ್ಗೆ ತಿಳಿದ ನಂತರ ಕೋಪಗೊಂಡ ಬ್ರಿಟಿಷ್ ಸೈನಿಕರು, ಲೂಟಿ ಮತ್ತು ಮನೆಗಳನ್ನು ಸುಡುವುದು ಸೇರಿದಂತೆ ವಿವೇಚನಾರಹಿತ ಹಿಂಸಾಚಾರದಲ್ಲಿ ತೊಡಗಿದರು. ಬಿಬಿಘರ್ ಹತ್ಯಾಕಾಂಡವನ್ನು ತಡೆಯಲು ಏನನ್ನೂ ಮಾಡದಿದ್ದಕ್ಕಾಗಿ ಅವರು ತಟಸ್ಥ ಸ್ಥಳೀಯರ ಮೇಲೂ ಕೋಪಗೊಂಡಿದ್ದರು. ಕಾನ್ಪುರವನ್ನು ನೆನಪಿಸಿಕೊಳ್ಳಿ! ಸಂಘರ್ಷದ ಉಳಿದ ಭಾಗಕ್ಕಾಗಿ ಬ್ರಿಟಿಷ್ ಸೈನಿಕರಿಗೆ ಯುದ್ಧದ ಕೂಗು ಆಯಿತು. ಒಂದು ಹಳ್ಳಿಯಲ್ಲಿ, ಹೈಲ್ಯಾಂಡರ್ ಗಳು ಸುಮಾರು 140 ಪುರುಷರು, ಮಹಿಳೆಯರು ಮತ್ತು ಮಕ್ಕಳನ್ನು ಹಿಡಿದುಕೊಂಡರು. ಪುರುಷರನ್ನು ಯಾವುದೇ ಪುರಾವೆಗಳಿಲ್ಲದೆ ಗಲ್ಲಿಗೇರಿಸಲಾಯಿತು. ಇನ್ನೂ ಅರವತ್ತು ಮಂದಿಯನ್ನು ಮರದ ನೇಣುಗಂಬಕ್ಕೆ ಬಲವಂತವಾಗಿ ಕಟ್ಟಿ ಹೊಡೆಯಲಾಯಿತು ಮತ್ತು ಥಳಿಸಲಾಯಿತು. ಮತ್ತೊಂದು ಹಳ್ಳಿಯಲ್ಲಿ, ಸುಮಾರು 2,000 ಗ್ರಾಮಸ್ಥರು ಲಾಠಿಗಳೊಂದಿಗೆ ಪ್ರತಿಭಟಿಸಿ ಹೊರಬಂದಾಗ, ಬ್ರಿಟಿಷ್ ಪಡೆಗಳು ಅವರನ್ನು ಸುತ್ತುವರಿದು ಬೆಂಕಿಹಚ್ಚಿದವು. ತಪ್ಪಿಸಿಕೊಳ್ಳಲು ಯತ್ನಿಸಿದ ಗ್ರಾಮಸ್ಥರನ್ನು ಗುಂಡಿಕ್ಕಿ ಕೊಲ್ಲಲಾಯಿತು.

ಪರಿಣಾಮದ ನಂತರ

ಜುಲೈ 19ರಂದು ಜನರಲ್ ಹ್ಯಾವ್ಲಾಕ್ ಬಿಥೂರ್ ನಲ್ಲಿ ಕಾರ್ಯಾಚರಣೆಯನ್ನು ಪುನರಾರಂಭಿಸಿತು. ಬಿಥೂರ್ ನಲ್ಲಿರುವ ನಾನಾ ಸಾಹಿಬ್ ಅವರ ಅರಮನೆಯು ಯಾವುದೇ ಪ್ರತಿಭಟನಾಕಾರರಿಲ್ಲದೆ ಆಕ್ರಮಣಕ್ಕೆ ಒಳಗಾಯಿತು. ಬ್ರಿಟಿಷ್ ಪಡೆಗಳು ಬಂದೂಕುಗಳು, ಆನೆಗಳು ಮತ್ತು ಒಂಟೆಗಳನ್ನು ವಶಪಡಿಸಿಕೊಂಡವು ಮತ್ತು ನಾನಾ ಸಾಹಿಬ್ ಅವರ ಅರಮನೆಗೆ ಬೆಂಕಿ ಹಚ್ಚಿದರು. 1857ರ ನವೆಂಬರ್ ನಲ್ಲಿ, ತಾಂತ್ಯಾ ಟೋಪೆ ದೊಡ್ಡ ಸೈನ್ಯವನ್ನು ಒಟ್ಟುಗೂಡಿಸಿದರು, ಮುಖ್ಯವಾಗಿ ಕಾನ್ಪುರವನ್ನು ಪುನಃ ವಶಪಡಿಸಿಕೊಳ್ಳಲು ಗ್ವಾಲಿಯರ್ ತುಕಡಿಯ ಬಂಡಾಯ ಸೈನಿಕರನ್ನು ಒಳಗೊಂಡ ದೊಡ್ಡ ಸೈನ್ಯವನ್ನು ಒಟ್ಟುಗೂಡಿಸಿದರು. ನವೆಂಬರ್ 19 ರ ಹೊತ್ತಿಗೆ,

ಕಾನ್ಪುರದ ಪಶ್ಚಿಮ ಮತ್ತು ವಾಯುವ್ಯ ದಿಕ್ಕಿನ ಎಲ್ಲ ಮಾರ್ಗಗಳಲ್ಲಿ ತಾಂತ್ಯಾ ಟೋಪೆಯ 6,000 ಮುಂದುವರಿದ ಸೈನಿಕರು ಪ್ರಾಬಲ್ಯ ಸಾಧಿಸಿದರು. ಆದಾಗ್ಯೂ, ಕಾನ್ಪುರ ಪ್ರದೇಶದಲ್ಲಿ ನಡೆದ ಬಂಡಾಯದ ಅಂತ್ಯವನ್ನು ಗುರುತಿಸುವ ಎರಡನೇ ಕದನದಲ್ಲಿ ಕಾಲಿನ್ ಕ್ಯಾಂಪ್ ಬೆಲ್ ನೇತೃತ್ವದ ಕಂಪನಿ ಪಡೆಗಳು ತಾಂತ್ಯ ಟೋಪೆಯ ಪಡೆಗಳನ್ನು ಸೋಲಿಸಿದವು. ತಾಂತ್ಯ ತೋಪೆ ನಂತರ ರಾಣಿ ಲಕ್ಷ್ಮೀಬಾಯಿ ಅವರೊಂದಿಗೆ ಸೇರಿಕೊಂಡರು.

ನಾನಾ ಸಾಹಿಬ್ ಕಣ್ಮರೆಯಾದರು ಮತ್ತು 1859ರ ಹೊತ್ತಿಗೆ ಅವರು ನೇಪಾಳಕ್ಕೆ ಪಲಾಯನ ಮಾಡಿದರು. ಅವರು ಅಂತಿಮವಾಗಿ ಎಲ್ಲಿ ಹೋದರು ಎಂಬುದು ಯಾರಿಗೂ ತಿಳಿದಿಲ್ಲ. 1888 ರವರೆಗೆ, ಆತನನ್ನು ಸೆರೆಹಿಡಿಯಲಾಗಿದೆ ಎಂಬ ವದಂತಿಗಳು ಮತ್ತು ವರದಿಗಳು ಇದ್ದವು ಮತ್ತು ಹಲವಾರು ವ್ಯಕ್ತಿಗಳು ತಮ್ಮನ್ನು ತಾವು ವಯಸ್ಸಾದ ನಾನಾ ಎಂದು ಹೇಳಿಕೊಳ್ಳುತ್ತಾ ಬ್ರಿಟಿಷರ ಕಡೆಗೆ ಬರತೊಡಗಿದ್ದರು. ಈ ವರದಿಗಳಲ್ಲಿ ಹೆಚ್ಚಿನವು ಸುಳ್ಳು ಎಂದು ಸಾಬೀತಾದ ಕಾರಣ, ಆತನನ್ನು ಬಂಧಿಸುವ ಮುಂದಿನ ಪ್ರಯತ್ನಗಳನ್ನು ಕೈಬಿಡಲಾಯಿತು.

ಹ್ಯಾವ್ಲೋಕ್ಸ್ ನ ಸೈನ್ಯದಿಂದ ರಕ್ಷಿಸಲ್ಪಟ್ಟಿದ್ದ ಬ್ರಿಟಿಷ್ ನಾಗರಿಕ ಸೇವಕ ಜೋನಾ ಶೆಫರ್ಡ್, ದಂಗೆಯ ನಂತರ ಮುಂದಿನ ಕೆಲವು ವರ್ಷಗಳ ಕಾಲ ದಂಗೆಯಲ್ಲಿ ಕೊಲ್ಲಲ್ಪಟ್ಟವರ ಪಟ್ಟಿಯನ್ನು ಒಟ್ಟುಗೂಡಿಸಲು ಪ್ರಯತ್ನಿಸಿದರು. ಮುತ್ತಿಗೆಯ ಸಮಯದಲ್ಲಿ ಅವರು ತಮ್ಮ ಇಡೀ ಕುಟುಂಬವನ್ನು ಕಳೆದುಕೊಂಡಿದ್ದರು. ಅವರು ಅಂತಿಮವಾಗಿ 1860 ರ ದಶಕದ ಉತ್ತರಾರ್ಧದಲ್ಲಿ ಕಾನ್ಪೋರ್ ನ ಉತ್ತರಕ್ಕಿರುವ ಸಣ್ಣ ಎಸ್ಟೇಟ್ ನಲ್ಲಿ ತಮ್ಮ ನಿವೃತ್ತಿಯ ಜೀವನವನ್ನು ನಡೆಸಿದರು.

ದಂಗೆಯನ್ನು ನಿಗ್ರಹಿಸಿದ ನಂತರ, ಬ್ರಿಟಿಷರು ಬಿಬಿಘರ್ ಅನ್ನು ಕೆಡವಿದರು. ಬದಲಾಗಿ, ಬ್ರಿಟಿಷ್ ಮಹಿಳೆಯರು ಮತ್ತು ಮಕ್ಕಳ ದೇಹಗಳನ್ನು ಎಸೆದ ಬಾವಿಯ ಸ್ಥಳದಲ್ಲಿ,

ಸ್ಮಾರಕ ಹಾಗೂ ಅದಕ್ಕೆ ಕಂಬಿ ಬೇಲಿ ಮತ್ತು ಶಿಲುಬೆಯನ್ನು ನಿರ್ಮಿಸಿದರು. ಕಾನ್ಪುರದ ನಿವಾಸಿಗಳನ್ನು ಸ್ಮಾರಕದ ರಚನೆಗೆ £ 30,000 ಪಾವತಿಸಲು ಒತ್ತಾಯಿಸಲಾಯಿತು; ಬೀಬಿಘರ್ನಲ್ಲಿರುವ ಮಹಿಳೆಯರು ಮತ್ತು ಮಕ್ಕಳ ಸಹಾಯಕ್ಕೆ ಬರದಿದ್ದಕ್ಕಾಗಿ ಇದು ಅವರಿಗೆ ಭಾಗಶಃ ಶಿಕ್ಷೆಯಾಗಿತ್ತು.

ಭಾರತವು ಸ್ವಾತಂತ್ರ್ಯ ಪಡೆದ ನಂತರ ನಿರ್ಮಿಸಲಾದ ನಾನಾ ರಾವ್ ಪಾರ್ಕ್ ನಲ್ಲಿ ಬಾವಿಯ ವೃತ್ತಾಕಾರದ ರೇಖೆಯ ಅವಶೇಷಗಳನ್ನು ಈಗಲೂ ಕಾಣಬಹುದು. ಬ್ರಿಟೀಷರು ತಮ್ಮ ಸತ್ತವರ ನೆನಪಿಗಾಗಿ "ಆಲ್ ಸೋಲ್ಸ್ ಮೆಮೋರಿಯಲ್ ಚರ್ಚ್" ಅನ್ನು ಸಹ ನಿರ್ಮಿಸಿದರು. ಚರ್ಚ್ನ ಹೊರಗೆ ಸುತ್ತುವರಿದ ಪಾದಚಾರಿ ಮಾರ್ಗವು ಸತಿಚೌರಾ ಘಾಟ್ ಹತ್ಯಾಕಾಂಡದ ನಾಲ್ಕು ದಿನಗಳ ನಂತರ ಜುಲೈ 1, 1857 ರಂದು 70 ಕ್ಕೂ ಹೆಚ್ಚು ಬ್ರಿಟಿಷ್ ಪುರುಷರ ಸಮಾಧಿಗಳನ್ನು ಗುರುತಿಸುತ್ತದೆ. "ಶೋಕಭರಿತ ದೇವದೂತರಲ್ಲೊಬ್ಬ" ನ ಹೊಂದಿರುವ ಅಮೃತಶಿಲೆ ಗೋಥಿಕ್ ಪರದೆಯನ್ನು 1947ರಲ್ಲಿ ಭಾರತದ ಸ್ವಾತಂತ್ರ್ಯದ ನಂತರ ಆಲ್ ಸೋಲ್ಸ್ ಮೆಮೋರಿಯಲ್ ಚರ್ಚ್ನ ಚರ್ಚ್ ಯಾರ್ಡ್ ಗೆ ವರ್ಗಾಯಿಸಲಾಯಿತು ಮತ್ತು ಅದರ ಸ್ಥಳದಲ್ಲಿ ತಾಂತ್ಯ ಟೋಪೆ ಅವರ ಪ್ರತಿಮೆಯನ್ನು ಸ್ಥಾಪಿಸಲಾಯಿತು.

•••

ಲಕ್ನೋ ಮುತ್ತಿಗೆ

ಲಕ್ನೋದ ಮುತ್ತಿಗೆಯು 1857 ರ ಭಾರತೀಯ ದಂಗೆಯ ಸಮಯದಲ್ಲಿ ಲಕ್ನೋ ನಗರದೊಳಗಿನ ಬ್ರಿಟಿಷ್ ಅಧಿಕಾರಿಯ ಅಧಿಕೃತ ಭವನದ ದೀರ್ಘಾವಧಿಯ ರಕ್ಷಣೆಯಾಗಿತ್ತು (ಇದನ್ನು ಭಾರತೀಯ ಸ್ವಾತಂತ್ರ್ಯದ ಮೊದಲ ಯುದ್ಧ ಅಥವಾ ಭಾರತೀಯ ದಂಗೆ ಎಂದೂ ಕರೆಯುತ್ತಾರೆ). ಎರಡು ಸತತ ಪರಿಹಾರ ಪ್ರಯತ್ನಗಳು ನಗರವನ್ನು ತಲುಪಿದ ನಂತರ, ರಕ್ಷಕರು ಮತ್ತು ನಾಗರಿಕರನ್ನು ಅಧಿಕೃತ ಭವನದಿಂದ ಸ್ಥಳಾಂತರಿಸಲಾಯಿತು,

ಲಕ್ನೋ ಭಾರತದಲ್ಲಿ ಔಧ್ (ಈಗ ಅವಧ್ ಎಂದು ಉಚ್ಚರಿಸಲಾಗುತ್ತದೆ ಮತ್ತು ಉತ್ತರಪ್ರದೇಶ ರಾಜ್ಯದ ಒಂದು ಪ್ರದೇಶ) ದ ಹಿಂದಿನ ರಾಜಧಾನಿಯಾಗಿತ್ತು. ಬ್ರಿಟಿಷರು ಅಲ್ಲಿ ನಡೆಸಿದ ಸುದೀರ್ಘವಾದ ರಕ್ಷಣೆಯು ವಿಫಲ ದಂಗೆಯ ಪ್ರಮುಖ ಪ್ರಸಂಗಗಳಲ್ಲಿ ಒಂದಾಗಿದೆ ಎಂದು ಸಾಬೀತಾಯಿತು. ಮುಖ್ಯವಾಗಿ ಪ್ರತಿಷ್ಠೆ ಮತ್ತು ನೈತಿಕತೆಯ ಸಮಸ್ಯೆಗಳು ಇದ್ದವು, ಆದರೆ ಲಕ್ನೋ ಕೂಡ ಬ್ರಿಟಿಷರು ಮತ್ತು ಬಂಡಾಯಗಾರರ ಮುಖ್ಯ ಪಡೆಗಳು ಕೇಂದ್ರೀಕೃತವಾಗಿದ್ದ ಸ್ಥಳವಾಯಿಗಿತ್ತು.

ಲಕ್ನೋ ಅಧಿಕೃತ ಭವನ

ಅಧಿಕೃತ ಭವನ ಎಂಬುದು 1800 AD ಯಲ್ಲಿ ಅಂದಿನ ಔಧದ ನವಾಬ ನವಾಬ, ನವಾಬ್ ಸಾದತ್ ಅಲಿ ಖಾನ್ ನಿರ್ಮಿಸಿದ ಕಟ್ಟಡಗಳ ಗುಂಪಾಗಿದೆ. ನವಾಬನ ಆಸ್ಥಾನದಲ್ಲಿ ಪ್ರತಿನಿಧಿಯಾಗಿದ್ದ ಬ್ರಿಟಿಷ್ ರೆಸಿಡೆಂಟ್ ಜನರಲ್ಗೆ ನಿವಾಸವಾಗಿ ಕಾರ್ಯನಿರ್ವಹಿಸಲು ಇದನ್ನು ನಿರ್ಮಿಸಲಾಗಿದೆ. ಅರಮನೆಯು ದಶಕಗಳವರೆಗೆ ಯಾರೂ ಗುರುತಿಸದ ನಿವಾಸವಾಗಿತ್ತು. ಆದರೆ, ನಂತರ ಒಂದು ಘಟನೆ ನಡೆದು, ಅದನ್ನು ವಿಶ್ವ ಭೂಪಟದಲ್ಲಿ ಸೇರಿಸಲಾಯಿತು.

1857 ರ ವರ್ಷವನ್ನು ಅದರ ನಾಟಕೀಯ ಘಟನೆಗಳ ಕಾರಣದಿಂದ ಇತಿಹಾಸದ ವೃತ್ತಾಂತಗಳಲ್ಲಿ ಯಾವಾಗಲೂ ಉಲ್ಲೇಖಿಸಲಾಗುತ್ತದೆ. ವರ್ಷವು ಸಿಪಾಯಿ ದಂಗೆಯನ್ನು ಕಂಡಿತು,
ಇದನ್ನು "ಮೊದಲನೆಯ ಸ್ವಾತಂತ್ರ್ಯ ಸಂಗ್ರಾಮ" ಎಂದೂ ಕರೆಯಲಾಗುತ್ತದೆ.

ಆ ದಂಗೆಯ ಸ್ಥಾನಗಳಲ್ಲಿ ಲಕ್ನೋ ಕೂಡ ಬಂಡಾಯವೆದ್ದಿತ್ತು. ಲಕ್ನೋದ ಮುತ್ತಿಗೆಯ ಸಮಯದಲ್ಲಿ ಅಧಿಕೃತ ಭವನವು ಹೆಚ್ಚು ಮಾತನಾಡಲ್ಪಟ್ಟ ಯುದ್ಧಭೂಮಿಯಾಗಿದೆ. ದಂಗೆಕೋರರು ಆ ವರ್ಷದ ಜೂನ್ ಆರಂಭದಲ್ಲಿ ಅಧಿಕೃತ ಭವನವನ್ನು ಮುತ್ತಿಗೆ ಹಾಕಿದರು. ಔಧ್ ನಗರದಲ್ಲಿ ವಾಸಿಸುತ್ತಿದ್ದ ಬಹುತೇಕ ಎಲ್ಲ ಯುರೋಪಿಯನ್ನರು ರೆಸಿಡೆನ್ಸಿಯಲ್ಲಿ ಆಶ್ರಯ ಪಡೆದರು. ಮುತ್ತಿಗೆಯ ಸಮಯದಲ್ಲಿ ಸುಮಾರು 3500 ಜನರು ಆಶ್ರಯ ಪಡೆದರು ಎಂದು ಹೇಳಲಾಗುತ್ತದೆ. ಮುತ್ತಿಗೆಯು 140 ದಿನಗಳಿಗಿಂತ ಹೆಚ್ಚು ಕಾಲ ಮುಂದುವರೆಯಿತು.

"ಅಧಿಕೃತ ಭವನದ" ಮುತ್ತಿಗೆಯ ಕಥೆಯು ಭಾರತದ ಇತಿಹಾಸದಲ್ಲಿ ಕ್ರಾಂತಿಕಾರಿಗಳ ಪ್ರಯತ್ನಗಳನ್ನು ಕರಗಿಸಲು ಬೆರಳೆಣಿಕೆಯಷ್ಟು ಪುರುಷರು, ಮಹಿಳೆಯರು ಮತ್ತು ಮಕ್ಕಳು ಮಾಡಿದ ಕೆಚ್ಚೆದೆಯ ಪ್ರಯತ್ನವಾಗಿದೆ. ಒಂದು ತಿಂಗಳ ಕಾಲ ನಡೆದ ನಿರಂತರ ಶೆಲ್ ದಾಳಿಯ ಸಮಯದಲ್ಲಿ ಅರಮನೆಯ ನಿವಾಸವು ಒಟ್ಟಿಗೆ ನಡೆಯಿತು. ಕ್ಯಾನನ್ ಚೆಂಡುಗಳು ನಿವಾಸದ ಗೋಡೆಗಳನ್ನು ಒಣಗಿಸಿದವು ಆದರೆ ಅರಮನೆಯು ಅದ್ಭುತವಾಗಿ ಹಿಡಿದಿತ್ತು. 3500 ಮಾನವ ಜೀವಗಳ ಜವಾಬ್ದಾರಿಯನ್ನು ಹೊತ್ತ ಸರ್ ಹೆನ್ರಿ ಲಾರೆನ್ಸ್ ರಕ್ಷಣಾ ಮತ್ತು ಪ್ರತಿರೋಧ ಉಪಕ್ರಮವನ್ನು ಕೈಗೊಂಡರು. ಅವನು ಮುತ್ತಿಗೆಯ ಕೊನೆಯ ದಿನಗಳಲ್ಲಿ ಸಾಯುತ್ತಾನೆ. ಬಲವರ್ಧನಾ ಪಡೆ 5 ತಿಂಗಳ ವರೆಗೂ ಅರಮನೆಯನ್ನು ರಕ್ಷಿಸಿತು.

ಕೆಂಪು ಇಟ್ಟಿಗೆ ಅವಶೇಷಗಳು ಈಗ ಶಾಂತಿಯುತವಾಗಿವೆ, ಹುಲ್ಲು ಹಾಸುಗಳು ಮತ್ತು ಹೂವುಗಳಿಂದ ಆವೃತವಾಗಿವೆ, ಆದರೆ ತಿಂಗಳ ಮುತ್ತಿಗೆಯಲ್ಲಿ ಸಾವಿರಾರು ಜನರು ಸಾವನ್ನಪ್ಪಿದ್ದಾರೆ. ಅಂತಿಮ ಪರಿಹಾರದ ಸಮಯದಲ್ಲಿ ಇದ್ದಂತೆ ರೆಸಿಡೆನ್ಸಿಯನ್ನು ನಿರ್ವಹಿಸಲಾಗಿದೆ ಮತ್ತು ಚೂರುಚೂರಾದ ಗೋಡೆಗಳು ಇನ್ನೂ ಫಿರಂಗಿ ಹೊಡೆತದಿಂದ ಗುರುತು ಮಾಡಲ್ಪಟ್ಟಿವೆ, ಸ್ವಾತಂತ್ರ್ಯ ಬಂದಾಗಿನಿಂದಲೂ, ಸ್ವಲ್ಪವೇ ಬದಲಾಗಿದೆ. ಹಲವಾರು ಸಂಸಾರಗಳ ಅವಶೇಷಗಳು ಇಲ್ಲಿವೆ, ಸತ್ತವರ ಪ್ರೇತಗಳು ಇದ್ದಕ್ಕಿದ್ದಂತೆ ಹೊರಗೆ ಬರುತ್ತವೆ ಮತ್ತು ಕೋಣೆಗಳಲ್ಲಿ ಹಾರಾಡುತ್ತವೆ ಎಂದು ಕೆಲವರು ನಂಬುತ್ತಾರೆ. ಹತ್ತಿರದ ಹಾಳಾದ ಚರ್ಚ್ ನಲ್ಲಿರುವ ಸ್ಮಶಾನದಲ್ಲಿ ಸಾಮ್ರಾಜ್ಯವನ್ನು ರಕ್ಷಿಸಲು ಸಾವನ್ನಪ್ಪಿದ ಸರ್ ಹೆನ್ರಿ ಲಾರೆನ್ಸ್ ಸೇರಿದಂತೆ 2000 ಪುರುಷರು, ಮಹಿಳೆಯರು ಮತ್ತು ಮಕ್ಕಳ ಸಮಾಧಿಗಳಿವೆ. ಸರ್ ಲಾರೆನ್ಸ್ನ ಸಮಾಧಿಯ ಬಳಿ "ತನ್ನ ಕರ್ತವ್ಯವನ್ನು ಮಾಡಲು ಪ್ರಯತ್ನಿಸಿದ ಸಾಮ್ರಾಜ್ಯದ ಮಗ ಇಲ್ಲಿ ಮಲಗಿದ್ದಾನೆ" ಎಂದು ಬರೆದಿರುವ ಒಂದು ಹವಾಮಾನದ ಶಿಲಾಶಾಸನವಿದೆ.

ಹಿನ್ನೆಲೆ

ಬ್ರಿಟಿಷ್ ಈಸ್ಟ್ ಇಂಡಿಯಾ ಕಂಪನಿಯು ಔಧ್ ರಾಜ್ಯವನ್ನು ಸ್ವಾಧೀನ ಪಡಿಸಿಕೊಂಡಿತು. ಮತ್ತು ದಂಗೆ ಪ್ರಾರಂಭವಾಗುವ ಒಂದು ವರ್ಷದ ಮೊದಲು ನವಾಬ್ ವಾಜಿದ್ ಅಲಿ ಷಾ ನನ್ನು ಕಲ್ಕತ್ತಾಗೆ ಗಡೀಪಾರು ಮಾಡಿದರು. ಈಸ್ಟ್ ಇಂಡಿಯಾ ಕಂಪನಿಯ ಈ ಉನ್ನತ ಕೈ ಕ್ರಮವು ರಾಜ್ಯದೊಳಗೆ ಮತ್ತು ಭಾರತದ ಇತರೆಡೆಗಳಲ್ಲಿ ಬಹಳವಾಗಿ ಅಸಮಾಧಾನಕ್ಕೆ ಕಾರಣವಾಯಿತು. ಹೊಸದಾಗಿ ಸ್ವಾಧೀನಪಡಿಸಿಕೊಂಡ ಪ್ರದೇಶಕ್ಕೆ ನೇಮಕಗೊಂಡ ಮೊದಲ ಬ್ರಿಟಿಷ್ ಕಮಿಷನ್ರ್ (ಪರಿಣಾಮಕಾರಿಯಾಗಿ, ಗವರ್ನರ್) ಚಾತುರ್ಯದಿಂದ ವರ್ತಿಸಿದರು. ಮತ್ತು ಅತ್ಯಂತ ಅನುಭವಿ ನಿರ್ವಾಹಕರಾದ ಸರ್ ಹೆನ್ರಿಲಾರೆನ್ಸ್ ಅವರು ದಂಗೆ ಪ್ರಾರಂಭವಾಗುವ ಆರು ವಾರಗಳ ಮೊದಲು ನೇಮಕಾತಿಯನ್ನು ಕೈಗೆತ್ತಿಕೊಂಡರು.

ಬಂಗಾಳ ಪ್ರಾಂತ್ಯದ ಸಿಪಾಯಿಗಳು (ಭಾರತೀಯ ಸೈನಿಕರು) ಸೈನ್ಯವು ಹಿಂದಿನ ವರ್ಷಗಳಲ್ಲಿ ಹೆಚ್ಚು ತೊಂದರೆಗೊಳಗಾಗಿದ್ದರು,

ಕಂಪನಿಯ ಧರ್ಮಪ್ರಚಾರದ ಚಟುವಟಿಕೆಗಳಿಂದ ತಮ್ಮ ಧರ್ಮ ಮತ್ತು ಪದ್ಧತಿಗಳು ಅಪಾಯದಲ್ಲಿದೆ ಎಂದು ಭಾವಿಸಿದರು. ಲಾರೆನ್ಸ್ ಅವರು ತಮ್ಮ ನೇತೃತ್ವದಲ್ಲಿರುವ (ಔಧ್ ರಾಜ್ಯದ ಹಿಂದಿನ ಸೈನ್ಯವನ್ನು ಒಳಗೊಂಡಂತೆ) ಭಾರತೀಯ ಪಡೆಗಳ ಘೋರ ಸ್ಥಿತಿಯ ಬಗ್ಗೆ ಚೆನ್ನಾಗಿ ತಿಳಿದಿದ್ದರು. ಏಪ್ರಿಲ್ 18 ರಂದು ಅವರು ಗವರ್ನರ್ ಜನರಲ್ ಲಾರ್ಡ್ ಕ್ಯಾನಿಂಗ್ ಅವರಿಗೆ ಅಸಮಾಧಾನದ ಕೆಲವು ಅಭಿವ್ಯಕ್ತಿಗಳ ಬಗ್ಗೆ ಎಚ್ಚರಿಕೆ ನೀಡಿದರು ಮತ್ತು ಕೆಲವು ಬಂಡಾಯದ ಪಡೆಗಳನ್ನು ಮತ್ತೊಂದು ಪ್ರಾಂತ್ಯಕ್ಕೆ ವರ್ಗಾಯಿಸಲು ಅನುಮತಿ ಕೇಳಿದರು.

ಬಂಡಾಯದ ಪ್ರಮುಖ ಅಂಶವೆಂದರೆ ಎನ್ ಫೀಲ್ಡ್ ರೈಫಲ್ ಪರಿಚಯ. ಈ ಶಸ್ತ್ರಾಸ್ತ್ರದ ಸಿಡಿಮದ್ದುಗಳು ಗೋಮಾಂಸ ಮತ್ತು ಹಂದಿಮಾಂಸದ ಕೊಬ್ಬಿನ ಮಿಶ್ರಣದಿಂದ ಮಾಡಲಾಗಿದೆ ಎಂದು ನಂಬಲಾಗಿತ್ತು. ಇದು ಹಿಂದೂ ಮತ್ತು ಮುಸ್ಲಿಂ ಭಾರತೀಯ ಸೈನಿಕರನ್ನು ಅಪವಿತ್ರಗೊಳಿಸುತ್ತಿತ್ತು. ಮೇ 1 ರಂದು 7 ನೇ ಔಧ್ ಅನಿಯಮಿತ ಪದಾತಿದಳವು ಸಿಡಿಮದ್ದುಗಳನ್ನು ಕಚ್ಚಲು ನಿರಾಕರಿಸಿತು, ಮತ್ತು ಮೇ 3 ರಂದು ಅವರನ್ನು ಇತರ ಪದಾತಿದಳವು ನಿಶ್ಯಸ್ತ್ರಗೊಳಿಸಿತು.

ಮೇ 10 ರಂದು, ಮೀರತ್ ನಲ್ಲಿ ಭಾರತೀಯ ಸೈನಿಕರು ಬಹಿರಂಗ ದಂಗೆಗೆ ಧುಮುಕಿದರು ಮತ್ತು ದೆಹಲಿಯ ಮೇಲೆ ಮೆರವಣಿಗೆ ನಡೆಸಿದರು. ಇದರ ಸುದ್ದಿ ಲಕ್ನೋ ತಲುಪಿದಾಗ, ಲಾರೆನ್ಸ್ ಬಿಕ್ಕಟ್ಟಿನ ಆಳವನ್ನು ಅರಿತರು ಮತ್ತು ಅವರ ಮನೆಗಳಿಂದ ಪಿಂಚಣಿದಾರರ ಎರಡು ಜನರನ್ನು ಕರೆದರು, ಒಬ್ಬರು   ಸಿಪಾಯಿಗಳು ಮತ್ತು ಫಿರಂಗಿದಳದವರು, ಅವರ ನಿಷ್ಠೆಗೆ ಮತ್ತು ಸಿಖ್ ಮತ್ತು ಕೆಲವು ಹಿಂದೂ ಸಿಪಾಯಿಗಳ ಯಶಸ್ವಿ ರಕ್ಷಣೆಗೆ ರೆಸಿಡೆನ್ಸಿಯು ಬಹುಮಟ್ಟಿಗೆ ಕಾರಣವಾಗಿತ್ತು.

ದಂಗೆಯ ಪ್ರಾರಂಭ

ಮೇ 23 ರಿಂದ, ಲಾರೆನ್ಸ್ ರೆಸಿಡೆನ್ಸಿಯನ್ನು ಬಲಪಡಿಸಲು ಮತ್ತು ಮುತ್ತಿಗೆಗೆ ಸರಬರಾಜು ಮಾಡಲು ಪ್ರಾರಂಭಿಸಿದರು. ಹೊರವಲಯದ ಜಿಲ್ಲೆಗಳಿಂದ ಹೆಚ್ಚಿನ ಸಂಖ್ಯೆಯ ಬ್ರಿಟಿಷ್ ನಾಗರಿಕರು ರೆಸಿಡೆನ್ಸಿಗೆ ತೆರಳಿದರು. ಮೇ 30 ರಂದು, ಲಕ್ನೋದಲ್ಲಿ ಹೆಚ್ಚಿನ ಔಧ್ ಮತ್ತು ಬಂಗಾಳ ಪಡೆಗಳು ಬಹಿರಂಗ ದಂಗೆಯಲ್ಲಿ ಮುಳುಗಿದವು. ಸ್ಥಳೀಯವಾಗಿ ನೇಮಕಗೊಂಡ ಪಿಂಚಣಿದಾರರ ಜೊತೆಗೆ, ಲಾರೆನ್ಸ್ ಅವರು ಬ್ರಿಟಿಷ್ 32ನೇ ರೆಜಿಮೆಂಟ್ ಆಫ್ ಫೂಟ್ ನಹೆಚ್ಚಿನ ಭಾಗವನ್ನು ಸಹ ಹೊಂದಿದ್ದರು ಮತ್ತು ಅವರು ಬಂಡುಕೋರರನ್ನು ನಗರದಿಂದ ದೂರ ಓಡಿಸಲು ಸಾಧ್ಯವಾಯಿತು.

ಜೂನ್ 4 ರಂದು ಲಕ್ನೋದಿಂದ 51 ಮೈಲಿ (82 ಕಿಮೀ) ದೂರದಲ್ಲಿರುವ ದೊಡ್ಡ ಮತ್ತು ಪ್ರಮುಖ ನಿಲ್ದಾಣವಾದ ಸೀತಾಪುರದಲ್ಲಿ ದಂಗೆ ನಡೆಯಿತು. ಇದರ ನಂತರ ಪ್ರಾಂತ್ಯದ ಪ್ರಮುಖ ನಗರಗಳಲ್ಲಿ ಒಂದಾದ ಫೈಜಾಬಾದ್ ನಲ್ಲಿ ಮತ್ತು ದರಿಯಾಬಾದ್, ಸುಲ್ತಾನ್ ಪುರ ಮತ್ತು ಸಲೂನ್ ನಲ್ಲಿ ಸ್ಫೋಟಗಳು ಸಂಭವಿಸಿದವು. ಹೀಗೆ ಹತ್ತು ದಿನಗಳ ಅವಧಿಯಲ್ಲಿ ಔಧ್ ನಲ್ಲಿ ಇಂಗ್ಲಿಷ್ ಅಧಿಕಾರವು ಪ್ರಾಯೋಗಿಕವಾಗಿ ಕಣ್ಮರೆಯಾಯಿತು.

ಜೂನ್ 30 ರಂದು ಬಂಡುಕೋರರು ಲಕ್ನೋದ ಉತ್ತರಕ್ಕೆ ಒಟ್ಟುಗೂಡುತ್ತಿದ್ದಾರೆ ಎಂದು ಲಾರೆನ್ಸ್ ತಿಳಿದುಕೊಂಡರು, ಮತ್ತು ಲಭ್ಯವಿರುವ ಗುಪ್ತಚರ ಮಾಹಿತಿಯು ಕಳಪೆಯಾಗಿದ್ದರೂ ಸಹ, ಜಾರಿಯಲ್ಲಿರುವ ಸ್ಥಳ ಪರೀಶೀಲನೆಗೆ ಆದೇಶಿಸಿದರು. ಅವರು ತುಲನಾತ್ಮಕವಾಗಿ ಕಡಿಮೆ ಮಿಲಿಟರಿ ಅನುಭವವನ್ನು ಹೊಂದಿದ್ದರೂ, ಲಾರೆನ್ಸ್ ಸ್ವತಃ ದಂಡಯಾತ್ರೆಯನ್ನು ಮುನ್ನಡೆಸಿದರು. ದಂಡಯಾತ್ರೆಯನ್ನು ಉತ್ತಮವಾಗಿ ಸಂಘಟಿತವಾಗಿರಲಿಲ್ಲ. ಬಿಸಿಯಾದ ಹವಾಮಾನದ ಉತ್ತುಂಗದಲ್ಲಿ ದಿನದ ಅತ್ಯಂತ ಬಿಸಿಯಾದ ಸಮಯದಲ್ಲಿ ಸೈನಿಕರು ಆಹಾರ ಅಥವಾ ಸಾಕಷ್ಟು ನೀರಿಲ್ಲದೆ ಮೆರವಣಿಗೆ ನಡೆಸಬೇಕಾಯಿತು. ಚಿನ್ಹಾಟ್ನಲ್ಲಿ ಅವರು ಅಶ್ವದಳ ಮತ್ತು ಅಗೆದ ಫಿರಂಗಿಗಳೊಂದಿಗೆ ಸುಸಂಘಟಿತ ಬಂಡಾಯ ಪಡೆಯನ್ನು ಭೇಟಿಯಾದರು. ಲಾರೆನ್ಸ್ ನ ಕೆಲವು ಸಿಪಾಯಿಗಳು ಮತ್ತು ಭಾರತೀಯ ಫಿರಂಗಿ ದಳದವರು ದಂಗೆಕೋರರಿಗೆ ಪಕ್ಷಾಂತರಗೊಂಡರು ಮತ್ತು ಅವರ ಎಕ್ಸಾಸ್ಟೆಡ್ ಬ್ರಿಟಿಶ್ ಸೈನಿಕರು ಅಸ್ವಸ್ಥತೆಯಿಂದ ಕುಸಿದುಹೋದರು. ಪರಾರಿಯಾದ ಕೆಲವರು ರೆಸಿಡೆನ್ಸಿಯ ದೃಷ್ಟಿಯಲ್ಲಿ ಶಾಖದ ಹೊಡೆತದಿಂದ ಸತ್ತರು ಎಂದು ಭಾವಿಸಲಾಗಿತ್ತು.

13 ನೇ ಸ್ಥಳೀಯ ಪದಾತಿ ದಳದ ಲೆಫ್ಟಿನೆಂಟ್ ವಿಲಿಯಂ ಜಾರ್ಜ್, ಕ್ಯುಬಿಟ್ ಗೆ ಹಿಂದಿರುಗುವ ಸಮಯದಲ್ಲಿ 32 ನೇ ರೆಜಿಮೆಂಟ್ ಆಫ್ ಫೂಟ್ನ ಮೂರು ಜನರ ಜೀವಗಳನ್ನು ಉಳಿಸಿದ ಅವರ ಕಾರ್ಯಕ್ಕಾಗಿ., ಹಲವಾರು ವರ್ಷಗಳ ನಂತರ 'ವಿಕ್ಟೋರಿಯಾ ಕ್ರಾಸ" ಪ್ರಶಸ್ತಿಯನ್ನು ನೀಡಲಾಯಿತು, ಅವರದು ವಿಶಿಷ್ಟ ಕ್ರಮವಲ್ಲ; ಬ್ರಿಟಿಷರಿಗೆ ನಿಷ್ಠರಾಗಿರುವ ಸಿಪಾಯಿಗಳು, ವಿಶೇಷವಾಗಿ 13 ನೇ ಸ್ಥಳೀಯ ಪದಾತಿ ದಳದವರು, ಎಂತಹ ಪರಿಸ್ಥಿತಿಯಲ್ಲಿಯೂ ತಮ್ಮಲ್ಲಿ ಗಾಯಗೊಂಡ ಅನೇಕ ಬ್ರಿಟಿಷ್ ಸೈನಿಕರನ್ನು ಉಳಿಸಿದರು.

ಆರಂಭಿಕ ದಾಳಿಗಳು

ಲಾರೆನ್ಸ್ ರೆಸಿಡೆನ್ಸಿಗೆ ಮರಳಿದರು, ಅಲ್ಲಿ ಮುತ್ತಿಗೆ ಈಗ ಪ್ರಾರಂಭವಾಯಿತು. ರೆಸಿಡೆನ್ಸಿ ರಕ್ಷಣಾ ಕೇಂದ್ರವಾಗಿತ್ತು. ನಿಜವಾದ ರಕ್ಷಿಸಿದ ಸಾಲು ಆರು ಬೇರ್ಪಡಿಸಿದ ಸಣ್ಣ ಕಟ್ಟಡಗಳು ಮತ್ತು ನಾಲ್ಕು ಭದ್ರವಾದ ಬ್ಯಾಟರಿಗಳನ್ನು ಹೊಂದಿತ್ತು. ಈ ಸ್ಥಾನವು ಸುಮಾರು 60 ಎಕರೆ ಭೂಮಿಯನ್ನು ಆವರಿಸಿದೆ. (855 ಬ್ರಿಟಿಷ್ ಅಧಿಕಾರಿಗಳು ಮತ್ತು ಸೈನಿಕರು, 712 ಭಾರತೀಯರು, 153 ನಾಗರಿಕ ಸ್ವಯಂಸೇವಕರು, 1,280 ಹೋರಾಟಗಾರರಲ್ಲದವರು, ನೂರಾರು ಮಹಿಳೆಯರು ಮತ್ತು ಮಕ್ಕಳು ಸೇರಿದಂತೆ) ಸರಿಯಾಗಿ ಸಿದ್ಧಪಡಿಸಿಕೊಂಡವರ ವಿರುದ್ಧ ಪರಿಣಾಮಕಾರಿಯಾಗಿ ಹೋರಾಡಲು ಮತ್ತು ಬೆಂಬಲಿತ ದಾಳಿ ಮಾಡಲು ಈ ಜಾಗವು ತುಂಬಾ ಚಿಕ್ಕದಾಗಿತ್ತು.

ಅಲ್ಲದೆ, ರೆಸಿಡೆನ್ಸಿ ಹಲವಾರು ಅರಮನೆಗಳು, ಮಸೀದಿಗಳು ಮತ್ತು ಆಡಳಿತಾತ್ಮಕ ಕಟ್ಟಡಗಳ ಮಧ್ಯದಲ್ಲಿದೆ. (ಲಕ್ನೋ ಹಲವು ವರ್ಷಗಳಿಂದ ಔಧ್ ನ ರಾಜಧಾನಿಯಾಗಿತ್ತು.) ಇವುಗಳನ್ನು ನೆಲಸಮ ಮಾಡಲು ಲಾರೆನ್ಸ್ ಆರಂಭದಲ್ಲಿ ಅನುಮತಿ ನಿರಾಕರಿಸಿದರು, ಅವರ ಇಂಜಿನಿಯರ್ಗಳನ್ನು ಬಳಸಿಕೊಂಡು 'ಪವಿತ್ರ ಸ್ಥಳಗಳನ್ನು ಬಿಡುವಂತೆ' ಒತ್ತಾಯಿಸಿದರು. ಮತ್ತು ಮುತ್ತಿಗೆಯ ಸಮಯದಲ್ಲಿ ಅವರು ಉತ್ತಮ, ಅನುಕೂಲ ಜಾಗಗಳನ್ನು ಒದಗಿಸಿದರು ಮತ್ತು ಬಂಡಾಯಗಾರರ ಚೂಪಾದ ಶಸ್ತ್ರದಲ್ಲಿ ಗುರಿಯಿಟ್ಟು ಹೊಡೆಯುವವರಿಗೆ, ಮತ್ತು ಫಿರಂಗಿಗಳಿಗೆ ರಕ್ಷಣೆ ನೀಡಿದರು. ಮುತ್ತಿಗೆಯ ಪ್ರಾರಂಭದ ನಂತರದ ಮೊದಲ ಬಾಂಬ್ ಸ್ಫೋಟಗಳಲ್ಲಿ ಒಂದಾದ ಜೂನ್ 30 ರಂದು ನಾಗರಿಕನು ಬೀಳುವ ಭಾವಣಿಯಿಂದ ಸಿಕ್ಕಿಹಾಕಿಕೊಂಡನು.

ಜುಲೈ 1 ರಂದು ರೆಸಿಡೆನ್ಸಿಯ ಪೂರ್ವಕ್ಕೆ ಮಚ್ಚಿ ಭವನ್ ಅರಮನೆಯ ಪ್ರತ್ಯೇಕ ಸ್ಥಾನವನ್ನು ತೆರವು ಮಾಡಲಾಯಿತು ಮತ್ತು ಅದನ್ನು ಸ್ಫೋಟಿಸಲಾಯಿತು. (ದೊಡ್ಡ ಪ್ರಮಾಣದಲ್ಲಿ ಪುಡಿ ಮತ್ತು ಮದ್ದುಗುಂಡುಗಳನ್ನು ಅದರಲ್ಲಿ ಸಂಗ್ರಹಿಸಲಾಗಿತ್ತು). ಮರುದಿನ, ಸರ್ ಹೆನ್ರಿ ಲಾರೆನ್ಸ್ ಚೂಪಾದ ಮೊನೆಯಿಂದ ಮಾರಣಾಂತಿಕವಾಗಿ ಗಾಯಗೊಂಡರು ಮತ್ತು ಅವರು ಜುಲೈ 4 ರಂದು ನಿಧನರಾದರು. 32ನೇ ಪದಾತಿದವನ್ನು ಸರ್ ಕೊಲೊನೆಲ್ ಇಂಗ್ಲಿಸ್ ಅವರು ದಂಡಿನ ಪಟ್ಟಣದ ಮಿಲಿಟರಿ ಕಮಾಂಡ್ ಅನ್ನು ವಹಿಸಿಕೊಂಡರು. ಪ್ರಮುಖ ಸ್ಥಳಗಳಲ್ಲಿ ಸಾಯುತ್ತಿರುವ ಲಾರೆನ್ಸ್ ಅವರು ಹಂಗಾಮಿ ಸಿವಿಲ್ ಕಮಿಷನರ್ ಅವರನ್ನು ನೇಮಿಸಿದರು. ಸ್ವಲ್ಪ ಸ್ವಲ್ಪ ಸಮಯದ ನಂತರ ಬ್ಯಾಂಕ್ಸ್ ಕೊಲ್ಲಲ್ಪಟ್ಟಾಗ, ಇಂಗ್ಲಿಸ್ ಒಟ್ಟಾರೆ ಆಜ್ಞೆಯನ್ನು ವಹಿಸಿಕೊಂಡರು.

ದಂಗೆಯಲ್ಲಿ ಸೇರಿಕೊಂಡ ಸುಮಾರು 8,000 ಸಿಪಾಯಿಗಳು ಮತ್ತು ಸ್ಥಳೀಯ ಭೂಮಾಲೀಕರ ನೂರಾರು ಉಳಿಸಿಕೊಳ್ಳುವವರು ರೆಸಿಡೆನ್ಸಿಯನ್ನು ಸುತ್ತುವರೆದರು. ಅವರ ಬಳಿ ಕೆಲವು ಆಧುನಿಕ ಬಂದೂಕುಗಳು ಮತ್ತು ಎಲ್ಲಾ ರೀತಿಯ ಸುಧಾರಿತ ಕ್ಷಿಪಣಿಗಳನ್ನು ಹಾರಿಸಿದ ಕೆಲವು ಹಳೆಯ ತುಣುಕುಗಳು ಇದ್ದವು. ಆಕ್ರಮಣದ ಮೊದಲ ವಾರಗಳಲ್ಲಿ ರಕ್ಷಣೆಗಾಗಿ ಹಲವಾರು ನಿರ್ಣಾಯಕ ಪ್ರಯತ್ನಗಳು ನಡೆದವು. ಆದರೆ ಬಂಡುಕೋರರಿಗೆ ಮುತ್ತಿಗೆ ಹಾಕುವ ಎಲ್ಲ ಪಡೆಗಳನ್ನು ಸಂಘಟಿಸಲು ಏಕೀಕೃತ ಆಜ್ಞೆಯ ಕೊರತೆಯಿತ್ತು.

ರಕ್ಷಕರು, ಅವರ ಸಂಖ್ಯೆಯು ಮಿಲಿಟರಿ ಕ್ರಮ ಮತ್ತು ರೋಗಗಳಿಂದ ನಿರಂತರವಾಗಿ ಕಡಿಮೆಯಾಯಿತು. ಸೇನೆಯ ಪದ್ದತಿ ಮತ್ತು.ರೋಗ, ದಂಗೆಕೋರರು ಅವರನ್ನು ಮುಳುಗಿಸಲು ಮಾಡಿದ ಎಲ್ಲಾ ಪ್ರಯತ್ನಗಳನ್ನು ವಿರೋಧಿಸಲು ಸಾಧ್ಯವಾಯಿತು. ಇದರ ಜೊತೆಗೆ, ಮುತ್ತಿಗೆ ಹಾಕಿದವರು ಹೊಂದಿದ್ದ ಅತ್ಯಂತ ಅಪಾಯಕಾರಿ ಸ್ಥಾನಗಳ ಪರಿಣಾಮಕಾರಿತ್ವವನ್ನು ಕಡಿಮೆ ಮಾಡಲು ಮತ್ತು ಅವರ ಕೆಲವು ಬಂದೂಕುಗಳನ್ನು ಹಾಳುಗೆಡವಲು ಪ್ರಯತ್ನಿಸಿದರು.

•••

ಮೊದಲ ಪರಿಹಾರ ಪ್ರಯತ್ನ

ಜುಲೈ 16ರಂದು ಮೇಜರ್ ಜನರಲ್ ಹೆನ್ರಿ ಹ್ಯಾವ್ಲಾಕ್ ನೇತೃತ್ವದ ಪಡೆ ಲಕ್ನೋದಿಂದ 48 ಮೈಲಿ ದೂರದಲ್ಲಿರುವ ಕಾನ್ಪುರವನ್ನು ಪುನಃ ವಶಪಡಿಸಿಕೊಂಡಿತ್ತು .ಜುಲೈ 20 ರಂದು, ಅವರು ಲಕ್ನೋವನ್ನು ನಾಶಗೊಳಿಸಲು, ಪ್ರಯತ್ನಿಸಲು ನಿರ್ಧರಿಸಿದರು, ಆದರೆ ಅವನಿಗೆ ಗಂಗಾ ನದಿಗೆ ಅಡ್ಡಲಾಗಿ ತನ್ನ 1500 ಸೈನಿಕರನ್ನು ಸಾಗಿಸಲು ಆರು ದಿನಗಳನ್ನು ತೆಗೆದುಕೊಂಡಿತು. ಜುಲೈ 29 ರಂದು, ಹ್ಯಾವ್ಲಾಕ್ ಉನ್ನಾವೊದಲ್ಲಿ ಯುದ್ಧವನ್ನು ಗೆದ್ದರು, ಆದರೆ ಸಾವುನೋವುಗಳು, ಕಾಯಿಲೆ ಮತ್ತು ಶಾಖದ ಹೊಡೆತವು ಅವರ ಬಲವನ್ನು 850 ಸೈನಿಕರರುಗಳಿಗೆ ಇಳಿಸಿತು ಹೀಗಾಗಿ ಅವರ ಬಲವೂ ಕಡಿಮೆ ಆಯಿತು.

ಹ್ಯಾವ್ಲಾಕ್ ಮತ್ತು ಕಾನ್ಪೋರ್ ನಲ್ಲಿ ಉಸ್ತುವಾರಿ ವಹಿಸಿಕೊಂಡಿದ್ದ ಅಹಂಕಾರಿ ಬ್ರಿಗೇಡಿಯರ್ ನೀಲ್ ನಡುವೆ ಪತ್ರಗಳ ವಿನಿಮಯ ನಡೆಯಿತು. ಅಂತಿಮವಾಗಿ ಹ್ಯಾವ್ಲಾಕ್ 257 ಸೈನಿಕರು ಮತ್ತು ಇನ್ನೂ ಕೆಲವು ಬಂದೂಕುಗಳನ್ನು ಪಡೆದರು ಮತ್ತು ಮುನ್ನಡೆಯಲು ಪ್ರಯತ್ನಿಸಿದರು. ಅವರು ಆಗಸ್ಟ್ 4 ರಂದು ಉನ್ನಾವೊ ಬಳಿ ಮತ್ತೊಂದು ವಿಜಯವನ್ನುಗಳಿಸಿದರು, ಆದರೆ ಇದನ್ನೇ ಮುಂದುವರಿಸಲು ಮತ್ತೊಮ್ಮೆ ತುಂಬಾ ದುರ್ಬಲರಾಗಿದ್ದರು ಮತ್ತು ನಿವೃತ್ತರಾದರು.

ಹಾವ್ಲಾಕ್ ಅವರು ಗಂಗಾ ನದಿಯ ಉತ್ತರ ದಂಡೆಯಲ್ಲಿ, ಔಧ್ ನೊಳಗೆ ಉಳಿಯಲು ಉದ್ದೇಶಿಸಿದ್ದರು ಮತ್ತು ಆ ಮೂಲಕ ರೆಸಿಡೆನ್ಸಿಯ ಮುತ್ತಿಗೆಯನ್ನು ಸೇರಲು ಅವರನ್ನು ಎದುರಿಸುತ್ತಿದ್ದ ಬಂಡುಕೋರರ ದೊಡ್ಡ ಬಲವನ್ನು ತಡೆಯಲು ಉದ್ದೇಶಿಸಿದ್ದರು. ಆದರೆ ಆಗಸ್ಟ್ 11 ರಂದು ಕಾನ್ಪೋರ್ ಗೆ ಬೆದರಿಕೆ ಹಾಕಲಾಗಿದೆ ಎಂದು ನೀಲ್ ವರದಿ ಮಾಡಿದರು. ದಾಳಿಕೋರರನ್ನು ಹಿಮ್ಮೆಟ್ಟಿಸಬೇಕು ಎಂಬ ಉದ್ದೇಶದಿಂದ, ಹ್ಯಾವ್ಲಾಕ್ ಮತ್ತೆ ಉನ್ನಾವೋಗೆ ತೆರಳಿ ಅಲ್ಲಿ ಮೂರನೇ ಗೆಲುವು ಸಾಧಿಸಿದರು. ಅವರು ಗಂಗಾ ನದಿಗೆ ಅಡ್ಡಲಾಗಿದ್ದ ಹೊಸ ಸೇತುವೆಯನ್ನು ನಾಶಪಡಿಸಿದರು. ಆಗಸ್ಟ್ 16 ರಂದು, ಅವರು ಬಿಥೂರ್ನಲ್ಲಿ ಬಂಡಾಯ ಪಡೆಯನ್ನು ಸೋಲಿಸಿ, ಕಾನ್ಪೋರ್ಗೆ ಬೆದರಿಕೆಯನ್ನು ಹಾಕಿದರು.

ಹ್ಯಾವ್ಲಾಕ್ನ ಹಿಮ್ಮೆಟ್ಟುವಿಕೆಯು ಯುದ್ಧತಂತ್ರದ ಅಗತ್ಯವಾಗಿತ್ತು, ಆದರೆ ಔಧ್ನಲ್ಲಿನ ದಂಗೆಯು ರಾಷ್ಟ್ರೀಯ ದಂಗೆಯಾಗಲು ಕಾರಣವಾಯಿತು, ಏಕೆಂದರೆ ಹಿಂದೆ ನಿರ್ಧರಿಸದ ಭೂಮಾಲೀಕರು ಈಗ ಬಂಡುಕೋರರನ್ನು ಸೇರಿಕೊಂಡರು.

ಲಖನೌದ ಮೊದಲ ಪರಿಹಾರ

ಮೇಜರ್ ಜನರಲ್ ಸರ್ ಜೇಮ್ಸ್ ಔಟ್ರಾಮ್ ನೇತೃತ್ವದಲ್ಲಿ ಹ್ಯಾವ್ಲಾಕ್ ಅನ್ನು ರದ್ದುಗೊಳಿಸಲಾಯಿತು. ಔಟ್ರಾಮ್ ಕಾನ್ಪುರಕ್ಕೆ ಆಗಮಿಸುವ ಮೊದಲು, ಹ್ಯಾವ್ಲಾಕ್ ಮತ್ತೊಂದು ಪರಿಹಾರ ಪ್ರಯತ್ನಕ್ಕೆ ಸಿದ್ಧತೆಗಳನ್ನು ಮಾಡಿಕೊಂಡರು. ಅವರು ಈ ಹಿಂದೆ ರೆಸಿಡೆನ್ಸಿಯಲ್ಲಿರುವ ಇಂಗ್ಲಿಸ್ ಗೆ ಪತ್ರವನ್ನು ಕಳುಹಿಸಿದ್ದರು, ತಮ್ಮ ಮಾರ್ಗವನ್ನು ಕಡಿತಗೊಳಿಸಿ ಕಾನ್ಪೋರ್ ಗಾಗಿ ತಯಾರಿಸುವಂತೆ ಸೂಚಿಸಿದ್ದರು. ತುಂಬಾ ಕಡಿಮೆ ಸೇನಾ ಪಡೆಯನ್ನು ಹೊಂದಿದ್ದರಿಂದ ಮತ್ತು ಅವರಲ್ಲಿಯೂ ಕೆಲವರು ಗಾಯಾಳುಗಳು ಮತ್ತು ರೋಗಿಗಳು ಆಗಿದ್ದರಿಂದ ಅಂತಹ ಪ್ರಯತ್ನಗಳನ್ನು ಮಾಡಲು ಯೋಗ್ಯವಾದ ಸೈನ್ಯವಿಲ್ಲ ಎಂದು ಇಂಗ್ಲಿಸ್ ಉತ್ತರಿಸಿದನು. ತುರ್ತು ಸಹಾಯಕ್ಕಾಗಿ ಅವರು ಮನವಿ ಮಾಡಿದರು.

ಏತನ್ಮಧ್ಯೆ, ಬಂಡುಕೋರರು ರೆಸಿಡೆನ್ಸಿಯಲ್ಲಿ ದಂಡುಕೋರರನ್ನು ಚುಚ್ಚಿ ಹಿಂಸೆ ಮಾಡುವುದನ್ನು ಮುಂದುವರೆಸಿದರು ಮತ್ತು ರಕ್ಷಣೆಯ ಕೆಳಗೆ ಗಣಿಗಳನ್ನು ಅಗೆದರು, ಇದು ಹಲವಾರು ಮರದ ಕಂಬಗಳನ್ನು ನಾಶಪಡಿಸಿತು. ಬಂಡುಕೋರರನ್ನು ದಾಳಿಗಳು ಮತ್ತು ಪ್ರತಿ-ದಾಳಿಗಳೊಂದಿಗೆ ದೂರದಲ್ಲಿ ಇಟ್ಟಿದ್ದರೂ, ಅವರು ದುರ್ಬಲರಾಗುತ್ತಿದ್ದರು ಮತ್ತು ಆಹಾರವು ಖಾಲಿಯಾಗುತ್ತಾ ಬಂದಿತ್ತು.

ಔಟ್ರಾಮ್ ಸೆಪ್ಟೆಂಬರ್ 15 ರಂದು ಬಲವರ್ಧನೆಗಳೊಂದಿಗೆ ಕಾನ್ಪೋರ್ಗೆ ಆಗಮಿಸಿದರು. ಲಕ್ನೋ ತಲುಪುವವರೆಗೆ ಪರಿಹಾರ ಪಡೆಗೆ ಆಜ್ಞಾಪಿಸಲು ಅವರು ಹ್ಯಾವ್ಲಾಕ್ ಗೆ ಅವಕಾಶ ನೀಡಿದರು. ಆರು ಬ್ರಿಟಿಷ್ ಮತ್ತು ಒಂದು ಸಿಖ್ ಪದಾತಿ ಸೈನ್ಯದ ಕಾಲಾಳುಗಳನ್ನು ಒಳಗೊಂಡ 3,179 ಗಳಷ್ಟು ಸಂಖ್ಯೆಯಲ್ಲಿರುವ ಈ ಪಡೆ, ಮೂರು ಫಿರಂಗಿ ಬ್ಯಾಟರಿಗಳನ್ನು ಹೊಂದಿತ್ತು, ಆದರೆ ಕೇವಲ 168 ಸ್ವಯಂ ಸೇವಕ ಅಶ್ವಸೈನ್ಯವನ್ನು ಹೊಂದಿತ್ತು. 78ನೇ ಹೈಲ್ಯಾಂಡರ್ಸ್ನ ನೀಲ್ ಮತ್ತು ಕರ್ನಲ್ ಹ್ಯಾಮಿಲ್ಟನ್ ಅಡಿಯಲ್ಲಿ ಅವರನ್ನು ಎರಡು ಬ್ರಿಗೇಡ್ಗಳಾಗಿ ವಿಂಗಡಿಸಲಾಗಿದೆ.

ಮುನ್ನಡೆಯು ಸೆಪ್ಟೆಂಬರ್ 18 ರಂದು ಪುನರಾರಂಭವಾಯಿತು. ಈ ಸಮಯದಲ್ಲಿ, ಬಂಡುಕೋರರು ತೆರೆದ ದೇಶದಲ್ಲಿ ಯಾವುದೇ ಗಂಭೀರವಾದ ನಿಲುವನ್ನು ಮಾಡಲಿಲ್ಲ, ಕೆಲವು ಪ್ರಮುಖ ಸೇತುವೆಗಳನ್ನು ನಾಶಮಾಡಲು ಸಹ ವಿಫಲರಾದರು. ಸೆಪ್ಟೆಂಬರ್ 23 ರಂದು, ರೆಸಿಡೆನ್ಸಿಯ ದಕ್ಷಿಣಕ್ಕೆ ನಾಲ್ಕು ಮೈಲುಗಳಷ್ಟು ದೂರದಲ್ಲಿರುವ ಅಲಂಬಾಗ್ ಎಂಬ ಗೋಡೆಯ ಉದ್ಯಾನವನದಿಂದ ಬಂಡುಕೋರರನ್ನು ಹ್ಯಾವ್ಲಾಕ್ ನ ಪಡೆಯು ಓಡಿಸಿತು. ಅಲಂಬಾಗ್ ನಲ್ಲಿ ಸಣ್ಣ ಪಡೆಗಳೊಂದಿಗೆ ಸಾಮಾನು ಸರಂಜಾಮುಗಳನ್ನು ಬಿಟ್ಟು ಅವರು ಸೆಪ್ಟೆಂಬರ್ 25 ರಂದು ಅಂತಿಮ ಮುನ್ನಡೆಯನ್ನು ಪ್ರಾರಂಭಿಸಿದರು. ಮಾನ್ಸೂನ್ಮಳೆಯಿಂದಾಗಿ, ನಗರದ ಸುತ್ತಮುತ್ತಲಿನ ತೆರೆದ ಮೈದಾನವು ಪ್ರವಾಹಕ್ಕೆ ಸಿಲುಕಿತು, ಬ್ರಿಟಿಷರು ಯಾವುದೇ ಹೊರವಲಯದಲ್ಲಿ ಆಕ್ರಮಣ ಮಾಡದೆಯೆ ನಗರದ ಒಂದು ಭಾಗದ ಮೂಲಕ ನೇರವಾಗಿ ಮುನ್ನಡೆಸುವಂತೆ ಆಯಿತು.

ಚಾರ್ ಬಾಗ್ ಕಾಲುವೆಯನ್ನು ದಾಟಲು ಪ್ರಯತ್ನಿಸಿದ ಬಲವು ಭಾರಿ ಪ್ರತಿರೋಧವನ್ನು ಎದುರಿಸಿತು, ಆದರೆ ಕಳೆದುಹೋದ ಭರವಸೆಯ ಹತ್ತು ಜನರಲ್ಲಿ ಒಂಬತ್ತು ಮಂದಿ ಸೇತುವೆಯ ಮೇಲೆ ದಾಳಿ ಮಾಡಿ ಕೊಲ್ಲಲ್ಪಟ್ಟರು. ನಂತರ ಅವರು ಕಾಲುವೆಯ ಪಶ್ಚಿಮ ದಂಡೆಯನ್ನು ಅನುಸರಿಸಿ ತಮ್ಮ ಬಲಕ್ಕೆ ತಿರುಗಿದರು. 78ನೇ ಹೈಲ್ಯಾಂಡರ್ಸ್ ತಪ್ಪು ತಿರುವು ಪಡೆದರು, ಆದರೆ ಮುಖ್ಯ ಪಡೆಗೆ ಹಿಂತಿರುಗುವ ಮೊದಲು ಕೈಸರ್ಬಾಗ್ ಅರಮನೆಯ ಬಳಿ ಬಂಡಾಯ ಬ್ಯಾಟರಿಯನ್ನು ಸೆರೆಹಿಡಿಯಲು ಸಾಧ್ಯವಾಯಿತು. ಮುಖ್ಯ ಪಡೆಗೆ ಮರಳುವ ಮಾರ್ಗವನ್ನು ಕಂಡುಕೊಳ್ಳುವ ಮೊದಲು ಮತ್ತಷ್ಟು ಭಾರಿ ಹೋರಾಟದ ನಂತರ, ರಾತ್ರಿಯ ಹೊತ್ತಿಗೆ ಸೈನ್ಯವು ಮಚ್ಚಿ ಭವನವನ್ನು ತಲುಪಿತು. ಮಧ್ಯಂತರ ಕಟ್ಟಡಗಳ ಮೂಲಕ ಸುರಂಗಮಾರ್ಗ ಮತ್ತು ಗಣಿಗಾರಿಕೆಯ ಮೂಲಕ ರೆಸಿಡೆನ್ಸಿಯ ರಕ್ಷಕರೊಂದಿಗೆ ನಿಲ್ಲಿಸಲು ಮತ್ತು ಸಂಪರ್ಕಸಾಧಿಸಲು ಔಟ್ರಾಮ್ ಪ್ರಸ್ತಾಪಿಸಿದರು, ಆದರೆ ಹ್ಯಾವ್ಲಾಕ್ ತಕ್ಷಣದ ಮುನ್ನಡೆಯುನ್ನು ಒತ್ತಾಯಿಸಿದರು. (ಕೊನೆಯ ನಿಮಿಷದ ಬಂಡಾಯದ ದಾಳಿಯಿಂದ ಅವರು ಇನ್ನೂ ಮುಳುಗಿಹೋಗಬಹುದು ಎಂದು ಅವರು ಭಯಪಟ್ಟರು). ಹೆಚ್ಚು ಸಮರ್ಥಿಸಲ್ಪಟ್ಟ ಕಿರಿದಾದ ಲೇನ್ ಗಳ ಮೂಲಕ ಮುಂಗಡವನ್ನುಮಾಡಲಾಗಿತು, ಬಂಡುಕೋರರ ಬೆಂಕಿಯಿಂದ ಕೊಲ್ಲಲ್ಪಟ್ಟವರಲ್ಲಿ ನೀಲ್ ಕೂಡ ಒಬ್ಬರಾಗಿದ್ದರು. ಒಟ್ಟಾರೆಯಾಗಿ, ಪರಿಹಾರ ಪಡೆ 2000 ರಲ್ಲಿ 535 ಜನರನ್ನು ಕಳೆದುಕೊಂಡಿತು, ಮುಖ್ಯವಾಗಿ ಈ ಕೊನೆಯ ವಿಪರೀತದಲ್ಲಿ ಉಂಟಾಯಿತು. ಪರಿಹಾರದ ಸಮಯದಲ್ಲಿ, ರೆಸಿಡೆನ್ಸಿಯ ರಕ್ಷಕರು 87 ದಿನಗಳ ಮುತ್ತಿಗೆಯನ್ನು ಅನುಭವಿಸಿದ್ದರು ಮತ್ತು 982 ಹೋರಾಟದ ಸಿಬ್ಬಂದಿ ಅಷ್ಟೇ ಆಗಿದ್ದರು.

•••

ಎರಡನೇ ಮುತ್ತಿಗೆ

ಮೂಲತಃ, ಔಟ್ರಾಮ್ ರೆಸಿಡೆನ್ಸಿಯನ್ನು ಖಾಲಿಮಾಡಲು ಉದ್ದೇಶಿಸಿತ್ತು, ಆದರೆ ಅಂತಿಮ ಮುನ್ನಡೆಯ ಸಮಯದಲ್ಲಿ ಸಂಭವಿಸಿದ ಭಾರೀ ಸಾವು ನೋವುಗಳು ಎಲ್ಲಾ ಅಮಾನ್ಯರು ಮತ್ತು ಹೋರಾಟಗಾರರಲ್ಲದವರನ್ನು ತೆಗೆದುಹಾಕಲು ಸಾಧ್ಯವಾಗಲಿಲ್ಲ. ಬದಲಾಗಿ, ಸಂರಕ್ಷಿತ ಪ್ರದೇಶವನ್ನು ವಿಸ್ತರಿಸಲಾಯಿತು. ಔಟ್ರಾಮ್ ಅವರ ಒಟ್ಟಾರೆ ಆಜ್ಞೆಯ ಮೇರೆಗೆ, ಇಂಗ್ಲಿಸ್ ಮೂಲ ರೆಸಿಡೆನ್ಸಿ ಪ್ರದೇಶದ ಉಸ್ತುವಾರಿ ವಹಿಸಿಕೊಂಡರು, ಮತ್ತು ಹ್ಯಾವ್ ಲಾಕ್ ಅರಮನೆಗಳನ್ನು (ಫರ್ಹತ್ ಬಕ್ಷ್ ಮತ್ತು ಚತ್ತರ್ ಮುಂಜಿಲ್) ಮತ್ತು ಅದರ ಪೂರ್ವದ ಓಚರ್ ಕಟ್ಟಡಗಳನ್ನು ಆಕ್ರಮಿಸಿಕೊಂಡು ರಕ್ಷಿಸಿದರು.

ಲಕ್ನೋದಲ್ಲಿ ಉಳಿಯುವ ಔಟ್ರಾಮ್ ಅವರ ನಿರ್ಧಾರದ ಮೇಲೆ ಪ್ರಭಾವ ಬೀರಿದ ಮತ್ತೊಂದು ಅಂಶವೆಂದರೆ ರೆಸಿಡೆನ್ಸಿಯ ಕೆಳಗೆ ದೊಡ್ಡ ಪ್ರಮಾಣದ ಸರಬರಾಜುಗಳಿದ್ದಿದ್ದು, ಇದು ಎರಡು ತಿಂಗಳವರೆಗೆ ಸೈನ್ಯವನ್ನು ನಿರ್ವಹಿಸಲು ಸಾಕಾಗುವಷ್ಟಿತ್ತು. ಲಾರೆನ್ಸ್ ಅಂಗಡಿಯಲ್ಲಿ ಮಲಗಿದ್ದರು ಆದರೆ ಅವರು ತಮ್ಮ ಅಧೀನ ಅಧಿಕಾರಿಗಳಿಗೆ ತಿಳಿಸುವ ಮೊದಲು ನಿಧನರಾದರು. (ಇಂಗ್ಲಿಸ್ ಹಸಿವಿನಲ್ಲಿ ಇರುವ ದಿನಗಳು ಸನ್ನಿಹಿತವಾಗಿದೆ ಎಂದು ಹೆದರಿದ್ದರು).

ಈ ಪರಿಹಾರವು ಬಂಡಾಯಗಾರರನ್ನು ನಿರಾಶೆಗೊಳಿಸುತ್ತದೆ ಎಂದು ಔಟ್ರಾಮ್ ಆಶಿಸಿದ್ದರು.ಆದರೆ ನಿರಾಶೆಗೊಂಡರು. ಮುಂದಿನ ಆರು ವಾರಗಳವರೆಗೆ, ಬಂಡುಕೋರರು ರಕ್ಷಕರ ಮೇಲೆ ಮಸ್ಕೆಟ್ ಮತ್ತು ಫಿರಂಗಿ ಬೆಂಕಿಯಿಂದ, ಬಾಂಬ್ ದಾಳಿ ನಡೆಸಿದರು ಮತ್ತು ಸರಣಿ ಗಣಿಗಳನ್ನು ಅಗೆದರು.

ರಕ್ಷಕರು ಅಲಂಬಾಗ್ ಗೆ ಮತ್ತು ಅಲ್ಲಿಂದ ಸಂದೇಶವಾಹಕರನ್ನು ಕಳುಹಿಸಲು ಸಾಧ್ಯವಾಯಿತು, ಅಲ್ಲಿಂದ ಸಂದೇಶವಾಹಕರು ಕಾನ್ಪುರವನ್ನು ತಲುಪಬಹುದು. ಬ್ರಿಟಿಷ್ ಸೈನಿಕನ ಮಗನಾದ ಸ್ವಯಂಸೇವಕ ನಾಗರಿಕ ಸೇವಕ ಥಾಮಸ್ ಹೆನ್ರಿ ಕವನಾಗ್ ಅವರು ಸಿಪಾಯಿಯಂತೆ ವೇಷ ಧರಿಸಿ ಕನಂಜಿಲಾಲ್ ಎಂಬ ಸ್ಥಳೀಯ ವ್ಯಕ್ತಿಯ ನೆರವಿನೊಂದಿಗೆ ರೆಸಿಡೆನ್ಸಿಯಿಂದ ಹೊರಟರು. ಅವನು ಮತ್ತು ಅವನ ಸ್ಕೌಟ್ ನಗರದ ಪೂರ್ವಕ್ಕೆ ಪ್ರವೇಶದ್ವಾರಗಳನ್ನು ದಾಟಿದರು ಮತ್ತು ಅಲಂಬಾಗ್ ಗೆ ಮುಂದಿನ ಪರಿಹಾರ ಪ್ರಯತ್ನಕ್ಕೆ ಮಾರ್ಗದರ್ಶಿಯಾಗಿ ಕಾರ್ಯನಿರ್ವಹಿಸಲು ತಲುಪಿದರು.

ದೆಹಲಿಯು ಸೆಪ್ಟೆಂಬರ್ 21, 1857 ರಂದು ಆಕ್ರಮಣಕ್ಕೊಳಗಾಯಿತು. ಸೆಪ್ಟೆಂಬರ್ 24 ರಂದು, ಕರ್ನಲ್ ಗ್ರೇಹೆಡ್ ನೇತೃತ್ವದಲ್ಲಿ 2,790 ಬ್ರಿಟಿಷ್, ಸಿಖ್ ಮತ್ತು ಪಂಜಾಬಿ ಸೈನ್ಯದ 8 ರೆಜಿಮೆಂಟ್ ಆಫ್ ಫೂಟ್ನ ಕರ್ನಲ್ ಗ್ರೇಥೆಡ್ ,ಲಾಹೋರ್ ಗೇಟ್ ಮೂಲಕ ದೆಹಲಿಯಿಂದ ಕಾನ್ಪುರಕ್ಕೆ ಬ್ರಿಟಿಷ್ ಆಳ್ವಿಕೆಯನ್ನು ಪುನಃಸ್ಥಾಪಿಸಲು ಮೆರವಣಿಗೆ ನಡೆಸಿತು. ಅಕ್ಟೋಬರ್ 9 ರಂದು, ಆಗ್ರಾದ ಕೆಂಪು ಕೋಟೆಯಲ್ಲಿ ಬ್ರಿಟಿಷ ದಂಡಿನ ಪಡೆಯಿಂದ ಸಹಾಯಕ್ಕಾಗಿ ತುರ್ತು ಕರೆಗಳು ಬಂದವು. ಬಂಡುಕೋರರು ಹಿಮ್ಮೆಟ್ಟಿದ್ದನ್ನು ಕಂಡುಹಿಡಿಯಲು ಅವರು ತಮ್ಮ ಬಲವನ್ನು ಆಗ್ರಾಕ್ಕೆ ತಿರುಗಿಸಿದರು. ಅವರ ಬಲವು ವಿಶ್ರಾಂತಿ ಪಡೆದಾಗ, ಅವರು ಹತ್ತಿರದಲ್ಲಿದ್ದ ಬಂಡಾಯ ಪಡೆಗಳಿಂದ ಆಕ್ರಮಣ ಮಾಡಿದರು. ಅದೇನೇ ಇದ್ದರೂ ಅವರು ಬಂಡಾಯದ ಬಲವನ್ನು ಒಟ್ಟುಗೂಡಿಸಿದರು, ಸೋಲಿಸಿದರು ಮತ್ತು ಚದುರಿಸಿದರು. ಈ ಆಗ್ರಾ ಯುದ್ಧವು ದೆಹಲಿ ಮತ್ತು ಕಾನ್ಪೋರ್ ಪ್ರದೇಶಗಳಿಂದ ಎಲ್ಲಾ ಸಂಘಟಿತ ಬಂಡಾಯ ಪಡೆಗಳನ್ನು ತೆರವುಗೊಳಿಸಿತು, ಆದರೂ ಗೆರಿಲ್ಲಾ ಬ್ಯಾಂಡ್ ಗಳು ಉಳಿದಿವೆ.

ಇದಾದ ಕೆಲವೇ ದಿನಗಳಲ್ಲಿ, ಜೆರಿಯಾ ಥೆಡ್ ದೆಹಲಿಯಿಂದ ಸೇನೆಯನ್ನು ಪಡೆದರು ಮತ್ತು ಮೇಜರ್ ಜನರಲ್ ಜೇಮ್ಸ್ ಹೋಪ್ ಗ್ರಾಂಟ್ ಅವರ ನೇತೃತ್ವದಲ್ಲಿ ಅವರನ್ನು ರದ್ದುಗೊಳಿಸಲಾಯಿತು. ಅಕ್ಟೋಬರ್ ಅಂತ್ಯದಲ್ಲಿ ಗ್ರಾಂಟ್, ಕಾನ್ಪುರವನ್ನು ತಲುಪಿದರು. ಅಲ್ಲಿ ಅವರು ಭಾರತದ ಹೊಸ ಕಮಾಂಡರ್-ಇನ್-ಚೀಫ್ ಸರ್ ಕಾಲಿನ್ ಕ್ಯಾಂಪ್ ಬೆಲ್ ಅವರಿಂದ ಅಲಂಬಾಗ್ ಗೆ ತೆರಳಲು ಮತ್ತು ಅನಾರೋಗ್ಯದಿಂದ ಬಳಲುತ್ತಿರುವ ಮತ್ತು ಗಾಯಗೊಂಡವರನ್ನು ಕಾನ್ಪುರಕ್ಕೆ ಸಾಗಿಸಲು ಆದೇಶಗಳನ್ನು ಸ್ವೀಕರಿಸಿದರು. ಅವರನ್ನು ಕಟ್ಟುನಿಟ್ಟಾಗಿ ಸೇರ್ಪಡೆಗೊಳಿಸಲಾಯಿತು.

ಕ್ಯಾಂಪ್ಬೆಲ್ ಸ್ವತಃ ಬರುವವರೆಗೂ ಲಕ್ನೋದ ಯಾವುದೇ ಪರಿಹಾರಕ್ಕೆ ತನ್ನನ್ನು ತಾನು ತೊಡಗಿಸಿಕೊಳ್ಳದಂತೆ ಕಟ್ಟುನಿಟ್ಟಾಗಿ ಆದೇಶಿಸಲಾಯಿತು.

1857ರ ಜುಲೈನಲ್ಲಿ ಬಂಗಾಳ ಸೈನ್ಯದ ನೇತೃತ್ವ ವಹಿಸಿಕೊಳ್ಳಲು ಇಂಗ್ಲೆಂಡ್ ತೊರೆದಾಗ ಕ್ಯಾಂಪ್ ಬೆಲ್ ಗೆ 65 ವರ್ಷ ವಯಸ್ಸಾಗಿತ್ತು. ಆಗಸ್ಟ್ ಮಧ್ಯದ ವೇಳೆಗೆ, ಅವರು ಕಲ್ಕತ್ತಾದಲ್ಲಿದ್ದರು. ಅವರು ಒಳದೇಶದ ಕಡೆಗೆ ನಿರ್ಗಮಿಸಲು ತಯಾರಿ ನಡೆಸುತ್ತಾ ಇದ್ದರು. ಎಲ್ಲಾ ಸಿದ್ಧತೆಗಳು ಪೂರ್ಣಗೊಳ್ಳುವ ಮೊದಲು ಅಕ್ಟೋಬರ್ ಅಂತ್ಯವಾಗಿತ್ತು. ಗ್ರ್ಯಾಂಡ್ ಟ್ರಂಕ್ ರಸ್ತೆಯಲ್ಲಿ ಹೋರಾಡುತ್ತಿದ್ದ ಕ್ಯಾಂಪ್ ಬೆಲ್ ನವೆಂಬರ್ 3ರಂದು ಕಾನ್ಪುರಕ್ಕೆ ಆಗಮಿಸಿದರು. ಬಂಡುಕೋರರು ಗ್ರಾಮೀಣ ಪ್ರದೇಶದ ಹೆಚ್ಚಿನ ಭಾಗಗಳ ಮೇಲೆ ಪರಿಣಾಮಕಾರಿ ನಿಯಂತ್ರಣವನ್ನು ಹೊಂದಿದ್ದರು . ಕ್ಯಾಂಪ್ ಬೆಲ್ ತನ್ನ ಲಕ್ನೋ ಪರಿಹಾರವನ್ನು ಪ್ರಾರಂಭಿಸುವ ಮೊದಲು ಗ್ರಾಮೀಣ ಪ್ರದೇಶವನ್ನು ಸುರಕ್ಷಿತಗೊಳಿಸುವುದನ್ನು ಪರಿಗಣಿಸಿದರು, ಆದರೆ ತಿರಸ್ಕರಿಸಿದರು. ಕಾನ್ಪುರದ ಶರಣಾಗತಿಯ ನಂತರ ಬ್ರಿಟಿಷ್ ಮಹಿಳೆಯರು ಮತ್ತು ಮಕ್ಕಳ ಹತ್ಯಾಕಾಂಡವು ಇನ್ನೂ ಇತ್ತೀಚಿನ ನೆನಪಿನಲ್ಲಿದೆ. ಬ್ರಿಟಿಷ್ ದೃಷ್ಟಿಯಲ್ಲಿ ಲಕ್ನೋ ಸಂಕಲ್ಪದ ಸಂಕೇತವಾಯಿತು. ಅದರಂತೆ, ಕ್ಯಾಂಪ್ ಬೆಲ್ 1100 ಪಡೆಗಳನ್ನು ತನ್ನ ರಕ್ಷಣೆಗಾಗಿ, 600 ಅಶ್ವದಳ, 3500 ಕಾಲಾಳುಪಡೆ ಮತ್ತು 42 ಬಂದೂಕುಗಳನ್ನು ಅಲಂಬಾಗ್ ಗೆ ಮುನ್ನಡೆಸಿದರು.

ಲಕ್ನೋದಲ್ಲಿ ಹೂಡಿಕೆ ಮಾಡುವ ಬಂಡುಕೋರರ ಬಲವನ್ನು ವ್ಯಾಪಕವಾಗಿ 30,000 ರಿಂದ 60,000 ಎಂದು ಅಂದಾಜಿಸಲಾಗಿದೆ. ಅವರು ಸಾಕಷ್ಟು ಸಜ್ಜುಗೊಂಡಿದ್ದರು, ಅವರಲ್ಲಿನ ಸಿಪಾಯಿ ರೆಜಿಮೆಂಟ್ಗಳು ಉತ್ತಮ ತರಬೇತಿ ಪಡೆದಿದ್ದವು ಮತ್ತು ಹ್ಯಾವ್ಲಾಕ್ ಮತ್ತು ಔಟ್ರಾಮ್ನ ಮೊದಲ ರಿಲೀಫ್ ಆಫ್ ದಿ ರೆಸಿಡೆನ್ಸಿಗೆ ಪ್ರತಿಕ್ರಿಯೆಯಾಗಿ ಅವರು ತಮ್ಮ ರಕ್ಷಣೆಯನ್ನು ಸುಧಾರಿಸಿದರು. ಅಲಂಬಾಗ್ ನ ಉತ್ತರಕ್ಕೆ ಹ್ಯಾವ್ ಲಾಕ್ ಮತ್ತು ಔಟ್ರಾಮ್ ಬಳಸಿದ ಚಾರ್ ಬಾಗ್ ಸೇತುವೆಯನ್ನು ಬಲಪಡಿಸಲಾಯಿತು. ದಿಲ್ ಕುಸ್ಕಾ ಸೇತುವೆಯಿಂದ ಚಾರ್ ಬಾಗ್ ಸೇತುವೆಯವರೆಗೆ ಇರುವ ಚಾರ್ ಬಾಗ್ ಕಾಲುವೆಯನ್ನು ಅಣೆಕಟ್ಟು ಮಾಡಿ ಪ್ರವಾಹಕ್ಕೆ ಸಿಲುಕಿಸಲಾಯಿತು. ಇದರಿಂದ ಸೇನಾಪಡೆಗಳು ಅಥವಾ ಭಾರೀ ಬಂದೂಕುಗಳು ಮುಳುಗುವುದನ್ನು ತಡೆಯಲಾಯಿತು. ಗೋಮತಿ ನದಿಯ ಉತ್ತರದ ಕಂದಕಗಳಲ್ಲಿ ನಿಯೋಜಿಸಲಾದ ಫಿರಂಗಿ ಪ್ರತಿದಿನ ಮುತ್ತಿಗೆಯನ್ನು ಬಾಂಬ್ ದಾಳಿಗೊಳಪಡಿಸುವುದಲ್ಲದೆ, ಕಾರ್ಯಸಾಧ್ಯವಾದ ಪರಿಹಾರ ಮಾರ್ಗವನ್ನು ಸಹ ಸುತ್ತುವರಿಯಿತು. ಆದಾಗ್ಯೂ, ಸಿಪಾಯಿಗಳ ನಡುವೆ ಏಕೀಕೃತ ಆಜ್ಞೆಯ ರಚನೆಯ ಕೊರತೆಯು ಉನ್ನತ ಸಂಖ್ಯೆಗಳು ಮತ್ತುಕಾರ್ಯತಂತ್ರದ ಸ್ಥಾನಗಳ ಮೌಲ್ಯವನ್ನು ಕಡಿಮೆಗೊಳಿಸಿತು.

ಎರಡನೇ ಪರಿಹಾರ

ನವೆಂಬರ್ 14 ರ ಮುಂಜಾನೆ, ಕ್ಯಾಂಪ್ ಬೆಲ್ ಲಕ್ನೋದಿಂದ ತನ್ನ ಪರಿಹಾರವನ್ನು ಪ್ರಾರಂಭಿಸಿದರು. ಮಾಹಿತಿದಾರರ ಮಾಹಿತಿಯ ಆಧಾರದ ಮೇಲೆ ಮತ್ತು ಮೊದಲ ಲಕ್ನೋ ಪರಿಹಾರ ಅಂಕಣವು ಅನುಭವಿಸಿದ ಭಾರಿ ಜೀವಹಾನಿಯ ಆಧಾರದ ಮೇಲೆ ಕ್ಯಾಂಪ್ ಬೆಲ್ ಯೋಜನೆಗಳನ್ನು ರೂಪಿಸಿದರು. ಬದಲಿಗೆ

ಚಾರ್ಬಾಗ್ ಸೇತುವೆಯನ್ನು ದಾಟಿ ಲಕ್ನೋದ ಸುತ್ತುಮುತ್ತ, ಕಿರಿದಾದ ಬೀದಿಗಳಲ್ಲಿ ಹೋರಾಡುವ ಬದಲು, ಕ್ಯಾಂಪ್ ಬೆಲ್ ಪೂರ್ವಕ್ಕೆ ಪಾರ್ಶ್ವದ ಮೆರವಣಿಗೆಯನ್ನು ನಡೆಸಿ ದಿಲ್ಕುಶಾ ಪಾರ್ಕ್ವರೆಗೆ ಮುಂದುವರಿಯಲು ನಿರ್ಧರಿಸಿತು. ನಂತರ ಅವರು ಲಾ ಮಾರ್ಟಿನಿಯರ್ ಶಾಲೆಗೆ ತೆರಳಿದರು ಮತ್ತು ಸಾಧ್ಯವಾದಷ್ಟು ಗೋಮತಿ ನದಿಯ ಹತ್ತಿರ ಕಾಲುವೆಯನ್ನು ದಾಟಿದರು. ಅವರು ಮುಂದುವರಿದಂತೆ, ಅವರು ತಮ್ಮ ಸಂವಹನಾಕಾರರನ್ನು ರಕ್ಷಿಸಲು ಮತ್ತು ಆಲಂಬಾಗ್ಗೆ ರೈಲುಗಳನ್ನು ಪೂರೈಸಲು ಪ್ರತಿ ಸ್ಥಾನವನ್ನು ಭದ್ರಪಡಿಸಿದರು. ನಂತರ ಅವರು ಸಿಕಂದರ್ಬಾಗ್ ಎಂದು ಕರೆಯಲ್ಪಡುವ ಗೋಡೆಯ ಆವರಣವನ್ನು ಪಡೆದುಕೊಳ್ಳುತ್ತಾರೆ ಮತ್ತು ಹೊರಗಿನ ಪರಿಧಿಯನ್ನು ಹ್ಯಾವ್ ಲಾಕ್ ಮತ್ತು ಔಟ್ರಾಮ್ ನಿಂದ ಚತ್ತರ್ ಮುಂಜಿಲ್ಗೆ ವಿಸ್ತರಿಸಲಾಯಿತು.

ಆಲಂಬಾಗ್ನ ಪೂರ್ವಕ್ಕೆ ಸೇನೆ ಚಲಿಸಿದಾಗ ಮೂರು ಮೈಲುಗಳವರೆಗೆ ಯಾವುದೇ ವಿರೋಧ ಎದುರಾಗಲಿಲ್ಲ. ಪರಿಹಾರ ಅಂಕಣವು ದಿಲ್ಕುಶಾ ಪಾರ್ಕ್ ಗೋಡೆಯನ್ನು ತಲುಪಿದಾಗ, ಮಸ್ಕೆಟ್ ಬೆಂಕಿಯ ಸ್ಫೋಟದೊಂದಿಗೆ ಶಾಂತತೆಯು ಕೊನೆಗೊಂಡಿತು. ಬ್ರಿಟಿಷ್ ಅಶ್ವದಳ ಮತ್ತು ಫಿರಂಗಿದಳವು ಪಾರ್ಕ್ ಗೋಡೆಯ ಮೂಲಕ ತ್ವರಿತವಾಗಿ ತಳ್ಳಲ್ಪಟ್ಟಿತು ಮತ್ತು ಸಿಪಾಯಿಗಳನ್ನು ದಿಲ್ಕುಷಾದಿಂದ ಓಡಿಸಲಾಯಿತು. ನಂತರ ಅಂಕಣವು ಲಾ ಮಾರ್ಟಿನಿಯರ್ ಶಾಲೆಗೆ ಮುಂದುವರೆಯಿತು. ಮಧ್ಯಾಹ್ನದ ಹೊತ್ತಿಗೆ ದಿಲ್ಕುಷ ಮತ್ತು ಲಾ ಮಾರ್ಟಿನಿಯರ್ ಬ್ರಿಟಿಷರ ವಶದಲ್ಲಿದ್ದರು. ಹಾಲಿ ಸಿಪಾಯಿಗಳು ಬ್ಯಾಂಕ್ ಹೌಸ್ ನಿಂದ ಬ್ರಿಟಿಷ್ ಪಾರ್ಶ್ವದ ಮೇಲೆ ತೀವ್ರವಾಗಿ ದಾಳಿ ಮಾಡಿದರು. ಆದರೆ ಬ್ರಿಟಿಷ್ ಕೌಂಟರ್ ದಾಳಿ ನಡೆಸಿ ಅವರನ್ನು ಮತ್ತೆ ಲಕ್ನೋಗೆ ಓಡಿಸಿತು.

ಕ್ಯಾಂಪ್ ಬೆಲ್ ನ ಅಂಕಣದ ಕ್ಷಿಪ್ರ ಪ್ರಗತಿಯು ಅದರ ಸರಬರಾಜು ಕಾರವಾನ್ ಗಿಂತ ಬಹಳ ಮುಂದಿತ್ತು. ಅಗತ್ಯವಾದ ಆಹಾರ, ಮದ್ದುಗುಂಡುಗಳು ಮತ್ತು ವೈದ್ಯಕೀಯ ಸಲಕರಣೆಗಳನ್ನು ತರುವವರೆಗೆ ಮುಂದುವರಿದ ಪಡೆಗಳಿಗೆ ವಿರಾಮಕೊಡಲಾಯಿತು. ಅಲಂಬಾಗ್ ನಿಂದ ಹೆಚ್ಚುವರಿ ಮದ್ದುಗುಂಡುಗಳ ಕೋರಿಕೆಯು ಪರಿಹಾರ ಸೇನೆಯ ಮೆರವಣಿಗೆಯನ್ನು ಮತ್ತಷ್ಟು ವಿಳಂಬಗೊಳಿಸಿತು. ನವೆಂಬರ್ 15 ರ ಸಂಜೆ, ರೆಸಿಡೆನ್ಸಿಗೆ " ನಾಳೆ ಮುಂಚಿತವಾಗಿ ಹೊರಡಬೇಕು" ಎಂದು ಮಾಹಿತಿದಾರರು ಸೂಚಿಸಿದರು.

ಮರುದಿನ ಲಾ ಮಾರ್ಟಿನಿಯರ್ ನಿಂದ ಉತ್ತರ ದಿಕ್ಕಿನ ಕಾಲುವೆಯು ಗೋಮತಿ ನದಿಯನ್ನು ಭೇಟಿಯಾಗುವ ಸ್ಥಳಕ್ಕೆ ಪರಿಹಾರ ಸೇನೆಯು ಮುಂದುವರೆಯಿತು. ಯುದ್ಧದ ಹಣೆಬರಹದ ಪ್ರಕಾರ, ದಿಲ್ಕುಸ್ಕಾ ಸೇತುವೆಯ ಕೆಳಗಿರುವ ಪ್ರದೇಶವನ್ನು ಪ್ರವಾಹಕ್ಕೆ ಒಳಪಡಿಸುವ ಕಾಲುವೆಯ ಅಣೆಕಟ್ಟು ಕಾಲುವೆಯನ್ನು ಒಣಗಿಸಿತು. ಸೇನೆ ಮತ್ತು ಬಂದೂಕುಗಳು ಮುಂದೆ ಸಾಗಿದವು ಮತ್ತು ನಂತರ ಸಿಕಂದರ್ ಬಾಗ್ ಗೆ ತೀಕ್ಷ್ಣವಾಗಿ ಎಡಕ್ಕೆ ತಿರುಗಿದವು .

ಸಿಕಂದರ್ ಬಾಗ್ ಎತ್ತರದ ಗೋಡೆಯ ಉದ್ಯಾನವಾಗಿದ್ದು, ಪ್ರತಿ ಮೂಲೆಯಲ್ಲಿ ಪ್ಯಾರಪೆಟ್ ಗಳು ಮತ್ತು ದಕ್ಷಿಣ ಗೋಡೆಯ ಮೇಲೆ ಮುಖ್ಯ ಪ್ರವೇಶದ್ವಾರ ಕಮಾನುಗಳನ್ನು ಹೊಂದಿದೆ. ಉದ್ಯಾನದ ಪೂರ್ವ ಗೋಡೆಗೆ ಸಮಾನಾಂತರವಾಗಿ ಚಲಿಸುವ ರಸ್ತೆಯ ಉದ್ದಕ್ಕೂ ಕ್ಯಾಂಪ್ ಬೆಲ್ ನ ಸೇನೆಯು ಸಮೀಪಿಸಿತು. ಕಾಲಾಳುಪಡೆ, ಅಶ್ವದಳ ಮತ್ತು ಫಿರಂಗಿಗಳ ಮುಂದುವರಿದ ಸೇನೆಯು ಇಕ್ಕಟ್ಟಾದ ಹಳ್ಳಿಯ ಬೀದಿಗಳಲ್ಲಿ ಕುಶಲತೆಯಿಂದ ಸಾಗಲು ಕಷ್ಟಕರವಾಗಿತ್ತು. ಉದ್ಯಾನಕ್ಕೆ ಎದುರಾಗಿರುವ ಎತ್ತರದ ರಸ್ತೆಯ ಒಡ್ಡು ಅವರ ಮೇಲೆ ಬೀಳುವ ತೀವ್ರವಾದ ಬೆಂಕಿಯಿಂದ ಅವರಿಗೆ ಸ್ವಲ್ಪ ರಕ್ಷಣೆ ನೀಡಲಾಯಿತು. ಮಸ್ಕೆಟ್ ಬೆಂಕಿಯು ಸಿಕಂದರ್ಬಾಗ್ ಮತ್ತು ಹತ್ತಿರದ ಕೋಟೆಯ ಕುಟೀರಗಳಲ್ಲಿನ ಲೋಪದೋಷಗಳಿಂದ ಬಂದಿತು ಮತ್ತು ದೂರದ ಕೈಸರ್ಬಾಗ್ನಿಂದ (ಔದ್ಧ ಹಿಂದಿನ ರಾಜನ ಅರಮನೆ) ಫಿರಂಗಿ ಗುಂಡು ಹಾರಿಸಿತು. ಈ ಒಳಬರುವ ಬೆಂಕಿಯನ್ನು ನಿಗ್ರಹಿಸಲು ಕ್ಯಾಂಪ್ಬೆಲ್ ಫಿರಂಗಿಗಳನ್ನು ಇರಿಸಿದರು ಭಾರವಾದ 18-ಪೌಂಡ್ ಫಿರಂಗಿಗಳನ್ನು ಹಗ್ಗದ ಮೂಲಕ ಎಳೆಯಲಾಯಿತು ಮತ್ತು ಕಡಿದಾದ ರಸ್ತೆಯ ಒಡ್ಡು ಮೇಲೆ ಹಸ್ತಾಂತರಿಸಲಾಯಿತು ಮತ್ತು ಆವರಣದ ಅರವತ್ತು ಗಜಗಳ ಒಳಗೆ ಇರಿಸಲಾಯಿತು. ಈ ಕುಶಲತೆಗಳಲ್ಲಿ ಗಮನಾರ್ಹವಾದ ಬ್ರಿಟಿಷ್ ಸಾವುನೋವುಗಳು ಉಂಟಾದರೂ, ಫಿರಂಗಿ ಬೆಂಕಿಯು ಆಗ್ನೇಯ ಗೋಡೆಯನ್ನು ಭೇದಿಸಿತು.

ಸ್ಕಾಟಿಷ್ 93 ಹೈಲ್ಯಾಂಡರ್ಸ್ ಮತ್ತು ಸಿಖ್ 4 ನೇ ಪಂಜಾಬಿ ಪದಾತಿದಳ ಮುಂದೆ ಸಾಗಿದವು. ಪಡೆಗಳ ಸಮೂಹವನ್ನು ಸರಿಹೊಂದಿಸಲು ಉಲ್ಲಂಘನೆಯು ತುಂಬಾ ಚಿಕ್ಕದಾಗಿದೆ ಎಂದು ಕಂಡು, ಪಂಜಾಬಿ ಪದಾತಿಸೈನ್ಯವು ಎಡಕ್ಕೆ ಚಲಿಸಿತು ಮತ್ತು ಮುಖ್ಯ ಉದ್ಯಾನ ಗೇಟ್ ರಕ್ಷಣೆಯನ್ನು ಅತಿಕ್ರಮಿಸಿತು.

ಒಮ್ಮೆ ಒಳಗೆ, ಸಿಖ್ಖರು ತಮ್ಮ ಚಿಕ್ಕ ತುಪಾಕಿಗಳು ಖಾಲಿಯಾಗಿ ಈಟಿಯನ್ನು ಬಳಸಿ, ಸಿಪಾಯಿಗಳ ಪ್ರತಿದಾಳಿಗಳೊಂದಿಗೆ ಪ್ರತಿಕ್ರಿಯಿಸಿದರು. ಉಲ್ಲಂಘನೆಯಿಂದ ಸುರಿಯುತ್ತಿರುವ ಹೈಲ್ಯಾಂಡರ್ ಗಳು, "ಕಾನ್ಪೋರೆಲ್ ಅನ್ನು ನೆನಪಿಸಿಕೊಳ್ಳಿ" ರಕ್ಷಣಾ ಪಡೆಗಳ ಶಕ್ತಿಯು ಕ್ಷೀಣಿಸುತ್ತಿತ್ತು. ರಕ್ಷಣೆಯ ಕೆಲಸವು ಇನ್ನೂ ಸಾಧ್ಯವಿರಲಿಲ್ಲ. ಹೀಗಾಗಿ ಕ್ಷೀಣಿಸುತ್ತಿರುವ ಬಲವು ಉತ್ತರದ ಕಡೆಗೆ ಚಲಿಸಿತು ಯುದ್ಧಭೂಮಿಯು ಕಡು ಕೆಂಪು ರಕ್ತದಿಂದ ತೇವವಾಗಿತ್ತು. ಸುಮಾರು 2000 ಬ್ರಿಟಿಷ್ ಸಿಪಾಯಿಗಳು ಇದರಲ್ಲಿ ಸತ್ತರು.

ಮಧ್ಯಾಹ್ನದ ಹೊತ್ತಿಗೆ ಸಿಕಂದರ್ ಬಾಗ್ ನಿಂದ ಬೇರ್ಪಟ್ಟ ಪರಿಹಾರ ಸೇನೆಯ ಆಡ್ರಿಯನ್ ಹೋಪ್ ನ ಬೇರ್ಪಡಿಕೆ ಮತ್ತು 1814ರಲ್ಲಿ ಔಧ್ ನ ಮೊದಲ ರಾಜ ಘಾಜಿ-ಉದ್-ದಿನ್ ಹೈದರ್ ಅವರ ಸಮಾಧಿಯಾದ ಷಾ ನಜಾಫ್ ನತ್ತ ಸಾಗಿತ್ತು. ರಕ್ಷಕರು ಈ ಬಹು ಕಥೆಯ ಸ್ಥಾನವನ್ನು ಹೆಚ್ಚು ಬಲಪಡಿಸಿದ್ದರು. ಬ್ರಿಟಿಷ್ ಸೇನೆಯ ಸಂಪೂರ್ಣ ಬಲವನ್ನು ಷಾ ನಜಾಫ್ ಮೇಲೆ ಹೊರಿಸಿದಾಗ, ಸಿಪಾಯಿಗಳು ತಡೆರಹಿತ ಮಸ್ಕೆಟ್ರಿ, ಫಿರಂಗಿ ಮತ್ತು ಕೈಸರ್ ಬಾಗ್ ನಿಂದ ಫಿರಂಗಿ ಬೆಂಕಿಯನ್ನು ಬೆಂಬಲಿಸಿದರು ಮತ್ತು ಗೋಮತಿ ನದಿಯ ಉತ್ತರದ ಸುರಕ್ಷಿತ ಬ್ಯಾಟರಿಗಳಿಂದ ಓರೆಯಾದ ಫಿರಂಗಿ ಬೆಂಕಿಯೊಂದಿಗೆ ಪ್ರತಿಕ್ರಿಯಿಸಿದರು. ಹೆಚ್ಚು ಬಹಿರಂಗವಾದ ಸ್ಥಾನಗಳಿಂದ, ಬ್ರಿಟಿಷರು ಮೂರು ಗಂಟೆಗಳ ಕಾಲ ಶಾ ನಜಾಫ್ ನ ಸ್ಟೌಟ್ ಗೋಡೆಗಳ ಮೇಲೆ ಬಲವಾದ ಫಿರಂಗಿ ಗುಂಡನ್ನು ಸುರಿದರು . ಗೋಡೆಗಳು ಅಪಾಯವಿಲ್ಲದೆ ಉಳಿದವು; ಸಿಪಾಯಿ ಬೆಂಕಿಯು ನಿರಂತರವಾಗಿತ್ತು; ಬ್ರಿಟಿಷ್ ನಷ್ಟಗಳು ಹೆಚ್ಚಾದವು. ಹೆಚ್ಚುವರಿ ಬ್ರಿಟಿಷ್ ಆಕ್ರಮಣಗಳು ಭಾರಿ ನಷ್ಟದೊಂದಿಗೆ ವಿಫಲವಾದವು.

ತಮ್ಮ ಬಹಿರಂಗ ಸ್ಥಾನಗಳಿಂದ ನಿವೃತ್ತಿ ಹೊಂದುವುದನ್ನು ಬ್ರಿಟಿಷ್ ಆಜ್ಞೆಯು ಅಷ್ಟೇ ಅಪಾಯಕಾರಿ ಎಂದು ಭಾವಿಸಿತು. ಒಟ್ಟು 50 ಹೈಲ್ಯಾಂಡರ್ ಗಳನ್ನು ಒಟ್ಟುಗೂಡಿಸಿ, ಷಾ ನಜಾಫ್ ಗೆ ಪರ್ಯಾಯ ಪ್ರವೇಶ ಮಾರ್ಗವನ್ನು ಹುಡುಕಲು ಪಕ್ಷವನ್ನು ಕಳುಹಿಸಲಾಯಿತು. ಹೋರಾಟದ ಎದುರು ಭಾಗದಲ್ಲಿ ಗೋಡೆಯ ಲೋಪದೋಷಗಳನ್ನು ಕಂಡುಹಿಡಿದು, ಅದನ್ನು ವಿಸ್ತರಿಸಲು ಕಂದಕ ತೋಡುವವರನ್ನು ಮುಂದೆ ತರಲಾಯಿತು. ಸಣ್ಣ ಸೇನೆಯು ತೆರೆಯುವಿಕೆಯ ಮೂಲಕ ಒಳಕ್ಕೆ ಹೋಯಿತು. ಅಂಗಳವನ್ನು ದಾಟಿ ಮುಖ್ಯ ದ್ವಾರಗಳನ್ನು ತೆರೆಯಿತು. ದೀರ್ಘಾವಧಿಯ ತೆರೆಯುವಿಕೆಯನ್ನು ನೋಡಿದ ಅವರ ಒಡನಾಡಿಗಳು ಶಾ ನಜಾಫ್ ಗೆ ಧಾವಿಸಿದರು. ರಾತ್ರಿ ಹೊತ್ತಿಗೆ ಕ್ಯಾಂಪ್ ಬೆಲ್, ಶಾ ನಜಾಫ್ ನಲ್ಲಿ ತನ್ನ ಪ್ರಧಾನ ಕಚೇರಿಯನ್ನು ನಿರ್ಮಿಸಿದರು.

ಮುತ್ತಿಗೆ ಹಾಕಲಾದ ರೆಸಿಡೆನ್ಸಿಯೊಳಗೆ, ಹ್ಯಾವ್ ಲಾಕ್ ಮತ್ತು ಔಟ್ರಾಮ್ ಕ್ಯಾಂಪ್ಬೆಲ್ ನ ಸೇನೆಯೊಂದಿಗೆ ಹೊಂದಾಣಿಕೆ ಮಾಡಲು ತಮ್ಮ ಸಿದ್ಧತೆಗಳನ್ನು ಪೂರ್ಣಗೊಳಿಸಿದರು. ಛತಾರ್ ಮಾಂಜಿಯಲ್ಲಿ ಇರಿಸಲಾಗಿದೆ! ಛತ್ತರ್ ಮಂಜಿಲ್ನಲ್ಲಿ ನೆಲೆಸಿರುವ ಅವರು ಸಿಕಂದ್ರಬಾಗ್ ಕ್ಯಾಂಪ್ಬೆಲ್ನ ಕೈಯಲ್ಲಿದೆ ಅಂದು ಒಮ್ಮೆ ಖಚಿತಪಡಿಸಿಕೊಂಡ ನಂತರ ಉದ್ಯಾನದ ಹೊರ ಗೋಡೆಗಳನ್ನು ಸ್ಫೋಟಿಸುವ ಯೋಜನೆಯನ್ನು ಕಾರ್ಯಗತಗೊಳಿಸಿದರು.

ಎರಡು ಬ್ರಿಟಿಷ್ ಪಡೆಗಳನ್ನು ಬೇರ್ಪಡಿಸಿದ ಕೊನೆಯ ಪ್ರಮುಖ ಸ್ಥಾನವಾದ ಮೋರಿ ಮಹಲ್ ಅನ್ನು ಕ್ಯಾಂಪ್ ಬೆಲ್ ನ ಸೇನೆಗಳಿಂದ ತೆರವುಗೊಳಿಸಲಾಯಿತು. ಈಗ ಕೇವಲ 450 ಗಜಗಳು ಎರಡು ಪಡೆಗಳನ್ನು ಬೇರ್ಪಡಿಸಿದವು. ಸಿಪಾಯಿಗಳು ತಮ್ಮ ರಕ್ಷಣೆಗೆ ನಿಂತಾಗ ಮೊಂಡುತನದ ಪ್ರತಿರೋಧ ಮುಂದುವರೆಯಿತು. ಆದರೆ ಬ್ರಿಟಿಷರ ಪುನರಾವರ್ತಿತ ಪ್ರಯತ್ನಗಳು ಪ್ರತಿರೋಧದ ಈ ಕೊನೆಯ ಪಾಕೆಟ್ಸ್ ಅನ್ನು ತೆರವುಗೊಳಿಸಿತು. ಎರಡನೇ ಪರಿಹಾರ ಸೇನೆ ರೆಸಿಡೆನ್ಸಿ ತಲುಪಿತ್ತು.

•••

ಸ್ಥಳಾಂತರಿಸುವಿಕೆ

ಬ್ರಿಟಿಷ್ ಸ್ಥಾನವನ್ನು ಭದ್ರಪಡಿಸಿಕೊಳ್ಳಲು ಔಟ್ರಾಮ್ ಮತ್ತು ಹ್ಯಾವ್ ಲಾಕ್ ಇಬ್ಬರೂ ಕೈಸರ್ ಬಾಗ್ ಮೇಲೆ ದಾಳಿ ಮಾಡಲು ಶಿಫಾರಸುಮಾಡಿದರೂ, ಇತರ ಬಂಡಾಯ ಪಡೆಗಳು ಕಾನ್ಪುರ ಮತ್ತು ಬ್ರಿಟಿಷರ ವಶದಲ್ಲಿರುವ ಇತರ ನಗರಗಳಿಗೆ ಬೆದರಿಕೆ ಹಾಕುತ್ತಿವೆ ಎಂದು ಕ್ಯಾಂಪ್ ಬೆಲ್ ಗೆ ತಿಳಿದಿತ್ತು. ಮತ್ತು ಲಕ್ನೋವನ್ನು ತ್ಯಜಿಸುವಂತೆ ಅವರು ಆದೇಶಿಸಿದರು . ನವೆಂಬರ್ 19 ರಂದು ಸ್ಥಳಾಂತರಿಸುವಿಕೆ ಪ್ರಾರಂಭವಾಯಿತು. ಕ್ಯಾಂಪ್ಬೆಲ್ನ ಫಿರಂಗಿದಳವು ಕೈಸರ್ಬಾಗ್ನ ಮೇಲೆ ದಾಳಿಯು ಸನ್ನಿಹಿತವಾಗಿದೆ ಎಂದು ಬಂಡುಕೋರರನ್ನು ಮೋಸಗೊಳಿಸಲು ಬಾಂಬ್ ದಾಳಿ ನಡೆಸಿತು. ಬಂಡುಕೋರರ ದೃಷ್ಟಿಕೋನದಿಂದ ತೆರೆದ ಜಾಗವನ್ನು ರಕ್ಷಿಸಲು ಕ್ಯಾನ್ವಾಸ್ ಪರದೆಗಳನ್ನು ನಿರ್ಮಿಸಲಾಯಿತು. ಮಹಿಳೆಯರು, ಮಕ್ಕಳು ಮತ್ತು ಅನಾರೋಗ್ಯ ಪೀಡಿತರು ಮತ್ತು ಗಾಯಾಳುಗಳು ಈ ಪರದೆಯ ಹೊದಿಕೆಯಡಿಯಲ್ಲಿರುವ ವಿವಿಧ ಗಾಡಿಗಳಲ್ಲಿ ಅಥವಾ ಕಸದ ಮೇಲೆ, ಇತರರು ಕಾಲ್ನಡಿಗೆಯಲ್ಲಿ ದಿಲ್ಕುಷಾ ಉದ್ಯಾನವನಕ್ಕೆ ತೆರಳಿದರು, ಇತರರು ಕಾಲ್ನಡಿಗೆಯಲ್ಲಿ ತೆರಳಿದರು. ಮುಂದಿನ ಎರಡು ದಿನಗಳಲ್ಲಿ, ಔಟ್ರಾಮ್ ತನ್ನ ಬಂದೂಕುಗಳನ್ನು ಹೆಚ್ಚಿಸಿಕೊಂಡು ಅವುಗಳನ್ನು ಹಿಂಬಾಲಿಸಿದನು.

ದಿಲ್ಕುಶಾ ಪಾರ್ಕ್ ನಲ್ಲಿ, ಹ್ಯಾವ್ಲಾಕ್ ನವೆಂಬರ್ 23 ರಂದು (ಅಪಸಾಮಾನ್ಯ ಕ್ರಿಯೆಯ ಹಠಾತ್ ದಾಳಿಯಿಂದ) ನಿಧನರಾದರು. ಇಡೀ ಸೈನ್ಯ ಮತ್ತು ಬೆಂಗಾವಲು ಪಡೆಯು ಈಗ ಅಲಂಬಾಗ್ ಗೆ ಸ್ಥಳಾಂತರಗೊಂಡಿತು. ಅಲಾಂಬಾಗ್ ಅನ್ನು ರಕ್ಷಿಸಲು ಕ್ಯಾಂಪ್ ಬೆಲ್ 4,000 ಜನರೊಂದಿಗೆ ಔಟ್ ರಾಮ್ ನಿಂದ ಹೊರಟರು. ಆದರೆ ಅವರು ಸ್ವತಃ 3,000 ಪುರುಷರು ಮತ್ತು ಹೆಚ್ಚಿನ ನಾಗರಿಕರೊಂದಿಗೆ ನವೆಂಬರ್ 27 ರಂದು ಕಾನ್ಪೋರ್ಗೆ ತೆರಳಿದರು. ಮೊದಲ ಮುತ್ತಿಗೆ 87 ದಿನಗಳ ಕಾಲ ನಡೆಯಿತು, ಎರಡನೆಯ ಮುತ್ತಿಗೆ 61 ದಿನಗಳ ಕಾಲ ನಡೆಯಿತು.

ಒಂದೇ ದಿನದಲ್ಲಿ ಅತಿ ಹೆಚ್ಚು ಸಂಖ್ಯೆಯ ಅಂದರೆ 24 ವಿಕ್ಟೋರಿಯಾ ಕ್ರಾಸ್ ಗಳನ್ನು ನೀಡಲಾಯಿತು.ಇವುಗಳಲ್ಲಿ ಹೆಚ್ಚಿನವು ನವೆಂಬರ್ 16, 1857 ರಂದು ಲಕ್ನೋದ ಎರಡನೇ ಪರಿಹಾರದಲ್ಲಿ ಸಿಕಂದರ್ಬಾಗ್ ದಾಳಿಗಾಗಿ ಸಿಕ್ಕಿದ್ದವು. ಮುಂದಿನ ಶೀತ ಹವಾಮಾನದ ಅವಧಿಯಲ್ಲಿ ಬಂಡುಕೋರರು ಲಕ್ನೋದ ನಿಯಂತ್ರಣವನ್ನು ಬಿಡಲಾಯಿತು, ಆದರೆ ಅವರ ಸ್ವಂತ ಅನೈತಿಕತೆ ಮತ್ತು ಸುಲಭವಾಗಿ ರಕ್ಷಿಸಲ್ಪಟ್ಟ ಅಲಂಬಾಗ್ನಲ್ಲಿ ಔಟ್ರಾಮ್ನ ಹಿಡಿತದಿಂದ ಬೇರೆ ಯಾವುದೇ ಕಾರ್ಯಾಚರಣೆಗಳನ್ನು ಕೈಗೊಳ್ಳದಂತೆ ತಡೆಯಲಾಯಿತು. ಮಾರ್ಚ್ 21, 1858 ರಂದು ಕ್ಯಾಂಪ್ಬೆಲ್ ಲಕ್ನೋವನ್ನು ಮರಳಿ ಪಡೆದರು.

•••

ಝಾನ್ಸಿ (ಮಧ್ಯ ಭಾರತ)

ಸೆಂಟ್ರಲ್ ಇಂಡಿಯಾ ಕ್ಯಾಂಪೇನ್ 1857 ರ ದಂಗೆಯಲ್ಲಿ (ಮೊದಲ ಭಾರತೀಯ ಸ್ವಾತಂತ್ರ್ಯಸಂಗ್ರಾಮ ಎಂದು ಕರೆಯಲ್ಪಡುವ) ಕೊನೆಯ ಸರಣಿ ಕ್ರಮಗಳಲ್ಲಿಒಂದಾಗಿದೆ. ಒಂದು ಬ್ರಿಟಿಷರು ಮತ್ತು ಭಾರತೀಯ ಸಣ್ಣ ಸೈನ್ಯವು (ಬಾಂಬೆ ಪ್ರೆಸಿಡೆನ್ಸಿಯಿಂದ) ಏಕೀಕೃತವಲ್ಲದ ರಾಜ್ಯಗಳ ಸಂಗ್ರಹವನ್ನು ಒಂದೇ ಕ್ಷಿಪ್ರ ಕಾರ್ಯಾಚರಣೆಯಲ್ಲಿ ಜಯಿಸಿತು,ಆದರೂ ನಿರ್ಧರಿಸಿದ ದಂಗೆಕೋರರು ಮತ್ತೊಂದು ವರ್ಷದವರೆಗೆ ಗುರಿಲ್ಲಾ ಅಭಿಯಾನವನ್ನು ಮುಂದುವರೆಸಿದರು.

ಏಕಾಏಕಿ ದಂಗೆ:

ಆ ಸಮಯದಲ್ಲಿ ಬ್ರಿಟಿಷರಿಗೆ ಸೆಂಟ್ರಲ್ ಇಂಡಿಯಾ ಎಂದು ಕರೆಯಲ್ಪಡುವ ಪ್ರದೇಶವು ಈಗ ಮಧ್ಯಪ್ರದೇಶ ಮತ್ತು ರಾಜಸ್ಥಾನ ರಾಜ್ಯಗಳ ಭಾಗಗಳಿಂದ ಆಕ್ರಮಿಸಲ್ಪಟ್ಟಿತ್ತು. 1857ರಲ್ಲಿ, ಇದನ್ನು ಸೆಂಟ್ರಲ್ ಇಂಡಿಯಾ ಸಂಸ್ಥೆಯಾಗಿ ನಿರ್ವಹಿಸಲಾಯಿತು ಮತ್ತು ನಾಮ ಮಾತ್ರವಾಗಿ ಮರಾಠಾ ಅಥವಾ ಮೊಘಲ್ ರಾಜಕುಮಾರರ ಅಡಿಯಲ್ಲಿ ಆರು ದೊಡ್ಡ ಮತ್ತು ಸುಮಾರು 150 ಸಣ್ಣ ರಾಜ್ಯಗಳನ್ನು ಒಳಗೊಂಡಿತ್ತು, ಆದರೆ ಬ್ರಿಟಿಷ್ ಈಸ್ಟ್ ಇಂಡಿಯಾ ನೇಮಿಸಿದ ನಿವಾಸಿಗಳು ಅಥವಾ ಆಯುಕ್ತರಿಂದ ಹೆಚ್ಚಿನ ಅಥವಾ ಕಡಿಮೆ ಮಟ್ಟಕ್ಕೆ ತೀವ್ರವಾಗಿ ನಿಯಂತ್ರಿಸಲ್ಪಟ್ಟಿತು. ಬ್ರಿಟಿಷ್ ನಿಯಂತ್ರಣವು ಝಾನ್ಸಿಯ ಮೇಲೆ ಕೇಂದ್ರೀಕೃತವಾಗಿತ್ತು, ಅಲ್ಲಿ ಕೊನೆಯ ರಾಜನ ವಿಧವೆ ರಾಣಿ ಲಕ್ಷ್ಮಿ ಬಾಯಿ ವಿಳಂಬದ ಕುಖ್ಯಾತ ಸಿದ್ಧಾಂತದ ಅಡಿಯಲ್ಲಿ ರಾಜ್ಯವನ್ನು ಬ್ರಿಟಿಷ್ ಸ್ವಾಧೀನ ಪಡಿಸಿಕೊಳ್ಳುವುದನ್ನು ವಿರೋಧಿಸಿದರು.

ಈಸ್ಟ್ ಇಂಡಿಯಾ ಕಂಪನಿಯ ಬಂಗಾಳ ಸೈನ್ಯದ ಭಾರತೀಯ ಸೈನಿಕರ (ಸಿಪಾಯಿಗಳು) ನಿಷ್ಠೆಯು ಹಿಂದಿನ ದಶಕದಲ್ಲಿ ಇತ್ತು. ಮೇ 10, 1857 ರಂದು ದೆಹಲಿಯ ಉತ್ತರದ ಮೀರತ್ ನಲ್ಲಿ ಸಿಪಾಯಿಗಳು ಮುಕ್ತ ದಂಗೆಯಲ್ಲಿ ಮುಳುಗಿದರು. ಈ ಏಕಾಏಕಿ ಸುದ್ದಿ ವೇಗವಾಗಿ ಹರಡಿತು, ಮತ್ತು ಬಂಗಾಳ ಸೇನೆಯ ಇತರ ಘಟಕಗಳು ಸಹ ಬಂಡಾಯವೆದ್ದವು.

ಬಂಗಾಳ ಸ್ಥಳೀಯ ಪದಾತಿಸೈನ್ಯದ ಒಂಬತ್ತು ರೆಜಿಮೆಂಟ್ಗಳು ಮತ್ತು ಮೂರು ಅಶ್ವದಳಗಳು ಮಧ್ಯ ಭಾರತದಲ್ಲಿ ನೆಲೆಗೊಂಡಿವೆ. ದೊಡ್ಡದು ಕೂಡ ಇತ್ತು.

ಗ್ವಾಲಿಯರ್ ತುಕಡಿ, ಹೆಚ್ಚಾಗಿ ಔಧ್‌ನಿಂದ ಹುಟ್ಟಿಕೊಂಡಿತು ಮತ್ತು ಸಂಘಟನೆಯಲ್ಲಿ ಬಂಗಾಳದ ಸೇನೆಯ ಅನಿಯಮಿತ ಘಟಕಗಳಿಗೆ ಹೋಲುತ್ತದೆ, ಆದರೆ ಗ್ವಾಲಿಯರ್ನ ಮಹಾರಾಜ ಜೀವಾಜಿರಾವ್ ಸಿಂಧಿಯಾ ಅವರ ಸೇವೆಯಲ್ಲಿ, ಅವರು ಬ್ರಿಟಿಷರೊಂದಿಗೆ ಮೈತ್ರಿ ಮಾಡಿಕೊಂಡರು. ಈ ಎಲ್ಲಾ ಘಟಕಗಳು ಜೂನ್ ಮತ್ತು ಜುಲೈನಲ್ಲಿ ತಮ್ಮ ಅಧಿಕಾರಿಗಳ ವಿರುದ್ಧ ಬಂಡೆದ್ದವು. ಅವರನ್ನು ವಿರೋಧಿಸಲು ಕೆಲವೇ ಕೆಲವು ಬ್ರಿಟಿಷ್ ಘಟಕಗಳು ಇದ್ದವು ಮತ್ತು ಮಧ್ಯ ಭಾರತವು ಸಂಪೂರ್ಣವಾಗಿ ಬ್ರಿಟಿಷರ ನಿಯಂತ್ರಣದಿಂದ ಹೊರಬಂದಿತು.

ಝಾನ್ಸಿಯಲ್ಲಿ, ಬ್ರಿಟಿಷ್ ಅಧಿಕಾರಿಗಳು, ನಾಗರಿಕರು ಮತ್ತು ಅವಲಂಬಿತರು ಜೂನ್ 5 ರಂದು ಕೋಟೆಯಲ್ಲಿ ಆಶ್ರಯ ಪಡೆದರು. ಅವರು ಮೂರು ದಿನಗಳ ನಂತರ ಹೊರಗೆ ಬಂದರು ಮತ್ತು ದಂಗೆಕೋರರು ಮತ್ತು ಅನಿಯಮಿತರಿಂದ ಹತ್ಯೆಗೀಡಾದರು. ರಾಣಿ ಲಕ್ಷ್ಮಿ ಬಾಯಿ ಅವರ ಕೃತ್ಯದಲ್ಲಿ ಯಾವುದೇ ತೊಡಕಿಲ್ಲ ಎಂದು ನಿರಾಕರಿಸಿದರು. ಆದರೆ ಬ್ರಿಟಿಷರಿಂದ ದೂಷಿಸಲ್ಪಟ್ಟರು.

ಮುಂದಿನ ಕೆಲವು ತಿಂಗಳುಗಳಲ್ಲಿ, ಹೆಚ್ಚಿನ ಮಾಜಿ ಕಂಪನಿ ರೆಜಿಮೆಂಟ್ ಗಳು ದೆಹಲಿಯ ಮುತ್ತಿಗೆಯಲ್ಲಿ ಭಾಗವಹಿಸಲು ಮೆರವಣಿಗೆ ನಡೆಸಿದವು, ಅಲ್ಲಿ ಅವರು ಅಂತಿಮವಾಗಿ ಸೋಲಿಸಲ್ಪಟ್ಟರು. ಗ್ವಾಲಿಯರ್ ದಂಗೆಕೋರರು ಅಕ್ಟೋಬರ್ ವರೆಗೆ ನಿಷ್ಕ್ರಿಯರಾಗಿದ್ದರು. ತಾಂತ್ಯ ಟೋಪ್ ಅವರು ಕಾನ್ಪೋರ್ ನಲ್ಲಿ ಸೋಲನ್ನು ಅನುಭವಿಸಿದರು. ಈ ಸೋಲುಗಳು ತರಬೇತಿ ಪಡೆದ ಮತ್ತು ಅನುಭವಿ ಪಡೆಗಳ ಗಣನೀಯ ಪ್ರಮಾಣದ ಬಂಡುಕೋರರನ್ನು ವಂಚಿತಗೊಳಿಸಿತು ಮತ್ತು ಬ್ರಿಟಿಷ್ ಅಭಿಯಾನವನ್ನು ದುರ್ಬಲಗೊಳಿಸಿತು.

ಏತನ್ಮಧ್ಯೆ, ಈಗಿನ ಸ್ವತಂತ್ರ ರಾಜಕುಮಾರರಲ್ಲಿ ಹೆಚ್ಚಿನವರು ಸುಂಕವನ್ನು ಹೆಚ್ಚಿಸಿದರು ಮತ್ತು ಪರಸ್ಪರ ಹೋರಾಡಲು ಪ್ರಾರಂಭಿಸಿದರು, ಅಥವಾ ಬಲದ ಬೆದರಿಕೆಯ ಮೇಲೆ ಪರಸ್ಪರ ವಿಮೋಚನೆಗಾಗಿ ಒತ್ತಾಯಿಸಿದರು. ಲೂಟಿಯ ಭರವಸೆಯ ಮೇರೆಗೆ ತನ್ನ ಸೇವೆಗೆ ಸೇರಲು ಹಲವಾರು ಘಟಕಗಳನ್ನು ಪ್ರೇರೇಪಿಸಿದ ಬಂಡಾದ ನವಾಬ್ ವಿಶೇಷವಾಗಿ ದುರುದ್ದೇಶಪೂರಿತನಾಗಿದ್ದನು.

ಒಬ್ಬ ಮೊಘಲ್ ರಾಜಕುಮಾರ, ಫಿರೋಜ್ ಷಾ, ದಕ್ಷಿಣಕ್ಕೆ ಬಾಂಬೆ ಪ್ರೆಸಿಡೆನ್ಸಿಗೆ ಸೈನ್ಯವನ್ನು ಮುನ್ನಡೆಸಲು ಪ್ರಯತ್ನಿಸಿದರು, ಆದರೆ ಮಧ್ಯ ಭಾರತದ ಹಂಗಾಮಿ ಆಯುಕ್ತ ಸರ್ ಹೆನ್ರಿ ಡುರಾಂಡ್ ಅವರ ನೇತೃತ್ವದಲ್ಲಿ ಸರ್ವಶಕ್ತಿಯಿಂದ ಸೋಲಿಸಲ್ಪಟ್ಟರು. ನಂತರ ಡುರಾಂಡ್ ಅವರು ಹೋಲ್ಕರ್ ತುಕೋಜಿರಾವ್ II (ದಕ್ಷಿಣ ಮಧ್ಯ ಭಾರತದ ಇಂದೋರ್ ನ ಆಡಳಿತಗಾರ) ರನ್ನು ಶರಣಾಗತಿಗೆ ಒಳಪಡಿಸಿದರು.

•••

ಕಲ್ಪಿ ಪತನದ ಪ್ರಚಾರ

ಸರ್ ಹಗ್ ರೋಸೆ ಅವರ ನೇತೃತ್ವದಲ್ಲಿ ಸೆಂಟ್ರಲ್ ಇಂಡಿಯಾ ಫೀಲ್ಡ್ ಫೋರ್ಸ್ 1857 ರ ಡಿಸೆಂಬರ್ ಅಂತ್ಯದಲ್ಲಿ ಇಂದೋರ್ ಸುತ್ತಲೂ ಕ್ಷೇತ್ರವನ್ನು ತೆಗೆದುಕೊಂಡಿತು .ಈ ಬಲವು ಕೇವಲ ಎರಡು ಸಣ್ಣ ಬ್ರಿಗೇಡ್ ಗಳನ್ನು ಮಾತ್ರ ಒಳಗೊಂಡಿತ್ತು. ಸುಮಾರು ಅರ್ಧದಷ್ಟು ಪಡೆಗಳು ಬಾಂಬೆ ಪ್ರೆಸಿಡೆನ್ಸಿಯ ಸೇನೆಯ ಭಾರತೀಯ ಘಟಕಗಳಾಗಿದ್ದು, ಬಂಗಾಳ ಸೇನೆಯು ಬಂಡಾಯವೆದ್ದಕ್ಕೆ ಕಾರಣವಾದ ಉದ್ವಿಗ್ನತೆಯಿಂದ ಅದೇ ಪ್ರಮಾಣದಲ್ಲಿ ಪರಿಣಾಮ ಬೀರಲಿಲ್ಲ. ರೋಸ್ ಅನ್ನು ಆರಂಭದಲ್ಲಿ ವಿವಿಧ ಶಸ್ತ್ರಸಜ್ಜಿತ ಧಾರಕರು ಮತ್ತು ರಾಜರ ಲೆವಿಡ್ ಪಡೆಗಳು ಮಾತ್ರ ವಿರೋಧಿಸಿದರು, ಅವರ ಉಪಕರಣಗಳು ಮತ್ತು ದಕ್ಷತೆಯ ಬಗ್ಗೆ ಕೆಲವೊಮ್ಮೆ ಅನುಮಾನವಿತ್ತು. ದಂಗೆಕೋರರ ಹೆಚ್ಚಿನ ಗಮನವು ಪ್ರದೇಶದ ಉತ್ತರ ಭಾಗದತ್ತ ಕೇಂದ್ರೀಕೃತವಾಗಿತ್ತು. ಅಲ್ಲಿ ತಾಂತ್ಯ ಟೋಪೆ ಮತ್ತು ಇತರ ನಾಯಕರು ಔಧ್ ನಲ್ಲಿ ದಂಗೆಕೋರರಿಗೆ ಸಹಾಯ ಮಾಡಲು ಪ್ರಯತ್ನಿಸುತ್ತಿದ್ದರು. ಇದರಿಂದಾಗಿ ದಕ್ಷಿಣದಿಂದ ರೋಸ್ ಅವರ ಅಭಿಯಾನವು ತುಲನಾತ್ಮಕವಾಗಿ ಸುಲಭವಾಯಿತು.

ಒಂದು ಸಣ್ಣ ಯುರೋಪಿಯನ್ ಗ್ಯಾರಿಸನ್ ಅನ್ನು ಮುತ್ತಿಗೆ ಹಾಕಿದ ಸೌಗರ್ ಪಟ್ಟಣವನ್ನು ನಿವಾರಿಸುವುದು ರೋಸ್ನ ಮೊದಲ ಧ್ಯೇಯವಾಗಿತ್ತು. ರಥ್ ಗರ್ ನಲ್ಲಿ ಅಫ್ಘಾನ್ ಮತ್ತು ಪಖ್ತುನ್ ಕೂಲಿ ಸೈನಿಕರ ವಿರುದ್ಧ ಕೆಲವು ಕಠಿಣ ಹೋರಾಟದ ನಂತರ ಅವರು ಫೆಬ್ರವರಿ 5 ರಂದು ಇದನ್ನು ಸಾಧಿಸಿದರು. ಸಾರಿಗೆ ಮತ್ತು ಸರಬರಾಜುಗಳನ್ನು ಸಂಗ್ರಹಿಸುವಾಗ ಸೌಗೋರ್ ಹಲವಾರು ವಾರಗಳವರೆಗೆ ಕಾಯಬೇಕಾಯಿತು.

ನಂತರ ಅವರು ಝಾನ್ಸಿಯತ್ತ ಸಾಗಿದರು. ಬಂಡುಕೋರರು ನಗರದ ಮುಂದೆ ನಿಲ್ಲಲು ಪ್ರಯತ್ನಿಸಿದರು. ಆದರೆ ಅವರು ಮದನ್ ಪುರದಲ್ಲಿ ನಿರ್ಣಾಯಕವಾಗಿ ಸೋಲಿಸಲ್ಪಟ್ಟರು ಮತ್ತು ನಗರಕ್ಕೆ ಓಡಿಹೋದರು, ನಿರಾಶೆಗೊಂಡರು. ಇಬ್ಬರು "ನಿಷ್ಠಾವಂತ" ರಾಜರಿಗೆ ಸಹಾಯ ಮಾಡಲು ಪಡೆಗಳನ್ನು ಬೇರ್ಪಡಿಸಲು ಕಮಾಂಡರ್-ಇನ್-ಚೀಫ್ ನೀಡಿದ ಸೂಚನೆಗಳನ್ನು ರೋಸ್ ನಿರ್ಲಕ್ಷಿಸಿದರು ಮತ್ತು ಮಾರ್ಚ್ 24 ರಂದು ಝಾನ್ಸಿಗೆ ಮುತ್ತಿಗೆ ಹಾಕಿದರು. ಮಾರ್ಚ್ 31 ರಂದು, ತಾಂತ್ಯ ಟೋಪೆ ನಗರವನ್ನು ನಿವಾರಿಸುವ ಪ್ರಯತ್ನದಲ್ಲಿ ಸೈನ್ಯವನ್ನು ಮುನ್ನಡೆಸಿದರು. ಅತ್ಯಂತ ಅನುಕೂಲಕರವಾಗಿ ದಾಳಿ ಮಾಡಿತು.

ಕ್ಷಣದಲ್ಲಿ, ರೋಸ್ ನ ಸೇನಾ ಪಡೆಯ ಮುಂದೆ ತಾತ್ಯಾ ಟೋಪಿಯ ಸೇನೆ ಯಾವುದಕ್ಕೂ ಸಾಲಲಿಲ್ಲ, ಮತ್ತು ಮರುದಿನ ಬೆಟ್ವಾ ಕದನದಲ್ಲಿ ಅವನನ್ನು ಸೋಲಿಸಲಾಯಿತು ಮತ್ತು ತಿರುಗಿ ಹೋಗುವಂತೆ ಒತ್ತಾಯಿಸಲಾಯಿತು. ಅದು ವರ್ಷದ ಅತ್ಯಂತ ಬಿಸಿಯಾದ ಮತ್ತು ಒಣಹವೆಯ ಸಮಯವಾಗಿತ್ತು, ಬ್ರಿಟಿಷರ ಹಿಮ್ಮೆಟ್ಟಿಸಲು ಬಂಡಾಯಗಾರನು ದಂಗೆಕೋರರಿಗೆ ಬೆಂಕಿ ಹಚ್ಚಿದನು, ಆದರೆ ಬೆಂಕಿಯು ತಮ್ಮದೇ ಆದ ಸೈನ್ಯವನ್ನು ಅಡ್ಡಿಪಡಿಸಿತು. ಅಂತಿಮವಾಗಿ ಅವರು ತಮ್ಮ ಎಲ್ಲ ಬಂದೂಕುಗಳನ್ನು ತ್ಯಜಿಸಿ ಕಲ್ಪಿಗೆ ಹಿಮ್ಮೆಟ್ಟಿದರು.

ಏಪ್ರಿಲ್ 5 ರಂದು ಝಾನ್ಸಿ ಮೇಲೆ ದಾಳಿ ನಡೆಸಲಾಯಿತು. ದಾಳಿಕೋರ ದಾಳಿಯು ಹಲವಾರು ದೌರ್ಜನ್ಯಗಳು, ಲೂಟಿ ಮತ್ತು ಆಶಿಸ್ತಿನಿಂದ ಕೂಡಿತ್ತು. 5,000 ರಕ್ಷಕರು ಮತ್ತು ನಾಗರಿಕರು ಸಾವನ್ನಪ್ಪಿದರು. (ಬ್ರಿಟಿಷ್ ಸಾವುನೋವುಗಳು 343). ಬಹುಶಃ ರೋಸ್ನ ಅಶ್ವಸೈನ್ಯವು ಲೂಟಿ ಕಾರ್ಯದಲ್ಲಿ ನಿರತರಾಗಿದ್ದಾಗ ,ರಾಣಿ ಲಕ್ಷ್ಮಿ ಬಾಯಿ ತಪ್ಪಿಸಿಕೊಂಡರು.

ಮೇ 5ರಂದು ಆರ್ಡರ್ ಅನ್ನು ಪುನಃಸ್ಥಾಪಿಸಲಾಯಿತು, ಆದರೆ ಕಲ್ಪಿ ಕಡೆಗೆ ಮುಂದುವರೆಯಿತು. ಮತ್ತೊಮ್ಮೆ ಬಂಡುಕೋರರು ನಗರದ ಮುಂದೆ ಹೋರಾಡಲು ಪ್ರಯತ್ನಿಸಿದರು. ಮೇ 6ರಂದು ಕೌಂಚ್ ನಲ್ಲಿ ಬ್ರಿಟೀಷರು ನಿರ್ಣಾಯಕ ಗೆಲುವು ಸಾಧಿಸಿದರು. ಇದು ಬಂಡಾಯಗಾರರಲ್ಲಿ ನಿರಾಶೆ ಮತ್ತು ಪರಸ್ಪರ ದೋಷಾರೋಪಣೆಗೆ ಕಾರಣವಾಯಿತು, ಆದರೆ ಅವರ ನೈತಿಕತೆಯು ಚೇತರಿಸಿಕೊಂಡಾಗ ಬಂಡಾದ ನವಾಬನು ಅವರನ್ನು ತನ್ನ ಸೈನ್ಯದೊಂದಿಗೆ ಬಲಪಡಿಸಿದನು. ಮೇ 16 ರಂದು, ಅವರು ನಗರವನ್ನು ಉಳಿಸಲು ತೀವ್ರವಾಗಿ ಹೋರಾಡಿದರು, ಆದರೆ ಮತ್ತೆ ಸೋಲನ್ನು ಅನುಭವಿಸಿದರು, ಅನೇಕ ಸಾವುನೋವುಗಳು ಸಂಭವಿಸಿದವು. ರೋಸ್ ನ ಸೈನಿಕರು ಸೂರ್ಯನ ಶಾಖಕ್ಕೆ ಬಲಿಯಾದರು.

••••

ಗ್ವಾಲಿಯರ್ ಮರುಪಡೆಯುವಿಕೆ:

ಕಲ್ಪಿಯ ಪತನದ ನಂತರ, ರೋಸ್ ದಂಡಯಾತ್ರೆಯು ಮುಗಿದಿದೆ ಎಂದು ಭಾವಿಸಿದರು ಮತ್ತು ಅನಾರೋಗ್ಯ ರಜೆಗೆ ಹೋಗಲು ಅರ್ಜಿ ಸಲ್ಲಿಸಿದರು. ಬಂಡುಕೋರ ನಾಯಕರು ತಮ್ಮ ಕೆಲವು ಪಡೆಗಳನ್ನು ಒಟ್ಟುಗೂಡಿಸುವಲ್ಲಿ ಯಶಸ್ವಿಯಾದರು. ಗ್ವಾಲಿಯರ್ ಅನ್ನು ಅದರ ಆಡಳಿತಗಾರ ಮಹಾರಾಜ ಸಿಂಧಿಯಾ ಅವರಿಂದ ವಶಪಡಿಸಿಕೊಳ್ಳುವ ಯೋಜನೆಯಲ್ಲಿ, ಅವರು ಬ್ರಿಟಿಷರ ಪರವಾಗಿಯೇ ಇದ್ದರು. ಜೂನ್ 1 ರಂದು, ಬಂಡುಕೋರರು ಗ್ವಾಲಿಯರ್ ನಿಂದ ಕೆಲವು ಮೈಲುಗಳ ಪೂರ್ವಕ್ಕೆ ಸೈನಿಕರು ಉಳಿದುಕೊಳ್ಳುವ ಜಾಗವಾಗಿರುವ ಮೊರಾರ್ ನಲ್ಲಿ ಸಿಂಧಿಯಾ ಸೈನಿಕರ ಮೇಲೆ ದಾಳಿ ನಡೆಸಿದರು. ಬಂಡುಕೋರರ ಅಶ್ವಸೈನ್ಯವು ಸಿಂಧಿಯಾದ ಫಿರಂಗಿದಳವನ್ನು ವಶಪಡಿಸಿಕೊಂಡಿತು, ಅದರ ನಂತರ ಸಿಂಧಿಯಾದ ಹೆಚ್ಚಿನ ಪಡೆಗಳು ಕಡಿಮೆಯಾದವು ಅಥವಾ ಪಕ್ಷಾಂತರಗೊಂಡವು. ಸಿಂಧಿಯಾ ಮತ್ತು ಕೆಲವು ಅನುಯಾಯಿಗಳು ಆಗ್ರಾದ ಬ್ರಿಟಿಷ್ ದಂಡಿನ ಪಟ್ಟಣಕ್ಕೆ ಪಲಾಯನ ಮಾಡಿದರು.

ಬಂಡುಕೋರರು ಗ್ವಾಲಿಯರ್ ಅನ್ನು ವಶಪಡಿಸಿಕೊಂಡರು, ಆದರೆ ಬಂಡುಕೋರ ಪಡೆಗಳಿಗೆ ಪಾವತಿಸಲು ಸಿಂಧಿಯಾದ ಖಜಾನೆ ಖಾಲಿಯಾಗಿತ್ತು. ದಂಗೆಕೋರರು ಈಗ ನವೀಕರಿಸಿದ ದಂಗೆಯನ್ನು ಆಚರಿಸಲು ಮತ್ತು ಘೋಷಿಸಲು ಸಮಯವನ್ನು ವ್ಯರ್ಥ ಮಾಡಿದರು. ರೋಸ್ ತನ್ನ ಬದಲಿ ಬರುವವರೆಗೆ ಮೈದಾನದಲ್ಲಿ ಉಳಿಯಲು ಮುಂದಾಗಿದ್ದರು. ಜೂನ್ 12 ರಂದು ಅವರು ಹೆಚ್ಚಿನ ಶಾಖ ಮತ್ತು ತೇವಾಂಶದ ಹೊರತಾಗಿಯೂ ಮೊರಾರ್ ಅನ್ನು ವಶಪಡಿಸಿಕೊಂಡರು. ಜೂನ್ 17ರಂದು ಕೋಟಾ-ಕಿ-ಸರಾಯ್ ಬಳಿ ಅಶ್ವದಳದ ದಾಳಿಯಲ್ಲಿ ರಾಣಿ ಲಕ್ಷ್ಮಿಬಾಯಿ ಸಾವನ್ನಪ್ಪಿದ್ದರು. ಮುಂದಿನ ಎರಡು ವರ್ಷಗಳಲ್ಲಿ, ಹೆಚ್ಚಿನ ದಂಗೆಕೋರರು ಗ್ವಾಲಿಯರ್ ಅನ್ನು ತ್ಯಜಿಸಿದರು. ಬ್ರಿಟಿಷರು ನಗರವನ್ನು ಪುನಃ ವಶಪಡಿಸಿಕೊಂಡರು. ಆದರೂ ಕೋಟೆ ಬೀಳುವ ಮೊದಲು ತೀವ್ರ ಪ್ರತಿರೋಧವಿತ್ತು .

ಕೊನೆಯ ಕ್ರಿಯೆಗಳು

ಬಹುತೇಕ ಬಂಡುಕೋರ ನಾಯಕರು ಈಗ ಶರಣಾದರು ಅಥವಾ ತಲೆಮರೆಸಿಕೊಂಡರು. ಆದರೆ ತಾಂತ್ಯ ಟೋಪೆ ಮೈದಾನದಲ್ಲಿಯೇ ಇದ್ದರು. ಮಾನ್ಸೂನ್ ಮಳೆಯಿಂದಾಗಿ ಅವನನ್ನು ಹಿಂಬಾಲಿಸುವವರಿಗೆ ವಿಳಂಬವಾಯಿತು, ತಾಂತ್ಯ ಮುಂದುವರೆದು,

ಮಧ್ಯ ಭಾರತದ ಸುತ್ತ ತಪ್ಪಿಸಿಕೊಂಡರು. ರಾವ್ ಸಾಹಿಬ್, ಮನ್ ಸಿಂಗ್ ಮತ್ತು ಫಿರೋಜ್ ಷಾ (ರೋಹಿಲ್ ಖಂಡ್ ನಲ್ಲಿ ಹೋರಾಡುತ್ತಿದ್ದವರು) ಸೇರಿದಂತೆ ಇತರ ನಾಯಕರು ಅವರೊಂದಿಗೆ ಸೇರಿಕೊಂಡರು. ಏಪ್ರಿಲ್ 1859ರಲ್ಲಿ ತಾಂತ್ಯ ಟೋಪೆಯನ್ನು ಮಾನ್ ಸಿಂಗ್ ದ್ರೋಹ ಮಾಡಿ ಗಲ್ಲಿಗೇರಿಸಿದರು.

ಇತಿಹಾಸಕಾರರು ಭಾರತೀಯ ರಾಜಕುಮಾರರ ನಡವಳಿಕೆಯನ್ನು ಟೀಕಿಸುತ್ತಾರೆ, ಅವರಲ್ಲಿ ಹೆಚ್ಚಿನವರು ಸ್ವಹಿತಾಸಕ್ತಿ ಅಥವಾ ಉತ್ಸಾಹಭರಿತರಾಗಿದ್ದರು. ಮತ್ತು ಸಿಪಾಯಿಗಳ ನಡುವೆ ನಾಯಕತ್ವದ ಕೊರತೆಯನ್ನು ಟೀಕಿಸುತ್ತಾರೆ. ಈಸ್ಟ್‌ಇಂಡಿಯಾ ಕಂಪನಿಯ ಸೈನ್ಯದಲ್ಲಿ, ಯಾವುದೇ ಭಾರತೀಯ ಸೈನಿಕರು ಹಿರಿಯ ವಾರಂಟ್ ಅಧಿಕಾರಿಗೆ ಸಮನಾದ ಶ್ರೇಣಿಯನ್ನು ಪಡೆಯಲು ಸಾಧ್ಯವಿಲ್ಲ. ಹೆಚ್ಚಿನ ಸಿಪಾಯಿಗಳ ಅಧಿಕಾರಿಗಳು ಹಿರಿಯ ವ್ಯಕ್ತಿಗಳಾಗಿದ್ದರು, ಮತ್ತು ನಾಯಕರಾಗಿ ಯಾವುದೇ ತರಬೇತಿಯನ್ನು ಪಡೆಯದೆ ವಯಸ್ಸಿನ ಅಧಾರದ ಮೇಲೆ ತಮ್ಮ ಶ್ರೇಣಿಯನ್ನು ಪಡೆದರು.. ಆದ್ದರಿಂದ ದಂಗೆಯು ತಾಂತ್ಯ ಟೋಪೆ ಮತ್ತು ರಾಣಿ ಲಕ್ಷ್ಮಿ ಬಾಯಿಯಂತಹ ವರ್ಚಸ್ವಿ ನಾಯಕರ ಮೇಲೆ ಅವಲಂಬಿತವಾಗಿದೆ. ಆದಾಗ್ಯೂ ಅವರನ್ನು ಅನೇಕ ಇತರ ರಾಜಕುಮಾರರು ಅಸೂಯೆ ಮತ್ತು ದ್ವೇಷದಿಂದ ಪರಿಗಣಿಸಿದ್ದರು.

ಅನೇಕ ಸಂದರ್ಭಗಳಲ್ಲಿ, ನಗರಗಳು ಮತ್ತು ಕೋಟೆಗಳ ರಕ್ಷಕರು ಮೊದಲು ಚೆನ್ನಾಗಿ ಹೋರಾಡಿದರು. ಆದರೆ ಉಪಶಮನಕಾರಿ ಪಡೆಗಳನ್ನು ಸೋಲಿಸಿದಾಗ ನಿರಾಶೆಗೊಂಡರು ಮತ್ತು ನಂತರ ಹೋರಾಡದೆ ಸುಲಭವಾಗಿ ಸಮರ್ಥಿಸಿಕೊಂಡ ಸ್ಥಾನಗಳನ್ನು ತ್ಯಜಿಸಿದರು.

ಇದಕ್ಕೆ ತದ್ವಿರುದ್ಧವಾಗಿ, ಡ್ಯುರಾಂಡ್, ರೋಸ್ ಮತ್ತು ಅವರ ಪ್ರಧಾನ ಅಧೀನ ಅಧಿಕಾರಿಗಳು ತ್ವರಿತವಾಗಿ ಮತ್ತು ನಿರ್ಣಾಯಕವಾಗಿ ಕಾರ್ಯನಿರ್ವಹಿಸಿದ್ದರು. ಅವರ ಅನೇಕ ಪಡೆಗಳು ಬಾಂಬೆ ಸೈನ್ಯದಿಂದ ಬಂದವು, ಅದು ಬಂಗಾಳದ ಸೈನ್ಯದಂತೆಯೇ ಅಸಮಾಧಾನಗೊಳ್ಳಲಿಲ್ಲ.

••••

ಪಂಜಾಬ್

ಆಗ ಬ್ರಿಟಿಷರಿಂದ ಪಂಜಾಬ್ ಎಂದು ಕರೆಯಲ್ಪಟ್ಟದ್ದು ವಾಸ್ತವವಾಗಿ ಲಾಹೋರ್‌ನಲ್ಲಿ ಕೇಂದ್ರೀಕೃತವಾಗಿರುವ ಒಂದು ದೊಡ್ಡ ಆಡಳಿತ ವಿಭಾಗವಾಗಿತ್ತು. ಇದು ಇಂದಿನ ಭಾರತ ಮತ್ತು ಪಾಕಿಸ್ತಾನಿ ಪಂಜಾಬ್ ಪ್ರದೇಶಗಳನ್ನು ಮಾತ್ರವಲ್ಲದೆ ಅಫ್ಘಾನಿಸ್ತಾನದ ಗಡಿಯಲ್ಲಿರುವ ವಾಯುವ್ಯ ಗಡಿನಾಡು ಜಿಲ್ಲೆಗಳನ್ನೂ ಒಳಗೊಂಡಿತ್ತು. ಈ ಪ್ರದೇಶದ ಹೆಚ್ಚಿನ ಭಾಗವು ಸಿಖ್ ಸಾಮ್ರಾಜ್ಯವಾಗಿತ್ತು.

ರಂಜಿತ್ ಸಿಂಗ್ ಅವರು 1839 ರಲ್ಲಿ ಸಾಯುವವರೆಗೂ ಆಳಿದರು. ಲಾಹೋರ್ ದರ್ಬಾರ್ (ಕೋರ್ಟ್) ನಲ್ಲಿ ಅಧಿಕಾರಕ್ಕಾಗಿ ಖಾಲ್ಸಾ (ಸಿಖ್ ಸೈನ್ಯ) ಪೈಪೋಟಿ ನಡೆಸುವುದರೊಂದಿಗೆ ಸಾಮ್ರಾಜ್ಯವು ಕುಸಿಯಿತು. ಎರಡು ಆಂಗ್ಲೋ-ಸಿಖ್ ಯುದ್ಧಗಳ ನಂತರ, ಇಡೀ ಪ್ರದೇಶವನ್ನು 1849 ರಲ್ಲಿ ಈಸ್ಟ್ ಇಂಡಿಯಾ ಕಂಪನಿಯು ಸ್ವಾಧೀನಪಡಿಸಿಕೊಂಡಿತು. 1857ರಲ್ಲಿ, ಈ ಪ್ರದೇಶವು ಇನ್ನೂ ಹೆಚ್ಚಿನ ಸಂಖ್ಯೆಯ ಬ್ರಿಟಿಷ್ ಮತ್ತು ಭಾರತೀಯ ಪಡೆಗಳನ್ನು ಹೊಂದಿತ್ತು.

ಪಂಜಾಬ್ ನ ನಿವಾಸಿಗಳು ಸಿಪಾಯಿಗಳ ಬಗ್ಗೆ ಸಹಾನುಭೂತಿ ಹೊಂದಿರಲಿಲ್ಲ, ಏಕೆಂದರೆ ಅವರಲ್ಲಿ ಅನೇಕರು ಬೆಳೆದ ಪ್ರದೇಶಗಳು, ಇದು ಅನೇಕ ಏಕಾಏಕಿ ಪರಸ್ಪರ ಪ್ರತ್ಯೇಕಿಸಲ್ಪಟ್ಟ ಸಿಪಾಯಿಗಳ ದಳಗಳಿಂದ ಭಿನ್ನವಾದ ದಂಗೆಗಳಿಗೆ ಸೀಮಿತವಾಗಿತ್ತು. ಕೆಲವು ದಂಡಿನ ಪಟ್ಟಣಗಳಲ್ಲಿ, ವಿಶೇಷವಾಗಿ ಫಿರೋಜ್ ಪುರದಲ್ಲಿ, ಹಿರಿಯ ಬ್ರಿಟಿಷ್ ಅಧಿಕಾರಿಗಳ ಕಡೆಯಿಂದ ನಿರ್ದಾಕ್ಷಿಣ್ಯವಾಗಿ ಸಿಪಾಯಿಗಳು ಬಂಡಾಯಕ್ಕೆ ಅವಕಾಶ ಮಾಡಿಕೊಟ್ಟರು, ಆದರೆ ಸಿಪಾಯಿಗಳು ಆ ಪ್ರದೇಶವನ್ನು ತೊರೆದು, ಹೆಚ್ಚಾಗಿ ದೆಹಲಿಗೆ ತೆರಳಿದರು. ಅಫ್ಘಾನಿಸ್ತಾನದ ಗಡಿಯ ಸಮೀಪವಿರುವ ಪೆಶಾವರ್ ನ ಅತ್ಯಂತ ಪ್ರಮುಖ ದಂಡಿನ ಪಟ್ಟಣಗಳಲ್ಲಿ, ತುಲನಾತ್ಮಕವಾಗಿ ಕಿರಿಯ ಅಧಿಕಾರಿಗಳು ತಮ್ಮ ನಾಮಮಾತ್ರದ ಕಮಾಂಡರ್ (ಹಿರಿಯ ಜನರಲ್ ರೀಡ್) ಅವರನ್ನು ನಿರ್ಲಕ್ಷಿಸಿ ನಿರ್ಣಾಯಕ ಕ್ರಮ ಕೈಗೊಂಡರು. ಅವರು ಸಿಪಾಯಿಗಳನ್ನು ತಡೆದರು, ಹೀಗಾಗಿ ಅವರ ಸಂಘಟಿತ ದಂಗೆಯನ್ನು ತಡೆಯುತ್ತಾರೆ ಮತ್ತು ಯಾವುದೇ ದಂಗೆಗಳು ಸಂಭವಿಸಿದಾಗ ಅದನ್ನು ನಿಗ್ರಹಿಸಲು ವೇಗವಾಗಿ ಚಲಿಸಲು 'ಪಂಜಾಬ್ ಮೂವಬಲ್ ಕಾಲಮ್' ಎಂದು ಕರೆಯಲ್ಪಡುವ ಒಂದು ಪಡೆಯನ್ನು ರಚಿಸಿದರು. ಅದು ಸ್ಪಷ್ಟವಾದಾಗ

ಪೇಶಾವರದ ಕೆಲವು ಸಿಪಾಯಿಗಳು ಮುಕ್ತ ದಂಗೆಯ ಹಂತದಲ್ಲಿದ್ದರು ಎಂಬ ಪ್ರತಿಬಂಧಿತ ಪತ್ರವ್ಯವಹಾರದಿಂದ, ಅತ್ಯಂತ ಅಸಮಾಧಾನಗೊಂಡ ನಾಲ್ಕು ಬಂಗಾಳ ಸ್ಥಳೀಯ ದಂಡುಕೋರರನ್ನು ಮೇ 22 ರಂದು ಫಿರಂಗಿದಳದ ಬೆಂಬಲದೊಂದಿಗೆ ಸೇನಾನೆಲೆಯಲ್ಲಿರುವ ಎರಡು ಬ್ರಿಟಿಷ್ ಕಾಲಾಳುಪಡೆ ದಂಡುಕೋರರನ್ನು ನಿಶ್ಯಸ್ತ್ರಗೊಳಿಸಿದವು. ಈ ನಿರ್ಣಾಯಕ ಕೃತ್ಯವು ಅನೇಕ ಸ್ಥಳೀಯ ಮುಖ್ಯಸ್ಥರನ್ನು ಬ್ರಿಟಿಷರ ಪರವಾಗುವಂತೆ ಪ್ರೇರೇಪಿಸಿತು.

ಗಡಿನಾಡಿನ ಕೆಲವು ರೆಜಿಮೆಂಟ್ ಗಳು ತರುವಾಯ ಬಂಡಾಯವೆದ್ದವು, ಅದರ ಪರಿಣಾಮವಾಗಿ ಪಖ್ತುನ್ ಹಳ್ಳಿಗಳು ಮತ್ತು ಬುಡಕಟ್ಟು ಜನಾಂಗದವರ ನಡುವೆ ಪ್ರತ್ಯೇಕವಾಯಿತು. ಜೂನ್ ಮತ್ತು ಜುಲೈ ಅವಧಿಯಲ್ಲಿ ಪಂಜಾಬ್ ಮತ್ತು ವಾಯುವ್ಯ ಗಡಿನಾಡಿನ ಪ್ರಾಂತ್ಯಗಳಲ್ಲಿ ಬಂಡಾಯವೆದ್ದ ಅಥವಾ ತೊರೆದ ಘಟಕಗಳಿಂದ ನೂರಾರು ಸಿಪಾಯಿಗಳ ಹಲವಾರು ಸಾಮೂಹಿಕ ಮರಣದಂಡನೆಗಳು ನಡೆದವು. ಬಂಗಾಳ ಘಟಕಗಳಲ್ಲಿ ಮೊದಲ ಅಶಾಂತಿಗೆ ಮುಂಚೆಯೇ ಬ್ರಿಟಿಷರು ಸಿಖ್ ಮತ್ತು ಪಖ್ತುನ್ ಸಮುದಾಯಗಳಿಂದ ಅನಿಯಮಿತ ಘಟಕಗಳನ್ನು ನೇಮಿಸಿಕೊಳ್ಳುತ್ತಿದ್ದರು. ದಂಗೆಯ ಸಮಯದಲ್ಲಿ ಇವುಗಳ ಸಂಖ್ಯೆಯನ್ನು ಹೆಚ್ಚಿಸಲಾಯಿತು.

ಒಂದು ಹಂತದಲ್ಲಿ, ದೆಹಲಿಯ ಮುತ್ತಿಗೆ ಹಾಕುವವರನ್ನು ಬಲಪಡಿಸಲು ಸೈನ್ಯವನ್ನು ಕಳುಹಿಸುವ ಅಗತ್ಯವನ್ನು ಎದುರಿಸಿದಾಗ, ಪಂಜಾಬ್ನ ಕಮಿಷನರ್ ಸ್ನೇಹದ ಪ್ರತಿಜ್ಞೆಗೆ ಪ್ರತಿಯಾಗಿ ಪೇಶಾವರದ ಅಸ್ಕರ್ ಬಹುಮಾನವನ್ನು ಅಫ್ಘಾನಿಸ್ತಾನದ ದೋಸ್ತ್ ಮೊಹಮ್ಮದ್ ಖಾನ್ಗೆ ಹಸ್ತಾಂತರಿಸುವಂತೆ ಸೂಚಿಸಿದರು. ಪೇಶಾವರ ಮತ್ತು ಪಕ್ಕದ ಜಿಲ್ಲೆಗಳಲ್ಲಿದ್ದ ಬ್ರಿಟಿಷ್ ಏಜೆಂಟರು ಗಾಬರಿಗೊಂಡರು. 1840 ರಲ್ಲಿ ಹಿಮ್ಮೆಟ್ಟಿದ ಬ್ರಿಟಿಷ್ ಸೈನ್ಯದ ,

ಹತ್ಯಾಕಾಂಡವನ್ನು ಉಲ್ಲೇಖಿಸಿ, ಹರ್ಬರ್ಟ್ ಎಡ್ವರ್ಡ್ಸ್ ಹೀಗೆ ಬರೆದಿದ್ದಾರೆ, "ದೋಸ್ತ್ ಮೊಹಮ್ಮದ್ ಅವರು ಭಾರತದಲ್ಲಿ ನಮ್ಮನ್ನು ಶತ್ರುಗಳಂತೆ ಕಂಡು ತಮ್ಮ ದಿನವನ್ನು ಕಳೆಯದೆ ಇದ್ದಿದ್ದರೆ ಅವರು ಅಫ್ಘಾನದಲ್ಲಿ ಮರಣ ಹೊಂದುತ್ತಿರಲಿಲ್ಲ. ಯುರೋಪಿಯನ್ನರು ಹಿಂದೆ ಸರಿಯುತ್ತಿದ್ದರು. ಮತ್ತು ಕಾಬುಲ್ ಮತ್ತೆ ನಮ್ಮ ಕೈವಶವಾಗುತ್ತಿತ್ತು." ಈ ಸಂದರ್ಭದಲ್ಲಿ, ಲಾರ್ಡ್ ಕಾನಿಂಗ್ ಅವರು ಪೇಶಾವರವನ್ನು ವಶಪಡಿಸಿಕೊಳ್ಳುವಂತೆ ಒತ್ತಾಯಿಸಿದರು ಮತ್ತು ಬ್ರಿಟನ್ನೊಂದಿಗೆ ಇಪ್ಪತ್ತು ವರ್ಷಗಳಿಗೂ ಹೆಚ್ಚು ಕಾಲ ಸಂಬಂಧ ಹೊಂದಿದ್ದ ದೋಸ್ತ್ ಮೊಹಮ್ಮದ್ ಅವರು ತಟಸ್ಥರಾಗಿದ್ದರು.

ಪಂಜಾಬ್ನಲ್ಲಿ ಅಂತಿಮ ದೊಡ್ಡ ಪ್ರಮಾಣದ ಮಿಲಿಟರಿ ದಂಗೆಯು ಜುಲೈ 9 ರಂದು ನಡೆಯಿತು, ಸಿಯಾಲ್ಕೋಟ್ನಲ್ಲಿನ ಹೆಚ್ಚಿನ ಸಿಪಾಯಿಗಳ ದಳವು ಬಂಡಾಯವೆದ್ದು ದೆಹಲಿಗೆ ತೆರಳಲು ಪ್ರಾರಂಭಿಸಿತು. ರಾವಿ ನದಿಯನ್ನು ದಾಟಲು ಪ್ರಯತ್ನಿಸಿದಾಗ ಅವರನ್ನು ಸಮಾನ ಬ್ರಿಟೀಷರ ಬಲದಿಂದ ಜಾನ್ ನಿಕೋಲ್ಸನ್ ತಡೆದರು. ಹಲವಾರು ಗಂಟೆಗಳ ಕಾಲ ಸ್ಥಿರವಾಗಿ ಹೋರಾಡಿದರು ಆದರೆ ವಿಫಲವಾದ ನಂತರ, ಸಿಪಾಯಿಗಳು ನದಿಯನ್ನು ಈಜಿಕೊಂಡು ಹೋಗಿ ತಪ್ಪಿಸಿಕೊಳ್ಳಲು ಪ್ರಯತ್ನಿಸಿದರು ಆದರೆ ದ್ವೀಪದಲ್ಲಿ ಸಿಕ್ಕಿಬಿದ್ದರು. ಮೂರು ದಿನಗಳ ನಂತರ, ಟ್ರಿಮ್ಮು ಘಾಟ್ ಕದನದಲ್ಲಿ ಸಿಕ್ಕಿಬಿದ್ದ 1100 ಸಿಪಾಯಿಗಳನ್ನು ನಿಕೋಲ್ಸನ್ ನಾಶಪಡಿಸಿದರು. ಪಂಜಾಬ್ನ ಗ್ರಾಮಾಂತರ ಪ್ರದೇಶದಲ್ಲಿ, ಖಾಲ್ಸಾ ಸೈನ್ಯದ ಅನುಭವಿ ಮೊಹರ್ ಸಿಂಗ್, ಬಹದ್ದೂರ್ ಷಾ ಜಾಫರ್ನ ಪರವಾಗಿ ರೋಪರ್ನಲ್ಲಿ ಖಾಲ್ಸಾ-ಮೊಘಲ್ ರಾಜ್ ಎಂದು ಘೋಷಿಸುದನು.

ಸಿಸ್-ಸುಟ್ಲೆಜ್ ಸಿಖ್ಖರು (ಚೆನಾಬ್ ನದಿಯ ಪೂರ್ವ ಭಾಗದಿಂದ, ಮೂಲ ಸಿಖ್ ಸಾಮ್ರಾಜ್ಯದ ಹೊರಗೆ) ಮಾತ್ರ ಬ್ರಿಟಿಷರನ್ನು ಬೆಂಬಲಿಸಿದರು ಎಂದು ಅನೇಕ ಭಾರತೀಯ ಇತಿಹಾಸಕಾರರು ವಾದಿಸಿದ್ದಾರೆ; ಆದರೆ 1858 ರಲ್ಲಿ ಇಂದಿನ ಪಾಕಿಸ್ತಾನದ ಡೇರಾ ಇಸ್ಮಾಯಿಲ್ ಖಾನ್ನಲ್ಲಿ, 10 ನೇ ಸಿಖ್ ಪದಾತಿಸೈನ್ಯವು ದಂಗೆ ಎದ್ದಿತು. ಬ್ರಿಟಿಷ್ ಅಧಿಕಾರಿಗಳು ಮತ್ತು ಪಟಿಯಾಲ, ನಬ್ಬಾಡ್, ಜಿಂದ್ ಆಡಳಿತಗಾರರು ತಮ್ಮ ಸೈನಿಕರನ್ನು ನಂಬಲು ಸಾಧ್ಯವಿಲ್ಲ ಎಂದು ದಾಖಲೆಯಲ್ಲಿ ಹೇಳುತ್ತಾರೆ ಮತ್ತು "ಸಿಸ್-ಸಟ್ಲೆಜ್ ಸಿಖ್ಖರು ಸಹ ಔಧ್ ಮತ್ತು ಹಿಂದೂಸ್ತಾನಿ ಪ್ರದೇಶಗಳಿಂದ ಬಂದ ಸುದ್ದಿಯಿಂದ ಉತ್ಸುಕರಾಗಿರುತ್ತಿದ್ದರು."

•••

ಮುರ್ರೆ ಮತ್ತು ಹಜಾರಾ

ಬ್ರಿಟಿಷರ ವಿರುದ್ಧದ ಯುದ್ಧವು ಮುರ್ರಿ ಮತ್ತು ಹಜಾರದ ದಕ್ಷಿಣ ಪ್ರದೇಶಗಳನ್ನು ತಲುಪಿತು, ಅದರ ಭಾಗವನ್ನು ಜುಲೈ1857 ರಲ್ಲಿ ಧೋಂಡ್ ಅಬ್ಬಾಸಿಯ ನಾಯಕ ಸರ್ದಾರ್ ಶೆರ್ಬಾಜ್ ಖಾನ್ ಬ್ರಿಟಿಷರ ಮೇಲೆ ದಾಳಿ ಮಾಡಲು ಯೋಜಿಸಿದ್ದರು, ಆಗ ಸರ್ಕಲ್ ಬಕೋಟೆ ಎಂದು ಕರೆಯಲಾಗುತ್ತಿತ್ತು. ಸಾರ್ದಾರ್ ಖಾನ್ ಈ ಕೆಳಗಿನಪ್ರಮುಖ ಬುಡಕಟ್ಟು ನಾಯಕರ ಬೆಂಬಲವನ್ನು ಪಡೆಯುವಲ್ಲಿ ಯಶಸ್ವಿಯಾಗಿದ್ದರು.

1. ಸಾಟ್ಟಿ ನಾಯಕ ಸರ್ದಾರ್ ಬೊರ್ಬಾ ಖಾನ್

2.ಕರ್ಹಲ್ ನಾಯಕ ಸರ್ದಾರ್ ಹಾ ಅಲಿ ಖಾನ್

3.ಸರ್ದಾರ್ ಲಲ್ಲಿ ಖಾನ್ ಮತ್ತು ಬಿರೋಟೆ ನಗರದ ಮಿಯಾನ್ ಅಬ್ದುಲ್ ಅಜೀಜ್

4.ಕಾಶ್ಮೀರದ ಪೂಂಚ್ ನ ಸರ್ದಾರ್ ರೇಷಮ್ ಖಾನ್

ಆದಾಗ್ಯೂ, ದಂಗೆ ಯಶಸ್ವಿಯಾಗಲಿಲ್ಲ. ದಂಗೆಕೋರರನ್ನು ದ್ರೋಹಿಸಲಾಯಿತು ಮತ್ತು ಶಿಕ್ಷೆಯಾಗಿ, ಸರ್ದಾರ್ ಶೆರ್ಬಾಜ್ ಖಾನ್ ಅವರ ಎಲ್ಲಾ ಎಂಟು ಗಂಡುಮಕ್ಕಳನ್ನು ಮುರ್ರಿಯಲ್ಲಿ (ಫಿರಂಗಿ ಬೆಂಕಿಯಿಂದ) ಸ್ಫೋಟಿಸಲಾಯಿತು. ಮತ್ತು ಸರ್ದಾರ್ ಖಾನ್ರನ್ನು

ಸಹ ಗಲ್ಲಿಗೇರಿಸಲಾಯಿತು. ಈ ಸ್ವಾತಂತ್ರ್ಯದ ಯೋಜನೆಯ ಯೋಜನಾಕಾರರು ದೇವಲ್ ಷರೀಫ್, ಧೋಕೆ ಸೈಡನ್ ಎಂಬ ಇಬ್ಬರು ಸೈಯದ್ ನ ಸಹೋದರರು. ಬ್ರಿಟಿಷ್ ಆಳ್ವಿಕೆಯು ಈ ಪ್ರದೇಶದಲ್ಲಿ ಸ್ಥಾಪನೆಯಾಗುವ ಮೊದಲು ಪ್ರತಿಯೊಬ್ಬರೂ ಬ್ರಿಟಿಷ್ ಆಳ್ವಿಕೆಗೆ ವಿರುದ್ಧವಾಗಿರಲಿಲ್ಲ, ಘ್ಲಾಸಿಯ ಫಿರ್ ನ ಆಜ್ಞೆಯ ಮೇರೆಗೆ, ಸಿಖ್ ಸೈನ್ಯದ ವಿರುದ್ಧ ಬುಡಕಟ್ಟು ಜನಾಂಗದವರು, ಬಾಲಕೋಟ್ ನಲ್ಲಿ ಯುದ್ಧ ಮಾಡಿದರು. ಇಲ್ಲಿ ಅವರನ್ನು ಸೈಯದ್ ಶಾ ಇಸ್ಮಾಯಿಲ್ ಮತ್ತು ಸೈಯದ್ ಅಹಮದ್ ನೇತೃತ್ವ ವಹಿಸಿದ್ದರು. ಪಿರ್, ದೇವಲ್ ಷರೀಫ್ ಅವರ ದಿವಂಗತ ಅಬ್ದುಲ್ ಮಜೀದ್ ಅಹ್ಮದ್ ಅಜ್ಜ ಕೂಡ ದೇವಾಲ್ನಲ್ಲಿ ಸೇನಾ ಮುಖ್ಯಸ್ಥ ಹರಿ ಸಿಂಗ್ ನಲ್ವಾ ಅವರ ವಿರುದ್ಧ ಹೋರಾಡಿ ಹುತಾತ್ಮರಾಗಿದ್ದರು. ನಲ್ವಾ ಪಡೆಗಳು ಸರ್ಕಲ್ ಬಕೋಟೆ ಬುಡಕಟ್ಟು ಜನಾಂಗವನ್ನು ಹತ್ತಿಕ್ಕಿದ್ದವು.

1845 ರಲ್ಲಿ ರಾವಲ್ಪಿಂಡಿಯಲ್ಲಿ ಹೋರಾಡಿದ ನಂತರ ಬ್ರಿಟಿಷರು ರಂಜಿತ್ ಸಿಂಗ್ (ಪಂಜಾಬ್ ನ ಮಾಜಿ ಆಡಳಿತಗಾರ) ಅವರ ವಿಧವೆ ರಾಣಿ ಜಿಂದಾನ್ ಅವರನ್ನು ವಶಪಡಿಸಿಕೊಂಡರು - ಇದು ಸಿಖ್ ಆಳ್ವಿಕೆಯ ಕುಸಿತಕ್ಕೆ ಕಾರಣವಾಯಿತು, ಬ್ರಿಟಿಷರು ಮುರ್ರಿ ಪ್ರದೇಶಕ್ಕೆ ಮೆರವಣಿಗೆ ನಡೆಸಿದಾಗ ಎಲ್ಲಾ ಸ್ಥಳೀಯ ಬುಡಕಟ್ಟು ಜನಾಂಗದವರು ಆರಂಭದಲ್ಲಿ ಅವರನ್ನು ಗುಲಾಬಿಗಳಿಂದ ಸ್ವಾಗತಿಸಿದರು. ಸ್ವಲ್ಪ ಸಮಯದೊಳಗೆ, ಅನೇಕ ಬುಡಕಟ್ಟು ಜನಾಂಗದವರು ತಾವು ಒಂದು ರೂಪದ ಉದ್ಯೋಗವನ್ನು ಇನ್ನೊಂದಕ್ಕೆ ವಿನಿಮಯ ಮಾಡಿಕೊಂಡಿದ್ದೇವೆ ಎಂದು ಭಾವಿಸಿದರು. ಮತ್ತು ಇದು ದಂಗೆಯನ್ನು ಉತ್ತೇಜಿಸುವ ಭಾರತದ ಬೇರೆಡೆ ನಡೆದ ಘಟನೆಗಳಾಗಿತ್ತು. ಆದಾಗ್ಯೂ, ಬ್ರಿಟಿಷರು ಈ ಪ್ರದೇಶದ ಬುಡಕಟ್ಟು ಜನಾಂಗದವರನ್ನು ತಮ್ಮ ಸೈನ್ಯಕ್ಕೆ ನೇಮಿಸಿಕೊಂಡಿದ್ದರು. ಉದಾಹರಣೆಗೆ, ಈ ಪ್ರದೇಶದಲ್ಲಿ ಹೆಚ್ಚಿನ ಸಂಖ್ಯೆಯ ಸಟ್ಟಿ ಬುಡಕಟ್ಟು ಜನರನ್ನು ಬ್ರಿಟಿಷ್ ಸೈನ್ಯಕ್ಕೆ ಸಿಪಾಯಿಗಳಾಗಿ ನೇಮಿಸಲಾಯಿತು ಮತ್ತು ಬ್ರಿಟಿಷ್ ಕಮಾಂಡರ್ ಗಳು (ಬೇರೆಡೆಗಳಂತೆ) ಸ್ಥಳೀಯ ಪದಾತಿಸೈನ್ಯದ ಬಳಕೆಯಿಂದ ಈ ಯುದ್ಧವನ್ನು ಗೆದ್ದರು.

•••

ಭಾರತದ ಉಳಿದ ಭಾಗ

ಬರೇಲಿಯಲ್ಲಿ ಕೇಂದ್ರೀಕೃತವಾಗಿರುವ ರೋಹಿಲ್ಲಾಗಳು ಸಹ ಯುದ್ಧದಲ್ಲಿ ಬಹಳ ಸಕ್ರಿಯರಾಗಿದ್ದರು ಮತ್ತು ಕ್ಯಾಂಪ್ಬೆಲ್ ಅಂತಿಮವಾಗಿ ಔಧ್ನಲ್ಲಿ ಪ್ರತಿರೋಧವನ್ನು ತಗ್ಗಿಸಿದ ನಂತರ ಬ್ರಿಟಿಷರಿಂದ ಪುನಃ ವಶಪಡಿಸಿಕೊಂಡ ಕೊನೆಯ ಪ್ರದೇಶವಾಗಿದೆ.

ಬಿಹಾರ ಮತ್ತು ಬನಾರಸ್ ಸುತ್ತಮುತ್ತಲಿನ ಜಿಲ್ಲೆಗಳಲ್ಲಿನ ಬಂಡಾಯವು ಅಂತಿಮವಾಗಿ ಅದೇ ಸಮಯದಲ್ಲಿ ಜಯಿಸಲ್ಪಟ್ಟಿತು. ದಂಗೆಯ ಆರಂಭಿಕ ದಿನಗಳಲ್ಲಿ, ಬ್ರಿಟೀಷರ ನಿಯಂತ್ರಣವು ತ್ವರಿತವಾಗಿ ಕಳೆದುಹೋಯಿತು, ಆದರೆ ಈ ಪ್ರದೇಶದಲ್ಲಿ ನೆಲೆಸಿದ್ದ ಬಂಗಾಳ ಸೇನಾ ಘಟಕಗಳು ಮುರಿದು ತಮ್ಮ ಮನೆಗಳಿಗೆ ಚದುರಿಹೋದವು. ಬ್ರಿಟಿಷರು ಔಧ್ ಮೇಲೆ ಕೇಂದ್ರೀಕರಿಸಿದ್ದರಿಂದ ಈ ಪ್ರದೇಶವನ್ನು ಹೆಚ್ಚಾಗಿ ಅಲಕ್ಷಿಸಲಾಯಿತು, ಅಂತಿಮವಾಗಿ, ಲಕ್ನೋವನ್ನು ಪುನಃ ವಶಪಡಿಸಿಕೊಂಡ ನಂತರ, ಬಂಡುಕೋರರ ಚದುರಿದ ಗುಂಪುಗಳನ್ನು ನಿಗ್ರಹಿಸಲಾಯಿತು ಮತ್ತು ಬ್ರಿಟಿಷ್ ಅಧಿಕಾರವನ್ನು ಪುನಃ ಹೇರಲಾಯಿತು.

ಬಾಂಬೆ ಪ್ರೆಸಿಡೆನ್ಸಿಯೊಳಗೆ, ಕೊಲ್ಹಾಪುರ, ಸತಾರಾ, ಕರಾಚಿ, ಬಾಂಬೆ, ಔರಂಗಾಬಾದ್, ನಾಸಿರಾಬಾದ್ ಮತ್ತು ಅಹಮದಾಬಾದ್ ಮತ್ತು ಮಹಾರಾಷ್ಟ್ರ - ಗುಜರಾತ್ -ಕರ್ನಾಟಕದಲ್ಲಿ ಬಾಂಬೆ ಸೇನಾ ಘಟಕಗಳ ನಡುವೆ ದಂಗೆಗಳು ನಡೆದವು . ಒಬ್ಬ ಹಿಂದೂ ಮತ್ತು ಒಬ್ಬ ಮುಸ್ಲಿಂ ಸಿಪಾಯಿಗಳನ್ನು

ಫಿರಂಗಿಯಬಾಯಿಂದ ಹೊರಗೆ ಬೀಸಲಾಯಿತು. ಅದೇ ಇಂದು ಮುಂಬೈನ ಆಜಾದ್ ಮೈದಾನವಾಗಿ ನಿಂತಿದೆ. ಅದೇನೇ ಇದ್ದರೂ, ಬಾಂಬೆ ಸೈನ್ಯದಲ್ಲಿನ ದಂಗೆಗಳನ್ನು ತ್ವರಿತವಾಗಿ ತಳ್ಳಿಹಾಕಲಾಯಿತು ಮತ್ತು ಎರಡು ಸೇನಾಪಡೆಗಳನ್ನು ವಿಸರ್ಜಿಸಲಾಯಿತು.

1858 ಕೊಂಕಣ-ಪಶ್ಚಿಮ ಕರಾವಳಿ ಗೆರಿಲ್ಲಾ ಹೋರಾಟದ ಸಮಯದಲ್ಲಿ, ರಾಯಗಡ್ ಮತ್ತು ರತ್ನಗಿರಿಯಿಂದ ಸವತ್ವಾಡಿಯವರೆಗೆ, ನಂತರ ಉಡುಪಿ ಮತ್ತು ಮಂಗಳೂರಿಗೆ, ಮಹಾರ್, ಮರಾಠಾ, ಕನ್ನಡ ಮತ್ತು ತುಳು ಯೋಧರು ಹೆಗಲಿಗೆ ಹೆಗಲು ಕೊಟ್ಟು ಹೋರಾಡಿದರು. ಉತ್ತರ ಪ್ರದೇಶ-ಬಿಹಾರ್- ಮ. ಪ್ರ ಸಾಲು, ಅಥವಾ ಒರಿಸ್ಸಾ, ಅಥವಾ ಅಸ್ಸಾಂ-ಬಂಗಾಳ ಅಥವಾ ಪಶ್ಚಿಮ ಭಾರತದಲ್ಲಿರುವ ಬಹುತೇಕ ಪ್ರತಿಯೊಂದು ಭಾರತೀಯ ಜಿಲ್ಲೆಯೂ 'ಒಬ್ಬ ಹಿಂದೂ, ಒಬ್ಬ ಮುಸ್ಲಿಂ' ಹುತಾತ್ಮರ ಮಾದರಿಯನ್ನು ತೋರಿಸುತ್ತದೆ.

ಮಹಾರಾಷ್ಟ್ರದಲ್ಲಿ, ಭಿಲ್ಸ್ ಮತ್ತು ಕೋಲಿಸ್ ಪ್ರಾರಂಭಿಸಿದ 1857ರ ಖಂಡೇಶ್ (ನಾಸಿಕ್-ಜಲಗಾಂವ್-ಧುಲೆ) ಹೋರಾಟಗಳಲ್ಲಿ ಪಠಾಣರು ಮತ್ತು ಅರಬ್ಬರು ಪ್ರಮುಖವಾಗಿ ಕಾಣಿಸಿಕೊಂಡಿದ್ದಾರೆ. ಕರ್ನಾಟಕದಲ್ಲಿ, ಗುಲ್ಬರ್ಗ, ಧಾರವಾಡ, ರಾಯಚೂರುಗಳಲ್ಲಿ ಲಿಂಗಾಯತ-ರಾಮೋಶಿ-ಮರಾಠ- ಮುಸ್ಲಿಂ ಭಾಗವಹಿಸುವಿಕೆಯನ್ನು ಕಂಡವು.

ಅಯೋಧ್ಯೆಯಲ್ಲಿ, ಮಹಂತ್ ರಾಮದಾಸ್ ಮತ್ತು ಮೌಲಾವಿ ಅಮೀರ್ ಅಲಿ, ಹಾಗೆಯೇ ಶಂಭು ಪ್ರಸಾದ್ ಶುಕ್ಲಾ ಮತ್ತು ಅಚ್ಚನ್ ಖಾನ್, ಇಬ್ಬರು ಹಿಂದೂಗಳು ಮತ್ತು ಇಬ್ಬರು ಧಾರ್ಮಿಕ ಮುಸ್ಲಿಮರನ್ನು ಪಕ್ಕ ಪಕ್ಕದಲ್ಲಿ ಗಲ್ಲಿಗೇರಿಸಲಾಯಿತು.

ಮದ್ರಾಸ್ ಸೈನ್ಯ ಮತ್ತು ಮದ್ರಾಸ್ ನ ಭದ್ರತೆಯು ತುಂಬಾ ಬಿಗಿಯಾಗಿತ್ತು ಎಂದು ಸಾಮಾನ್ಯವಾಗಿ ಹೇಳಲಾಗುತ್ತದೆ, ಆದರೂ ಮದ್ರಾಸಿನಲ್ಲಿ, ಲಬ್ಬಾಯಿ ಮುಸ್ಲಿಮರು ತುಂಬಿರುವ ವಾಣಿಯಂಬಾಡಿ ಎಂಬ ಸ್ಥಳದಲ್ಲಿ, 8 ನೇ ಮದ್ರಾಸ್ ಅಶ್ವದಳವು ಉದಯಿಸಿತು. ಉಳಿದಂತೆ ತೇವರ್-ವೆಲ್ಲಾಲ

ಸಿಪಾಯಿಗಳ ನೇತೃತ್ವದಲ್ಲಿತ್ತು ನಂತರ 1858ರಲ್ಲಿ ವೆಲ್ಲೂರಿನಲ್ಲಿ ಮದ್ರಾಸ್ ಸೈನ್ಯದ ಸಿಪಾಯಿಗಳು ತಮ್ಮ ಬ್ರಿಟಿಷ್ ಅಧಿಕಾರಿಗಳನ್ನು ಕೊಂದರು .

ಆಂಧ್ರ-ತೆಲಂಗಾಣ ದೇಶದಲ್ಲಿ, ಕರಾವಳಿ-ಗೋದಾವರಿ ಕಡೆಯ ಗಿರಿಜನ್ ಬುಡಕಟ್ಟು ಜನಾಂಗದವರು ರೆಡ್ಡಿ ನಾಯಕ ಮತ್ತು ಮುಸ್ಲಿಂ- ಪಠಾಣ್ ಮಾಜಿ ಸೈನಿಕರ ಅಡಿಯಲ್ಲಿ ಬೆಳೆದರು; ಆದಿಬಲಾದ್ ಮತ್ತು ವಾರಂಗಲ್, ಮತ್ತು ರಾಯಲಸೀಮಾದ ಕಡಪಾ ಮತ್ತು ನೆಲ್ಲೂರಿನಲ್ಲಿ, ಪಠಾಣರು ಮತ್ತು ಶೇಖ್ಗಳು ಗೊಂಡ ಮತ್ತು ಕಾಪು ಸಹಾಯದಿಂದ ಸಣ್ಣ ಸೈನ್ಯವನ್ನು ರಚಿಸಿದರು. ಕೇರಳದಲ್ಲಿ, ಈಜವರು, ಕೇರಳ ಪರಿಶಿಷ್ಟ ಜಾತಿಗಳು ಮತ್ತು ನಂಬೂದ್ರಿ ಬ್ರಾಹ್ಮಣರ ಸಹಾಯದಿಂದ ಮೊಪ್ಲಾ ಆಂದೋಲನಕಾರರು ಮಲಬಾರ್ ಪ್ರದೇಶದಲ್ಲಿ ಪ್ರತಿಭಟನೆಗಳನ್ನು ನಡೆಸಿದರು.

ನಂತರ

ದಂಗೆಯ ಅವಧಿಯಲ್ಲಿ ಭಾರತದಲ್ಲಿ ಹೋರಾಡಿದ ಸೈನಿಕರಿಗೆ ಹೊಸದಾಗಿ ಸ್ಥಾಪಿಸಲಾದ 182 ವಿಕ್ಟೋರಿಯಾ ಕ್ರಾಸ್ ಕಿರೀಟವನ್ನು ನೀಡಿತು .ಕ್ರಿಮಿಯನ್ ಯುದ್ಧವು ಇದೇ ಅವಧಿಯಲ್ಲಿ 111 ವಿಕ್ಟೋರಿಯಾ ಕ್ರಾಸ್ ಕಿರೀಟವನ್ನು   ಗಳಿಸಿತು.

•••

ಪ್ರತೀಕಾರ

1857 ರ ಅಂತ್ಯದ ವೇಳೆಗೆ, ಬ್ರಿಟಿಷರು ಮತ್ತೆ ರಾಜ್ಯಗಳನ್ನು ಪಡೆಯಲು ಪ್ರಾರಂಭಿಸಿದರು. ಮಾರ್ಚ್ 1858ರಲ್ಲಿ ಲಕ್ನೋವನ್ನು ಪುನಃ ಸ್ವಾಧೀನಪಡಿಸಿಕೊಂಡರು. 8 ಜುಲೈ 1858 ರಂದು, ಶಾಂತಿ ಒಪ್ಪಂದಕ್ಕೆ ಸಹಿ ಹಾಕಲಾಯಿತು ಮತ್ತು ಯುದ್ಧ ಕೊನೆಗೊಂಡಿತು. 1858ರ ಜೂನ್ 20ರಂದು ಗ್ವಾಲಿಯರ್ ನಲ್ಲಿ ಕೊನೆಯ ಬಂಡಾಯಗಾರನನ್ನು ಸೋಲಿಸಲಾಯಿತು. 1859 ರ ಹೊತ್ತಿಗೆ, ದಂಗೆ ಕೋರರ ನಾಯಕರಾದ ಬಖ್ತ್ ಖಾನ್ ಮತ್ತು ನಾನಾ ಸಾಹಿಬ್ ಕೊಲ್ಲಲ್ಪಟ್ಟರು ಅಥವಾ ಪರಾರಿಯಾಗಿದ್ದರು. ದಂಗೆಕೋರರನ್ನು ನೇಣು ಹಾಕುವುದರ ಜೊತೆಗೆ, ಬ್ರಿಟಿಷರು ಕೆಲವು 'ಫಿರಂಗಿಗಳ ಮೂಲಕ ಹಾರಿಸಿ ಬಿಡುವುದು'; ಇದು ಭಾರತದಲ್ಲಿ ಹಲವು ವರ್ಷಗಳ ಹಿಂದೆ ಮೊಘಲರು ಅಳವಡಿಸಿಕೊಂಡ ಹಳೆಯ ಶಿಕ್ಷೆ ಕೊಡುವ ಪದ್ಧತಿ. ಬಂದೂಕು ಪಡೆ ಮತ್ತು ಫಿರಂಗಿಗಳ ಮಧ್ಯಭಾಗದಲ್ಲಿ ನಿಲ್ಲಿಸಿಕೊಂಡು ಸಾಯಿಸುವ ವಿಧಾನ, ಇದು ಹೆಚ್ಚು ಜನರು ನೋಡುವ ಹಾಗೆ ಮಾಡಲಾಗುತ್ತಿತ್ತು; ಶಿಕ್ಷೆಗೊಳಗಾದ ಬಂಡಾಯಗಾರರನ್ನು ಫಿರಂಗಿಗಳ ಬಾಯಿಯ ಮುಂದೆ ಇರಿಸಿ ತುಂಡುಗಳಾಗಿ ಮಾಡಲಾಯಿತು.

ಇದು ತುಂಬಾ ಕೆಟ್ಟದಾದ ಮತ್ತು ಕ್ರೂರ ಯುದ್ಧವಾಗಿತ್ತು, ಎರಡು ಕಡೆಯಲ್ಲೂ ತುಂಬಾ ಹಿಂಸಾತ್ಮಕವಾದ ಘಟನೆಗಳು ನಡೆದಿದ್ದವು. ಆದಾಗ್ಯೂ, ಕೊನೆಯಲ್ಲಿ, ಸಂಪೂರ್ಣ ಸಂಖ್ಯೆಗಳ ದೃಷ್ಟಿಯಿಂದ, ಭಾರತೀಯ ಕಡೆಯಿಂದ ಸಾವು ನೋವುಗಳು ಗಣನೀಯವಾಗಿ ಹೆಚ್ಚಿವೆ. ದೆಹಲಿಯ ಪತನದ ನಂತರ ಪ್ರಕಟವಾದ ಪತ್ರ 'ಬಾಂಬೆ ಟೆಲಿಗ್ರಾಫ್' ನಲ್ಲಿ ಮತ್ತು ತರುವಾಯ ಬ್ರಿಟಿಷ್ ಪತ್ರಿಕೆಗಳಲ್ಲಿ ಪುನರುತ್ಪಾದನೆಯು ಪ್ರತೀಕಾರದ ಪ್ರಮಾಣ ಮತ್ತು ಸ್ವರೂಪಕ್ಕೆ ಸಾಕ್ಷಿಯಾಗಿದೆ...*ಎಲ್ಲಾ ನಗರದ ಜನರು,*

ನಮ್ಮ ಪಡೆಗಳು ಪ್ರವೇಶಿಸಿದಾಗ (ದೆಹಲಿ ನಗರದ) ಗೋಡೆಗಳೊಳಗೆ ಸ್ಥಳದಲ್ಲೇ ಇರಿತಕ್ಕೊಳಗಾಗಿದ್ದರು. ನೀವು ಊಹಿಸಿದಂತೆ, ನಾನು ನಿಮಗೆ ಹೇಳಬೇಕಂದರೆ, ಕೆಲವು ಮನೆಗಳಲ್ಲಿ ನಲವತ್ತು ಮತ್ತು ಐವತ್ತು ಜನರು ಅಡಗಿಕೊಂಡಿದ್ದರು.ಇವರು ದಂಗೆಕೋರರಲ್ಲ ಆದರೆ ನಗರದ ನಿವಾಸಿಗಳು, ಕ್ಷಮೆಗಾಗಿ ನಮ್ಮ ನಿಯಮವನ್ನು ನಂಬಿದ್ದರು. ಆದರೆ ಅವರು ನಿರಾಶೆಗೊಂಡರು ಎಂದು ಹೇಳಲು ನನಗೆ ಸಂತೋಷವಿದೆ.

ದೆಹಲಿಯ ವಿಜಯಶಾಲಿಯಾದ ಕ್ಯಾಪ್ಟನ್ ಹಾಡ್ಸನ್ಗೆ ಜನರಲ್ ಮಾಂಟ್ಗೊಮೆರಿ ಯಿಂದ ಮತ್ತೊಂದು ಸಂಕ್ಷಿಪ್ತ ಪತ್ರವು ಬ್ರಿಟಿಷ್ ಮಿಲಿಟರಿ ಹೈಕಮಾಂಡ್ ದೆಹಲಿಯ ಹತ್ಯಾಕಾಂಡವನ್ನು ಹೇಗೆ ಅನುಮೋದಿಸಿತು ಎಂಬುದನ್ನು ಬಹಿರಂಗಪಡಿಸುತ್ತದೆ: "ರಾಜನನ್ನು ಹಿಡಿದು ಅವನ ಮಕ್ಕಳನ್ನು ಕೊಂದಿದ್ದಕ್ಕಾಗಿ ನಿಮಗೆ ಅಭಿನಂದನೆಗಳು. ನೀವು ಇನ್ನೂ ಅನೇಕರನ್ನು ಕೊಲ್ಲುತ್ತೀರ ಎಂದು ನಾನು ಭಾವಿಸುತ್ತೇನೆ!"

ದೆಹಲಿಯ ಪತನದ ನಂತರ ಬ್ರಿಟಿಷ್ ಸೈನಿಕರ ನಡವಳಿಕೆಯ ಕುರಿತಾದ ಮತ್ತೊಂದು ಕಾಮೆಂಟ್ ಕ್ಯಾಪ್ಟನ್ ಹಡ್ಸನ್ ಅವರ ಪುಸ್ತಕ, ಹನ್ನೆರಡು ವರ್ಷಗಳು ಭಾರತದಲ್ಲಿ-. "ಸೈನ್ಯದ ಮೇಲಿನ ನನ್ನ ಪ್ರೀತಿಯೊಂದಿಗೆ, ನಾನು ತಪ್ಪೊಪ್ಪಿಕೊಳ್ಳಬೇಕು. ಈ ಸಂದರ್ಭದಲ್ಲಿ, ಕ್ರಿಶ್ಚಿಯನ್ನರ ನಡವಳಿಕೆಯು ಮುತ್ತಿಗೆಗೆ ಸಂಬಂಧಿಸಿದ ಅತ್ಯಂತ ಅವಮಾನಕರ ಸಂಗತಿಗಳಲ್ಲಿ ಒಂದಾಗಿದೆ." (1858ರ ಆರಂಭದಲ್ಲಿ ಲಕ್ನೋವನ್ನು ವಶಪಡಿಸಿಕೊಂಡಾಗ ಹಡ್ಸನ್ ಕೊಲ್ಲಲ್ಪಟ್ಟರು).

ಎಡ್ವರ್ಡ್ ವೈಬಾರ್ಟ್, 19 ವರ್ಷ ವಯಸ್ಸಿನ ಅಧಿಕಾರಿ ಕೂಡ ತಮ್ಮ ಅನುಭವವನ್ನು ದಾಖಲಿಸಿದ್ದಾರೆ:
ಇದು ಅಕ್ಷರಶಃ ಕೊಲೆಯಾಗಿದೆ...ಇತ್ತೀಚೆಗೆ ನಾನು ಅನೇಕ ರಕ್ತಸಿಕ್ತ ಮತ್ತು ಭೀಕರ ದೃಶ್ಯಗಳನ್ನು ನೋಡಿದ್ದೇನೆ ಆದರೆ ನಿನ್ನೆ ನಾನು ಸಾಕ್ಷಿಯಾಗಿರುವಂತಹದನ್ನು ನಾನು ಮತ್ತೆ ನೋಡಬಾರದು ಎಂದು ಪ್ರಾರ್ಥಿಸುತ್ತೇನೆ. ಮಹಿಳೆಯರೆಲ್ಲರೂ ತಮ್ಮ ಗಂಡಂದಿರು ಮತ್ತು ಮಕ್ಕಳನ್ನು ಕಡಿಯುವುದನ್ನು ನೋಡಿದ ಅವರ ಕಿರುಚಾಟವು ಅತ್ಯಂತ ನೋವಿನಿಂದ ಕೂಡಿದೆ ಸ್ವರ್ಗಕ್ಕೆ, ನನಗೆ ಕರುಣೆಯಿಲ್ಲ ಎಂದು ತಿಳಿದಿದೆ, ಆದರೆ ಕೆಲವು ವಯಸ್ಸಾದ ಬೂದು ಗಡ್ಡದ ವ್ಯಕ್ತಿಯನ್ನು ನಿಮ್ಮ ಕಣ್ಣ ಮುಂದೆ ತಂದು ಗುಂಡು ಹಾರಿಸಿದಾಗ, ಅದನ್ನು ನೋಡುವವನ ಹೃದಯವು ತುಂಬಾ ಗಟ್ಟಿಯಾಗಿರಬೇಕು....

ಬ್ರಿಟಿಷರು 'ಕೈದಿಗಳಿಲ್ಲ' ಎಂಬ ನೀತಿಯನ್ನು ಅಳವಡಿಸಿಕೊಂಡರು. ಈ ನೀತಿಯನ್ನು ಹತ್ಯಾಕಾಂಡ ಮತ್ತು ಸಾಮೂಹಿಕ ಮರಣದಂಡನೆಗಳ ಮೂಲಕ ಜಾರಿಗೊಳಿಸಲಾಯಿತು. ಒಬ್ಬ ಅಧಿಕಾರಿ, ಥಾಮಸ್ ಲೋವೆ, ನಂತರ ಒಂದು ಸಂದರ್ಭದಲ್ಲಿ ತನ್ನ ಘಟಕವು 76 ಕೈದಿಗಳನ್ನು ಹೇಗೆ ಕರೆದೊಯ್ಯಿತು ಎಂಬುದನ್ನು ನೆನಪಿಸಿಕೊಂಡರು (ಅವರಿಗೂ ಕೂಡ

ಕೊಲ್ಲುವುದನ್ನು ಮುಂದುವರಿಸಲು ಸಾಧ್ಯವಾಗುತ್ತಾ ಇರಲಿಲ್ಲ. ಮತ್ತು ವಿಶ್ರಾಂತಿಯ ಅಗತ್ಯವಿತ್ತು ಎಂದು ಅವರು ನೆನಪಿಸಿಕೊಂಡರು). ನಂತರ, ತ್ವರಿತ ವಿಚಾರಣೆಯ ನಂತರ, ಕೈದಿಗಳೆಲ್ಲರೂ ಬ್ರಿಟಿಷ್ ಸೈನಿಕರ ಮುಂದೆ ಒಂದೆರಡು ಗಜಗಳಷ್ಟು ದೂರದಲ್ಲಿ ಸಾಲಾಗಿ ನಿಂತರು. 'ಫೈರ್' ಎಂಬ ಆದೇಶ ಬಂದ ಕೂಡಲೇ ಏಕಕಾಲದಲ್ಲಿ ಅವರೆಲ್ಲರಿಗೂ ಗುಂಡುಹಾರಿಸಿದರು, "ಅಲ್ಲಿಗೆ ಭೂಮಿಯಲ್ಲಿ ಅವರ ಅಸ್ತಿತ್ವವು ಮುಗಿದಿತ್ತು." ಲೋವ್ ಭಾಗವಹಿಸಿದ ಸಾಮೂಹಿಕ ಮರಣದಂಡನೆ ಇದೊಂದೇ ಅಲ್ಲ. ಮತ್ತೊಂದು ಸಂದರ್ಭದಲ್ಲಿ ಅವರ ಘಟಕವು 149 ಕೈದಿಗಳನ್ನು ಕರೆದೊಯ್ಯಿತು, ಮತ್ತು ಮತ್ತೊಮ್ಮೆ ಅವರನ್ನು ಸಾಲುಗಟ್ಟಿ ನಿಲ್ಲಿಸಲಾಯಿತು ಮತ್ತು ಎಲ್ಲರಿಗೂ ಏಕಕಾಲದಲ್ಲಿ ಗುಂಡು ಹಾರಿಸಲಾಯಿತು.

ಇದರ ಪರಿಣಾಮವಾಗಿ, ಯುದ್ಧದ ಅಂತ್ಯವು ಭಾರತದ ಕಡೆಯಿಂದ ಬಹುಪಾಲು ಯೋಧರನ್ನು ಮರಣದಂಡನೆಗೆ ಒಳಪಡಿಸಿತು ಮತ್ತು ಬಂಡಾಯದ ಕಾರಣಕ್ಕೆ ಸಹಾನುಭೂತಿ ಹೊಂದಿರುವ ಹೆಚ್ಚಿನ ಸಂಖ್ಯೆಯ ನಾಗರಿಕರನ್ನು ಗಲ್ಲಿಗೇರಿಸಲಾಯಿತು. ಬ್ರಿಟಿಷ್ ಮಾಧ್ಯಮ ಮತ್ತು ಬ್ರಿಟಿಷ್ ಸರ್ಕಾರವು ಯಾವುದೇ ರೀತಿಯ ಕ್ಷಮೆಯನ್ನು ಕೇಳಲಿಲ್ಲ . ಆದರೂ ಗವರ್ನರ್ ಜನರಲ್ ಕ್ಯಾನಿಂಗ್ ಸ್ಥಳೀಯ ಜನರ ಬಗ್ಗೆ ಸಹಾನುಭೂತಿ ಹೊಂದಲು ಪ್ರಯತ್ನಿಸಿದರು, ಆದರೆ ಅದನ್ನು "ಮೋಸದ ಕ್ಷಮೆ" ಎಂದು ಅಪಹಾಸ್ಯ ಮಾಡಲಾಯಿತು. ಸೈನಿಕರು ಕೆಲವೇ ಕೈದಿಗಳನ್ನು ಕರೆದೊಯ್ದರು ಮತ್ತು ಆಗಾಗ್ಗೆ ಅವರನ್ನು ಗಲ್ಲಿಗೇರಿಸಿದರು. ನಿರಾಶ್ರಿತರ ಪರವಾದ ಸಹಾನುಭೂತಿಗಾಗಿ ಇಡೀ ಹಳ್ಳಿಗಳನ್ನು ನಾಶಪಡಿಸಲಾಯಿತು. ಭಾರತೀಯರು ಈ ಪ್ರತೀಕಾರವನ್ನು 'ದೆವ್ವದ ಗಾಳಿ' ಎಂದು ಕರೆದರು.

ಫಿರಂಗಿಗಳ ಮೂಲಕ ಸರಿಯಾಗಿ ಹೊಡೆಯುವುದಕ್ಕೆ ವಶಪಡಿಸಿಕೊಂಡು ಬಂದ ಬಂಡುಕೋರರನ್ನು ಕರೆತಂದು ಅವರ ಸಮವಸ್ತ್ರವನ್ನು ತೆಗೆದು ಹಾಕಲಾಯಿತು ನಂತರ ಫಿರಂಗಿಗಳಿಗೆ ಕಟ್ಟಿ, ಅವರ ಹೊಟ್ಟೆಗಳು ದೊಡ್ಡ ಬಂದೂಕುಗಳ ಬಾಯಿಯ ವಿರುದ್ಧ ಗಟ್ಟಿಯಾಗಿ ತಳ್ಳಲ್ಪಟ್ಟವು . ಬೆಂಕಿ ಹಚ್ಚುವ ಆದೇಶವನ್ನು ನೀಡಲಾಯಿತು.ಅಗಾಧವಾದ ಘರ್ಜನೆಯೊಂದಿಗೆ, ಎಲ್ಲಾ ಫಿರಂಗಿಗಳು ಏಕಕಾಲದಲ್ಲಿ ಎಲ್ಲರನ್ನೂ ಸಾಯಿಸಿ, ಸ್ಫೋಟಗೊಂಡು, ಬೇಸಿಗೆಯ ಆಕಾಶಕ್ಕೆ ಹಾರಿಹೋಗುವ ಕಪ್ಪು ಹೊಗೆಯ ಮೋಡವನ್ನು ಉಂಟುಮಾಡುತ್ತವೆ . ಹೊಗೆ ತೆರವುಗೊಂಡಾಗ, ಅಲ್ಲಿ

ಬಂಡುಕೋರರ ತೋಳುಗಳನ್ನು ಹೊರತುಪಡಿಸಿ ಅವರ ದೇಹಗಳಲ್ಲಿ ಏನೂ ಉಳಿದಿರಲಿಲ್ಲ, ತೋಳುಗಳು ಮತ್ತು ಹೊಗೆಯಿಂದ ಕಪ್ಪಾದ ತಲೆಗಳು ಇನ್ನೂ ಫಿರಂಗಿಗಳಿಗೆ ಕಟ್ಟಿಕೊಂಡಿತ್ತು. ಬ್ಯಾಂಕಿಂಗ್ ಪರೇಡ್ ಮೈದಾನದಲ್ಲಿ ನಿಧಾನವಾಗಿ ಇಳಿಸಲಾಯಿತು. ಇದು ಸಾಯಿಸುವ ಭಯಾನಕ ಮಾರ್ಗವಾಗಿತ್ತು ನೋಡಲು ಭಯಾನಕ ದೃಶ್ಯವಾಗಿತ್ತು.

ಬ್ರಿಟಿಷ್ ಇತಿಹಾಸಕಾರ, *ದಿ ಇಂಡಿಯನ್ ಮ್ಯುಟಿನಿ* ಲೇಖಕ ಸಾಲ್ ಡೇವಿಡ್, ಸಾವಿನಸಂಖ್ಯೆ ನೂರಾರು ಸಾವಿರಕ್ಕೆ ಏರಿದೆ ಎಂದು ಲೆಕ್ಕಹಾಕಿದ್ದಾರೆ.

•••

ಮರುಸಂಘಟನೆ

ಅಹದೂರ್ ಷಾ ಜಾಫರ್ ಅವರನ್ನು ದೆಹಲಿಯಲ್ಲಿ ಒಟ್ಟುಗೂಡಿಸಿದ ಮಿಲಿಟರಿ ಆಯೋಗವು ದೇಶದ್ರೋಹಕ್ಕಾಗಿ ವಿಚಾರಣೆಗೆ ಒಳಪಡಿಸಿತು ಮತ್ತು ರಂಗೂನ್ ಗೆ ಗಡೀಪಾರು ಮಾಡಿತು, ಅಲ್ಲಿ ಅವರು 1862 ರಲ್ಲಿ ನಿಧನರಾದರು, ಅಂತಿಮವಾಗಿ ಮೊಘಲ್ ರಾಜವಂಶವನ್ನು ಕೊನೆಗೊಳಿಸಿದರು. 1877 ರಲ್ಲಿರಾಣಿ ವಿಕ್ಟೋರಿಯಾ ತನ್ನ ಪ್ರಧಾನ ಮಂತ್ರಿಯ ಸಲಹೆಯ ಮೇರೆಗೆ ಭಾರತದ ಸಾಮ್ರಾಜ್ಞಿ ಎಂಬ ಬಿರುದನ್ನು ಪಡೆದರು.

ದಂಗೆಯು ಭಾರತದಲ್ಲಿ ಬ್ರಿಟಿಷ್ ಈಸ್ಟ್ ಇಂಡಿಯಾ ಕಂಪನಿಯ ಆಳ್ವಿಕೆಯನ್ನು ಕೊನೆಗೊಳಿಸಿತು. ಆಗಸ್ಟ್ ನಲ್ಲಿ, ಭಾರತ ಸರ್ಕಾರದ ಕಾಯ್ದೆ 1858 ರ ಪ್ರಕಾರ, ಕಂಪನಿಯನ್ನು ಔಪಚಾರಿಕವಾಗಿ ವಿಸರ್ಜಿಸಲಾಯಿತು ಮತ್ತು ಭಾರತದ ಮೇಲೆ ಅದರ ಆಡಳಿತ ಅಧಿಕಾರವನ್ನು ಬ್ರಿಟಿಷ್ ರಾಜಪ್ರಭುತ್ವಕ್ಕೆ ವರ್ಗಾಯಿಸಲಾಯಿತು. ಭಾರತದ ಆಡಳಿತವನ್ನು ನಿರ್ವಹಿಸಲು ಹೊಸ ಬ್ರಿಟಿಷ್ ಸರ್ಕಾರಿ ಇಲಾಖೆಯಾದ ಇಂಡಿಯಾ ಆಫೀಸ್ ಅನ್ನು ರಚಿಸಲಾಯಿತು ಮತ್ತು ಅದರ ಮುಖ್ಯಸ್ಥರಾದ ಭಾರತದ ರಾಜ್ಯ ಕಾರ್ಯದರ್ಶಿಗೆ ಭಾರತೀಯ ನೀತಿಯನ್ನು ರೂಪಿಸುವ ಜವಾಬ್ದಾರಿಯನ್ನು ವಹಿಸಲಾಯಿತು. ಭಾರತದ ಗವರ್ನರ್-ಜನರಲ್ ಅವರು ಹೊಸ ಬಿರುದನ್ನು (ಭಾರತದ ವೈಸ್‌ರಾಯ್) ಪಡೆದರು, ಮತ್ತು ಭಾರತ ಕಚೇರಿ ರೂಪಿಸಿದ ನೀತಿಗಳನ್ನು ಜಾರಿಗೆ ತಂದರು. ಬ್ರಿಟಿಷ್ ವಸಾಹತು ಆಡಳಿತವು ಸುಧಾರಣೆಯ ಕಾರ್ಯಕ್ರಮವನ್ನು ಪ್ರಾರಂಭಿಸಿತು, ಭಾರತೀಯ ಉನ್ನತ ಜಾತಿ ಮತ್ತು ಆಡಳಿತಗಾರರನ್ನು ಸರ್ಕಾರಕ್ಕೆ ಸಂಯೋಜಿಸಲು ಪ್ರಯತ್ನಿಸಿತು ಮತ್ತು ಪಾಶ್ಚಾತ್ಯೀಕರಣದ ಪ್ರಯತ್ನಗಳನ್ನು ರದ್ದುಗೊಳಿಸಿತು. ವೈಸ್‌ರಾಯ್ ಅವರು ಭೂ ಹಿಡಿತವನ್ನು ನಿಲ್ಲಿಸಿದರು, ಧಾರ್ಮಿಕ ಸಹಿಷ್ಣುತೆಯನ್ನು ವಿಧಿಸಿದರು ಮತ್ತು ಮುಖ್ಯವಾಗಿ ಅಧೀನದಲ್ಲಿದ್ದರೂ ಭಾರತೀಯರನ್ನು ನಾಗರಿಕ ಸೇವೆಗೆ ಸೇರಿಸಿದರು.

ವರ್ತನೆಗಳಲ್ಲಿ ಪ್ರಮುಖ ಬದಲಾವಣೆ ಇದ್ದರೂ, ಮೂಲಭೂತವಾಗಿ ಹಳೆಯ ಈಸ್ಟ್ ಇಂಡಿಯಾ ಕಂಪನಿಯ ಅಧಿಕಾರಶಾಹಿ ಉಳಿಯಿತು. ದಂಗೆಯ ಕಾರಣಗಳನ್ನು ಹುಡುಕುವಲ್ಲಿ ಅಧಿಕಾರಿಗಳು ಧರ್ಮ ಮತ್ತು ಆರ್ಥಿಕತೆ ಎಂಬ ಎರಡು ವಿಷಯಗಳ ಮೇಲೆ ಬೆಳಕು ಚೆಲ್ಲಿದರು. ಧರ್ಮದ ಮೇಲೆ ಹೆಚ್ಚು ಹಸ್ತಕ್ಷೇಪವಿದೆ ಎಂದು ಭಾವಿಸಲಾಯಿತು.

ಸ್ಥಳೀಯ ಸಂಪ್ರದಾಯಗಳು, ಹಿಂದೂ ಮತ್ತು ಮುಸ್ಲಿಂ ಎರಡೂ. ಆರ್ಥಿಕತೆಯ ಮೇಲೆ ಈಗ ಕಂಪನಿಯು ಮುಕ್ತ ಮಾರುಕಟ್ಟೆ ಸ್ಪರ್ಧೆಯನ್ನು ಪರಿಚಯಿಸುವ ಹಿಂದಿನ ಪ್ರಯತ್ನಗಳು ಸಾಂಪ್ರದಾಯಿಕ ಶಕ್ತಿ ರಚನೆಗಳು ಮತ್ತು ನಿಷ್ಠೆಯ ಬಂಧಗಳನ್ನು ದುರ್ಬಲಗೊಳಿಸಿದೆ ಎಂದು ನಂಬಲಾಗಿದೆ, ವ್ಯಾಪಾರಿಗಳು ಮತ್ತು ಲೇವಾದೇವಿದಾರರಾಗಿ ರೈತಾಪಿ ವರ್ಗವನ್ನು ಇರಿಸಿತು. ಪರಿಣಾಮವಾಗಿ ಹೊಸ ಬ್ರಿಟಿಷ್ ರಾಜ್ ಅನ್ನು ಸಂಪ್ರದಾಯ ಮತ್ತು ಕ್ರಮಾನುಗತದ ಸಂರಕ್ಷಣೆಯ ಆಧಾರದ ಮೇಲೆ ಸಂಪ್ರದಾಯವಾದಿ ಕಾರ್ಯಸೂಚಿಯನ್ನು ನಿರ್ಮಿಸಲಾಯಿತು.

ರಾಜಕೀಯ ಮಟ್ಟದಲ್ಲಿ, ಆಡಳಿತಗಾರರು ಮತ್ತು ಆಳುವವರ ನಡುವಿನ ಸಮಾಲೋಚನೆಯು ದಂಗೆಗೆ ಕಾರಣವಾಗುವ ಮತ್ತೊಂದು ಮಹತ್ವದ ಅಂಶವಾಗಿದೆ ಎಂದು ಭಾವಿಸಲಾಯಿತು. ಇದರ ಪರಿಣಾಮವಾಗಿ, ಭಾರತೀಯರನ್ನು ಸ್ಥಳೀಯ ಮಟ್ಟದಲ್ಲಿ ಸರ್ಕಾರಕ್ಕೆ ಸೆಳೆದರು. ಇದು ಸೀಮಿತ ಪ್ರಮಾಣದಲ್ಲಿದ್ದರೂ, ಭಾರತೀಯ ವಿಶ್ವವಿದ್ಯಾನಿಲಯಗಳ ಕಾಯಿದೆಯ ಪರಿಣಾಮವಾಗಿ ಕಲ್ಕತ್ತಾ, ಬಾಂಬೆ ಮತ್ತು ಮದ್ರಾಸ್ನಲ್ಲಿ ವಿಶ್ವವಿದ್ಯಾನಿಲಯಗಳನ್ನು ತೆರೆಯುವ ಮೂಲಕ ಹೊಸ 'ವೈಟ್ ಕಾಲರ್' ಭಾರತೀಯ ಗಣ್ಯರ ರಚನೆಯೊಂದಿಗೆ ನಿರ್ಣಾಯಕ ಪೂರ್ವನಿದರ್ಶನವನ್ನು ಸ್ಥಾಪಿಸಲಾಯಿತು. ಆದ್ದರಿಂದ, ಸಾಂಪ್ರದಾಯಿಕ ಮತ್ತು ಪ್ರಾಚೀನ ಭಾರತದ ಮೌಲ್ಯಗಳ ಜೊತೆಗೆ, ಹೊಸ ವೃತ್ತಿಪರ ಮಧ್ಯಮ ವರ್ಗವು ಉದ್ಭವಿಸಲು ಪ್ರಾರಂಭಿಸಿತು, ಹಿಂದಿನ ಮೌಲ್ಯಗಳಿಗೆ ಯಾವುದೇ ರೀತಿಯಲ್ಲಿ ಬದ್ಧವಾಗಿರಲಿಲ್ಲ. ಅವರ ಮಹತ್ವಾಕಾಂಕ್ಷೆಯು ನವೆಂಬರ್ 1858 ರ ವಿಕ್ಟೋರಿಯಾ ಘೋಷಣೆಯಿಂದ ಪ್ರಚೋದಿತವಾಗಿತ್ತು, ಅದರಲ್ಲಿ ಸ್ಪಷ್ಟವಾಗಿ ಹೇಳಲಾಗಿದೆ *"ನಮ್ಮ ಇತರ ವಿಷಯಗಳಿಗೆ ನಮ್ಮನ್ನು ಬಂಧಿಸುವ ಅದೇ ಕರ್ತವ್ಯದ ಜವಾಬ್ದಾರಿಗಳಿಂದ ನಾವು ನಮ್ಮ ಭಾರತೀಯ ಪ್ರಾಂತ್ಯಗಳ ಸ್ಥಳೀಯರಿಗೆ ಬದ್ಧರಾಗಿದ್ದೇವೆ ... ನಮ್ಮ ಮುಂದಿನ ಇಚ್ಛೆ ಏನೆಂದರೆ... ಯಾವುದೇ ಜನಾಂಗ ಅಥವಾ ಧರ್ಮದವರನ್ನು, ನಮ್ಮ ಪ್ರಜೆಗಳನ್ನು ಮುಕ್ತವಾಗಿ ಮತ್ತು ನಿಷ್ಪಕ್ಷಪಾತವಾಗಿ ನಮ್ಮ ಸೇವೆಯಲ್ಲಿ ಕಛೇರಿಗಳಿಗೆ ಸೇರಿಸಿಕೊಳ್ಳಬಹುದು, ಅವರು ತಮ್ಮ ಶಿಕ್ಷಣ, ಸಾಮರ್ಥ್ಯ ಮತ್ತು ಸಮಗ್ರತೆಯಿಂದ ಅರ್ಹರಾಗಬಹುದಾದ ಕರ್ತವ್ಯಗಳನ್ನು ಸರಿಯಾಗಿ ಮಾಡಲು ಅವಕಾಶ ಮಾಡಿಕೊಡಲಾಗುವುದು."*

ಈ ಅಂಶಗಳನ್ನು ಗಮನದಲ್ಲಿಟ್ಟುಕೊಂಡು, ಲಾರ್ಡ್ ರಿಪನ್, ವೈಸ್ರಾಯ್ 1880ರಿಂದ 1885ರವರೆಗೆ, "ಇಲ್ಬರ್ಟ್ ಬಿಲ್" ಮಸೂದೆಯಿಂದ ಕಾನೂನು ನ್ಯಾಯಾಲಯಗಳಲ್ಲಿಜನಾಂಗೀಯ ಪದ್ಧತಿಗಳನ್ನು ತೆಗೆದುಹಾಕಲು ಪ್ರಯತ್ನಿಸಿದರು. ಆದರೆ ಒಂದು ತಿರುವಿನಲ್ಲಿ ಏಕಕಾಲದಲ್ಲಿ ಉದಾರ ಮತ್ತು ಪ್ರಗತಿಪರ ನೀತಿಯು ಪ್ರತಿಕ್ರಿಯಾತ್ಮಕ ಮತ್ತು ಹಿಂದುಳಿದಿತ್ತು, ಹೊಸ ಗಣ್ಯರನ್ನು ಸೃಷ್ಟಿಸಿತು ಮತ್ತು ಹಳೆಯ ವರ್ತನೆಗಳನ್ನು ದೃಢಪಡಿಸಿತು. ಇಲ್ಬರ್ಟ್ ಮಸೂದೆಯು ಬಿಳಿ ದಂಗೆಯನ್ನು ಉಂಟುಮಾಡುವ ಪರಿಣಾಮವನ್ನು ಮಾತ್ರ ಹೊಂದಿತ್ತು ಮತ್ತು ಕಾನೂನಿನ ಮುಂದೆ ಪರಿಪೂರ್ಣ ಸಮಾನತೆಯ ಅಂತ್ಯವನ್ನು ಹೊಂದಿತ್ತು. ನಾಗರಿಕ ಸೇವೆಗೆ ಭಾರತೀಯ ಪ್ರವೇಶವನ್ನು ನಿರ್ಬಂಧಿಸಲು 1886 ರಲ್ಲಿ ಕ್ರಮಗಳನ್ನು ಅಳವಡಿಸಿಕೊಳ್ಳಲಾಯಿತು .

ಮಿಲಿಟರಿಯಾಗಿ, ದಂಗೆಯು ಬ್ರಿಟಿಷ್ ಭಾರತದ 'ಸ್ಥಳೀಯ' ಮತ್ತು ಯುರೋಪಿಯನ್ ಸೈನ್ಯಗಳನ್ನು ಪರಿವರ್ತಿಸಿತು. ಬ್ರಿಟಿಷರು, ಬ್ರಿಟಿಷರು ಮತ್ತು ಭಾರತೀಯ ಸೈನಿಕರ ಅನುಪಾತವನ್ನು ಹೆಚ್ಚಿಸಿದರು. ಬ್ರಿಟಿಷರಿಗೆ ನಿಷ್ಠರಾಗಿ ಉಳಿದಿದ್ದ ಸೇನಾದಳಗಳನ್ನು ಉಳಿಸಿಕೊಳ್ಳಲಾಯಿತು ಮತ್ತು ದೆಹಲಿ ಕಾರ್ಯಾಚರಣೆಯಲ್ಲಿ ನಿರ್ಣಾಯಕವಾಗಿದ್ದ ಗೂರ್ಖಾ ಘಟಕಗಳ ಸಂಖ್ಯೆಯನ್ನು ಹೆಚ್ಚಿಸಲಾಯಿತು.ಬ್ರಿಟಿಷ್ ಅಧಿಕಾರಿಗಳಿಂದ ಸಿಪಾಯಿಗಳನ್ನು ದೂರವಿಟ್ಟ ಹಳೆಯ ಸಂಘಟನೆಯ ಅಸಮರ್ಥತೆಗಳನ್ನು ತಿಳಿಸಲಾಯಿತು ಮತ್ತು 1857 ರ ನಂತರದ ಘಟಕಗಳನ್ನು ಮುಖ್ಯವಾಗಿ ಅನಿಯಮಿತ ವ್ಯವಸ್ಥೆಯಲ್ಲಿ ಆಯೋಜಿಸಲಾಯಿತು. (ದಂಗೆಯ ಮೊದಲು, ಬಂಗಾಳ ಪದಾತಿದಳದ ಘಟಕಗಳು 26 ಬ್ರಿಟಿಷ್ ಅಧಿಕಾರಿಗಳನ್ನು ಹೊಂದಿದ್ದವು, ಅವರು ಪ್ರತಿ ಕಂಪನಿಯ ಎರಡನೇ-ಕಮಾಂಡ್ನವರೆಗೆ ಅಧಿಕಾರದ ಪ್ರತಿಯೊಂದು ಸ್ಥಾನವನ್ನು ಹೊಂದಿದ್ದರು. ಅನಿಯಮಿತ ಘಟಕಗಳಲ್ಲಿ, ಕೇವಲ ಆರು ಅಥವಾ ಏಳು ಅಥವಾ ಅದಕ್ಕೂ ಕಡಿಮೆ ಬ್ರಿಟಿಷ್ ಅಧಿಕಾರಿಗಳು ಇದ್ದರು. ತಮ್ಮ ಸೈನಿಕರೊಂದಿಗೆ ಹೆಚ್ಚು ನಿಕಟವಾಗಿ, ಭಾರತೀಯ ಅಧಿಕಾರಿಗಳಿಗೆ ಹೆಚ್ಚಿನ ನಂಬಿಕೆ ಮತ್ತು ಜವಾಬ್ದಾರಿಯನ್ನು ನೀಡಲಾಯಿತು.) ಹೆಚ್ಚಿನ ಹೊಸ ಘಟಕಗಳನ್ನು 'ಮಾರ್ಷಲ್ ರೇಸ್' ಎಂದು ಕರೆಯುವ ಮೂಲಕ ಹುಟ್ಟುಹಾಕಲಾಯಿತು, ಅವು ಭಾರತೀಯ ಸಂಸ್ಕೃತಿಯ ಭಾಗವಾಗಿರಲಿಲ್ಲ. ಸಿಪಾಯಿ ಫಿರಂಗಿಗಳನ್ನು ಸಹ ರದ್ದುಗೊಳಿಸಲಾಯಿತು. ಎಲ್ಲಾ ಫಿರಂಗಿಗಳನ್ನು (ಪರ್ವತ ಬಂದೂಕುಗಳ ಕೆಲವು ಸಣ್ಣ ತುಕಡಿಗಳನ್ನು ಹೊರತುಪಡಿಸಿ) ಬ್ರಿಟಿಷರ ಕೈಗೆ ಬಿಟ್ಟುಕೊಟ್ಟಿತು. ಬಂಡಾಯದ ನಂತರದ ಬದಲಾವಣೆಗಳು ಇಪ್ಪತ್ತನೇ ಶತಮಾನದ ಆರಂಭದವರೆಗೆ ಬ್ರಿಟಿಷ್ ಭಾರತದ ಮಿಲಿಟರಿ ಸಂಘಟನೆಯ ಆಧಾರವನ್ನು ರೂಪಿಸಿತು.

•••

ಭಾರತ ದಂಗೆಯ ನಂತರ

ನಾಗರಿಕ ಯುದ್ಧವು ಆಧುನಿಕ ಭಾರತದ ಇತಿಹಾಸದಲ್ಲಿ ಒಂದು ಪ್ರಮುಖ ತಿರುವು. ಮೇ 1858 ರಲ್ಲಿ, ಬ್ರಿಟಿಷರು, ಚಕ್ರವರ್ತಿ ಬಹದ್ದೂರ್ ಷಾ ಜಾಫರ್ ಅನ್ನು ಬರ್ಮಾಕ್ಕೆ ಗಡಿಪಾರು ಮಾಡಿದರು. ಹೀಗಾಗಿ ಔಪಚಾರಿಕವಾಗಿ ಮೊಘಲ್ ಸಾಮ್ರಾಜ್ಯವನ್ನು ದಿವಾಳಿ ಮಾಡಿದರು. ಅದೇ ಸಮಯದಲ್ಲಿ, ಅವರು ಬ್ರಿಟಿಷ್ ಈಸ್ಟ್ ಇಂಡಿಯಾ ಕಂಪನಿಯನ್ನು ರದ್ದುಪಡಿಸಿದರು ಮತ್ತು ಅದನ್ನು ಅದನ್ನು ಬ್ರಿಟಿಷ್ ಕಿರೀಟದ ಅಡಿಯಲ್ಲಿ ನೇರ ಆಡಳಿತದೊಂದಿಗೆ ಬದಲಾಯಿಸಿದರು. 'ಭಾರತದ ರಾಜಕುಮಾರರು, ಮುಖ್ಯಸ್ಥರು ಮತ್ತು ಜನರಿಗೆ' ಹೊಸ ನೇರ-ನಿಯಮ ನೀತಿಯನ್ನು ಘೋಷಿಸುವಲ್ಲಿ, ರಾಣಿ ವಿಕ್ಟೋರಿಯಾ (ಅವರಿಗೆ 1877 ರಲ್ಲಿ ಭಾರತದ ಸಾಮ್ರಾಜ್ಞಿ ಎಂಬ ಬಿರುದನ್ನು ನೀಡಲಾಯಿತು) ಬ್ರಿಟಿಷ್ ಕಾನೂನಿನಡಿಯಲ್ಲಿ ಸಮಾನತೆಯನ್ನು ನೀಡುವುದಾಗಿ ಭರವಸೆ ನೀಡಿದರು, ಆದರೆ ಬ್ರಿಟಿಷ್ ಆಡಳಿತದ ಬಗ್ಗೆ ಭಾರತೀಯ ಅಪನಂಬಿಕೆ 1857 ರ ದಂಗೆಯ ಪರಂಪರೆಯಾಯಿತು.

ಅಸ್ತಿತ್ವದಲ್ಲಿರುವ ಅನೇಕ ಆರ್ಥಿಕ ಮತ್ತು ಆದಾಯ ನೀತಿಗಳು 1857 ರ ನಂತರದ ಅವಧಿಯಲ್ಲಿ ವಾಸ್ತವಿಕವಾಗಿ ಬದಲಾಗದೆ ಉಳಿದಿವೆ, ಆದರೆ ಲಂಡನ್ ನಲ್ಲಿ ಭಾರತದ ರಾಜ್ಯ ಕಾರ್ಯದರ್ಶಿಯಾದ ಕ್ಯಾಬಿನೆಟ್ ಹುದ್ದೆಯ ರಚನೆಯೊಂದಿಗೆ ಪ್ರಾರಂಭಿಸಿ, ಹಲವಾರು ಆಡಳಿತಾತ್ಮಕ ಮಾರ್ಪಾಡುಗಳನ್ನು ಪರಿಚಯಿಸಲಾಯಿತು. ಕಾರ್ಯನಿರ್ವಾಹಕ ಮತ್ತು ಶಾಸಕಾಂಗ ಮಂಡಳಿಗಳ ಸಹಾಯದಿಂದ, ಕಲ್ಕತ್ತಾದಲ್ಲಿ ಪ್ರಧಾನ ಕಚೇರಿಯನ್ನು ಹೊಂದಿರುವ ಗವರ್ನರ್-ಜನರಲ್(ವೈಸ್ರಾಯ್ ಎಂದು ಕರೆಯಲಾಗುತ್ತದೆ) ಭಾರತದಲ್ಲಿ ಆಡಳಿತವನ್ನು ನಡೆಸಿದರು, ಗವರ್ನರ್-ಜನರಲ್ ಅಡಿಯಲ್ಲಿ ಪ್ರಾಂತೀಯ ಗವರ್ನರ್ ಗಳು ಇದ್ದರು, ಅವರು ಜಿಲ್ಲಾ ಅಧಿಕಾರಿಗಳ ಮೇಲೆ ಅಧಿಕಾರವನ್ನು ಹೊಂದಿದ್ದರು, ಅವರು ಭಾರತೀಯ ನಾಗರಿಕ ಸೇವೆಯ ಹಲವಾರು ವಿಭಾಗಗಳನ್ನು ರಚಿಸಿದರು.

ದಶಕಗಳವರೆಗೆ ಭಾರತೀಯ ನಾಗರಿಕ ಸೇವೆಯು ವಿಶೇಷವಾಗಿತ್ತು. ಕಾನೂನು ಮತ್ತು ವೈದ್ಯಕೀಯದಂತಹ ಇತರ ವೃತ್ತಿಗಳಲ್ಲಿದ್ದಂತೆ ಬ್ರಿಟಿಷ್ ಮೂಲದವರ ಸಂರಕ್ಷಣೆ ಆಗುತ್ತಿತ್ತು. ಬ್ರಿಟಿಷ್ ಆಡಳಿತಗಾರರು ಭಾರತವನ್ನು ಆಳುವಲ್ಲಿ ಕರ್ತವ್ಯ ಪ್ರಜ್ಞೆಯಿಂದ ತುಂಬಿದ್ದರು.

ಉತ್ತಮ ಸಂಬಳ, ಉನ್ನತ ಸ್ಥಾನಮಾನ ಮತ್ತು ಬಡ್ತಿಗಾಗಿ ಅವಕಾಶಗಳೊಂದಿಗೆ ಬಹುಮಾನ ನೀಡಲಾಗಿದೆ. ಇಂಗ್ಲಿಷ್-ಶಿಕ್ಷಣ ಪಡೆದ ಭಾರತೀಯರ ಸಂಖ್ಯೆ ಸ್ಥಿರವಾಗಿ ಏರುತ್ತಿರುವುದರಿಂದ 1910ನೇ ಇಸವಿಯವರೆಗೆ ಬ್ರಿಟಿಷರು ಕೆಲವು ಭಾರತೀಯರನ್ನು ತಮ್ಮ ಕೇಡರ್ ಗೆ ಸೇರಿಸಲು ಹಿಂಜರಿಯಲಿಲ್ಲ.

ರಾಜಪ್ರಭುತ್ವದ ರಾಜ್ಯಗಳೊಂದಿಗಿನ ಹಿಂದಿನ ಒಪ್ಪಂದಗಳನ್ನು ಸರ್ಕಾರವು ಗೌರವಿಸುತ್ತದೆ ಎಂದು 1858 ರಲ್ಲಿ ವೈಸ್ರಾಯ್ ಘೋಷಿಸಿದರು ಮತ್ತು 'ನಷ್ಟದ ಸಿದ್ಧಾಂತ' ವನ್ನು ತ್ಯಜಿಸಿದರು. ಆ ಮೂಲಕ ಈಸ್ಟ್ ಇಂಡಿಯಾ ಕಂಪನಿಯು ಪುರುಷ ಉತ್ತರಾಧಿಕಾರಿಗಳಿಲ್ಲದೆ ಸಾವನ್ನಪ್ಪಿದ ಆಡಳಿತಗಾರರ ಪ್ರದೇಶಗಳನ್ನು ಸ್ವಾಧೀನಪಡಿಸಿಕೊಂಡಿತು. ಭಾರತೀಯ ಭೂಪ್ರದೇಶದ ಸುಮಾರು 40 ಪ್ರತಿ ಶತದಷ್ಟು ಮತ್ತು ಜನಸಂಖ್ಯೆಯ 20 ರಿಂದ 25 ಪ್ರತಿಶತದಷ್ಟು ಜನರು ತಮ್ಮ ಧಾರ್ಮಿಕ (ಇಸ್ಲಾಮಿಕ್, ಸಿಖ್, ಹಿಂದೂ ಮತ್ತು ಇತರ) ಮತ್ತು ಜನಾಂಗೀಯ ವೈವಿಧ್ಯತೆಗೆ ಗಮನಾರ್ಹವಾದ 562 ರಾಜಕುಮಾರರ ನಿಯಂತ್ರಣದಲ್ಲಿದ್ದರು. ವೈಭವ ಮತ್ತು ಸಮಾರಂಭಕ್ಕಾಗಿ ಅವರ ಒಲವು ನಾಣ್ಣುಡಿಯಾಯಿತು, ಆದರೆ ಅವರ ಅಭಿವೃದ್ಧಿಯ ಕ್ಷೇತ್ರಗಳು, ಗಾತ್ರದಲ್ಲಿ ಬದಲಾಗುತ್ತವೆ, ಮತ್ತು ಸಂಪತ್ತು, ಬ್ರಿಟಿಷ್-ನಿಯಂತ್ರಿತ ಭಾರತದಲ್ಲಿ ಬೇರೆಡೆ ನಡೆದ ಸಾಮಾಜಿಕ-ರಾಜಕೀಯ ರೂಪಾಂತರಗಳಿಗಿಂತ ಹಿಂದುಳಿದಿದೆ.

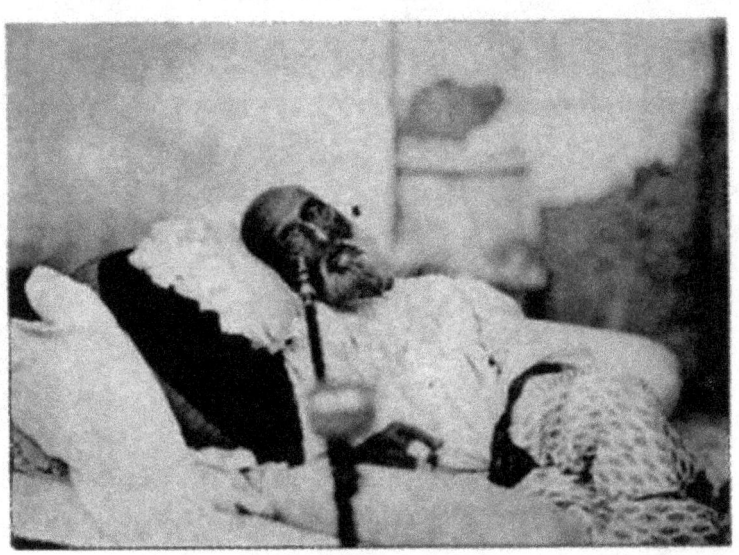

ಸೈನ್ಯ ಮತ್ತು ಸರ್ಕಾರದ ಹಣಕಾಸಿನ ಸಂವಿಧಾನದಲ್ಲಿ ಹೆಚ್ಚು ಕೂಲಂಕಷವಾದ ಮರುಸಂಘಟನೆಯನ್ನು ಕೈಗೊಳ್ಳಲಾಯಿತು: ದಂಗೆಯ ಸಮಯದಲ್ಲಿ ಭಾರತೀಯ ಸೈನಿಕರ ನಡುವಿನ ಒಗ್ಗಟ್ಟಿನ ವ್ಯಾಪ್ತಿಯಿಂದ ಆಘಾತಕ್ಕೊಳಗಾದ ಸರ್ಕಾರವು ಸೈನ್ಯವನ್ನು ಮೂರು ಅಧ್ಯಕ್ಷ ಸ್ಥಾನಗಳಾಗಿ ಪ್ರತ್ಯೇಕಿಸಿತು.

ಭಾರತೀಯರ ಬಗೆಗಿನ ಬ್ರಿಟಿಷ್ ವರ್ತನೆಗಳು ತುಲನಾತ್ಮಕ ಮುಕ್ತತೆಯಿಂದ ಪ್ರತ್ಯೇಕತೆ ಮತ್ತು ಅನ್ಯದ್ವೇಷಕ್ಕೆ ಬದಲಾಯಿತು, ಅವರಿಗೆ ಸಮನಾದ ಹಿನ್ನೆಲೆ ಸಾಧನೆ ಮತ್ತು ನಿಷ್ಠೆ ಹೊಂದಿರುವವರ ವಿರುದ್ಧವೂ ಸಹ ಭಾವನೆಗಳು ಬದಲಾದವು. ಬ್ರಿಟಿಷ್ ಕುಟುಂಬಗಳು ಮತ್ತು ಅವರ ಸೇವಕರುಗಳು ಭಾರತೀಯ ವಸಾಹತುಗಳಿಂದ ದೂರದಲ್ಲಿರುವ ಮನೆಗಳಲ್ಲಿ ವಾಸಿಸುತ್ತಿದ್ದರು. ಬ್ರಿಟಿಷರು ಸಾಮಾಜಿಕ ಸಂವಹನಕ್ಕಾಗಿ ಒಟ್ಟುಗೂಡುವ ಖಾಸಗಿ ಸಂಘಗಳು ಪ್ರತ್ಯೇಕತೆ ಮತ್ತು ಅಹಂಕಾರದ ಸಂಕೇತಗಳಾಗಿವೆ, ಅದು ಬ್ರಿಟಿಷರು ಭಾರತವನ್ನು ತೊರೆದ ದಶಕಗಳ ನಂತರವೂ ಕಣ್ಮರೆಯಾಗಲು ನಿರಾಕರಿಸಿತು. 1883ರಲ್ಲಿ ಭಾರತ ಸರ್ಕಾರವು ಕ್ರಿಮಿನಲ್ ನ್ಯಾಯವ್ಯಾಪ್ತಿಯಲ್ಲಿನ ಜನಾಂಗೀಯ ಅಡೆತಡೆಗಳನ್ನು ತೆಗೆದುಹಾಕಲು ಪ್ರಯತ್ನಿಸಿತು. ಯುರೋಪಿಯನ್ನರು ಮಾಡಿದ ಅಪರಾಧಗಳನ್ನು ನಿರ್ಣಯಿಸಲು ಭಾರತೀಯ ನ್ಯಾಯಾಧೀಶರಿಗೆ ಅಧಿಕಾರ ನೀಡುವ ಮಸೂದೆಯನ್ನು ಪರಿಚಯಿಸಿತು. ಬ್ರಿಟಿಷ್ ಪತ್ರಿಕೆಗಳಲ್ಲಿನ ಸಾರ್ವಜನಿಕ ಪ್ರತಿಭಟನೆಗಳು ಮತ್ತು ಸಂಪಾದಕೀಯಗಳು, ಆದಾಗ್ಯೂ, ವೈಸರಾಯ್, ಜಾರ್ಜ್ ರಾಬಿನ್ಸನ್, ಮಾರ್ಕ್ವಿಸ್ ಆಫ್ ರಿಪಾನ್ (1880 ರಿಂದ 1884 ರವರೆಗೆ ಸೇವೆ ಸಲ್ಲಿಸಿದವರು), ಮಸೂದೆಯನ್ನು ತೀವ್ರವಾಗಿ ಒಪ್ಪಿಸಲು ಮತ್ತು ಮಾರ್ಪಡಿಸಲು ಒತ್ತಾಯಿಸಿದರು. ನೈಜ ಮತ್ತು ಕಲ್ಪಿತ ಕುಂದು ಕೊರತೆಗಳಿಗೆ ಪರಿಹಾರವನ್ನು ಹುಡುಕುವಾಗ ಬೀದಿಗಳಲ್ಲಿ ಪ್ರದರ್ಶನಗಳು ಮತ್ತು ಮಾಧ್ಯಮಗಳಲ್ಲಿ ಪ್ರಚಾರದ ಮೂಲಕ ಬಂಗಾಳಿ ಹಿಂದೂ ಬುದ್ಧಿಜೀವಿಗಳು ಈ ಶ್ವೇತ ದಂಗೆಯ ಪರಿಣಾಮಕಾರಿತ್ವದಿಂದ ಅಮೂಲ್ಯವಾದ ರಾಜಕೀಯ ಪಾಠವನ್ನು ಕಲಿತರು.

•••

1857ರ ಗುರುತಿಸಲ್ಪಡದ ನಾಯಕರು

ದೆಹಲಿಯಲ್ಲಿ ದಂಗೆಯು ಕಾಳ್ಗಿಚ್ಚಿನಂತೆ ಹರಡಿದರೆ, ನಂತರ ಮುಜಾಫರ್ ನಗರ,ಸಹರಾನ್ ಪುರ, ಅಲಹಾಬ್ ನಂತಹ ಇತರ ಸ್ಥಳಗಳಲ್ಲಿ, ಕಾನ್ಪುರ, ಬರೇಲಿ, ಬನಾರಸ್, ಬಿಹಾರ ಮತ್ತು ಝಾನ್ಸಿಯಂತಹ ಇತರ ಸ್ಥಳಗಳಲ್ಲಿ ಅದು ಜ್ವಾಲಾಮುಖಿಯಂತೆ ಭುಗಿಲೆದ್ದಿತುಗ್ರಾಮೀಣ ಪ್ರದೇಶಗಳಲ್ಲಿ, ಕಂಪನಿ ಲಾರ್ಡ್ಸ್ ಪರಿಚಯಿಸಿದ ದಬ್ಬಾಳಿಕೆಯ ಆದಾಯ ವ್ಯವಸ್ಥೆಯ ವಿರುದ್ಧ ರೈತರು ಹೆಚ್ಚಿನ ಸಂಖ್ಯೆಯಲ್ಲಿ ದಂಗೆಗೆ ಬಂದರು ಅಲ್ಲಿದಂಗೆಯ ಹರಡುವಿಕೆಯು ಅತ್ಯಂತ ವೇಗವಾಗಿ ಮತ್ತು ತೀವ್ರವಾಗಿತ್ತು. ಭಾರತದಲ್ಲಿ ರೈತರ ದಂಗೆಯು ಸಾಂಪ್ರದಾಯಿಕವಾಗಿ ತೆರಿಗೆ ದಂಗೆಯಾಗಿದೆ. ಪೂರ್ತಿ ದಂಗೆಯಲ್ಲೂ ಗುಜ್ಜರ್ಗಳು ಅತ್ಯಂತ ಕೆಟ್ಟ ಬಂಡಾಯಗಾರರಾಗಿದ್ದರು.

ಜುಮ್ನಾ ಮತ್ತು ಗಂಗಾ ನದಿಗಳ ನಡುವೆ, ಜಿಟಿ ರಸ್ತೆಯಿಂದ ದೂರದಲ್ಲಿ, ದಾದ್ರಿ, ಸರ್ಸಾವಾ, ದಿಯೋಬಂಡ್, ಬಿಜ್ನೋರ್, ಮೊರಾದಾಬಾದ್ ಮತ್ತು ರೋಹಿಲ್ ಖಂಡ್ ನಲ್ಲಿ, ಗುಜ್ಜರ್ ಪ್ರಕ್ಷುಬ್ಧತೆಯು ಎಷ್ಟು ತೀವ್ರವಾಗಿದೆಯೆಂದರೆ ಕಂಪನಿಯ ಆಡಳಿತವು ಕೊನೆಗೊಂಡಂತೆ ತೋರುತ್ತಿತ್ತು. ಒಂದು ಅಂದಾಜಿನ ಪ್ರಕಾರ, ಒಂದು ದಶಲಕ್ಷಕ್ಕೂ ಹೆಚ್ಚು ಗುಜ್ಜರ್ ಗಳು ದಂಗೆಯಲ್ಲಿ ಭಾಗವಹಿಸಿದರು. ದೇಶದ ವಿವಿಧಭಾಗಗಳಲ್ಲಿ ಗುಜ್ಜರ್ ಗಳ ನಡುವೆ ನಿಯಮಿತ ಪತ್ರವ್ಯವಹಾರದ ವ್ಯವಸ್ಥೆ ಅಸ್ತಿತ್ವದಲ್ಲಿತ್ತು. ಈ ಗ್ರಾಮೀಣ ಮತ್ತು ಅಲೆಮಾರಿ ಸಮುದಾಯಗಳ ಭಾಗವಹಿಸುವಿಕೆಯು ದಂಗೆಯನ್ನು ನಿಜವಾದ ಜನರ ದಂಗೆಯನ್ನಾಗಿ ಮಾಡಿತು.

ರಜಪೂತ ಶೌರ್ಯವು ಹೊಸ ವಿಷಯವಲ್ಲ ಎಂದು ಸಾಬೀತುಪಡಿಸಲು ರಂಗರು ಮತ್ತು ರಜಪೂತ ಸಮುದಾಯಗಳು ಹೊರಟವು. ಭಾರತದಲ್ಲಿ ಶಾಂತಿ ಕಾಲದ ಕಿಸಾನ್ (ರೈತ ಮತ್ತು ಕೃಷಿಕ) ಯುದ್ಧದ ಸಮಯದಲ್ಲಿ ಜವಾನನಾಗುತ್ತಾನೆ (ಘನ) ಎಂಬುದನ್ನು ಬ್ರಿಟಿಷರು ಮರೆತಿದ್ದರು. 'ಜೈ ಜವಾನ್, ಜೈ ಕಿಸಾನ್' ಎಂಬುದು ಸಾಂಪ್ರದಾಯಿಕ ಭಾರತೀಯ ಘೋಷಣೆಯಾಗಿತ್ತು.

ಮಹಾ ದಂಗೆಗಳ ಕಥೆಯ ಮಧ್ಯೆ ಒಂದು ಅಸಾಧಾರಣ ಸಂಗತಿಯು ಎದ್ದು ಕಾಣುತ್ತದೆ ಮತ್ತು ಪ್ರಮುಖ ಬಂಡಾಯ ನಾಯಕರು ಕೂಡ ಮೊಘಲ್ ಚಕ್ರವರ್ತಿಯನ್ನು ತಮ್ಮ ಬಾದಶಹ (ರಾಜ) ಎಂದು ಪರಿಗಣಿಸಿದ್ದು. ಸಹ

ಬಂಡುಕೋರರು ತಮ್ಮ ಅಧಿಕಾರವನ್ನು ಸ್ಥಾಪಿಸಿದ ಪ್ರದೇಶಗಳು ಅವರು ಮೊಘಲ್ ರಾಜನ ಹೆಸರಿನಲ್ಲಿ ಆಳಿದರು. ರೇವಾರಿಯ ರಾವ್ ತುಲಾ ರಾಮ್ ಅವರು ತಮ್ಮದೇ ಸರ್ಕಾರವನ್ನು ಸ್ಥಾಪಿಸಿದರು. ಆದರೆ ಆದಾಯವನ್ನು ದೆಹಲಿ ರಾಜನ ಹೆಸರಿನಲ್ಲಿ ಸಂಗ್ರಹಿಸಿದರು. ನಾನ್ ಸಾಹೇಬ್ ತಮ್ಮನ್ನು ಕಾನ್ಪುರದಲ್ಲಿ ಆದರೆ ಮೊಘಲ್ ಪ್ರಾಧಿಕಾರದ ಅಡಿಯಲ್ಲಿ ಪೇಶ್ವಾ ಎಂದು ಘೋಷಿಸಿಕೊಂಡರು. ನಾಣ್ಯಗಳನ್ನು ಚಕ್ರವರ್ತಿಯ ಹೆಸರಿನಲ್ಲಿ ಮುದ್ರಿಸಲಾಯಿತು. ಮತ್ತು ದೆಹಲಿ ಬಾದ್ ಶಾ ಹೆಸರಿನಲ್ಲಿ ಆದೇಶಗಳನ್ನು ನೀಡಲಾಯಿತು. ನಾಣ್ಯಗಳ ಮೇಲಿನ ದಿನಾಂಕವು ಹಿಜ್ರಿ ಮತ್ತು ಸಂವತ್ ಎರಡರಲ್ಲೂ ಇತ್ತು. ಮೊಘಲ್ ಕೋರ್ಟ್ ನಲ್ಲಿನ ಪದ್ಧತಿಯಂತೆ ನಾನಾ ಸಾಹೇಬ್ ಧೈರ್ಯಶಾಲಿ ಸೈನಿಕ ಆಗಿದ್ದರು. ಆದರೆ ಬಿಥೂರ್ ನಲ್ಲಿ ಜೀವಂತವಾಗಿ ಸುಟ್ಟುಹೋದ ಅವರ ಮಗಳು ಮೈನಾ ಕೂಡ ಅಷ್ಟೇ ಧೈರ್ಯಶಾಲಿಯಾಗಿದ್ದರು. ಜನರು ತಮ್ಮ ಭಿನ್ನಾಭಿಪ್ರಾಯಗಳನ್ನು ಮರೆತರು, ಸಮುದಾಯಗಳನ್ನು ಬದಿಗಿಟ್ಟರು, ಅವರ ಸಾಂಪ್ರದಾಯಿಕ ಪೈಪೋಟಿಗಳು ಇಡೀ ದೇಶವು ತಮ್ಮ ಶತ್ರುಗಳನ್ನು ಏಕೀಕೃತ ಸಮುದಾಯವಾಗಿ ಎದುರಿಸಿತು.

ಲಿಬಾಸ್ಪುರದ ಉದ್ಮಿ ರಾಮ್, ದೆಹಲಿ ಅಬ್ದುಲ್ ಸಮದ್ ಬಡ್ಲಿ-ಕಿ-ಸೆರೈ

ಕರ್ನಾಲ್ ಹೊರರಸ್ತೆಯಿಂದ ನರೇಲಾಕ್ಕೆ ಹೋಗುವ ದಾರಿಯಲ್ಲಿರುವ ಲಿಬಾಸ್ಪುರ್, ದೆಹಲಿಯ ಹಳ್ಳಿಯಾಗಿದೆ. ಬ್ರಿಟಿಷರು ಸೋನೆಪತ್ ನಲ್ಲಿ ಶಿಬಿರವನ್ನು ಸ್ಥಾಪಿಸಿದ್ದರು. ಅವರು ಹಾದುಹೋದ ಪ್ರತಿ ಬಾರಿಯೂ ಸುಂದರವಾದ ಯುವಕರನ್ನು ನೋಡಿದರು, ಉಡ್ಮಿ ರಾಮ್ ಎಂಬ ಹಳ್ಳಿಯ ಇಂಡೋ ಆರ್ಯನ್ ಯುವಕನು ಪ್ರಬಲವಾದ ದೆಹಲಿಯ ಇಂಡೋ ಆರ್ಯನ್ ಗಳ ಗುಂಪನ್ನು ರಚಿಸಿದರು. ಅವರ ಉದ್ದೇಶ ಪ್ರತಿ ಬಾರಿ ಇಂಗ್ಲಿಷ್ ಸೈನಿಕರು ಅಲ್ಲಿಂದ ಹೋಗುತ್ತಿರುವಾಗ ಅವರನ್ನು ಹಿಡಿದು ಶನಿ ದೇವಸ್ಥಾನದ ಹತ್ತಿರ ತಂದು ಕೊಲ್ಲುವುದಾಗಿತ್ತು. ಒಂದು ದಿನ ಇಂಗ್ಲೀಷ್ ಕುಟುಂಬವನ್ನು ಹೊತ್ತು ಒಯ್ಯುತ್ತಿರುವ ಬಂಡಿಯನ್ನು ಗುರುತಿಸಿದನು. ಆ ಮನುಷ್ಯನನ್ನು ಹೊರಗೆ ಕರೆದು ಅವನನ್ನು , ಒಂಟಿಯಾಗಿ ಒಂದು ಸ್ಥಳಕ್ಕೆ ಕರೆದು ಅವನನ್ನು ಸಾಯಿಸಿದನು. ಅದರೊಳಗಿದ್ದ ಇಂಗ್ಲೀಷ್ ಮಹಿಳೆಯನ್ನು ಪಕ್ಕದ ಹಳ್ಳಿಯಲ್ಲಿ ಒಬ್ಬ ಬ್ರಾಹ್ಮಣ ಮಹಿಳೆಯನ್ನು ನೋಡಿಕೊಳ್ಳಲು ಕೇಳಿಕೊಂಡರು ಅಲ್ಲಿ ಅವರು ಭಾರತೀಯ ಮಹಿಳೆಯರ ಜೊತೆ ಕೆಲವು ಒಳ್ಳೆಯ ದಿನಗಳನ್ನು ಕಳೆದರು. ಆದರೆ ಸಮಯ ಕಳೆದಂತೆ ಬ್ರಿಟೀಷರು ದೆಹಲಿಯನ್ನು ಪುನಃ ವಶಪಡಿಸಿಕೊಂಡಾಗ ಅವರು ಲಿಬಾಸ್ಪುರವನ್ನ ಸುತ್ತುವರೆದರು. ಉದ್ಯಮಿ ರಾಮ್ ತನ್ನ ಸೈನಿಕರನ್ನ ಹುಟ್ಟುಗುಡಿಸಿ ಈಟಿಗಳು ಚಾಪರ್ಗಳು ಮತ್ತು ಕೊಡಲಿಗಳಂತ ಗ್ರಾಮೀಣ ಆಯುಧಗಳೊಂದಿಗೆ ಹೋರಾಡಿದರು. ಆದರೆ ಸೋತು ಹೋದರು. ನಂತರ ಅವರನ್ನ ಬಂಧಿಸಿ ರಾಯ್ ನಲ್ಲಿರುವ ಬ್ರಿಟಿಷ್ ಶಿಬಿರಕ್ಕೆ ಕರೆತರಲಾಯಿತು.   ಅವರು ಹುತಾತ್ಮರಾಗಿ ಸಾಯುವವರೆಗೂ ನೀರು ಅಥವಾ ಆಹಾರವಿಲ್ಲದೆ 35 ದಿನಗಳ ಕಾಲ ಒಂದು ಆಲದ ಮರಕ್ಕೆ ಕಟ್ಟಿ ಹಾಕಲಾಯಿತು. ಅದೇ ರೀತಿ ದೆಹಲಿ ಮತ್ತು ಅದರ ಸುತ್ತಮುತ್ತಲಿನ ಬಂಡಾಯ ಚಳುವಳಿಗೆ ಹಣಕಾಸು ಒದಗಿಸಿದ ಚಾಂದಿನಿ ಚೌಕನ ರಾಮ್ ಜಿ ದಾಸ್ ಗುರ್ವಾಲ ಅವರನ್ನು , ಅವರ ಸ್ವಂತ ಅಂಗಡಿಯ ಮುಂದೆ ಗಲ್ಲಿಗೇರಿಸಲಾಯಿತು, ಅವರ ಮೇಲೆ 'ಗುರ್

' (ಕಂದು ಸಕ್ಕರೆ ಕ್ಯಾಂಡಿ). ಮಾರಾಟ ಮಾಡಿದ ಆರೋಪವಿತ್ತು ಅಬ್ದುಲ್ ಸಮದ್ ಖಾನ್, ಜಜ್ಜರ್ ನವಾಬನ ಮಾವ ಬ್ರಿಟಿಷರೊಂದಿಗೆ ಹೋರಾಡಿದರು ಆದರೆ ಬದ್-ಕಿ-ಸೆರೈನಲ್ಲಿ ಸೋತರು. ಅವರು ನಾಯಕನ ಸಾವಿನಲ್ಲಿ ಜೊತೆಯಾದರು.

ಅಜ್ನಾಲಾದಲ್ಲಿ ಪಂಜಾಬ್-ಹತ್ಯಾಕಾಂಡ

ಪಂಜಾಬ್ ಒಂದು ಸಮಸ್ಯೆಯ ರಾಜ್ಯವಾಗಿತ್ತು. 1849 ರಲ್ಲಿ ಮಾತ್ರ ಸೇರ್ಪಡೆಗೊಂಡ ಲಾರೆನ್ಸ್ ಆಡಳಿತವು ಪಂಜಾಬಿ ಮತ್ತು ಪೂರ್ಬಿಯಾ ನಡುವಿನ ಹಳೆಯ ಪೈಪೋಟಿಯನ್ನು ಸಂಪೂರ್ಣವಾಗಿ ಬಳಸಿಕೊಂಡಿತು. ಆದರೂ ಸಿಯಾಲ್ಕೋಟ್, ಝೀಲಂ, ಪೇಶಾವರ, ನೌಶೇರಾ ಮತ್ತು ಮುಲ್ತಾನ್ನಲ್ಲಿ ಖುರಾಲ್ ಬುಡಕಟ್ಟಿನ ಅಹ್ಮದ್ ಖಾನ್ ದಂಗೆ ಎದ್ದರು. ಅವನೊಂದಿಗೆ ಇತರ ಯುದ್ಧ-ಸಮಾನ ಬುಡಕಟ್ಟುಗಳು ಸೇರಿಕೊಂಡರು ಮತ್ತು ಹಲವಾರು ದಿನಗಳವರೆಗೆ ಮುಲ್ತಾನ್ ಮತ್ತು ಲೇಬರ್ ನಡುವಿನ ಎಲ್ಲಾ ಸಂವಹನಗಳು ಅಡಚಣೆಯಾಯಿತು. ಅವರು ಹಲವಾರು ಚಕಮಕಿಗಳಲ್ಲಿ ಬ್ರಿಟಿಷರನ್ನು ಸೋಲಿಸಿದರು, ಆದರೆ ಲಾರೆನ್ಸ್ ದೊಡ್ಡ ಪಡೆಯನ್ನು ಕಳುಹಿಸಿದರು ಮತ್ತು ಅಹ್ಮದ್ ಖಾನ್ ಯುದ್ಧದಲ್ಲಿ ವೀರ ಮರಣ ಹೊಂದಿದನು. ಇನ್ನೊಬ್ಬ ನಾಯಕ ಮೀರ್ ಬಹಾವಾಲ್ ಫತ್ಯಾನಾ ಹೊರಹೊಮ್ಮಿದರು, ಆದರೆ ಅವರು ಕೂಡ ಯುದ್ಧದಲ್ಲಿ ಸಾವನ್ನಪ್ಪಿದರು . ಪಂಜಾಬ್ನಲ್ಲಿ ಅತ್ಯಂತ ಕೆಟ್ಟ ದಂಗೆಯು ಅಮೃತಸರ ಬಳಿಯ ಅಜ್ನಾಲಾದಲ್ಲಿ ಸಂಭವಿಸಿತು. ಅಲ್ಲಿ ನಿಶ್ಯಸ್ತ್ರ ಸೈನ್ಯವು ಮಿಯಾನ್ ಮಿರ್ನಲ್ಲಿ ದಂಗೆ ಎದ್ದಿತು. ದಂಗೆಯನ್ನು ಕಬ್ಬಿಣದ ಕೈಯಿಂದ ಹತ್ತಿಕ್ಕಲಾಯಿತು. ಅಲ್ಲಿ ಹಗ್ಗದ ಸರಬರಾಜಿನ ಕೊರತೆಯಿತ್ತು, ಒಟ್ಟು ಮುನ್ನೂರು, ಗುಂಡು ಹಾರಿಸಲಾಯಿತು.

ಫ್ರೆಡ್ರಿಕ್ ಕೂಪರ್ ತನ್ನನ್ನು 'ಹೀರೋ ಆಫ್ ಅಜ್ನಾಲಾ' ಎಂದು ಹೇಳಿಕೊಂಡಿದ್ದಾನೆ, ತನ್ನ ಜನರು ಒಂದೇ ಒಂದು ಬುಲೆಟ್ ಅನ್ನು ವ್ಯರ್ಥ ಮಾಡಿಲ್ಲ ಎಂದು ಹೆಮ್ಮೆಪಡುತ್ತಾರೆ. ಕಪ್ಪು ಕುಳಿಯ ದುರಂತವನ್ನು ಮರುಕಳಿಸಲಾಯಿತು, ಉಸಿರುಗಟ್ಟಿಸುವಿಕೆಯಿಂದ ಸಾವನ್ನಪ್ಪಿದ ದಂಗೆಕೋರರ ಸಂಖ್ಯೆ ದಾಖಲಿಸಲಾಗಿಲ್ಲ.

ಲಕ್ನೋದ ಅದ್ಭುತಗಳು :

ಬೇಗಂ ಹಜರತ್ ಮಹಲ್ ಅವರ ಸಮರ್ಥ ನಾಯಕತ್ವದಲ್ಲಿ ಲಕ್ನೋದ ಮಹಿಳೆಯರು ವೀರೋಚಿತ ಪಾತ್ರವನ್ನು ವಹಿಸಿದರು. ಪೂರ್ಣ ಎಂಟು ತಿಂಗಳ ಕಾಲ ಲಕ್ನೋದ ಮಹಿಳಾ ಬಂಡುಕೋರರು ಕಾಂಪ್ನೀಯ ಪಡೆಗಳನ್ನು ಸುಲಿಗೆ ಮಾಡಲು ಹಿಡಿದಿದ್ದರು. ಸರ್ ಗಾರ್ಡನ್ ಅಲೆಕ್ಸಾಂಡರ್ ಅವರು, ಸಿಕಂದರ್ಬಾಗ್ನಲ್ಲಿ ಕೊಲ್ಲಲ್ಪಟ್ಟವರಲ್ಲಿ ಕೆಲವು ಅಮೆಜಾನ್ ನೆಗ್ರೆಸ್ಗಳು ಇದ್ದಾರೆ ಎಂದು ಗಮನಿಸಿದರು. ಕಾಡು ಬೆಕ್ಕುಗಳಂತೆ ಹೋರಾಡಿದವರು. ಕಾಡು ಬೆಕ್ಕುಗಳಂತೆ ಹೋರಾಡಿದರು. ಅಲ್ಲಿ ಒಬ್ಬ ಮಹಿಳೆ ದೊಡ್ಡ ಪೀಪಲ್ ಮರದ ಮೇಲೆ ಕುಳಿತು ಹಲವಾರು ಬ್ರಿಟಿಷ್ ಸೈನಿಕರನ್ನು ಹೊಡೆದು ಪ್ರತಿಯಾಗಿ ಗುಂಡು ಹಾರಿಸಿದಳು. ಈ ಕೆಚ್ಚೆದೆಯ ಮಹಿಳೆಯರ ಹೆಸರುಗಳು ಯಾರಿಗೂ ತಿಳಿದಿಲ್ಲ. ಆದರೆ ಅವರು ಮಾಡಿದ್ದನ್ನು ಎಂದಿಗೂ ಮರೆಯಲಾಗುವುದಿಲ್ಲ. ಲಕ್ನೋವನ್ನು ವಶಪಡಿಸಿಕೊಳ್ಳಲಾಯಿತು ಆದರೆ ಎಂದಿಗೂ ವಶಪಡಿಸಿಕೊಳ್ಳಲಿಲ್ಲ, ಒಡೆಯಲಿಲ್ಲ ಮತ್ತು ಅದು ಬಾಗಲಿಲ್ಲ.

ಝಾನ್ಸಿಯಲ್ಲಿ ಮಹಿಳಾ ಸೇನಾಪಡೆ:

ಝಾನ್ಸಿಯಲ್ಲಿ ಮಹಿಳಾ ಸೇನಾಪಡೆಯೂ ಇತ್ತು. ಅಲ್ಲಿ ವೀರಾಂಗನಿ ಝಾಲ್ಕರಿ ಅವರು ಝಾನ್ಸಿಯ ಇತಿಹಾಸದಲ್ಲಿ ಶಾಶ್ವತವಾದ, ತನ್ನದೇ ಆದ ಚಾಪನ್ನ ಮೂಡಿಸಿದರು. ಝಾನ್ಸಿಯ ಅದೃಷ್ಟವು ಕಡಿಮೆಯಾದಾಗ ಮತ್ತು ಬ್ರಿಟಿಷ್ ಸೈನಿಕರು ಕೋಟೆಯ ಕೆಳಗಿನಿಂದ ಗುಂಡು ಹಾರಿಸುತ್ತಿದ್ದಾಗ, ಝಾನ್ಸಿಯ ರಾಣಿ ಕೋಟೆಯನ್ನು ತೊರೆಯಲು ನಿರ್ಧರಿಸಿದಳು, ಝಾಲ್ಕರಿ, ಮೂಲತಃ ರೈತ ಮಹಿಳೆ ಆದರೆ ಈಗ ರಾಣಿಯ ವೇಷ ಧರಿಸಲು ಮುಂದಾದಳು. ರಾಣಿಯಾಗಿ, ಮುಂಭಾಗದ ಬಾಗಿಲಿನಿಂದ ಸೈನಿಕರ ಒಂದು ಸಣ್ಣ ಘಟಕವನ್ನು ತೆಗೆದುಕೊಂಡರು ಮತ್ತು ನಿಜವಾದ ರಾಣಿ ಹಿಂಭಾಗದ ಬಾಗಿಲಿನಿಂದ ಹೊರಟುಹೋದಳು. ಝಾಲ್ಕರಿ ದೇಶದ್ರೋಹಿ ಎಂದು ಗುರುತಿಸಲ್ಪಟ್ಟಳು ಆದರೆ ಸಾಯುವ ಮೊದಲು ಅವಳು ಹಲವಾರು ಬ್ರಿಟಿಷ್ ಸೈನಿಕರನ್ನು ಕೊಂದಿದ್ದಳು. ಅವಳು ಹುತಾತ್ಮಳಾದಾಗ -'ಜೈ ಭವಾನಿ' ಎಂದು ಕೂಗಿದಳು.

ಬಿಹಾರದ ಸಿಂಹಗಳು:

ಜಗದೀಶ್ ಪುರದ ಕುನ್ವರ್ ಸಿಂಗ್ ಮತ್ತು ಅಮರ್ ಸಿಂಗ್ ಮತ್ತು ಪಾಟ್ನಾದ ಪೀರ್ ಅಲಿ ಬ್ರಿಟಿಷರಿಗೆ ಪಾಠವನ್ನು ಕಲಿಸಿದ ಮೂರು ಸಿಂಹಗಳು. ಇದರ ಜೊತೆಗೆ ವಹಾಬಿಗಳು ಇಂಗ್ಲಿಷ್ ಪಡೆಗಳಿಗೆ ದೊಡ್ಡ ಬೆದರಿಕೆಯಾಗಿತ್ತು. ವಶಪಡಿಸಿಕೊಂಡ ಪೀರ್ ಅಲಿಯವರನ್ನು ಕಮಿಷನರ್ ಶ್ರೀ. ಟೇಲರ್ ಅವರು ತಮ್ಮ ಜೀವವನ್ನು ಉಳಿಸಲು ಸರ್ಕಾರವನ್ನು ಪ್ರೇರೇಪಿಸುವ ಯಾವುದಾದರೂ ಮಾಹಿತಿಯನ್ನು ನೀಡಿದ್ದೀರಾ ಎಂದು ಕೇಳಿದಾಗ, 'ನಮ್ಮದೇ ಜನರು ನಿರ್ವಹಿಸದಂತಹ ಘನತೆಯ ಸಂಯಮದಿಂದ' ಎಂದು ಟೇಲರ್ ಬರೆಯುತ್ತಾರೆ. "ರೋಚಕವಾದ ಸಂದರ್ಭಗಳಲ್ಲಿ, ಅವರು ಪ್ರಶ್ನಾರ್ಥಕನನ್ನು ಎದುರಿಸಿದರು ಮತ್ತು ಉತ್ತರಿಸಿದರು - "ಕೆಲವು ಸಂದರ್ಭಗಳಲ್ಲಿ ಜೀವ ಉಳಿಸುವುದು ಒಳ್ಳೆಯದು, ಇತರವು ಕಳೆದುಕೊಳ್ಳುವುದು ಉತ್ತಮ".

ಜಗದೀಶ್ಪುರ ಸಹೋದರರು ಬೇರೆ ಬೇರೆ ರೂಪದವರಾಗಿದ್ದರು. ಅವರು ಅಕ್ಷರಶಃ ಸಿಂಹಗಳಂತೆ ಹೋರಾಡಿದರು ಮತ್ತು ಬ್ರಿಟಿಷ್ ಸೇನಾದಳವನ್ನು ಕುರಿಗಳ ಹಿಂಡು ಎಂದು ಕರೆದರು. ಜುಲೈ 25, 1857 ರಂದು ಭಾರತೀಯ ಸೈನಿಕರು ದಿನಾಪುರದಲ್ಲಿ ದಂಗೆ ಎದ್ದಾಗ ಕುನ್ವರ್ ಸಿಂಗ್ ಈ ಅವಕಾಶವನ್ನು ಬಳಸಿಕೊಂಡರು ಮತ್ತು ಆಗಸ್ಟ್ 23 ರವರೆಗೆ ಇಡೀ ಸೇನಾದಳವನ್ನು ತನ್ನ ಕೈದಿಯನ್ನಾಗಿ ಮಾಡಿದರು. ಅವರ ಇಂಗ್ಲಿಷ್ ವಿರೋಧಿ ದಂಡಯಾತ್ರೆಯಲ್ಲಿ. ಅವರ ಧೈರ್ಯಶಾಲಿ ಮುಸ್ಲಿಂ ಪತ್ನಿ ಧರ್ಮನ್ ಬೀಬಿ ಜೊತೆಗಿದ್ದರು. ಬ್ರಿಟಿಷ್ ಪಡೆಗಳು ಆತನನ್ನು ನಿರಂತರವಾಗಿ ಬೆನ್ನಟ್ಟಿದವು. ಗಂಗಾ ನದಿಯನ್ನು ದಾಟುವಾಗ ಅವರು ತೀವ್ರವಾಗಿ ಗಾಯಗೊಂಡರು. ಅವನು ತನ್ನ ಬಲಗೈಯನ್ನು ಕತ್ತರಿಸಿ ಅದನ್ನು ಗಂಗಾ ಮಾತೆಗೆ ಅರ್ಪಿಸಿದನು. ಅವರನ್ನು ಡಿಸೆಂಬರ್ನಲ್ಲಿ ಬಂಧಿಸಲಾಗಿತ್ತು.

www.ingramcontent.com/pod-product-compliance
Lightning Source LLC
LaVergne TN
LVHW040114210825
819220LV00036B/853
* 9 7 8 9 3 5 9 6 4 3 3 7 3 *